ಮಮತೆಯ ಸಂಕೋಲೆ

AA000737

ಸಾಯಿಸುತೆ

ಸುಧಾ ಎಂಟರ್‌ಪ್ರೈಸಸ್

ನಂ. 761, 8ನೇ ಮುಖ್ಯರಸ್ತೆ, 3ನೇ ಬ್ಲಾಕ್
ಕೋರಮಂಗಲ, ಬೆಂಗಳೂರು–560 034.

Mamatheya Sankole (Kannada): a social novel written by Smt. Saisuthe; published by Sudha Enterprises, # 761, 8th Main, 3rd Block, Koramangala, Bangalore - 560 034.

ಹಿಂದೆ ಮುದ್ರಿತವಾದ ವರ್ಷಗಳು	:	1979, 1982, 1984, 1986, 2003
ಆರನೆಯ ಮುದ್ರಣ	:	2013
ಏಳನೆಯ ಮುದ್ರಣ	:	2023
ಪುಟಗಳು	:	144
ಬೆಲೆ	:	ರೂ. 150
ಉಪಯೋಗಿಸಿದ ಕಾಗದ	:	70 ಜಿ.ಎಸ್.ಎಂ. ಮ್ಯಾಪ್‌ಲಿಥೋ
ಮುಖಪುಟ ವಿನ್ಯಾಸ	:	ಪ.ಸ. ಕುಮಾರ್
ಹಕ್ಕುಗಳು	:	ಲೇಖಕಿಯವರದು

ಸಗಟು ಮಾರಾಟಗಾರರು
ವಸಂತ ಪ್ರಕಾಶನ
524/ಎಫ್, 8ನೇ ಅಡ್ಡರಸ್ತೆ, 7ನೇ ಬ್ಲಾಕ್,
ಜಯನಗರ, ಬೆಂಗಳೂರು – 560 070.
ಮೊ: 7892106719
email : vasantha_prakashana@yahoo.com
website: www.vasanthaprakashana.com

ಅಕ್ಷರ ಜೋಡಣೆ :
ವಸಂತ ಪ್ರಕಾಶನ

ಮುದ್ರಣ :
ಶ್ರೀನಿವಾಸ ಬೈಂಡಿಂಗ್ ವರ್ಕ್ಸ್

ಮುನ್ನುಡಿ

ಆತ್ಮೀಯ ಓದುಗರಲ್ಲಿ,

ಅಂದು ಪ್ರಜಾಮತ ವಾರಪತ್ರಿಕೆಯಲ್ಲಿ ಪ್ರಕಟಗೊಂಡು ಅಪಾರ ಓದುಗ ಬಳಗವನ್ನು ಸೃಷ್ಟಿಸಿಕೊಂಡ ಈ ಕಾದಂಬರಿ ಮತ್ತೆ ಅಚ್ಚಾಗಿದೆ.

ಪ್ರಕಾಶಕರಿಗೂ, ಮುಖ ಚಿತ್ರ ಕಲಾವಿದರಿಗೂ ಧನ್ಯವಾದಗಳು, ಐದು ಮುದ್ರಣದ ಕಾದಂಬರಿಗಳನ್ನು ಕೊಂಡು ಓದಿದ ನಿಮ್ಮನ್ನು ಮರೆಯಲು ಸಾಧ್ಯವೇ? ಆತ್ಮೀಯ ವಂದನೆಗಳು.

– ಸಾಯಿಸುತೆ
"ಸಾಯಿಸದನ"
12, 2ನೇ ಮುಖ್ಯರಸ್ತೆ, 2ನೇ ಅಡ್ಡರಸ್ತೆ,
ಮಾರುತಿನಗರ, ಕೋಗಿಲೆ ಕ್ರಾಸ್, ಯಲಹಂಕ
ಓಲ್ಡ್ ಟೌನ್, ಬೆಂಗಳೂರು – 560064.
ದೂ: 080–28571361
Email: saisuthe1942@gmail.com

ನಮ್ಮಲ್ಲಿ ದೊರೆಯುವ ಸಾಯಿಸುತೆಯವರ ಇತರ ಕಾದಂಬರಿಗಳು

ಜೀವನ ಸಂಧ್ಯ
ಶ್ವೇತ ಗುಲಾಬಿ
ಮಿಡಿದ ಶ್ರುತಿ
ಮೇಘವರ್ಷಿಣಿ
ನವಚೈತ್ರ
ಪೂರ್ಣೋದಯ
ಅಪೂರ್ವ ಮೈತ್ರಿ
ನಿಶೆಯಿಂದ ಉಷೆಗೆ
ಸಪ್ತರಂಜನಿ
ವಸುಧೈವ ಕುಟುಂಬ
ಪ್ರೇಮಸಾಫಲ್ಯ
ಸದ್ಗೃಹಸ್ಥೆ
ಕಾರ್ತೀಕದ ಸಂಜೆ
ನಾ ನಿನ್ನ ಧ್ಯಾನದೊಳಿರಲು
ಸುಪ್ರಭಾತದ ಹೊಂಗನಸು
ಕರಗಿದ ಕಾರ್ಮೋಡ
ಹೃದಯ ರಾಗ
ಅಮೃತಸಿಂಧು
ಬಣ್ಣದ ಚುಂಬಕ
ಸ್ವರ್ಣ ಮಂದಿರ
ಶ್ರೀರಸ್ತು ಶುಭಮಸ್ತು
ಗಂಧರ್ವಗಿರಿ
ಶುಭಮಿಲನ
ಸಪ್ತಪದಿ
ಚೈತ್ರದ ಕೋಗಿಲೆ
ಬೆಳ್ಳಿದೋಣಿ
ವಿವಾಹ ಬಂಧನ
ಮಂಗಳ ದೀಪ
ಡಾ॥ ವಸುಧಾ
ಮುಂಜಾನೆಯ ಮುಂಬೆಳಕು
ಸೊಬಗಿನ ಪ್ರಿಯದರ್ಶಿನಿ
ರಾಗಬೃಂದಾವನ
ಬಿಳಿ ಮೋಡಗಳು
ಅನುಬಂಧದ ಕಾರಂಜಿ
ಮಿಂಚು
ನಾಟ್ಯಸುಧಾ
ಪಸರಿಸಿದ ಶ್ರೀಗಂಧ
ಬೆಳದಿಂಗಳ ಚೆಲುವೆ
ವರ್ಷಬಿಂದು
ಸಪ್ನ ಸಂಭ್ರಮ
ನನ್ನ ಭಾವ ನಿನ್ನ ರಾಗ
ಸುಮಧುರ ಭಾರತಿ
ಮೌನ ಆಲಾಪನ
ಮತ್ತೊಂದು ಬಾಡದ ಹೂ
ಶಿಶಿರದ ಇಂಚರ
ಮುಂಗಾರಿನ ಹುಡುಗಿ
ಸಾಮಗಾನ
ಕಡಲ ಮುತ್ತು
ಆಡಿಸಿದಳು ಜಗದೋದ್ಧಾರನಾ
ಪಂಚವಟಿ
ಶ್ಯಾನುಭೋಗರ ಮಗಳು
ಮೂಡಿ ಬಂದ ಶಶಿ
ಜನನೀ ಜನ್ಮಭೂಮಿ
ಬಿರಿದ ನೈದಿಲೆ
ಶರದೃತುವಿನ ಚಂದ್ರ
ಮೋಹನ ಮುರಳಿ ಕರೆಯಿತು
ಮುಗಿಲ ತಾರೆ
ಅಗ್ನಿದಿವ್ಯ
ಧವಳ ನಕ್ಷತ್ರ
ಕಲ್ಯಾಣಮಸ್ತು
ದಂತದ ಗೊಂಬೆ
ಸುಭಾಷಿಣಿ
ಮಮತೆಯ ಸಂಕೋಲೆ
ಮಂತ್ರಾಕ್ಷತೆ
ಸಪ್ತಧಾರೆ
ಹೇಮಂತದ ಸೊಗಸು
ಬೆಳಕಿನ ಹಣತೆ
ಗ್ರೀಷ್ಮದ ಸೊಬಗು
ಗ್ರೀಷ್ಮ ಋತು
ಪ್ರಿಯ ಸಖೀ
ಚಿರಬಾಂಧವ್ಯ
ಆಶಾಸೌರಭ
ಗಿರಿಧರ

ಮಮತೆಯ ಸಂಕೋಲೆ

ಕಾಲೇಜು ಆವರಣದಿಂದ ಹೊರಗೆ ಬಂದ ಗೆಳತಿಯರ ಮುಖದಲ್ಲಿ ಪರೀಕ್ಷೆ ಮುಗಿಸಿ ಬಂದ ಗೆಲುವಿರಲಿಲ್ಲ. ದುಗುಡದಿಂದ ಹಿಂದಿರುಗಿ ಕಾಲೇಜು ಕಟ್ಟಡವನ್ನು ನೋಡಿ ನಿಟ್ಟುಸಿರು ಬಿಟ್ಟರು.

ಹುಡುಗರ ಚೇಷ್ಟೆ ಅಧಿಕವಾದಾಗ ಎಂದಿಗೆ ಈ ಕಾಲೇಜು ಕೊನೆಗೊಳ್ಳುವುದೋ ಎಂದು ಬೇಸರಿಸುತ್ತಿದ್ದ ಅವರು ಇಂದು ಅವೆಲ್ಲ ತಮ್ಮ ಪಾಲಿನ ಗಗನ ಕುಸುಮವೆಂದು ಚಿಂತಿಸುತ್ತಿದ್ದರು.

ಶೋಭ ವಾತಾವರಣವನ್ನು ತಿಳಿಮಾಡಲೋಸುಗ "ಶಾಂತ, ಮೊನ್ನೇನೆ ಸಂಜೆ ಪ್ರೋಗ್ರಾಂ ತಿಳಿಸಿದ್ದೆನಲ್ಲ; ಈಗ ಅಂಕಲ್‌ಗೆ ಹೇಳಿಬಿಟ್ಟು ನೇರವಾಗಿ ನಮ್ಮ ಮನೆಗೆ ಹೋಗೋಣ" ಎಂದಳು.

ಶಾಂತ ನಸುನಕ್ಕು ಹೆಜ್ಜೆಯ ವೇಗವನ್ನು ಹೆಚ್ಚಿಸಿದಳು.

ಮುಂಬಾಗಿಲಿನಲ್ಲೆ ನಿಂತಿದ್ದ ಕೃಷ್ಣಸ್ವಾಮಿ ನಸುನಗುತ್ತ ಹೇಳಿದರು.

"ತಲೆ ಮೇಲಿದ್ದ ದೊಡ್ಡ ಭಾರ ಇಳಿಸಿಕೊಂಡಿರಿ. ಇನ್ನು ಆರಾಮವಾಗಿ ಉಸಿರಾಡಬಹುದು."

ಶೋಭ ಕುರ್ಚಿಯ ಮೇಲೆ ಕುಕ್ಕರಿಸುತ್ತ "ನಮ್ಮನ್ನೆಲ್ಲಿ ಆರಾಮವಾಗಿರುವುದಕ್ಕೆ ಬಿಡುತ್ತೀರಿ? ಸಂಸಾರದ ಭಾರವನ್ನು ನಮ್ಮ ಹೆಗಲಿಗೆ ಹೊರೆಸುವ ಆತುರದಲ್ಲಿದ್ದೀರಿ. ಇಷ್ಟು ದಿನದ ಆರಾಮ ಇನ್ನೆಲ್ಲಿ...?" ಎಂದು ವಾಚಿನ ಕಡೆ ನೋಡುತ್ತ "ಶಾಂತ, ಲೇಟಾದರೆ ಪಿಕ್ಚರ್ ಷುರುವಾಗಿರುತ್ತೆ" ಎಂದು ಒಳಗೆ ಹೊರಟ ಶಾಂತಳನ್ನು ಆತುರಪಡಿಸಿದಳು.

"ಏನು ಹುಡುಗರೋ? ಇಷ್ಟು ದಿನ ನಿದ್ದೆಗೆಟ್ಟು ಓದಿದ್ದೀರಿ. ವಿಶ್ರಾಂತಿ ತೆಗೆದುಕೊಳ್ಳುವುದು ಬಿಟ್ಟು ಪಿಕ್ಚರ್ ನೋಡೋ ಹುಚ್ಚು" ಎಂದು ಮೃದುವಾಗಿ ಕೃಷ್ಣಸ್ವಾಮಿ ಆಕ್ಷೇಪಿಸಿದರು.

"ಅಂಕಲ್, ಇವತ್ತೊಂದು ದಿನ ಅಡ್ಡಿ ಮಾಡಬೇಡಿ. ಹಕ್ಕಿಗಳ ಹಾಗೆ ನಾವೆಲ್ಲಿ ಚದುರಿಹೋಗುತ್ತೀವೊ ಏನೋ? ಒಟ್ಟಾಗಿ ಕಲೆಯುವುದು ಅಪರೂಪ" ಎಂದಳು ಶೋಭ ದೈನ್ಯ ಭಾವದಿಂದ.

"ನಿಮಗಷ್ಟು ಉತ್ಸಾಹ ಇರುವಾಗ ನಾನು ಯಾಕೆ ಬೇಡವೆನ್ನಲಿ? ಹೋಗಿಬನ್ನಿ".

ಗೆಳತಿಯರಿಬ್ಬರೂ ಕಾಫಿ ಬಸಿದುಕೊಂಡು ಹೆಜ್ಜೆ ಹಾಕಿದರು.

ಶೋಭಳ ಮನೆ ಮುಂದೆ ನಿಂತ ಕಾರನ್ನು ದೂರದಿಂದಲೇ ನೋಡಿದ ತಕ್ಷಣ ಯಾರೋ ಅತಿಥಿಗಳು ಬಂದಿರಬಹುದೆಂದು ಶಾಂತ ಊಹಿಸಿಕೊಂಡಳು.

"ಯಾರೋ ಬಂದ ಹಾಗಿದೆ. ಈಗ ಸುಮ್ಮನೆ..." ಎಂದು ಶಾಂತ ಪೂರ್ತಿ ಮಾಡುವ ಮೊದಲೇ,

"ನಮ್ಮ ಸುಮಿತ್ರ ಆಂಟಿ ಬಂದಿರಬೇಕು. ಯಾರೇ ಬಂದಿರಲಿ, ಐದು ನಿಮಿಷ ಅಮ್ಮನಿಗೆ ಹೇಳಿ ಹೊರಟುಬಿಡೋಣ. ಲತಾ, ಕುಸುಮ ಅವರೆಲ್ಲ ಥಿಯೇಟರ್ ಬಳಿ ಕಾದಿರುತ್ತಾರೆ" ಎಂದಳು ಶೋಭ.

ಇವರಿಬ್ಬರನ್ನೂ ಬಾಗಿಲ ಬಳಿಯಲ್ಲೇ ಎದುರುಗೊಂಡ ಮಧುಕರ,

"ನೀನು ಇಲ್ಲದೆ ಇದ್ದದ್ದು ಮಧ್ಯಾಹ್ನದಿಂದ ಬೋರ್ ಹೊಡೆದು ಹೋಯಿತು" ಎಂದು ಶಾಂತಳ ಕಡೆ ದೃಷ್ಟಿ ಹೊರಳಿಸುವ ಮೊದಲೇ ಶೋಭ, "ಮಹಾರಾಯ, ನಿನ್ನ ಹತ್ತಿರ ಮಾತಿಗೆ ನಿಂತರೆ ಗೋವಿಂದ. ರಾತ್ರಿ ಏನಿದ್ದರೂ ಮಾತನಾಡೋಣ. ಈಗ ಪಿಕ್ಚರಿಗೆ ಹೋಗಬೇಕು" ಎಂದು ಶಾಂತಳನ್ನು ತನ್ನ ಕೋಣೆಯಲ್ಲಿ ಕುಳ್ಳಿರಿಸಿ ಬಾತ್‌ರೂಮಿನ ಕಡೆ ಓಡಿದಳು.

ಶಾಂತ ಟೇಬಲ್ ಮೇಲಿದ್ದ ಪತ್ರಿಕೆಯ ಕಡೆ ದೃಷ್ಟಿ ಹೊರಳಿಸಿದಳು. ಮನೆಗೆ ಬಹಳ ಅತಿಥಿಗಳು ಬಂದಿರಬಹುದೆಂದು ಅವರುಗಳ ಮಾತುಕತೆಗಳಿಂದಲೇ ತಿಳಿಯುತ್ತಿತ್ತು.

ಮುಖ ತೊಳೆದು ಶೋಭ ಹತ್ತು ನಿಮಿಷದಲ್ಲಿ ಸಿಂಗರಿಸಿಕೊಂಡಳು.

ಕೋಣೆಯೊಳಕ್ಕೆ ಬಂದ ಮಧುಕರ ಶಾಂತಳ ಕಡೆ ಮಂದಹಾಸ ಬೀರುತ್ತ,

"ನೀವೇ ಹೇಳಿ, ತಂಗೀನ ನೋಡೋಣಾಂತ ಅಲ್ಲಿಂದ ಬಂದರೆ ಇವಳಿಗೆ ನನ್ನ ಹತ್ತಿರ ಮಾತನಾಡೋ ಸಹನೆ ಇಲ್ಲ. ಗೆಳತಿಯರನ್ನು ಪರಿಚಯಿಸುವ ಸಭ್ಯತೆ ಮೊದಲೇ ಇಲ್ಲ" ಎಂದು ಶೋಭಳ ಮೋಟು ಜಡೆ ಹಿಡಿದೆಳೆದ.

"ಬಿಡೋ ಸಾಕು, ನಾವು ಥಿಯೇಟರ್‌ಗೆ ಹೋಗೋ ವೇಳೆಗೆ ಪಿಕ್ಚರ್ ಷುರುವಾಗುತ್ತೆ"

ಅವಳ ಜಡೆ ಬಿಡುತ್ತ ಹೇಳಿದ ಮಧು.

"ನಾನು ರೆಡಿ ಬೇಬಿ, ನೀನಾ ಪಿಕ್ಚರ್‌ಗೆ ಹೋಗಬೇಕು ಅಂತ ಮಧ್ಯಾಹ್ನವೇ ಹೇಳಿದಳು. ನೀನು ಬರಲಿ ಅಂತ ಕಾದಿದ್ದರೆ ಪಿಕ್ಚರ್‌ಗೆ ಕರೆಯೋ ಸೌಜನ್ಯ ಸಹ ತೋರದೆ ಹೊರಡುತ್ತ ಇದ್ದೀಯಾ?"

"ಹೊರಡೋ ಹಾಗಿದ್ದರೆ ಬೇಗ ಹೊರಡು. ಇವತ್ತು ಎಲ್ಲಾ ಗೆಳತಿಯರೂ ಒಟ್ಟಿಗೆ ಪಿಕ್ಚರ್‌ಗೆ ಹೋಗೋಣ ಅಂತ ತೀರ್ಮಾನ ಮಾಡಿದ್ದೀವಿ. ಇನ್ನೆಂದಿಗೆ ಒಟ್ಟಿಗೆ ಸೇರುತ್ತೀವೋ?"

ಮಧುಕರ, ನೀನಾ ಇವರೊಂದಿಗೆ ಪಿಕ್ಚರ್‌ಗೆ ಹೊರಡಲು ತಯಾರಾಗಿ ಬಂದರು. ಕಾರು ಹತ್ತುವ ಮೊದಲು ಶೋಭ ನಗುತ್ತ ನೀನಾಳನ್ನು ಶಾಂತಳಿಗೆ ಪರಿಚಯ ಮಾಡಿಕೊಟ್ಟಳು.

"ಇವರು ನನ್ನ ಭಾವಿ ಅತ್ತಿಗೆ, ಅಂದರೆ ನಮ್ಮ ಮಧುಕರನ ಸ್ವೀಟ್ ಹಾರ್ಟ್. ಪ್ರಿಯಕರನನ್ನು ವಿದೇಶಕ್ಕೆ ಕಳಿಸಿ ಮೂರು ವರ್ಷ ವಿರಹ ವೇದನೆಯಲ್ಲಿ ಬೇಯಲು ತಯಾರಾಗಿರುವ ದುರ್ದೈವಿ. ಆ ವಿರಹ ವೇದನೆ..."

ಅವಳು ಇನ್ನೇನು ಹೇಳಿಬಿಡುತ್ತಾಳೋ ಎಂದು ನೀನಾ ಬಾಯಿಬಿಟ್ಟಳು.

"ನೀನು, ವಿರಹವೇದನೆ ವರ್ಣನೆ ಮಾಡುತ್ತ ನಿಂತರೆ ಅಲ್ಲಿ ಅಂಕುರ್ ಪೂರ್ತಿಯಾಗಿರುತ್ತೆ."

ನೀನಾ ಮಧುಕರ ಕಾರ್‌ನ ಮುಂಭಾಗದ ಸೀಟಿನಲ್ಲಿ ಕುಳಿತರು. ಶಾಂತ, ಶೋಭ ಹಿಂದಿನ ಸೀಟಿನಲ್ಲಿ ಕುಳಿತರು.

ಥಿಯೇಟರ್ ಬಳಿ ನಿಂತು ಗೆಳತಿಯರಿಗಾಗಿ ಅರಸಿದರು. ಒಬ್ಬರ ಮುಖವೂ ಕಾಣದಾದಾಗ ಇಬ್ಬರೂ ಪೆಚ್ಚಾದರು.

"ಶಾಂತ, ಯಾರೂ ಬಂದಹಾಗೆ ಕಾಣುವುದಿಲ್ಲ. ಒಂದು ವೇಳೆ ಟಿಕೆಟ್ ಪಡೆದು ಒಳಗೇನಾದರೂ ಕುಳಿತಿದ್ದಾರೋ ಏನೋ."

ಮಧುಕರನ ನೋಟಕ್ಕೆ ಮೊದಲೇ ಬೇಸತ್ತಿದ್ದ ಶಾಂತ "ಹಾಯಾಗಿ ಮನೆಗೆ ಹೋಗೋಣ ನಡಿ" ಎಂದಳು.

ಟಿಕೆಟ್ ತಂದ ಮಧು ಬೇರೆ ಮಾತಿಗೆ ಅವಕಾಶ ಕೊಡದೆ ಎಲ್ಲರನ್ನೂ ಕರೆದೊಯ್ದು.

ಮಧು ಗಳಿಗೆಗೊಂದು ಸಲ ಶಾಂತಳ ಕಡೆ ದೃಷ್ಟಿ ಬೀರುತ್ತಿದ್ದ. ಅವಳಿಂದ ದೃಷ್ಟಿ ಕಿತ್ತು ಪಿಕ್ಚರ್ ನೋಡುವುದು ಅವನಿಗೆ ದುಸ್ಸಾಹಸವೆನ್ನಿಸಿತು. ಕೆಲವೊಂದು ಸಲ ಪ್ರಣಯ ಸನ್ನಿವೇಶಗಳು ಬಂದಾಗ ನೀನಾ ಪಿಸುಗುಟ್ಟಿದರೂ ಇವನಿಗೆ ಅವಳ ಕಡೆ ಗಮನವಿರಲಿಲ್ಲ.

ಪಿಕ್ಚರ್ ಮುಗಿದ ಮೇಲೆ ಶಾಂತಳನ್ನು ಮನೆಯ ಬಳಿ ಇಳಿಸಿ ಕಾರನ್ನು ತಿರುಗಿಸಿದ ಮಧುಕರ.

ಮನೆಯಲ್ಲಿ ನೀರವತೆ ತುಂಬಿತ್ತು. ದೊಡ್ಡಪ್ಪನ ಗೊರಕೆಯ ಶಬ್ದ ಮಾತ್ರ ಮಧುಕರನ ಆಲೋಚನೆಗಳಿಗೆ ತಡೆಯೊಡ್ಡುತ್ತಿತ್ತು.

"ದೊಡ್ಡಮ್ಮ ಇಷ್ಟು ವರ್ಷ ಇವರ ಗೊರಕೆ ಶಬ್ದವನ್ನು ಹೇಗೆ ಸಹಿಸಿದರೋ" ಎಂದು ಗೊಣಗಿಕೊಂಡ.

ಶಾಂತಳ ಮಗುವಿನಂಥ ಮುಗ್ಧ ಮುಖ, ಆರೋಗ್ಯದಿಂದ ಕಾಂತಿಯುತವಾದ ಅಂಗಾಂಗಗಳು ಅವನನ್ನು ಬಡಿದೆಬ್ಬಿಸಿದ್ದವು. ಮಿನಿ ಸ್ಕರ್ಟ್‌ನ ಲತಾ, ಪಂಜಾಬಿ ಮೆಹರ್, ಮಾದಕ ಹೆಣ್ಣು ಮೇರಿ ಇವರೆಲ್ಲ ಶಾಂತಳ ಮುಂದೆ ಅವನಿಗೆ ಸಪ್ಪೆ ಎನಿಸಿದರು.

ಇವರನ್ನೆಲ್ಲ ದುಡ್ಡು, ಸೌಂದರ್ಯದಿಂದ ಆಕರ್ಷಿಸಿದ ಹಾಗೆ ಶಾಂತಳನ್ನು ಆಕರ್ಷಿಸುವುದು ಸಾಧ್ಯವಿಲ್ಲ. ಅವಳನ್ನು ಪಡೆಯುವುದು ಹೇಗೆ? ಸಮಸ್ಯೆ ಜಟಿಲವಾದಾಗ ತಾನು ತಂದಿದ್ದ ಸೂಟ್‌ಕೇಸಿನ ಬಾಗಿಲನ್ನು ತೆರೆದು ಅದರಲ್ಲಿನ ಬಾಟಲನ್ನು ಹೊರತೆಗೆದು ತೃಪ್ತಿಯಾಗುವಷ್ಟು ಕುಡಿದು ಮಲಗಿದ.

ಕೃಷ್ಣಸ್ವಾಮಿ ಕೋಣೆಯಲ್ಲಿದ್ದ ಮಗಳನ್ನು ಕರೆದರು. ತಾವು ಹುಡುಕಿಟ್ಟಿರುವ ವರಗಳ ಪಟ್ಟಿಯನ್ನು ಮಗಳ ಮುಂದಿಟ್ಟು ಅವಳ ಅಭಿಪ್ರಾಯ ಕೇಳುವುದು ಅವರ ಉದ್ದೇಶವಾಗಿತ್ತು.

"ಕೂತುಕೋ ಬಾ ಶಾಂತ, ನಿನ್ನ ಪರೀಕ್ಷೆಯಾಗಲಿ ಅಂತ ಇಷ್ಟು ದಿನ ಕಾದೆ. ಇನ್ನಾದರೂ ಆದಷ್ಟು ಬೇಗ ನಿನ್ನ ಮದುವೆ ಮಾಡಿ ಮುಗಿಸಬೇಕು. ಕೆಲವಾರು ಕಡೆಯಿಂದ ಫೋಟೋಗಳನ್ನು ತರಿಸಿದ್ದೀನಿ. ನಿನ್ನ ಅಭಿಪ್ರಾಯ ತಿಳಿಸಿದರೆ ಅವರನ್ನು ಕರೆಸುವುದಕ್ಕೆ ಅನುಕೂಲವಾಗುತ್ತೆ."

ಕೃಷ್ಣಸ್ವಾಮಿ ಒಂದೊಂದೇ ಫೋಟೋ ಮಗಳಿಗೆ ತೋರಿಸಿ ಆ ಹುಡುಗನ ವಿದ್ಯೆ, ಉದ್ಯೋಗ ಮುಂತಾದುವನ್ನು ವಿವರಿಸಿದರು.

"ಅಣ್ಣಾ, ಈಗ ಸದ್ಯಕ್ಕೆ ನನಗೆ ಮದುವೆ ಬೇಡ. ಈ ವೃದ್ಧಾಪ್ಯದಲ್ಲಿ ನಿಮ್ಮನ್ನು ಒಂಟಿಯಾಗಿ ಬಿಟ್ಟು ಹೋಗಲಾರೆ" ಎಂದು ಮುಖ ತಿರುವಿದಳು.

"ಅಯ್ಯೋ, ಈ ಒಣ ಕಟ್ಟಿಗೆ ಎಷ್ಟು ದಿನ ಶಾಶ್ವತ? ಅದೂ ಅಲ್ಲದೆ ನಿನ್ನನ್ನು ಬಿಟ್ಟು ನಾನು ದೂರ ಇರುತ್ತೀನಾ? ಅದೆಲ್ಲ ಬೇಡ. ವಯಸ್ಸಿಗೆ ಅನುಗುಣವಾಗಿ ಏನೇನು ನಡೆಯಬೇಕೋ ಅದು ನಡೆಯಲೇಬೇಕು."

ಸುಮ್ಮನೆ ಕುಳಿತ ಮಗಳನ್ನು ನೋಡಿ "ಮೌನಂ ಸಮ್ಮತಿ ಲಕ್ಷಣಂ" ಎಂದು ತಿಳಿದು ನಾಲ್ಕಾರು ಫೋಟೋಗಳ ನಡುವೆ ಇದ್ದ ಒಂದು ಫೋಟೋ ತೆಗೆದು ಅವಳ ಮುಂದಿಟ್ಟು ಹೇಳಿದರು.

ಈ ಹುಡುಗ ನನ್ನ ಮನಸ್ಸಿಗೆ ಬಹಳ ಒಪ್ಪಿದ್ದಾನೆ. ಬಡತನದಲ್ಲೇ ಬೆಳೆದು ಕಷ್ಟಪಟ್ಟು ಓದಿ ಎಂ.ಎಸ್ಸಿ. ಪಾಸುಮಾಡಿಕೊಂಡು ಕಾಲೇಜಿನಲ್ಲಿ ಲೆಕ್ಚರರ್ ಆಗಿದ್ದಾನೆ. ಹುಡುಗ ನೋಡುವುದಕ್ಕೂ ಲಕ್ಷಣವಾಗಿದ್ದಾನೆ. ಅದೂ ಅಲ್ಲದೆ ನಿನ್ನ ಫೋಟೋ ನೋಡಿ ಒಪ್ಪಿಕೊಂಡಿದ್ದಾನೆ. ನೀನು ಒಪ್ಪಿಗೆ ಸೂಚಿಸಿದರೆ ಈ ಹುಡುಗನನ್ನು ಕರೆಸುವ ಏರ್ಪಾಟು ಮಾಡೋಣ.

"ನಿಮ್ಮಿಷ್ಟ" ಎಂದು ಎದ್ದು ಒಳಗೆ ನಡೆದಳು ಶಾಂತ.

ಅಷ್ಟರಲ್ಲಿ ಇದ್ದಕ್ಕಿದ್ದಂತೆ ಇವರ ಮನೆಗೆ ಬಂದ ಶೋಭ ಕೃಷ್ಣಸ್ವಾಮಿಯವರ ಕೈಯಲ್ಲಿದ್ದ ಫೋಟೋ ಕಸಿದುಕೊಂಡು "ಅಂಕಲ್, ಇವರು ತುಂಬಾ ಹ್ಯಾಂಡ್‌ಸಮ್ ಆಗಿದ್ದಾರೆ" ಎಂದು ಕುರ್ಚಿಯ ಮೇಲೆ ಕುಳಿತಳು.

"ಅಂತೂ ನೀನೂ ಒಪ್ಪಿಕೊಂಡ ಹಾಗೆ ಆಯಿತು. ಏನೋ ದೇವರ ದಯೆಯಿಂದ ಈ ಸಂಬಂಧ ಕೂಡಿಬಂದರೆ ನಮ್ಮ ಶಾಂತ ಅದೃಷ್ಟವಂತೆ. ನೋಡೋಣ, ಋಣಾನುಬಂಧ ಹೇಗಿದೆಯೋ"

"ನಿಮಗೆ ಯಾಕೆ ಅಂಕಲ್ ಅನುಮಾನ." ರಾಜಕುಮಾರ ಕೂಡ ನಮ್ಮ ಹುಡುಗೀನ ಮೆಚ್ಚಬೇಕಾದ್ದೆ. ಇನ್ನು ಈ ಹುಡುಗನದೇನು! ದಮ್ಮಯ್ಯ ಅಂತ ಒಪ್ಪಿಕೊಳ್ಳುತ್ತಾನೆ" ಎಂದು ಕೋಣೆಯಲ್ಲಿದ್ದ ಗೆಳತಿಯನ್ನು ಭೇಡಿಸಲು ಹೊರಟಳು.

"ನಾನು ಬಂದಿರುವುದು ತಿಳಿದೂ ಸಹ ಒಳಗೆ ಪರಧ್ಯಾನದಲ್ಲಿ ನಿರತಳಾಗಿದ್ದೀಯಲ್ಲ. ಇನ್ನು ಆಮೇಲೆ ಆ ಬಡ ಗೆಳತಿಯ ಜ್ಞಾಪಕವಾದರೂ ಇರುತ್ತೋ ಇಲ್ಲವೋ?" ಎಂದು ಶಾಂತಳ ಕೆನ್ನೆಯನ್ನು ಬಲವಾಗಿ ಹಿಂಡಿದಳು.

"ಬಿಡೇ ಸಾಕು" ಎಂದು ಗೆಳತಿಯ ಕೈಯಿಂದ ಕೆನ್ನೆ ಬಿಡಿಸಿಕೊಳ್ಳುತ್ತ "ನಿನಗೆ ತಾಳಿ ಕಟ್ಟ್ರೋ ಮಹರಾಯನಿಗೆ ನಿನ್ನ ಕೆಟ್ಟ ಚಾಳಿ ಬಗ್ಗೆ ಎಚ್ಚರಿಸಿ ಕೆನ್ನೆ ಕಾಪಾಡಿಕೊಳ್ಳಲು ಹೇಳಬೇಕು" ಎಂದಳು.

"ಅದೆಲ್ಲ ಇರಲಿ. ಅಂಕಲ್ ನಿನ್ನನ್ನು ಸಾಗಹಾಕುವ ತರಾತುರಿಯಲ್ಲಿ ಇದ್ದ ಹಾಗೆ

ಕಾಣಿಸುತ್ತೆ. ಎಷ್ಟು ದಿನದಿಂದ ಸಂಗ್ರಹಿಸಿದ್ದರೋ ಈ ವರಮಹಾಶಯರ ಫೋಟೋಗಳನ್ನು! ಏನೇ ಆಗಲಿ, ನಿಮ್ಮಣ್ಣ ಬಹಳ ಬುದ್ಧಿವಂತರು ಒಳ್ಳೆಯವರನ್ನೇ ಚುನಾಯಿಸಿದ್ದಾರೆ."

"ಸಾಕು, ಬೇರೆ ಏನಾದರೂ ಮಾತಾಡು"

"ಎಲ್ಲಾ ಬೋರು. ಏನೂ ಇಲ್ಲ, ನಮ್ಮ ಮಧು ಇಷ್ಟರಲ್ಲೇ ಫಾರಿನ್‌ಗೆ ಹೋಗುತ್ತಾನೆ. ಅವನ ವುಡ್ ಬಿ ನೀನಾ ಒಂದೇ ಸಮನೆ ಕಣ್ಣಲ್ಲಿ ನೀರು ಸುರಿಸುತ್ತ ಇದ್ದಾಳೆ. ಈ ಹಾಳಾದೋನು ಮದುವೆ ಮಾಡಿಕೊಂಡು ಜೊತೆಯಲ್ಲಿ ಕರೆದುಕೊಂಡು ಹೋಗೋ ಅಂದರೆ ಒಪ್ಪೊಲ್ಲ. ನೀನಾಳ ಅಪ್ಪ ಎಲ್ಲರಿಂದಲೂ ಹೇಳಿಸಿ ಆಯಿತು. ಇವನು ಒಪ್ಪೋದಿಲ್ಲ ಅದೇ ಮನೆಯಲ್ಲಿ ವಿಶೇಷ ಸುದ್ದಿ"

"ಪಾಪ, ಅವರಿಗೆ ಹೆದರಿಕೆ. ಎಲ್ಲಿ ಬಿಳಿ ಹೆಣ್ಣನ್ನು ಕಟ್ಟಿಕೊಂಡು ಬರುತ್ತಾರೋ ಅಂತ"

"ಅವನು ಹೋಗುತ್ತ ಇರುವುದೇ ಬಿಳಿ ಹೆಣ್ಣುಗಳ ಜೊತೆ ಆಡುವುದಕ್ಕೆ. ಇವಳನ್ನು ಎಲ್ಲಿ ಕಟ್ಟಿಕೊಂಡು ಹೋದಾನು! ಇವಳಿಗೆ ಬುದ್ಧಿ ಇಲ್ಲ. ಹಾಯಾಗಿ ಬೇರೆಯವನನ್ನು ಮದುವೆ ಯಾಗುವುದು ಬಿಟ್ಟು ಆ ದುಂಬಿಗೋಸ್ಕರ ಸಾಯುತ್ತಾಳೆ. ಅವನ ರೂಪ ಎಲ್ಲರಿಗೂ ಮೋಸ ಮಾಡುತ್ತೆ"

ಶಾಂತ ಆ ಮಾತುಗಳನ್ನು ಮುಂದುವರಿಸಲಿಷ್ಟಪಡದೆ ಮಾತು ತಿರುಗಿಸಿದಳು.

"ರೇಣು ಬಾಂಬೆಗೆ ಹೋದಳು. ನಿಮ್ಮನೇಗೆ ಬಂದಿದ್ದಳಂತೆ. ನೀನು ಸಿಗಲಿಲ್ಲ ಅಂತ ಬೇಸರ ಮಾಡಿಕೊಂಡೇ ಹೋದಳು."

"ಅವಳು ಎಂದು ಬಂದಿದ್ದಳೋ ಏನೋ. ನಮ್ಮ ಮಧು ಜೊತೆ ಅಲ್ಲಿ ಇಲ್ಲಿ ಸುತ್ತೋದೇ ಆಗೋಗಿದೆ. ನಾಳೆ ಅವನ ಜೊತೆ ಎಸ್ಟೇಟ್‌ಗೆ ಬಾ ಅಂತ ಬಲವಂತ ಮಾಡ್ತಾ ಇದ್ದಾನೆ. ಅಣ್ಣ ಅಮ್ಮ ಹೋಗು ಅಂತ ಹೇಳಿದ್ದಾರೆ. ಅದಕ್ಕೆ ಹೋಗೋಣ ಅಂತ ಮಾಡಿದ್ದೀನಿ. ನಿನಗೆ ವಿಷಯ ತಿಳಿಸುವುದಕ್ಕೆ ಬಂದೆ."

"ನೀನು ಹೋದರೆ ಬೋರ್ ಹೊಡೆದುಹೋಗುತ್ತೆ" ಎಂದು ಬೇಸರ ವ್ಯಕ್ತಪಡಿಸಿದಳು ಶಾಂತ.

"ನನಗೂ ಹೋಗುವುದಕ್ಕೆ ಇಷ್ಟವಿರಲಿಲ್ಲ. ನಾನು ಹೇಗೋ ಫಾರಿನ್‌ಗೆ ಹೋಗುತ್ತೀನಿ. ಅದುವರೆಗಾದರೂ ಅಲ್ಲಿರು, ಬಾ ಅಂತ ಅವನ ಗಲಾಟೆ. ಹೋಗದಿದ್ದರೆ ಬೇಸರಪಟ್ಟುಕೊಳ್ಳುತ್ತಾನೆ. ಅವನು ಫಾರಿನ್‌ಗೆ ಹೋದ ತಕ್ಷಣ ಬಂದುಬಿಡುತ್ತೀನಿ. ಅಮ್ಮನಿಗೆ ಬೇಗ ಬರುತ್ತೀನಿ ಅಂತ ಹೇಳಿದ್ದ. ನೀನು ವುಡ್‌ಬೀನ ಕನಸಿನಲ್ಲಿ ಕಾಣುತ್ತಾ ಇರು" ಎಂದು ಹೇಳಿ ಹೊರಟಳು.

ಗೆಳತಿಯನ್ನು ಬೀಳ್ಕೊಟ್ಟು ಕಾಂಪೌಂಡಿನಲ್ಲಿ ನಿಂತ ಶಾಂತಳಿಗೆ ಏನೋ ಕಳೆದುಕೊಂಡಷ್ಟು ದುಃಖವಾಯಿತು. ಅಕ್ಕ, ತಂಗಿ, ತಮ್ಮಂದಿರ ಪ್ರೀತಿಯನ್ನು ಕಾಣದ ಅವಳಿಗೆ ಶೋಭ ಸೋದರಿ ಪ್ರೀತಿಯನ್ನಿತ್ತು ಆದರಿಸಿದಳು. ಕಾಲೇಜಿನಲ್ಲೆಲ್ಲ ಇವರಿಬ್ಬರನ್ನು ನೋಡಿ ಅವಳಿ-ಜವಳಿಗಳು ಎಂದು ತಮಾಷೆ ಮಾಡುತ್ತಿದ್ದರು. ಎರಡು ಕುಟುಂಬದವರೂ ಇವರಿಬ್ಬರ ಗೆಳೆತನಕ್ಕೆ ಪ್ರೋತ್ಸಾಹ ಕೊಟ್ಟಿದ್ದರು.

ಮೃದು ಸ್ವಭಾವದ ಶಾಂತಳನ್ನು ಕಂಡರೆ ಶೋಭಳಿಗೆ ತುಂಬಾ ಪ್ರೀತಿ, ಅವಳನ್ನು ತಂಗಿಯಂತೇ ಕಾಣುತ್ತಿದ್ದಳು. ಮೂರು ಜನ ಅಕ್ಕಂದಿರನ್ನು ಪಡೆದ ಅವಳಿಗೆ ಸೋದರಿಯರ ಕೊರತೆ ಇರಲಿಲ್ಲ. ಈ ವರ್ಷ ಶೋಭಳಿಗೆ ಮದುವೆ ಮಾಡಿ ಕಡೇ ಮಗಳ ಹೊರೆಯನ್ನು ಕಡಿಮೆ ಮಾಡಿಕೊಳ್ಳುವ ಆತುರದಲ್ಲಿದ್ದರು ಶೋಭಳ ತಾಯಿ, ತಂದೆ.

* * *

ಕನ್ನಡಿಯ ಮುಂದೆ ಕುಳಿತ ಶಾಂತ ಅಂದು ಮನಸ್ಸಿಟ್ಟು ಸಿಂಗರಿಸಿಕೊಂಡಳು. ಲೆಕ್ಚರರ್ ವಿಶ್ವನಾಥನ ಫೋಟೋ ನೋಡಿದಾಗಿನಿಂದ ಕಲ್ಪನೆಯ ಕನಸಿನಲ್ಲಿ ತೂಗಾಡುತ್ತಿದ್ದಳು. ಅವನ ಮುಗ್ಧ ಕಣ್ಣುಗಳು ಎಲ್ಲಕ್ಕಿಂತ ಹೆಚ್ಚಾಗಿ ಅವಳನ್ನು ಆಕರ್ಷಿಸಿದ್ದವು.

ಕೋಣೆಯೊಳಕ್ಕೆ ಬಂದ ಲಲಿತಮ್ಮ ಸೋದರಸೊಸೆಯ ಅಲಂಕಾರವನ್ನು ನೋಡಿ ನಗುತ್ತ,

"ನಿನ್ನನ್ನು ನೋಡಿದರೆ ಒಳ್ಳೆ ಅಪ್ಸರೆಯ ಹಾಗೆ ಕಾಣುತ್ತೀಯ. ಆ ಲೆಕ್ಚರರ್ ಏನು, ಯಾರು ಬಂದರೂ ದಮ್ಮಯ್ಯ ಅಂತ ಮೆಚ್ಚಿಕೊಳ್ಳಬೇಕಾದ್ದೆ."

"ಹೋಗಿ ಅತ್ತೆ" ಎಂದು ನಾಚಿ ತಲೆ ತಗ್ಗಿಸಿದಳು.

"ಮುಗಿಯಿತಲ್ಲ ಅಲಂಕಾರ. ಇನ್ನೇನು ಅವರು ಬಂದುಬಿಡುತ್ತಾರೆ. ನಿನ್ನದು ಮುಗಿಯಿತೋ ಇಲ್ಲವೋ ಅಂತ ನೋಡುವುದಕ್ಕೆ ಬಂದೆ" ಎಂದು ಅಡಿಗೆಯ ಮನೆಗೆ ಹಿಂದಿರುಗಿದರು.

ತಾಯಿ ಇಲ್ಲದ ಶಾಂತಳಿಗೆ ಬುದ್ಧಿ ಬರುವವರೆಗೂ ಸೋದರತ್ತೆ ಲಲಿತಮ್ಮ ತಾಯಿಯ ಕೊರತೆಯನ್ನು ನೀಗಿ ಸಾಕಿದ್ದರು. ಮಕ್ಕಳಿಲ್ಲದ ಅವರಿಗೆ ಇವಳೇ ಮಗಳಾಗಿದ್ದಳು.

ಕೃಷ್ಣಸ್ವಾಮಿ ಮಗಳನ್ನು ತಮ್ಮ ಬಳಿಯಲ್ಲೇ ಇಟ್ಟುಕೊಂಡು ವಿದ್ಯಾಭ್ಯಾಸ ಮಾಡಿಸಬೇಕೆಂದಾಗ ಲಲಿತಮ್ಮ ಅಣ್ಣನ ಬಳಿ ಅತ್ತು ಗೋಳಾಡಿದಳು. ಏನೇ ಆದರೂ ಇದ್ದ ಒಬ್ಬ ಮಗಳನ್ನು ತಂಗಿಯ ಮನೆಯಲ್ಲಿ ಬಿಡಲು ಒಪ್ಪದೆ ಕರೆತಂದಿದ್ದರು.

ಟ್ಯಾಕ್ಸಿ ಶಬ್ದ ಕೇಳಿದ ಕೂಡಲೇ ಶಾಂತಳ ಹೃದಯದ ಬಡಿತ ತೀವ್ರವಾಯಿತು.

ವಿಶ್ವನಾಥನ ತಾಯಿ ತಂದೆಯರು ಶಾಂತಳನ್ನು ಕಂಡ ತಕ್ಷಣ ಒಪ್ಪಿಕೊಂಡರು. ಬಡತನದಲ್ಲೇ ಇದ್ದ ಅವರಿಗೆ ಶ್ರೀಮಂತರ ಮನೆಯ ಹುಡುಗಿಯನ್ನು ಸೊಸೆಯಾಗಿ ತಂದುಕೊಳ್ಳಲು ಇಷ್ಟವಿರಲಿಲ್ಲ. ಇದುವರೆವಿಗೂ ಕಷ್ಟದಲ್ಲೇ ಇದ್ದ ತಾವು ನೆಮ್ಮದಿ ಕಾಣುವ ಸಮಯಕ್ಕೆ ಸೊಸೆ ಮಗನನ್ನು ತಮ್ಮಿಂದ ವಿಮುಖ ಮಾಡಿದರೆ ಎನ್ನುವುದೇ ಅವರ ಭಯವಾಗಿತ್ತು.

ಶಾಂತಳ ಮುಗ್ಧ ಸರಳ ಸೌಜನ್ಯ ಅವರನ್ನು ಆಕರ್ಷಿಸಿತ್ತು. ಕೃಷ್ಣಸ್ವಾಮಿ ಬಹಳಷ್ಟು ಶ್ರೀಮಂತರಲ್ಲದಿದ್ದರೂ ಅಂತಹ ಬಡವರೇನೂ ಆಗಿರಲಿಲ್ಲ. ಇದ್ದೊಬ್ಬ ಮಗಳಿಗೆ ಆಡಂಬರವಾಗಿಯೇ ವಿವಾಹ ಮಾಡುವರೆಂಬ ಭರವಸೆ ಅವರಿಗಿತ್ತು.

"ನೋಡಪ್ಪ ವಿಶು, ನೀನು ಒಪ್ಪಿಗೆ ಕೊಟ್ಟರೆ ಮಾತು ಮುಗಿಸಿ ನಿಶ್ಚಯ ಮಾಡಿಕೊಂಡೇ ಹೊರಟು ಬಿಡೋಣ" ಎಂದು ಮಗನ ಕಡೆ ತಿರುಗಿದರು ವಿಶ್ವನಾಥನ ತಂದೆ.

ವಿಶ್ವನಾಥ ತಂದೆಯ ಹತ್ತಿರ ಏನೋ ಪಿಸುಗುಟ್ಟಿದ. ಅವರ ಮುಖದಲ್ಲಿ ಮುಗುಳುನಗೆ ತೇಲಿತ್ತು. ಕೃಷ್ಣಸ್ವಾಮಿಯನ್ನು ಹತ್ತಿರಕ್ಕೆ ಕರೆದು ಏನೋ ಹೇಳಿದರು. ಅವರು ನಗುತ್ತಲೇ ತಲೆಯಾಡಿಸಿ ಮಗಳ ಕೋಣೆಗೆ ನಡೆದರು.

ಯಾವುದೋ ಗುಂಗಿನಲ್ಲಿದ್ದ ಶಾಂತ ಬಾಗಿಲ ಶಬ್ದ ಕೇಳಿ ತಲೆ ಎತ್ತಿದಳು.

"ಶಾಂತ, ವಿಶ್ವನಾಥ ನಿನ್ನ ಹತ್ತಿರ ಮಾತನಾಡಿ ಒಪ್ಪಿಗೆ ತಿಳುಸುತ್ತೀನಿ ಅಂದನಂತೆ, ನೀವಿಬ್ಬರೂ ವಿದ್ಯಾವಂತರು. ಒಬ್ಬರನ್ನೊಬ್ಬರು ಅರಿತು ವಿವಾಹವಾಗುವುದು ಒಳ್ಳೆಯದು. ವಿಶ್ವನಾಥನನ್ನು ಕಳುಹಿಸುತ್ತೇನೆ. ಅದೇನು ಕೇಳುತ್ತಾನೋ?" ಎಂದು ನಗುತ್ತ ಹಿಂದಿರುಗಿದರು.

ತಲೆ ಬಗ್ಗಿಸಿದ್ದ ಶಾಂತಳಿಗೆ ತಂದೆ ಹೊರಗೆ ಹೋದ ಅರಿವಾಯಿತು. ಗಂಡು ಹುಡುಗರಿರುವ ಕಾಲೇಜಿನಲ್ಲಿ ಓದಿದ್ದರೂ, ಒಂಟಿಯಾಗಿ ಎಂದೂ ಗಂಡಸರನ್ನು ಮಾತನಾಡಿಸುವ ಅವಕಾಶ ಅವಳಿಗೆ ಸಿಕ್ಕಿರಲಿಲ್ಲ. ಈಗ ಅವರು ಬಂದು ತನ್ನ ಹತ್ತಿರ ಏನು ಮಾತನಾಡಬಹುದು? ನಾನು ಪೆದ್ದು ಪೆದ್ದಾಗಿ ಮಾತನಾಡಿ...?

ಇವಳ ಯೋಚನೆಗೆ ಕಡಿವಾಣ ಹಾಕುವಂತೆ "ಒಳಗೆ ಬರಬಹುದೆ?" ಎಂಬ ವಿಶ್ವನಾಥನ ಧ್ವನಿ ಎಚ್ಚರಿಸಿತು.

ಬಾಯಲ್ಲಿ ದ್ರವ ಆರಿಹೋದ ಹಾಗೆ ಆಯಿತು. "ಬನ್ನಿ" ಎಂದು ತುಟಿ ಸವರಿಕೊಂಡಳು.

"ಕುಳಿತುಕೊಳ್ಳಿ" ಎಂದು ವಿಶ್ವನಾಥನೇ ಉಪಚರಿಸಿದ.

ಎಷ್ಟೋ ವಿಷಯಗಳನ್ನು ಮಾತನಾಡಬೇಕು ಎಂದು ಬಂದಿದ್ದ ವಿಶ್ವನಾಥ ತನ್ನೆದುರು ನಿಂತ ಸೌಂದರ್ಯ ಖನಿಯನ್ನು ನೋಡಿ ಎಲ್ಲಾ ಮರೆತ.

ತಾನು ಹೀಗೆ ಸುಮ್ಮನೆ ಕುಳಿತರೆ ಎಲ್ಲರೂ ತಪ್ಪು ತಿಳಿಯುತ್ತಾರೆ. ತನ್ನ ಮನಸ್ಸಿನಲ್ಲಿದ್ದ ಕೆಲವಾರು ವಿಷಯಗಳನ್ನು ಪ್ರಸ್ತಾಪಿಸಿಬಿಡುವುದೇ ಒಳ್ಳೆಯದೆಂದುಕೊಂಡ.

"ನಿಮ್ಮನ್ನು ನಾನು ಸಂತೋಷವಾಗಿ ಮೆಚ್ಚಿಕೊಂಡಿದ್ದೀನಿ. ಆದರೆ ನಿಮ್ಮ ಸರಿಯಾದ ಅಭಿಪ್ರಾಯ ತಿಳಿಯಲಾರದೆ ನಾನು ಮದುವೆಯಾದರೆ ನಮ್ಮದು ವಿರಸ ದಾಂಪತ್ಯವಾದೀತು. ನಾನೇನು ಬಹಳ ಶ್ರೀಮಂತನಲ್ಲ. ನಿಮಗೆ ಶ್ರೀಮಂತಿಕೆಯನ್ನು ನೀಡದಿದ್ದರೂ ಆದಷ್ಟೂ ನಿಮ್ಮನ್ನು ಸುಖವಾಗಿ ನೋಡಿಕೊಳ್ಳಬಲ್ಲೆ. ಅದೂ ಅಲ್ಲದೆ ನಿಮ್ಮ ಬಗ್ಗೆ ತಪ್ಪು ತಿಳಿದು ನಾನು ಈ ಮಾತು ಹೇಳುತ್ತ ಇಲ್ಲ. ತಾಯಿ, ತಂದೆಗೆ ನಾನೊಬ್ಬನೇ ಆಧಾರ. ನನ್ನನ್ನು ಬಿಟ್ಟು ಅವರು ಬೇರೆಲ್ಲೂ ಹೋಗುವ ಸ್ಥಿತಿಯಲ್ಲಿಲ್ಲ. ಮದುವೆಯಾದ ಹೊಸದರಲ್ಲಿ ತಾವಿಬ್ಬರೇ ಇರಬೇಕೆಂದು ನವದಂಪತಿಗಳಿಗೆ ಆಸೆ ಇರುವುದು ಸಹಜ. ಆದರೆ ನಮ್ಮಪ್ಪ ಅಮ್ಮ ಬೇರೆಲ್ಲೂ ಹೋಗುವ ಹಾಗಿಲ್ಲ. ಇದೆಲ್ಲ ಮೊದಲೇ ತಿಳಿಸುವುದಕ್ಕೆ ಕಾರಣ ನನ್ನದು ಬಹಳ ಹೆಂಗರುಳು. ಅದೂ ಅಲ್ಲದೆ ಕೈ ಹಿಡಿದ ಹೆಣ್ಣಿನ ಕಣ್ಣೀರು ನೋಡಲಾರೆ. ಈಗ ನಿಮ್ಮ ಅಭಿಪ್ರಾಯ ಸ್ಪಷ್ಟವಾಗಿ ತಿಳಿಸಿ."

ಅವನ ಸ್ಪಷ್ಟ ಮಾತುಗಳಿಗೆ ಅವಳ ಹೃದಯ ಮಾರುಹೋಯಿತು. ಬಾಯಿಂದ ಆಡಿ ತೋರಿಸದಾದಳು.

ಪುನಃ ವಿಶ್ವನಾಥನೇ ಮಾತನಾಡಬೇಕಾಯಿತು.

"ದಯವಿಟ್ಟು ಏನಾದರೂ ಹೇಳಿ. ನಾನು ಜೀವನದಲ್ಲಿ ಎಷ್ಟೋ ಕಷ್ಟಗಳನ್ನು ಅನುಭವಿಸಿದ್ದರೂ ಬೇರೆಯವರ ಹೃದಯವನ್ನು ನೋಯಿಸಲಾರೆ. ನಿಮಗೆ ಒಪ್ಪಿಗೆಯಾಗದಿದ್ದರೆ ಹೇಳಿ... ನಾನು ನಿಮ್ಮಂಥವರ ಕೈಹಿಡಿಯುವ ಅದೃಷ್ಟಶಾಲಿಯಲ್ಲವೆಂದು ತಿಳಿಯುತ್ತೇನೆ."

ಅವನ ಮಾತಿನಲ್ಲಿ ನೋವಿತ್ತು.

"ನಿಮ್ಮ ಪ್ರೀತಿಯೊಂದು ಬಿಟ್ಟು ನನಗೆ ಯಾವ ಐಶ್ವರ್ಯವೂ ಬೇಡ. ನಿಮ್ಮ ತಾಯಿ ತಂದೆಯರನ್ನು ನಾನು ನಿಮ್ಮಷ್ಟೇ ಪ್ರೀತಿಸುತ್ತೇನೆ" ಎಂದು ಹೇಳುವ ಮನಸ್ಸಿದ್ದರೂ, ಹೇಳಲಾರದೆ "ಒಪ್ಪಿಗೆ" ಎಂದು ಮೂರಕ್ಷರ ಹೇಳುವ ಹೊತ್ತಿಗೆ ಅವಳ ಹಣೆಯಲ್ಲಿ ಬೆವರೊಡೆಯಿತು.

ವಿಶ್ವನಾಥನ ಮುಖ ಸಂತೋಷದಿಂದ ಅರಳಿತು. ಪ್ರಪಂಚವನ್ನೇ ಜಯಿಸಿದಷ್ಟು ಸಂತೋಷ ಅವನಲ್ಲಿತ್ತು.

"ಶಾಂತ, ನಾನು ಬಹಳ ಅದೃಷ್ಟವಂತ. ಆದಷ್ಟು ಬೇಗ ನಿಮ್ಮನ್ನು ಸೇರುವ ಸುಯೋಗ ನನ್ನದಾಗಲಿ."

ವಿಶ್ವನಾಥ ಆ ಮಾತು ಹೇಳಿ ಹೋಗಿ ಎಷ್ಟೋ ಹೊತ್ತಾಗಿದ್ದರೂ ಅವಳ ಮನ ಅದರ ಮಧುರ ಸ್ಮೃತಿಯಲ್ಲಿಯೇ ಲೀನವಾಗಿತ್ತು.

"ಶಾಂತ, ಈಗಲೇ ಇಷ್ಟು ಹಚ್ಚಿಕೊಂಡರೆ ಹೇಗಮ್ಮ? ನಾನು ಆಗಲಿಂದ ಎರಡು ಮೂರು ಸಲ ಕೂಗಿದೆ. ನೀನು ಮಾತನಾಡಲೇ ಇಲ್ಲ. ವಿಶ್ವನಾಥ ಇಲ್ಲಿಲ್ಲ. ಅವರಾಗಲೇ ಬಸ್‌ಸ್ಟಾಂಡ್ ತಲುಪಿರಬೇಕು."

ಶಾಂತ ನಾಚಿಕೆಯಿಂದ ಕೆಂಪಾದಳು. ತಂದೆ ತನ್ನ ದೌರ್ಬಲ್ಯವನ್ನು ಕಂಡು ಏನೆಂದುಕೊಂಡರೋ ಎಂದು ಯೋಚಿಸತೊಡಗಿದಳು.

"ಶೋಭ ಇಲ್ಲದ್ದು ಬಹಳ ಬೇಸರವೆನ್ನಿಸಿದೆ. ಆ ಹುಡುಗಿ ಯಾವತ್ತು ಬರುತ್ತಂತೆ? ಅವಳಿದ್ದಿದ್ದರೆ ನಿನ್ನನ್ನು ಇವತ್ತು ಗೋಳಾಡಿಸಿಬಿಡುತ್ತಿದ್ದಳು" ಎಂದು ಕೃಷ್ಣಸ್ವಾಮಿ ಮಾತನ್ನು ಬೇರೆ ಕಡೆ ತಿರುಗಿಸಿದರು.

ಅವಳ ಚಿಕ್ಕಪ್ಪನ ಮಗ ಫಾರಿನ್‌ಗೆ ಹೋಗುವವರೆಗೂ ಅವಳು ಅಲ್ಲೇ ಇರುತ್ತಾಳೆ ಅಂತ ಕಾಣಿಸುತ್ತೆ. ಲಲಿತತ್ತೆ ಏನು ಮಾಡುತ್ತಿದ್ದಾರೊ ಎಂದು ಅಡಿಗೆ ಮನೆಗೆ ನಡೆದಳು.

ಕೃಷ್ಣಸ್ವಾಮಿ ಮನದಲ್ಲೇ ನಕ್ಕರು. 'ಹೆಣ್ಣು ಮಕ್ಕಳಿಗೆ ಕುತ್ತಿಗೆಗೆ ತಾಳಿ ಬೀಳುವವರೆಗೂ ತಾಯಿ ತಂದೆಯರ ಮೇಲೆ ಮಮತೆ. ಆಮೇಲೆ ಅವರ ಕೇಂದ್ರ ವ್ಯಕ್ತಿ ತಾಳಿ ಕಟ್ಟಿದವ' ಅಂದುಕೊಂಡರು.

ಅವರ ಮನ ತಮ್ಮ ಮದುವೆಯ ಘಟನೆಯನ್ನು ಮೆಲುಕು ಹಾಕಿತು.

ಗೌರಿ ಈ ಮನೆಗೆ ಗೃಹಿಣಿಯಾಗಿ ಬಂದಾಗ ಅವಳಿಗೆ ಕೇವಲ ಹದಿನೈದು ವರ್ಷ ವಯಸ್ಸು. ವಯಸ್ಸಿನಲ್ಲಿ ಅಷ್ಟು ಕಿರಿಯಳಾದರೂ 'ಗೃಹಕೃತ್ಯಗಳನ್ನು ನುರಿತ ಗೃಹಿಣಿಯರಿಗಿಂತ ಬುದ್ಧಿವಂತೆಯಾಗಿ ನಿರ್ವಹಿಸುತ್ತಿದ್ದಳು.'

ತಾವೇ ಎಷ್ಟೋ ಸಲ ತವರು ಮನೆಗೆ ಕಳುಹಿಸಿಕೊಡಲು ಪ್ರಯತ್ನಪಟ್ಟರೂ ಇಲ್ಲದ ನೆವ

ಹೇಳಿ ಒಲ್ಲೆ ಎನ್ನುತ್ತಿದ್ದಳು. ಅವಳು ತನ್ನ ಗಂಡನನ್ನು, ಹೊಕ್ಕ ಮನೆಯನ್ನು ಎಷ್ಟು ಪ್ರೀತಿಸುತ್ತಿದ್ದಳೆಂದರೆ ಒಂದೊಂದು ಸಲ ತಾನೇ ಬೇಸರಪಡಬೇಕಾದ ಸಂದರ್ಭಗಳು ಬಂದದ್ದುಂಟು.

ಲಲಿತಮ್ಮ ಬಂದು ಕುಳಿತುದನ್ನು ಗಮನಿಸಿದ ಕೃಷ್ಣಸ್ವಾಮಿ, ಉತ್ತರೀಯವನ್ನು ಕೊಡವಿ ಹೆಗಲ ಮೇಲೆ ಹಾಕಿಕೊಂಡು ತಂಗಿಯ ಮುಖ ನೋಡಿದರು.

"ಅಣ್ಣ, ಹುಡುಗ ಲಕ್ಷಣವಾಗಿದ್ದಾನೆ. ಶಾಂತಳಿಗೂ ವಿಶ್ವನಾಥನಿಗೂ ವರಸಾಮ್ಯ ಚೆನ್ನಾಗಿರುತ್ತೆ. ನಿನ್ನ ಮಗಳೂ ಒಪ್ಪಿದ್ದಾಳೆ. ಅವರು ಒಪ್ಪಿಗೆ ಕೊಟ್ಟೇ ಹೋಗಿದ್ದಾರೆ. ಒಂದು ಒಳ್ಳೇ ದಿನ ನೋಡಿ ಲಗ್ನಪತ್ರಿಕೆ ಶಾಸ್ತ್ರ ಮುಗಿಸೋಣ."

"ನನ್ನ ಮನಸ್ಸಿನಲ್ಲಿದ್ದ ಮಾತನ್ನೇ ನೀನೂ ಹೇಳಿದೆ. ಇವತ್ತು ಬಿಟ್ಟರೆ ಇನ್ನು ಹದಿನೈದು ದಿನ ಚೆನ್ನಾಗಿಲ್ಲ ಅಂದರು ಪುರೋಹಿತರು. ನಾನು ಅದಕ್ಕೆ ಇವತ್ತು ಇದ್ದು ಲಗ್ನಪತ್ರಿಕೆ ಮುಗಿಸಿಕೊಂಡು ಹೋಗಿ ಅಂತ ಹೇಳೋಣ ಅಂತಿದ್ದೆ. ವೆಂಕಟಾಚಲ ಬಂದಿರಲಿಲ್ಲ. ಯಾಕೆ ಅಷ್ಟು ಆತುರ ಮಾಡೋದು ? ನಿಧಾನವಾಗಿ ನೆಂಟರಿಷ್ಟರನ್ನು ಕರೆಸಿಕೊಂಡೇ ನಿಶ್ಚಿತಾರ್ಥ ಮಾಡಿಕೊಳ್ಳೋಣ. ಇರೋ ಒಬ್ಬ ಮಗಳ ಮದುವೆ ಯಾಕೆ ಬೇಕಾಬಿಟ್ಟಿ ಮಾಡಬೇಕು ಅಂತ ಸುಮ್ಮನಾದೆ."

"ಅದೂ ಸರೀನೇ! ಹೇಗೂ ಲಗ್ನಪತ್ರಿಕೆಗೆ ಬರಬೇಕಲ್ಲ, ಅದಕ್ಕೋಸ್ಕರ ನಾಳೇನೇ ಊರಿಗೆ ಹೊರಟುಬಿಡುತ್ತೀನಿ. ನನ್ನ ಜೊತೆ ಶಾಂತನ್ನ ಕಳುಹಿಸು, ಮದುವೆಯಾದ ಮೇಲೆ ಅವಳ ಗಂಡ ನಮ್ಮಲ್ಲಿ ಇರಗೊಡಿಸುತ್ತಾನಾ? ಹೀಗಾದರೂ ನಾಲ್ಕು ದಿನ ಇದ್ದು ಬರಲಿ."

"ಅದೇನೋ ಸರಿ..." ಎಂದು ತಲೆ ಕೆರೆದುಕೊಳ್ಳುತ್ತ "ಇಲ್ಲಿ ಸ್ವಲ್ಪ ಕೆಲಸ ಇದೆ. ಅದನ್ನು ಮುಗಿಸಿಕೊಂಡು ಶಾಂತಳನ್ನು ನಾನೇ ಕರೆದುಕೊಂಡು ಬರುತ್ತೀನಿ" ಎಂದರು ಕೃಷ್ಣಸ್ವಾಮಿ.

ಅಣ್ಣನ ಸ್ವಭಾವವರಿತಿದ್ದ ಲಲಿತಮ್ಮ ಹೆಚ್ಚು ಬಲವಂತ ಮಾಡಲಿಲ್ಲ.

* * *

ಕಾರಿನಿಂದ ಇಳಿದು ತೂರಾಡುತ್ತ ಬಂದ ಮಗಳನ್ನು ನೋಡಿ ಕೃಷ್ಣಸ್ವಾಮಿ ಗಾಬರಿಯಾದರು. ನೆನ್ನೆ ಸಂಜೆ ಜ್ವರದಿಂದ ಮಲಗಿದ್ದ ಗೆಳತಿಯನ್ನು ನೋಡಲು ಹೋಗಿದ್ದವಳು ಹೀಗೇಕಾಡುತ್ತಿದ್ದಾಳೆ? ಶೋಭಳಿಗೇನಾದರೂ ಹೆಚ್ಚು ಕಮ್ಮಿ... ಅವರ ಹೃದಯ ನೋವಿನಿಂದ ಹಿಂಡಿತು.

"ಶಾಂತ ಯಾಕಮ್ಮ ? ಶೋಭ ಹುಷಾರಾಗಿದ್ದಾಳೆ ತಾನೆ?"

ಶಾಂತ ತಲೆಯೆತ್ತಿ ತಂದೆಯ ಮುಖವನ್ನು ದೈನ್ಯದಿಂದ ನೋಡಿ ಬಿಕ್ಕಿ ಬಿಕ್ಕಿ ಅತ್ತಳು.

ಕೃಷ್ಣಸ್ವಾಮಿಗೆ ಮಗಳ ಅಳು ನೋಡಿ ದಿಕ್ಕು ತೋಚದಂತಾಯಿತು.

"ಶಾಂತ, ಮಾತಾಡಮ್ಮ; ಶೋಭ ಹುಷಾರಾಗಿದ್ದಾಳೆ ತಾನೇ?"

ಹುಷಾರಾಗಿದ್ದಾಳೆ ಎನ್ನುವಂತೆ ತಲೆಯಾಡಿಸಿದಳು ಶಾಂತ.

ಆದರೆ ಮಗಳ ಅಳುವಿಗೆ ಕಾರಣ? ಅವ್ಯಕ್ತ ಭಾವನೆಗಳಿಂದ ಅವರ ಮನ ಬೆದರಿತು. ಶಾಂತಳ ನಿಷ್ಕಲ್ಮಶ, ಮೃದು ಹೃದಯ ಅರಿತಿದ್ದ ಅವರು ಏನೋ ದುರ್ಘಟನೆ ನಡೆದಿರಬೇಕೆಂದು ಊಹಿಸಿಕೊಂಡರು.

ತಾವು ಈ ಸಮಯದಲ್ಲಿ ತಮ್ಮ ಮನಸ್ಸಿನ ಬೇಗುದಿ ತೋರ್ಪಡಿಸದೆ ಸಮಾಧಾನ ಮಾಡಬೇಕೆಂದುಕೊಂಡರು.

"ಶಾಂತ, ಏನೇ ನಡೆದಿರಲಿ...." ಎಂದು ಅರ್ಧದಲ್ಲೇ ನಿಲ್ಲಿಸಿ "ಮನುಷ್ಯ ವಿಧಿಯ ಕೈಗೊಂಬೆ. ಅದು ತನಗೆ ಬೇಕಾದ ಹಾಗೆ ಕುಣಿಸಬಲ್ಲದು. ಕೆಲವೊಂದು ಸಲ ನಮ್ಮಂಥ ದುರ್ದೈವಿಗಳೂ ಬಲಿಯಾಗಬೇಕಾದ ಪ್ರಸಂಗಗಳು ಬರುವುದುಂಟು. ನಾನು ಬದುಕಿರುವವರೆಗೂ ನೀನು ಚಿಂತಿಸಬೇಕಾಗಿಲ್ಲ. ನನ್ನ ಮಗಳ ಗುಣ ನನಗೆ ಗೊತ್ತು. ಪ್ರಪಂಚವೇ ಎದುರುಬಿದ್ದರೂ ನಾನು ಧೈರ್ಯಗೆಡುವುದಿಲ್ಲ" ಎಂದು ಉತ್ತರೀಯದಿಂದ ಕಣ್ಣೊರೆಸಿಕೊಂಡರು.

ಶಾಂತ ತಂದೆಗೆ ತೆಕ್ಕೆಬಿದ್ದು ಹೇಳಿದಳು.

"ಅಣ್ಣ, ನಿನ್ನ ನೆನಪು ನನ್ನನ್ನು ಉಳಿಸಿ ಕರೆದುಕೊಂಡು ಬಂತು ಅಂತ ಕಾಣಿಸುತ್ತೆ."

ನಡೆದಿರುವ ಘಟನೆಯನ್ನು ಊಹಿಸಿಕೊಂಡು ಕೃಷ್ಣಸ್ವಾಮಿ ಮತ್ತೆ ಕೆದಕಿ ಅವಳ ಮನಸ್ಸಿಗೆ ನೋವುಂಟು ಮಾಡಲು ಇಷ್ಟಪಡಲಿಲ್ಲ.

ಕಿಟಕಿಯಲ್ಲಿ ನಿಂತು ಹೊರಗೆ ನೋಡುತ್ತಿದ್ದ ಶಾಂತಳ ದೃಷ್ಟಿ ಗುಲಾಬಿ ಹೂವಿನ ಮೇಲೆ ಕುಳಿತ ಪತಂಗದ ಕಡೆ ಹರಿಯಿತು.

ಮಕರಂದವನ್ನು ಹೀರಿದ ಪತಂಗ ಏನೂ ನಡೆಯಲಿಲ್ಲವೇನೋ ಎನ್ನುವಂತೆ ಮತ್ತೊಂದು ಹೂವಿಗೆ ಹಾರಿತು.

ಅವಳ ಹೃದಯದಿಂದ ನಿರಾಸೆಯ ನಿಟ್ಟುಸಿರು ಹೊರಬಿತ್ತು.

ಪೋಸ್ಟ್‌ಮ್ಯಾನ್ ಎಸೆದ ಪತ್ರ ಅವಳ ಕಾಲ ಬಳಿ ಬಿತ್ತು. ಜಿಗುಪ್ಸೆಯಿಂದಲೇ ಕೈಗೆತ್ತಿಕೊಂಡು ನೋಡಿದಳು. ತನ್ನ ಹೆಸರಿಗೆ ಬಂದ ಪತ್ರ ಎಂದರಿತು ಆತುರದಿಂದಲೇ ಓದಿದಳು.

ಅದು ವಿಶ್ವನಾಥನ ಪತ್ರವಾಗಿತ್ತು. ತಮ್ಮ ಸಂಸಾರದ ಬಗ್ಗೆ ನೂರಾರು ಕನಸುಗಳನ್ನು ಹೆಣೆದು ಬರೆದಿದ್ದ.

ಅವಳ ಕಣ್ಣಲ್ಲಿ ಹರಿದ ಕಂಬನಿ ಪತ್ರದ ಮೇಲೆ ಬಿತ್ತು. ಒಡನೆಯೇ ಅದನ್ನು ಹರಿದು ಚೂರು ಚೂರು ಮಾಡಿ ಕಿಟಕಿಯಲ್ಲೇ ನಿಂತು ಗಾಳಿಗೆ ತೂರಿದಳು.

ಯೋಚನಾಕ್ರಾಂತಳಾಗಿ ಬಹಳ ಹೊತ್ತು ಅಲ್ಲಿಯೇ ನಿಂತಿದ್ದ ಅವಳಿಗೆ ತಂದೆ ಬಂದು ಕೂಗಿದಾಗಲೇ ವೇಳೆಯ ಅರಿವಾದದ್ದು.

"ಶಾಂತ, ನೀನು ಹೀಗೆ ನಗುವನ್ನೇ ಮರೆತು ದುಃಖಿಸುತ್ತ ಇದ್ದರೆ ನನ್ನ ಗತಿಯೇನಮ್ಮ ? ನಾನು ಬದುಕಿರುವುದೇ ನಿನಗಾಗಿ" ಅವರ ಗಂಟಲುಬ್ಬಿ ಬಂತು.

"ಅಣ್ಣ, ನನ್ನ ಕ್ಷಮಿಸುತ್ತೀಯಾ, ನಿನ್ನ ಶಾಂತ ಮಾಡಬಾರದ ತಪ್ಪು ಮಾಡಿದ್ದಾಳಣ್ಣ. ಆದರೆ ಇದರಲ್ಲಿ ಅವಳ ಪಾತ್ರ ಏನೂ ಇಲ್ಲ ಅಂದರೆ ಒಪ್ಪುತ್ತೀಯಾ ?".

ಮೊದಲೇ ಊಹಿಸಿಕೊಂಡಿದ್ದ ಕೃಷ್ಣಸ್ವಾಮಿ ತಮ್ಮ ಮಗಳ ಬಾಳಿಗೆ ಬೆಂಕಿ ಹಾಕಿದ ದುರ್ವಿಧಿಯನ್ನು ಹಳಿದು ನುಡಿದರು.

"ನಿನ್ನ ಮೇಲೆ ಖಂಡಿತ ನನಗೆ ನಂಬಿಕೆಯಿದೆ. ನೀನು ದೇವತೆಯಂಥವಳು. ಹಾಳು ಸಮಾಜದ ಸುದ್ದಿ ನಮಗೆ ಬೇಡ. ನೀನು ಎಲ್ಲಾ ಮರೆತು ನಗು ನಗುತ್ತ ಇರು."

"ಅಣ್ಣ, ಅದನ್ನು ಮರೆಯುವುದು ಸಾಧ್ಯವೆ? ಹೆಣ್ಣು..."

ಅವಳ ಮಾತಿಗಿಂತ ಅಳುವೇ ಜಾಸ್ತಿಯಾದಾಗ, ಮನಃಪೂರ್ತಿ ಅತ್ತಾದರೂ ಸಮಾಧಾನ ತಂದುಕೊಳ್ಳಲಿ ಎಂದು ಹೊರಗೆ ನಡೆದರು ಕೃಷ್ಣಸ್ವಾಮಿ.

ಅತ್ತು ಸಮಾಧಾನಗೊಂಡು ಶಾಂತ ತಾನೇ ತಂದೆಯನ್ನು ಕರೆದಳು.

"ಯಾಕಮ್ಮ..." ಎಂದು ಮೆಲುದನಿಯಲ್ಲಿ ಕೇಳಿದರು.

"ಅಣ್ಣ, ನೀವು ಖಂಡಿತ ಬೇಸರಿಸಬೇಡಿ. ಒಂದು ಹೆಣ್ಣು ಒಂದು ಗಂಡಿಗೆ ಮಾತ್ರ ಮೀಸಲು. ವಿಶ್ವನಾಥನಿಗೆ ಪತ್ರ ಬರೆದುಬಿಡಿ. ಬೇರೆಲ್ಲಾದರೂ ಹೆಣ್ಣು ನೋಡಿ ಮದುವೆಯಾಗಲಿ. ನನ್ನ ಜೀವನದಲ್ಲಿ "ಮದುವೆ" ಅನ್ನುವ ಮೂರಕ್ಷರದ ಪದಕ್ಕೆ ಅರ್ಥವಿಲ್ಲ. ಅಷ್ಟೇ ಅಲ್ಲ, ನೀವೆಂದೂ ನನ್ನ ಬಳಿ ಮದುವೆಯ ಪ್ರಸ್ತಾಪವೆತ್ತಬೇಡಿ. ದೇವರ ಕರುಣೆ ಯಾವಾಗಲೂ ಇಬ್ಬಗೆಯಾಗಿರುತ್ತದೆ. ವೃದ್ಧಾಪ್ಯದಲ್ಲಿ ನಿಮ್ಮನ್ನು ನೋಡಿಕೊಳ್ಳುವವರು ಯಾರು ಎಂದು ಶಾಶ್ವತವಾಗಿ ನನ್ನನ್ನು ನಿಮ್ಮ ಬಳಿಯಲ್ಲೇ ಉಳಿಸಿದ್ದಾನೆ."

ಮಗಳು ಮಾತು ಪೂರ್ತಿ ಮಾಡುವ ಮೊದಲೇ ಕೃಷ್ಣಸ್ವಾಮಿ ಹೊರಗೆ ನಡೆದರು. ಎಷ್ಟೇ ಕಷ್ಟಬಂದರೂ ಕುಗ್ಗದ ಅವರ ಗಂಡೆದೆ ಮಗಳ ಮಾತಿನಿಂದ ಕುಗ್ಗಿತು.

ತಮ್ಮ ಮಗಳ ಮದುವೆಗಾಗಿ ಉತ್ಸಾಹದಿಂದ ಒಡವೆಗಳನ್ನು ಮಾಡಿಸಿದ್ದರು. ಅವಳಿಗೆ ಕೊಡಬೇಕಾದ ಉಡುಗೊರೆಗಳನ್ನು ಮೊದಲೇ ತಂದಿಟ್ಟಿದ್ದರು. ಅವಳ ಮದುವೆಯ ಬಗ್ಗೆ ಎಷ್ಟೋ ಕನಸುಗಳನ್ನು ಕಂಡಿದ್ದರು. ಆದರೆ ವಿಧಿ ಹೊಂಚು ಹಾಕಿ ಅವರ ಕನಸನ್ನೆಲ್ಲ ತುಳಿದು ಧೂಳೀಪಟ ಮಾಡಿ ಅದರ ಅವಶೇಷವನ್ನು ಉಳಿಸಿತ್ತು.

"ಬಾಳ ಪಗಡೆ ಆಟದಲ್ಲಿ ನೊಂದ ಕಾಯಿ ಎಲ್ಲರೂ" ಎಂದು ಪಕ್ಕದ ಮನೆ ರೇಡಿಯೋ ಉಲಿಯುತ್ತಿತ್ತು. ಆ ಹಾಡು ಅವರ ಮನಸ್ಸಿಗೆಷ್ಟೋ ಸಮಾಧಾನ ನೀಡಿತು.

ಅವರ ಮನಸ್ಸಿನಲ್ಲಿ ಅನೇಕ ಯೋಚನೆಗಳು ಮೂಡಿದವು. ಎಲ್ಲಕ್ಕಿಂತ ಹೆಚ್ಚಾಗಿ ವಿಶ್ವನಾಥನ ಮನೆಯವರಿಗೆ ಏನು ಪತ್ರ ಬರೆಯುವುದು? ಮೊದಲು ತಾವೇ ಒಪ್ಪಿಗೆ ತಿಳಿಸಿ ಈಗ ಯಾವ ಕಾರಣದಿಂದ ಅವರ ಸಂಬಂಧ ನಿರಾಕರಿಸುವುದು?

ಕೃಷ್ಣಸ್ವಾಮಿ ಕೇವಲ ಒಂದೂವರೆ ತಿಂಗಳೊಳಗಾಗಿ ಹತ್ತು ವರ್ಷ ಹೆಚ್ಚಾದವರಂತೆ ಕುಗ್ಗಿದರು. ಅವರ ಮನಸ್ಸಿನ ಬೇಗುದಿ ಅವರನ್ನು ಹಿಂಡಿ ಹಿಪ್ಪೆ ಮಾಡಿತು. ಶಾಂತಳ ಮದುವೆಯ ಬಗ್ಗೆ ಬರೆಯುವ ಲಲಿತಮ್ಮನ ಪತ್ರಕ್ಕೆ ಉತ್ತರಿಸುವುದೇ ಕಷ್ಟವಾಯಿತು.

ಇದ್ದಕ್ಕಿದ್ದಂತೆ ವಿಶ್ವನಾಥನ ತಂದೆ ಬಂದಿಳಿದಾಗ ಕೃಷ್ಣಸ್ವಾಮಿ ಮತ್ತೂ ಕುಗ್ಗಿಹೋದರು.

"ಯಾಕೋ ಪತ್ರಗಳಿಗೆ ನಿಮ್ಮಿಂದ ಸರಿಯಾದ ಉತ್ತರವೇ ಬರಲಿಲ್ಲ. ಆದ್ದರಿಂದ ನಮ್ಮಾಕೆ, ವಿಶ್ವನಾಥ, ನೀವೇ ಹೋಗಿಬನ್ನಿ ಎಂದರು. ಅದಕ್ಕೆ ನಾನೇ ಬರಬೇಕಾಯಿತು."

ಕೃಷ್ಣಸ್ವಾಮಿಗೆ ಮಾತನಾಡಲು ಮಾತುಗಳೇ ಸಿಗದಾದವು. ಅವರಿಗೆ ಏನು ಸಮಜಾಯಿಷಿ ಹೇಳುವುದು? ದಿಕ್ಕು ತಪ್ಪಿದ ಮಗುವಿನಂತಾಗಿತ್ತು ಅವರ ಪರಿಸ್ಥಿತಿ.

"ನನ್ನ ಸ್ನೇಹಿತ ಜ್ಯೋತಿಷ್ಯಶಾಸ್ತ್ರದಲ್ಲಿ ಬಹಳ ನಿಪುಣ. ಶಾಂತಳ ಗ್ರಹಬಲಗಳನ್ನು

ಪರೀಕ್ಷಿಸಿ, ಈ ವರ್ಷ ಖಂಡಿತ ಮದುವೆ ಬೇಡ ಅಂತ ಹೇಳಿದ್ದಾನೆ. ಅವನ ಮಾತಿನಲ್ಲಿ ನನಗೆ ಬಹಳ ನಂಬಿಕೆ. ಅದಕ್ಕೋಸ್ಕರವೇ ಪತ್ರ ಬರೆಯಲಿಲ್ಲ" ತೋಚಿದ ಸುಳ್ಳನ್ನು ಹೇಳಿ ತಲೆ ತಗ್ಗಿಸಿದರು.

"ಛೆ ಛೆ! ಹಾಗೇ ಆಗಲಿ, ಅದಕ್ಕೇನು? ನಮ್ಮ ವಿಶ್ವನಾಥನ ಹೃದಯದ ತುಂಬೆಲ್ಲ ನಿಮ್ಮ ಶಾಂತಳೇ ತುಂಬಿದ್ದಾಳೆ. ಅವನು ಈ ವರ್ಷ ಮಾತ್ರವಲ್ಲ, ಇನ್ನು ಮೂರು ವರ್ಷ ಬೇಕಾದರೂ ಕಾಯಬಲ್ಲ ಎನ್ನುವ ಭರವಸೆ ನನಗಿದೆ. ನೀವು ಇಷ್ಟು ಸಣ್ಣ ವಿಷಯಕ್ಕಾಗಿ ಸಂಕೋಚಪಟ್ಟುಕೊಳ್ಳಬೇಕಾಗಿರಲಿಲ್ಲ."

ಅವರ ಮಾತುಗಳನ್ನು ಕೇಳಿ ಕೃಷ್ಣಸ್ವಾಮಿಯ ಹೃದಯ ದ್ರವಿಸಿ ಹೋಯಿತು. ಇಂಥ ಪುಣ್ಯವಂತರ ಮನೆ ಸೊಸೆಯಾಗುವ ಪುಣ್ಯ ತಮ್ಮ ಮಗಳಿಗಿಲ್ಲವಾಯಿತೇ ಎಂದು ಮನದಲ್ಲೇ ಹಲುಬಿದರು.

ವಿಶ್ವನಾಥನ ತಂದೆ ರಾಮಯ್ಯನವರು ತಾವು ತಂದಿದ್ದ ಹಣ್ಣು, ಹೂವುಗಳನ್ನು ತಮ್ಮ ಭಾವೀ ಸೊಸೆಯ ಕೈಯಲ್ಲಿಟ್ಟರು.

ಶಾಂತ ಗೆಲುವಾಗಿಲ್ಲ, ಅದೂ ಅಲ್ಲದೆ ದೈಹಿಕವಾಗಿ ಅವಳು ಬಹಳ ಸವೆದಿದ್ದಾಳೆ ಎನ್ನಿಸಿತು. ಕುತೂಹಲ ತಡೆಯಲಾರದೇ ಆಡಿ ತೋರಿಸಿದರು.

"ಶಾಂತ ಹುಷಾರಾಗಿದ್ದಾಳೆ ತಾನೆ. ಏಕೋ ಬಹಳ ಬಡವಾದ ಹಾಗೆ ಕಾಣಿಸುತ್ತಾಳೆ."

"ಫ್ಲೂನಲ್ಲಿ ಮಲಗಿ ಎದ್ದಳು. ಅದಕ್ಕೆ ಸ್ವಲ್ಪ ಬಡವಾಗಿದ್ದಾಳೆ" ಎಂದು ಮಾತು ಜಾರಿಸಿದರು ಕೃಷ್ಣಸ್ವಾಮಿ.

ರಾಮಯ್ಯನವರು ಊರಿಗೆ ಹೊರಡುವಾಗಲೂ ಆದಷ್ಟು ಅವರ ಮುಂದೆ ಶಾಂತ ಸುಳಿಯುತ್ತಿರಲಿಲ್ಲ. ಆದರೆ ಹೆಂಗಸರಿಲ್ಲದ ಮನೆಯಲ್ಲಿ ಎಲ್ಲಾ ಕೆಲಸವನ್ನೂ ಅವಳೇ ಮಾಡಬೇಕಾಗಿದ್ದುದರಿಂದ ಅವರ ಮುಂದೆ ಆಗಾಗ ಸುಳಿಯದೆ ಗತ್ಯಂತರವಿಲ್ಲ. ಅವಳ ಮನಸ್ಸಿನ ದುಗುಡ ದೇವರಿಗೊಬ್ಬನಿಗೇ ಗೊತ್ತು! ವಿಶ್ವನಾಥನ ಸೌಮ್ಯ ಮುಖ, ಮೃದು ಮಧುರವಾದ ಮಾತುಕತೆ ಅವಳನ್ನು ಚಿತ್ರಹಿಂಸೆ ಮಾಡುತ್ತಿತ್ತು.

ಕೃಷ್ಣಸ್ವಾಮಿಯವರು ರಾಮಯ್ಯನವರನ್ನು ಕಳುಹಿಸಿಕೊಟ್ಟ ಮೇಲೆ ಸಮಾಧಾನದ ಉಸಿರು ಬಿಟ್ಟರು.

ನೊಂದ ಶಾಂತಳನ್ನು ಅವಳ ದೈಹಿಕ ಪರಿವರ್ತನೆ ಪಾತಾಳಕ್ಕೆ ತಳ್ಳಿತು. ಕಾಲೇಜಿನಲ್ಲಿ ಕಲಿತ ಅವಳು ತನ್ನ ದೇಹದಲ್ಲಿ ಆಗುತ್ತಿರುವ ಬದಲಾವಣೆಯನ್ನು ಊಹಿಸಿಕೊಳ್ಳಲಾರದಷ್ಟು ಮೂರ್ಖಳಾಗಿರಲಿಲ್ಲ.

ತಮ್ಮ ಲಕ್ಷ್ಯವನ್ನೆಲ್ಲ ಮಗಳ ಮೇಲೆ ಇಟ್ಟಿದ್ದ ಕೃಷ್ಣಸ್ವಾಮಿ ಅವಳ ದೇಹಸ್ಥಿತಿಯ ಬಗ್ಗೆ ಕಳವಳಗೊಂಡರು. ವಿಧಿ ಅವಳ ಮೇಲೆ ತೀವ್ರ ಪ್ರತೀಕಾರ ಕೈಗೊಂಡಿದೆ ಎಂದು ಕಾಣದ ವಿಧಿಯನ್ನು ನಿಂದಿಸಿದರು.

ಶಾಂತ ಕೋಣೆ ಬಿಟ್ಟು ಬರದಾದಳು. ಎಲ್ಲಾ ಕೆಲಸಗಳೂ ಕೃಷ್ಣಸ್ವಾಮಿ ಮೇಲೆ ಬಿದ್ದವು.

ಈಗಾಗಲೇ ನಿಶ್ಚಯವಾದ ಮದುವೆ ನಿಂತಿದ್ದೂ ಅಲ್ಲದೆ ಶಾಂತ ಹೊರಗೆ ಕಾಣಿಸದಿದ್ದುದಕ್ಕೆ ನೆರೆಹೊರೆಯವರು ನಾನಾ ರೂಪ ಕೊಟ್ಟು ಆಡಿಕೊಳ್ಳತೊಡಗಿದರು.

ಕೃಷ್ಣಸ್ವಾಮಿ ಮಗಳ ಕೋಣೆಯೊಳಗೆ ಬಂದರು. ಸರಿಯಾದ ಆಹಾರ, ನಿದ್ರೆ, ಮನಃಶಾಂತಿಗಳಿಲ್ಲದೆ ತಾಯಿಯಾಗುವ ಚಿನ್ಹೆಗಳಿಂದ ಕಂಗೆಟ್ಟಿದ್ದ ಮಗಳು ಬಿಳಿಚಿಕೊಂಡು ರೋಗಿಯಂತೆ ಹಾಸಿಗೆಗೆ ಅಂಟಿಕೊಂಡಿದ್ದಳು.

'ಅವಳು ಮದುವೆಯಾಗಿ ಈ ರೀತಿಯಾಗಿದ್ದರೆ ಮೊಮ್ಮಗನ ಬರುವಿಗಾಗಿ ಎಷ್ಟು ಸಂತೋಷಪಡುತ್ತಿದ್ದೆ! ಅವಳಿಗೆಷ್ಟು ಆರೈಕೆ ಮಾಡುತ್ತಿದ್ದೆ. ಈಗ ಯಾರಿಗೂ ಬೇಡದ ಜೀವ ಅವಳನ್ನು ಪತನಕ್ಕೆ ತಳ್ಳುತ್ತಿದೆ. ಅವಳ ತಾಯಿ ಬದುಕಿದ್ದರೆ ತನ್ನ ಮಗಳನ್ನು ಈ ಸ್ಥಿತಿಯಲ್ಲಿ ಬಿಡುತ್ತಿದ್ದಳೆ?' ಅವರ ಕಣ್ಣಲ್ಲಿ ನೀರು ಬಂತು. ಯಾವುದೋ ನಿರ್ಧಾರಕ್ಕೆ ಬಂದವರಂತೆ ಮಗಳನ್ನು ಎಬ್ಬಿಸಿದರು.

"ಶಾಂತ, ಈ ಮನೆ ಮಾರಿಬಿಟ್ಟು ಬೇರೆ ಊರಿಗೆ ಹೋಗಿಬಿಡೋಣ ಅಂತ ತೀರ್ಮಾನ ಮಾಡಿದ್ದೀನಿ. ನೀನು ಬಾಯಿ ಬಿಟ್ಟು ಹೇಳದಿದ್ದರೂ ನಿನ್ನ ಸ್ಥಿತಿ ನನಗೆ ಗೊತ್ತು. ಇಂತಹ ಪರಿಸ್ಥಿತಿಯಲ್ಲಿ ಇಲ್ಲಿದ್ದುಕೊಂಡುಸಮಾಜವನ್ನು ಎದುರಿಸುವುದು ಕಷ್ಟ. ಯಾರೂ ಕಾಣದ ಕಡೆ ಹೊರಟುಹೋಗೋಣ" ಎಂದು ತಮ್ಮ ನಿರ್ಧಾರವನ್ನು ಮಗಳ ಮುಂದಿಟ್ಟರು.

ತಂದೆಯ ದೂರದೃಷ್ಟಿ, ಸಹನೆಯ ಬಗ್ಗೆ ಅಂತಹ ಸಮಯದಲ್ಲೂ ಅವಳಿಗೆ ಸಂತೋಷ ಆಯಿತು. ಅವರೊಬ್ಬರು ಸ್ವಲ್ಪ ತಿರಸ್ಕಾರ ತೋರಿಸಿದ್ದರೂ ತಾನೆಂದೋ ಆತ್ಮಹತ್ಯೆ ಮಾಡಿಕೊಳ್ಳಬೇಕಾಗಿತ್ತು. ಇಂತಹ ತಂದೆಯನ್ನು ಕೊಟ್ಟ ದೇವರಿಗೆ ಮನಸ್ಸಿನಲ್ಲೇ ವಂದಿಸಿದಳು.

ತಲೆ ತಗ್ಗಿಸಿ ಮೌನವಾಗಿ ಕುಳಿತ ಮಗಳನ್ನು ನೋಡಿ "ಪಾಪ ಅವಳೇನು ಹೇಳಬಲ್ಲಳು, ಆದಷ್ಟು ಬೇಗ ಇಲ್ಲಿಂದ ಹೊರಟುಬಿಡಬೇಕು" ಎಂದು ನಿರ್ಧಾರ ಮಾಡಿದರು.

ಮೈಸೂರು ಬಸ್ ನಿಲ್ದಾಣದಲ್ಲಿ ತಲುಪಿದ ಕೂಡಲೇ ಕೃಷ್ಣಸ್ವಾಮಿ ಮೊದಲು ಇಳಿದು ಟ್ಯಾಕ್ಸಿ ತೆಗೆದುಕೊಂಡು ಬಂದರು. ಮೊದಲೇ ಎಲ್ಲಾ ಸಾಮಾನುಗಳನ್ನು ತಂದಿದ್ದರಿಂದ ಬರಿ ಸೂಟ್‌ಕೇಸ್, ಬೆಡ್ಡಿಂಗ್ ಉಳಿದಿತ್ತು. ಅವೆರಡನ್ನೂ ಟ್ಯಾಕ್ಸಿಗೆ ಸಾಗಿಸಿದರು.

ಟ್ಯಾಕ್ಸಿ ಮನೆಯ ಮುಂದೆ ನಿಂತ ಕೂಡಲೇ ತಾವು ವಾಸಿಸಬೇಕಾದ ಮನೆಯನ್ನು ನೋಡಲು ತವಕಿಸಿದಳು ಶಾಂತ.

ಚಿಕ್ಕದಾದರೂ ಸುಂದರವಾದ ಮನೆ. ಸಾಲಾಗಿ ನಾಲ್ಕು-ಮನೆ ಇದೇ ತರಹದ ಮನೆಗಳು. ಅವುಗಳಲ್ಲಿ ಇದೇ ಕೊನೆಯ ಮನೆ. ಎಲ್ಲಕ್ಕಿಂತ ಅವಳು ಟ್ಯಾಕ್ಸಿ ಇಳಿದಾಗ ಇರಿಯುವ ಕಣ್ನೋಟ ಬೀರುವ ಯಾವ ಕಣ್ಣುಗಳೂ ಅವಳಿಗೆ ಗೋಚರಿಸದಿದ್ದುದ್ದು ಅರ್ಧ ಸಮಾಧಾನವಾಯಿತು. ಮಧ್ಯಾಹ್ನದ ಸುಡು ಬಿಸಿಲಿದ್ದುದರಿಂದ ಎಲ್ಲ ಮನೆಯ ಬಾಗಿಲುಗಳೂ ಮುಚ್ಚಿದ್ದುವು.

ಮಗಳನ್ನು ಕರೆತರುವ ಮೊದಲೇ ಕೃಷ್ಣಸ್ವಾಮಿ ಸಾಮಾನುಗಳನ್ನು ತಂದು ಎಲ್ಲಾ ಅಚ್ಚುಕಟ್ಟು ಮಾಡಿದ್ದರು. ಯಾರೋ ಚಿಕ್ಕಂದಿನ ಗೆಳೆಯರ ಸಹಾಯದಿಂದ ಅನುಕೂಲವಾದ ಮನೆಯನ್ನೇ ಹಿಡಿದಿದ್ದರು. ಗೆಳೆಯರ ಮನೆಯಾಕೆಯೇ ಬಂದು ಎಲ್ಲಾ ಸಾಮಾನುಗಳನ್ನೂ ಅಚ್ಚುಕಟ್ಟು ಮಾಡಿ ಇಟ್ಟಿದ್ದರು.

ಕೋಣೆಯಲ್ಲಿದ್ದ ಬೆತ್ತದ ಕುರ್ಚಿಯ ಮೇಲೆ ಕುಳಿತ ಶಾಂತ ಆಯಾಸದಿಂದ ಕಣ್ಣು ಮುಚ್ಚಿದಳು.

"ಶಾಂತ, ಒಂದು ನಿಮಿಷ, ಆಮೇಲೆ ಬೇಕಾದರೆ ಮಲಗುವಿಯಂತೆ"

ತಂದೆಯ ಧ್ವನಿಗೆ ಎಚ್ಚೆತ್ತ ಶಾಂತ ನಿಧಾನವಾಗಿ ಕಣ್ಣು ತೆರೆದಳು.

ಕೃಷ್ಣಸ್ವಾಮಿ ಮಗಳ ಕೈಯಲ್ಲಿ ಒಂದು ನವಿರಾದ ಬಣ್ಣದ ಕಾಗದದಲ್ಲಿ ಸುತ್ತಿದ್ದ ಪೊಟ್ಟಣವನ್ನು ಕೊಟ್ಟರು.

ಬಿಡಿಸಿ ನೋಡಿದ ಶಾಂತ ತನ್ನ ಕಣ್ಣನ್ನೇ ನಂಬದಾದಳು. ಎರಡೆಳೆ ಚಿನ್ನದ ಕರಿಮಣಿ ಸರದ ಮಧ್ಯೆ ಮಂಗಳಸೂತ್ರ ತೂಗಾಡುತ್ತಿತ್ತು.

"ಶಾಂತ, ಇವತ್ತಿನಿಂದ ಮದುವೆಯಾದ ಹುಡುಗಿ ನೀನು. ಯಾರಾದರೂ ವಿಚಾರಿಸಿದರೆ ನನ್ನ ಗಂಡ ಹೆಚ್ಚಿನ ಶಿಕ್ಷಣಕ್ಕಾಗಿ ವಿದೇಶಕ್ಕೆ ಹೋಗಿದ್ದಾರೆ ಎಂದು ಹೇಳು. ಈ ಮೋಸದ ಸಮಾಜವನ್ನು ಮೋಸದಿಂದಲೇ ಎದುರಿಸಬೇಕು. ನೀನು ಬಸುರಿ ಹುಡುಗಿ. ಇನ್ನು ಮೇಲೆ ಕಣ್ಣೀರು ಹಾಕಬಾರದು. ಸಂಜೆ ನರ್ಸಿಂಗ್ ಹೋಂಗೆ ಹೋಗಿ ಪರೀಕ್ಷೆ ಮಾಡಿಸಿಕೊಂಡು ಬರೋಣ."

ತಂದೆಯ ಕುತ್ತಿಗೆಗೆ ಜೋತುಬಿದ್ದು ಬಿಕ್ಕಿ ಬಿಕ್ಕಿ ಅತ್ತಳು ಶಾಂತ.

ಮಗಳ ತಲೆಯನ್ನು ಸವರುತ್ತಾ "ನಿನ್ನ ಮನಸ್ಸಿಗೆ ವಿರುದ್ಧವಾಗಿ ನಡೆಯಬಾರದ್ದು ಅಂತ ಈ..." ಅವರ ಬಾಯಿಂದ ಮುಂದಿನ ಮಾತುಗಳು ಬರಲೇ ಇಲ್ಲ.

ನರ್ಸಿಂಗ್ ಹೋಂನಲ್ಲಿ ಪರೀಕ್ಷೆ ಮಾಡಿದ ಲೇಡಿ ಡಾಕ್ಟರ್ ಶಾಂತಳ ದೇಹಸ್ಥಿತಿಯ ಬಗ್ಗೆ ಕಳವಳ ವ್ಯಕ್ತಪಡಿಸಿದರು.

"ನಿಮ್ಮ ಮಗಳು ಬಹಳ ವೀಕಾಗಿದ್ದಾಳೆ. ನೀವು ಆದಷ್ಟು ಜೋಪಾನವಾಗಿ ನೋಡಿಕೊಂಡರೆ ಮಾತ್ರ ನಾರ್ಮಲ್ ಹೆರಿಗೆ ಆಗುವುದಕ್ಕೆ ಸಾಧ್ಯ" ಎಂದು ಹತ್ತಾರು ಟಾನಿಕ್ಕು, ಮಾತ್ರೆಗಳ ದೊಡ್ಡ ಪಟ್ಟಿಯನ್ನೇ ಕೊಟ್ಟರು.

ಕೃಷ್ಣಸ್ವಾಮಿ ಮಗಳನ್ನು ಕಣ್ಣ ರೆಪ್ಪೆಯಂತೆ ಜೋಪಾನ ಮಾಡತೊಡಗಿದರು. ತಾವೇ ಟಾನಿಕ್ಕು, ಮಾತ್ರೆ, ಹಾಲು ಬಲವಂತದಿಂದ ಕುಡಿಸುತ್ತಿದ್ದರು. ತಮಗೆ ತೋಚಿದ ತಿಂಡಿಗಳನ್ನೆಲ್ಲಾ ಮಗಳಿಗಾಗಿ ಮಾಡಿಸುತ್ತಿದ್ದರು. ಅಂಗಡಿಯಿಂದ ಬೇಕಾದಷ್ಟು ಹಣ್ಣು, ಹಂಪಲು, ಹೂಗಳನ್ನು ಕೊಂಡು ತರುತ್ತಿದ್ದರು. ಏನು ಮಾಡಿದರೂ ಶಾಂತಳ ಮುಖದಲ್ಲಿ ಉತ್ಸಾಹವಾಗಲೀ ದೇಹಕ್ಕೆ ಶಕ್ತಿಯಾಗಲಿ ಬರಲಿಲ್ಲ. ಅದರ ಬದಲು ದಿನದಿನಕ್ಕೆ ಕೃಷಿಸತೊಡಗಿದ ಮಗಳ ಆರೋಗ್ಯ ಸ್ಥಿತಿ ನೋಡಿ ಕೃಷ್ಣಸ್ವಾಮಿಗೆ ಕಳವಳ ಉಂಟಾಯಿತು.

"ಶಾಂತ, ಈ ವಯಸ್ಸಿನಲ್ಲಿ ನಾನು ಬಂದಿದ್ದನ್ನೆಲ್ಲ ಎಷ್ಟು ಧೈರ್ಯವಾಗಿ ಎದುರಿಸುತ್ತಾ ಇದ್ದೀನಿ. ನೀನು ಮಾತ್ರ ಆದಷ್ಟು ಬೇಗ ನನ್ನನ್ನು ಬಿಟ್ಟು ಹೋಗಿ ಅನಾಥನನ್ನಾಗಿ ಮಾಡಬೇಕು ಅಂತ ನಿರ್ಧರಿಸಿದ್ದೀಯಾ? ಈ ಮುದುಕನಲ್ಲಿ ದಯೆ ಇಟ್ಟು ಬದುಕೋಕೆ ಪ್ರಯತ್ನಪಡು."

ತಂದೆಯ ಮಾತಿನಿಂದ ಶಾಂತಳ ಹೃದಯ ದುಃಖದಿಂದ ತುಂಬಿತು. ತನಗಾಗಿ ಇಷ್ಟು

ಕಷ್ಟಪಡುತ್ತಿರುವ ತಂದೆಗಾಗಿಯಾದರೂ ಬದುಕಬೇಕು ಹೇಗೂ ತನ್ನ ಬಾಳು ಹಾಳಾಯಿತು, ಇನ್ನು ಚಿಂತಿಸಿ ಫಲವಿಲ್ಲ.

"ಅಣ್ಣ, ಇನ್ನು ಆದಷ್ಟೂ ಎಲ್ಲಾ ಮರೆತು ಚೇತರಿಸಿಕೊಳ್ಳುವುದಕ್ಕೆ ಪ್ರಯತ್ನಪಡುತ್ತೀನಿ."

ಅವಳು ಎಷ್ಟೇ ಉತ್ಸಾಹದಿಂದ ಆ ಮಾತನ್ನು ಹೇಳಲು ಪ್ರಯತ್ನಪಟ್ಟರೂ ಅವಳ ಅಂತರಂಗದಲ್ಲಿದ್ದ ದುಗುಡ ಅವಳಿಗರಿಯದಂತೆ ಕಂಬನಿಯ ರೂಪದಲ್ಲಿ ಹೃದಯದ ಬೇಗುದಿಯನ್ನು ಹೊರಹಾಕಿತು.

ಮಗಳಿಗೆ ಕಷ್ಟವಾಗದಿರಲೆಂದು ಕೆಲಸದವಳನ್ನು ಗೊತ್ತುಮಾಡಿದರು. ಮುಂದೆ ಅವಳ ಬಾಣಂತನಕ್ಕೆ ಬೇಕಾದ ಪರಿಕರವನ್ನು ಮೊದಲೇ ಸಿದ್ಧಮಾಡಿಟ್ಟರು.

ಆ ದಿನ ಆದಷ್ಟು ಬೇಗ ಅವರನ್ನು ಎದುರುಗೊಂಡಿತು.

ಆಯಾಸಗೊಂಡಿದ್ದ ಮಗಳ ಮುಖವನ್ನು ನೋಡಿದ ಕೂಡಲೇ ಗಾಬರಿಯಾದರು. ಅವಳನ್ನು ನರ್ಸಿಂಗ್ ಹೋಂಗೆ ಸೇರಿಸುವ ಆತುರ ತೋರಿಸಿದರು.

ಮೊದಲನೆಯ ಸಲ ಈ ಪರಿಸ್ಥಿತಿಯನ್ನು ಎದುರಿಸುತ್ತಿರುವ ಶಾಂತಳಿಗೆ ಏನು ಹೇಳಬೇಕೋ ತಿಳಿಯಲಿಲ್ಲ. ಅವಳೆಂದೂ ಇಂತಹ ಸನ್ನಿವೇಶಗಳನ್ನು ನೋಡಿರಲಿಲ್ಲ. ಹೆಣ್ಣು ಇಂತಹ ಪರಿಸ್ಥಿತಿಯಲ್ಲಿ ಬದುಕುಳಿದರೆ ಪುನರ್ಜನ್ಮ ತಾಳಿದಂತೆ ಎನ್ನುತ್ತಾರೆ. ತಾನೇನಾದರೂ ಈಗ ಸತ್ತರೆ ತಂದೆಯ ದುಃಖವೊಂದನ್ನು ಬಿಟ್ಟರೆ ಬೇರೆನೂ ಬವಣೆ ಇರಲಾರದು. ಆದರೆ ಮಗು ಬದುಕುಳಿದರೆ... ಕಾಣದ ತನ್ನ ಮಗುವಿನ ಮೇಲೆ ಅವಳಿಗೆ ಜಿಗುಪ್ಸೆ ಉದಯಿಸಿತು. ಆದರೆ ಮಾತೃತ್ವ ಅದನ್ನು ಹೊಡೆದಟ್ಟಿ ಅಲ್ಲಿ ಮಮತೆಯನ್ನು ತುಂಬಿತು. ಅದು ಏನೇ ಆಗಲಿ ತನ್ನ ಮಗು; ತನ್ನ ರಕ್ತದ ತುಣುಕು. ಏನೂ ಅರಿಯದ ಮಗುವನ್ನು ದ್ವೇಷಿಸಬಾರದೆಂದು ಅವಳ ಸ್ತ್ರೀತನ ಎಚ್ಚರಿಸಿತು.

ತಮ್ಮ ಮಾತಿಗೆ ಉತ್ತರಿಸದೆ ಯೋಚನಾಪರವಶಳಾಗಿದ್ದ ಮಗಳನ್ನು ಪುನಃ ಎಚ್ಚರಿಸಿದರು.

"ಮಗು, ನಾನು ಹೋಗಿ ಟ್ಯಾಕ್ಸಿ ತಂದುಬಿಡುತ್ತೀನಿ. ಹೆಣ್ಣು ದಿಕ್ಕಿಲ್ಲದ ಮನೆ. ನಾವು ಆದಷ್ಟು ಹುಷಾರಾಗಿರುವುದೇ ಒಳ್ಳೆಯದು" ಎಂದು ಹೇಳಿ ಮಗಳ ಉತ್ತರಕ್ಕೂ ಕಾಯದೆ ನಡೆದರು.

ಇದ್ದಕ್ಕಿದ್ದ ಹಾಗೆ ಸೊಂಟ ನೋವು, ಹೊಟ್ಟೆ ತಿವಿತ ಷುರುವಾದಾಗ ನೋವಿನಿಂದ ಉದ್ಗರಿಸುವಂತಾಯಿತು ಶಾಂತಳಿಗೆ.

ಪಕ್ಕದ ಮನೆಯಲ್ಲಿದ್ದ ಮಾಲಿನಿ, ಕೃಷ್ಣಸ್ವಾಮಿಗಳು ಆತುರಾತುರವಾಗಿ ಹೋಗಿದ್ದನ್ನು ನೋಡಿದಳು. ಮೊದಲೇ ಶಾಂತಳ ಪರಿಸ್ಥಿತಿಯನ್ನು ಗಮನಿಸಿದ್ದ ಅವಳು ತನ್ನ ಮನೆಗೆ ಬೀಗವನ್ನು ತಗುಲಿಸಿ ಮುಚ್ಚಿದ ಬಾಗಿಲನ್ನು ತಳ್ಳಿಕೊಂಡು ಶಾಂತಳ ಮನೆಗೆ ಬಂದಾಗ ಶಾಂತ ನೋವಿನಿಂದ ಸಣ್ಣಗೆ ನರಳುತ್ತಿದ್ದಳು.

ಶಾಂತ ಹೊರಗೆ ಬರುತ್ತಿದ್ದುದೇ ಅಪರೂಪ. ಮಾಲಿನಿ ತಾನಾಗಿಯೇ ಪರಿಚಯ ಮಾಡಿಕೊಂಡು ಆಗಾಗ ಹರಟಲು ಬರುತ್ತಿದ್ದಳು.

ಮಾಲಿನಿ ಬರುತ್ತಿದ್ದುದು ಶಾಂತಾಳಿಗೆ ಎಷ್ಟೋ ಸಲ ಬೇಸರವಾದರೂ ತನ್ನ ಜೀವನದ ಬಗ್ಗೆ ಏನೊಂದೂ ಪ್ರಶ್ನಿಸದೆ ಬರೀ ಸಿನಿಮಾ, ನಾಟಕ, ಸಂಗೀತದ ಬಗ್ಗೆ ಮಾತನಾಡುತ್ತಿದ್ದುದರಿಂದ ಅವಳ ಬಗ್ಗೆ ವಿಶ್ವಾಸ ಉಂಟಾಗಿತ್ತು. ಈ ವಿಶ್ವಾಸ ಆತ್ಮೀಯತೆಗೆ ತಿರುಗಲು ಬಹಳ ದಿನ ಬೇಕಾಗಲಿಲ್ಲ.

ಮದುವೆಯಾಗಿ ಐದಾರು ವರ್ಷ ದಾಂಪತ್ಯ ಜೀವನ ನಡೆಸಿದ್ದ ಮಾಲಿನಿ ಆಗದ ಮಕ್ಕಳಿಗಾಗಿ ಹಂಬಲಿಸುತ್ತಿದ್ದಳು. ಶಾಂತಳ ಅದೃಷ್ಟವನ್ನು ಕೊಂಡಾಡಿ ತನ್ನ ಬಂಜೆತನವನ್ನು ಹಳಿದುಕೊಂಡು ಸಂಕಟಪಡುತ್ತಿದ್ದಳು.

ಶಾಂತ ಎಷ್ಟೋ ಸಲ ಧೈರ್ಯ ತುಂಬುತ್ತಿದ್ದಳು. ಅಷ್ಟೇ ಅಲ್ಲದೆ ಹಾಸ್ಯಕ್ಕಾಗಿ ಒಂದು ದಿನ, "ಮಾಲಿನಿ, ನೀನು ಮಕ್ಕಳಿಗಾಗಿ ತುಂಬ ಹಂಬಲಿಸುತ್ತೀಯ. ನನ್ನ ಮಗೂನ ನಿನಗೆ ಕೊಟ್ಟುಬಿಡ್ತೀನಿ, ಸುಮ್ಮನಿರು" ಎಂದು ಹೇಳಿದಾಗ ಮಾಲಿನಿ ಹೇಳಿದ್ದಳು.

"ಅದೆಲ್ಲ ಆಗದ ಕೆಲಸ. ನೀನು ಏನೋ ಸ್ನೇಹಿತೆಯ ಮೇಲಿನ ಮಮಕಾರದಿಂದ ಕೊಟ್ಟರೂ, ಅದರ ಡ್ಯಾಡಿ ಸುಮ್ಮನೆ ಬಿಟ್ಟಾರೆಯೆ? ಈ ಸಂಗತಿ ತಿಳಿದರೆ ಫಾರಿನ್‌ನಿಂದ ಇಲ್ಲಿಗೆ ಹಾರಿಬಿಟ್ಟಾರು."

ಅವಳು ಸಹಜವಾಗಿ ಈ ಮಾತು ಹೇಳಿದ್ದರೂ, ಶಾಂತಳ ಮನದಲ್ಲಿ ಬಿರುಗಾಳಿ ಎದ್ದಿತ್ತು.

'ಎಷ್ಟು ದಿನ ಸುಳ್ಳು ಹೇಳಿ ಸಮಾಜದ, ಜನರ ಕಣ್ಣು ಮುಚ್ಚಿಸುವುದು? ನಾಳೆ ಆ ಮಗುವೇ ನನ್ನ ಡ್ಯಾಡಿ ಎಲ್ಲಿ ಅಂದರೆ ಏನು ಹೇಳುವುದು?'

ಅವಳಿಗೆ ಇದು ಪರಿಹಾರ ಕಾಣದ ಸಮಸ್ಯೆ ಎನ್ನಿಸಿತು.

ನೋವು ಜಾಸ್ತಿಯಾಗಿ ಶಾಂತ ಹೊಟ್ಟೆಯನ್ನು ಅದುಮಿಕೊಳ್ಳಲು ಪ್ರಯತ್ನಿಸಿದಾಗ, ಮಾಲಿನಿ ಅವಳ ಪ್ರಯತ್ನ ತಡೆದು,

"ಶಾಂತ, ಸ್ವಲ್ಪ ತಾಳಿಕೋ, ನಿಮ್ಮ ತಂದೆ ಟ್ಯಾಕ್ಸಿ ತರುವುದಕ್ಕೋಸ್ಕರ ಹೋಗಿರಬೇಕು. ಬೇಗ ಕಾಫಿ ಮಾಡಿಕೊಂಡು ಬಂದುಬಿಡ್ತೀನಿ" ಎಂದು ಓಡಿದಳು.

ಅವಳು ಕಾಫಿ ತರುವ ಹೊತ್ತಿಗೆ ಟ್ಯಾಕ್ಸಿ ಮನೆಯ ಮುಂದೆ ಬಂದು ನಿಂತಿತು.

ಬಲವಂತದಿಂದ ಶಾಂತಳಿಗೆ ಕಾಫಿ ಕುಡಿಸಿ ಮಾಲಿನಿ ಅವಳೊಂದಿಗೆ ಟ್ಯಾಕ್ಸಿ ಹತ್ತಿದಳು.

ಟ್ಯಾಕ್ಸಿ "ಶ್ಯಾಮಲ ನರ್ಸಿಂಗ್ ಹೋಂ" ಮುಂದೆ ಬಂದು ನಿಲ್ಲುವಷ್ಟರಲ್ಲಿ ಶಾಂತಳ ನೋವು ಸ್ವಲ್ಪ ಕಡಿಮೆಯಾಯಿತು.

ರಾತ್ರಿಯವರೆಗೆ ಕಾದರೂ ಶಾಂತಳಿಗೆ ಹೆರಿಗೆಯಾಗುವ ಸೂಚನೆ ಕಾಣಲಿಲ್ಲ. ನೋವು ನಿಂತು ನಿಂತು ಬರುತ್ತಿತ್ತು. ಮೊದಲೇ ಮಾನಸಿಕವಾಗಿ ಜರ್ಝರಿತಳಾಗಿದ್ದ ಅವಳು ಧೈರ್ಯಗುಂದಿದ್ದಳು.

ಈ ಪರಿಸ್ಥಿತಿಗೆ ಕಾರಣವಾದ ದುರ್ಘಟನೆಯನ್ನು ನೆನೆದು ದುಃಖಿಸಿದಳು. ತಾನೇನಾದರೂ ಸತ್ತು ಮಗು ಉಳಿದರೆ ಏನು ಗತಿ? ವೃದ್ಧಾಪ್ಯದಲ್ಲಿರುವ ತಂದೆ ಅದರ ಭಾರ ಹೊರಲು ಅಸಮರ್ಥರು. ಮುಂದೆ ಮಗುವಿನ ಗತಿ? ಅವಳ ಕಣ್ಣು ಕತ್ತಲಿಟ್ಟಿತು. ತಂದೆಯ ಪ್ರೀತಿಗೆ

ಹೊರತಾದ ಮಗುವಿಗೆ ತಾಯಿಯ ಮಮತೆಯನ್ನಾದರೂ ಉಳಿಸಪ್ಪ ಎಂದು ತನ್ನ ನೋವನ್ನು ಮರೆತು ದೇವರಲ್ಲಿ ಮೊರೆಯಿಟ್ಟಳು.

ಮಾಲಿನಿ ಹತ್ತಿರ ಬಂದು ನಿಂತಾಗ ಅವಳಿಗೊಂದು ಹೊಸ ಯೋಚನೆ ಬಂತು.

"ಮಾಲಿನಿ, ನಾನೇನಾದರೂ ಸತ್ತು ಹೋದರೆ ನನ್ನ ಮಗೂನ ನೀನು ಜೋಪಾನ ಮಾಡು. ಅನಾಥನನ್ನಾಗಿ ಮಾಡಬೇಡ..." ಇನ್ನೂ ಏನು ಹೇಳುವವಳಿದ್ದಳೋ ಅಷ್ಟರಲ್ಲಿ ಡಾಕ್ಟರ್ ಬಂದು ಮಾಲಿನಿಯನ್ನು ಹೊರಗೆ ಕಳುಹಿಸಿದರು.

ಮನೆ ಬೀಗ ನೋಡಿ ವಿಚಾರಿಸಿಕೊಂಡು ಮಾಲಿನಿಯ ಗಂಡ ಸಹ ಆಸ್ಪತ್ರೆಗೆ ಬಂದ.

ಗಂಡ ಹೆಂಡಿರಿಬ್ಬರೂ ಕಳವಳಗೊಂಡ ಕೃಷ್ಣಸ್ವಾಮಿಗಳಿಗೆ ಧೈರ್ಯ ಹೇಳಿದರು.

ಮೂರು ದಿನ ಸಾವು-ಬದುಕಿನಲ್ಲಿ ಹೋರಾಡಿ ಶಾಂತ ಗಂಡು ಮಗುವಿನ ತಾಯಿಯಾದಳು.

"ಪೇಷೆಂಟ್ ನಿಶ್ಶಕ್ತಳಾದರೂ ಜೀವಕ್ಕೇನೂ ಭಯವಿಲ್ಲ" ಎಂದು ಡಾಕ್ಟರ್ ಹೇಳಿದಾಗ ಕೃಷ್ಣಸ್ವಾಮಿಯ ಕಂಗಳು ಆನಂದದಿಂದ ಒದ್ದೆಯಾದವು.

ಎಂಟೂವರೆ ಪೌಂಡಿನ ಗುಂಗುರು ಕೂದಲಿನ ಮಗು ಎಲ್ಲರನ್ನೂ ಆಕರ್ಷಿಸಿತು.

ಮಾಲಿನಿಗಂತೂ ಆ ಮಗುವನ್ನು ಎಷ್ಟು ನೋಡಿದರೂ ತೃಪ್ತಿಯಿಲ್ಲ. ಅವಳು ಮಗು, ಬಾಣಂತಿಯ ಆರೈಕೆಯನ್ನು ತಾನೇ ಮಾಡಿದಳು.

ಕೃಷ್ಣಸ್ವಾಮಿ ಬೇಡದ ಮಗುವೆಂದು ಉದಾಸೀನ ಮಾಡದೆ ಅತಿ ಸಂಭ್ರಮವಾಗಿಯೇ ನಾಮಕರಣ ಮಾಡಿದರು.

ಮಾಲಿನಿಯ ಗಂಡನೇ ಮಗುವಿಗೆ ಹೆಸರು ಸೂಚಿಸಿದ ದೀಪಕ್ ಎಂದು.

ಅದಕ್ಕೆ ಸಂತೋಷವಾಗಿಯೇ ಶಾಂತ ಅನುಮೋದಿಸಿದಳು.

ಮಾಲಿನಿ ಮಗುವಿಗೆ ನೀರು ಹಾಕಿ ಪೌಡರ್ ಹಾಕುತ್ತ ಅದರ ಎದೆಯ ಮೇಲಿದ್ದ ಪೈಸೆಯಗಲದ ಕಪ್ಪು ಮಚ್ಚೆಯನ್ನು ನೋಡಿ "ಶಾಂತ, ನಿನ್ನ ಮಗ ಅದೃಷ್ಟವಂತ, ಈ ಮಚ್ಚೆ ನೋಡು, ಎಷ್ಟು ದೊಡ್ಡದಾಗಿದೆ" ಎಂದು ಬಹಳ ಮೆಚ್ಚಿಗೆಯಿಂದ ಮಚ್ಚೆಯ ಮೇಲೆ ಕೈಯಾಡಿಸಿದಳು.

ಶಾಂತ ನಿರುತ್ಸಾಹದ ನಗು ನಕ್ಕಳು. ತಂದೆಯ ಪ್ರೀತಿಗೆ ಹೊರತಾದ ಇವನ ಅದೃಷ್ಟ ಯಾರಿಗೂ ಬೇಡ ಎಂದುಕೊಂಡಳು ಮನದಲ್ಲೇ.

ಮಗುವನ್ನು ತೊಡೆಯ ಮೇಲೆ ಹಾಕಿಕೊಂಡು ಕುಳಿತಿದ್ದ ಶಾಂತ ನೆಟ್ಟ ನೋಟದಿಂದ ಮಗುವನ್ನು ನೋಡಿದಳು. ನೀಳವಾದ ಮೂಗು, ಗುಂಗುರು ಗುಂಗುರಾದ ಕಪ್ಪು ಕೂದಲು, ಅಚ್ಚ ಬಿಳುಪಾದ ಬಣ್ಣ, ಆಕರ್ಷಕವಾದ ಕಣ್ಣುಗಳು "ಎಲ್ಲಾ ತದ್ರೂಪೆ" ಎಂದುಕೊಂಡಳು.

ಯಾಕೋ ಮಗುವಿನ ಬಗ್ಗೆ ಅಸಹ್ಯವೆನಿಸಿತು. ಮಗುವನ್ನು ಎತ್ತಿ ಜೋರಾಗಿ ತೊಟ್ಟಿಲಲ್ಲಿ ಹಾಕಿ ಕಿಟಕಿಯ ಬಳಿ ಹೋಗಿ ಅದು ಅತ್ತರೂ ಕೇಳದವಳಂತೆ ನಿಂತಳು.

ನೆರೆಮನೆಯಲ್ಲಿದ್ದ ಮಾಲಿನಿ ಅಳು ಕೇಳಿ ಓಡಿ ಬಂದು ಅಳುತ್ತಿದ್ದ ಮಗು, ಅಳು ಕೇಳಿಸುತ್ತಿದ್ದರೂ ಸುಮ್ಮನೆ ನಿಂತ ಶಾಂತಳನ್ನು ನೋಡಿ ದಿಙ್ಮೂಢಳಾದಳು.

"ಶಾಂತ, ಮಗು ಅಳುತ್ತ ಇದ್ದರೂ ಯಾಕೆ ಸುಮ್ಮನೆ ನಿಂತಿದ್ದೀಯಾ? ಇಂಥ ಮುದ್ದಾದ ಮಗುವಿಗೋಸ್ಕರ ಏನು ತ್ಯಾಗ ಬೇಕಾದರೂ ಮಾಡಬಹುದು" ಎಂದು ಮಗುವನ್ನು ಎತ್ತಿಕೊಂಡು ಸಮಾಧಾನ ಮಾಡಿದಳು.

ಮಾಲಿನಿಯ ಮಾತೋ, ಇಲ್ಲ ತನ್ನಲ್ಲಿದ್ದ ಮಾತೃತ್ವ ಜಾಗೃತವಾಯಿತೋ ಮಾಲಿನಿಯ ಕೈಯಲ್ಲಿದ್ದ ಮಗುವನ್ನು ಎತ್ತಿಕೊಂಡು ಲೊಚಲೊಚ ಮುತ್ತಿಟ್ಟು ಎದೆಗವಚಿಕೊಂಡಳು.

"ತಾಯಿ, ಮಗ ಜಗಳವಾಡಿದೀರೇನೋ, ಸದ್ಯ ರಾಜಿಯಾದಿರಲ್ಲ. ನಿಮ್ಮ ತಂದೆ ಎಲ್ಲಿ? ನೀನು ಅವರ ಮೊಮ್ಮಗನನ್ನು ಇಷ್ಟು ಅಳಿಸಿದ್ದರೆ ಸುಮ್ಮನಿರುತ್ತಿದ್ದರೆ?" ಎಂದು ತಮಾಷೆ ಮಾಡಿ ನಕ್ಕಳು ಮಾಲಿನಿ.

ಏನೋ ಜ್ಞಾಪಿಸಿಕೊಂಡವಳಂತೆ ಶಾಂತ ಹೇಳಿದಳು.

"ಮಾಲಿನಿ, ನಿನ್ನ ಹತ್ತಿರ ಸ್ವಲ್ಪ ಮಾತನಾಡಬೇಕು. ಈಗ ಅಣ್ಣನೂ ಇಲ್ಲ, ನಿಮ್ಮವರಿಗೆ ಹೇಳಿ ನನಗೆಲ್ಲಾದರೂ ಟೀಚರ್ ಕೆಲಸ ಕೊಡಿಸೇ. ಬೇರೆ ಕೆಲಸ ಮಾಡುವ ಧೈರ್ಯ, ತಾಕತ್ತು ನನ್ನಲ್ಲಿಲ್ಲ. ದಯವಿಟ್ಟು ನನ್ನ ಬಗ್ಗೆ ಏನೂ ಕೇಳಬೇಡ."

ಮಾಲಿನಿಗೆ ಎಷ್ಟೋ ದಿನದಿಂದ ಶಾಂತಳ ಗಂಡನ ಬಗ್ಗೆ ತಿಳಿಯಲು ಕುತೂಹಲವಿದ್ದರೂ ತಡೆದಿಟ್ಟಿದ್ದಳು. ಎಲ್ಲರ ಹಾಗೆ ಶಾಂತಳ ಗಂಡ ಉನ್ನತ ಶಿಕ್ಷಣಕ್ಕಾಗಿ ವಿದೇಶಕ್ಕೆ ಹೋಗಿರುವನೆಂದೇ ಅವಳ ನಂಬಿಕೆ.

"ಇನ್ನೂ ಪುಟ್ಟ ಮಗು, ನೀನೂ ಚೇತರಿಸಿಕೊಂಡಿಲ್ಲ, ಈಗೇನು ಕೆಲಸದ ಅವಾಂತರ. ಅದೂ ಅಲ್ಲದೆ..."

ಮಾಲಿನಿ ಮಾತು ಪೂರ್ತಿ ಮಾಡುವ ಮೊದಲೇ "ಇನ್ನೇನು ಮೂರು ತಿಂಗಳು ತುಂಬಿತು. ನನಗೂ ಮನೆಯಲ್ಲಿರುವುದಕ್ಕೆ ಬೇಸರ. ಅಣ್ಣ ಇದ್ದಾರೆ ನೋಡಿಕೊಳ್ಳುವುದಕ್ಕೆ, ಮಗು ನನ್ನ ಹತ್ತಿರ ಇರುವುದು ಅಷ್ಟರಲ್ಲೇ ಇದೆ. ಹೇಗೂ ಸಾಕು ತಾಯಿ ನೀನಿದ್ದೀಯಲ್ಲ' ಎಂದು ತಮಾಷೆ ಮಾಡಿದಳು.

ಮಾಲಿನಿಯ ಮುಖ ಸಪ್ಪಗಾಯಿತು.

ಶಾಂತ, ವಿದೇಶಕ್ಕೆ ಹೋಗೋ ಗಂಡಂದಿರನ್ನು ನಂಬಬಾರದು. ಭಾರತೀಯ ಸ್ತ್ರೀಯರಲ್ಲಿಲ್ಲದ ಯಾವ ಸೌಂದರ್ಯ ಅವರನ್ನು ಆಕರ್ಷಿಸುತ್ತೋ ಕಾಣೆ; ಆ ಬಿಳಿ ತೊಗಲಿಗೆ ಸೋತು ಅಲ್ಲೇ ಉಳಿದುಬಿಡುತ್ತಾರೆ. ನಿನ್ನಂಥ ರೂಪವತಿ ಹೆಂಡತಿ, ನಮ್ಮ ದೀಪಕ್‌ನಂಥ ಮಗೂನ ಬಿಟ್ಟಿರುವ ಮನಸ್ಸು ಹೇಗೆ ಬಂತೋ?

ತನ್ನ ಮಾತಿಗೆ ಏನೊಂದು ಪ್ರತಿಕ್ರಿಯೆಯನ್ನೂ ತೋರಿಸದೆ ತಲೆ ತಗ್ಗಿಸಿ ಕುಳಿತ ಶಾಂತಳನ್ನು ನೋಡಿ ಮಾಲಿನಿ ತಾನು ಆಡಿದ್ದು ಅನುಚಿತವಾಯಿತೇನೋ ಎಂದು ನೊಂದುಕೊಂಡಳು.

"ಶಾಂತ, ನಿನ್ನ ಸ್ವಂತ ವಿಷಯದ ಬಗ್ಗೆ ನಾನು ಮಾತನಾಡಬಾರದಾಗಿತ್ತು. ನಿನ್ನ ಮೂಕ ನೋವನ್ನು ನೋಡಿ ಸಂಕಟದಿಂದ ಏನೇನೋ ಅಂದುಬಿಟ್ಟೆ. ದಯವಿಟ್ಟು ಕ್ಷಮಿಸಿಬಿಡು. ಆದಷ್ಟು ಬೇಗ ನಮ್ಮವರಿಗೆ ಹೇಳಿ ನಿನಗೆ ಕೆಲಸ ಕೊಡಿಸುತ್ತೀನಿ" ಎಂದು ಶಾಂತಳ ಉತ್ತರಕ್ಕೂ ಕಾಯದೆ ಹಿಂದಿರುಗಿದಳು.

* * *

ಮಾಲಿನಿಯ ಗಂಡ ಮಾಧವನ ಎಡೆಬಿಡದ ಪ್ರಯತ್ನದಿಂದ ಒಂದು ಪ್ರೈವೇಟ್ ಕಾನ್ವೆಂಟ್‌ನಲ್ಲಿ ಶಾಂತಳಿಗೆ ಕೆಲಸ ಸಿಕ್ಕಿತು.

ಜೀವನಕ್ಕೊಂದು ದಾರಿಯಾಯಿತೆಂದು ಶಾಂತ ಸಮಾಧಾನಗೊಂಡಳು.

ಕೃಷ್ಣಸ್ವಾಮಿಗೆ ಮಗಳನ್ನು ಕೆಲಸಕ್ಕೆ ಕಳುಹಿಸಲು ಇಷ್ಟವಿಲ್ಲದಿದ್ದರೂ ಮುಂದಾಲೋಚನೆಯಿಂದ ಒಪ್ಪಿಗೆ ಕೊಟ್ಟರು.

ಮೊದಲನೇ ದಿನ ಕೆಲಸಕ್ಕೆ ಹೋಗುವಾಗ ಶಾಂತಳ ಮನ ಅಳುಕಿತು. ಮಾಧವನೇ ಧೈರ್ಯ ಹೇಳಿ ಕರೆತಂದು ಹೆಡ್‌ಮಿಸ್ಟ್ರೆಸ್‌ಗೆ ಪರಿಚಯ ಮಾಡಿಸಿ ಹೋದ.

ಮೊದಲೇ ವಾಚಾಳಿಯಾಗಿದ್ದ ಹೆಡ್‌ಮಿಸ್ಟ್ರೆಸ್ ಮಾರ್ಗರೇಟ್ ಅವರ ಜೀವನದ ಬಗೆ ಬಹಳಷ್ಟು ತಿಳಿಯಲು ಪ್ರಯತ್ನಪಟ್ಟಳು.

"ನಿನಗೆ ಮದುವೆಯಾಗಿ ಎಷ್ಟು ವರ್ಷವಾಯಿತು?" ಎಂದಾಗ ಅವರ ಪ್ರಶ್ನೆ ಶಾಂತಳನ್ನು ತಬ್ಬಿಬ್ಬು ಮಾಡಿತು.

"ಎರಡು ವರ್ಷ ಆಯಿತು" ಎಂದು ಹೇಳಿ ಮುಖದ ಮೇಲೆ ಮೂಡಿದ್ದ ಬೆವರನ್ನು ಕರ್ಚೀಫ್‌ನಿಂದ ಒರೆಸಿಕೊಂಡಳು.

"ಈಗ ನಿನ್ನ ಗಂಡ ಎಲ್ಲಿದ್ದಾರೆ? ಏನು ಕೆಲಸ? ಎಷ್ಟು ಸಂಬಳ? ಎಂದು ಒಂದಾದ ಮೇಲೊಂದರಂತೆ ಪ್ರಶ್ನೆಗಳ ಸರಪಳಿಯನ್ನೇ ಏಳೆದಾಗ ಶಾಂತಳಿಗೆ ಬೇಸರವಾಯಿತು. 'ನನ್ನ ಸ್ವಂತ ಜೀವನದ ವಿಷಯ ನಿಮಗೆ ಸಂಬಂಧಿಸಿದ್ದಲ್ಲ' ಎಂದು ಹೇಳುವ ಮನಸ್ಸಾದರೂ ಮೊದಲನೇ ದಿನವೇ ಅವರನ್ನು ಎದುರು ಹಾಕಿಕೊಳ್ಳಲು ಇಷ್ಟಪಡದೆ ಏನೋ ಹೇಳಿ ಸುಮ್ಮನಾದಳು."

"ನಮ್ಮ ಕಾನ್ವೆಂಟ್‌ಗೆ ಬರುವ ಟೀಚರ್ಸ್ ಬಹಳ ಶಿಸ್ತಾಗಿರಬೇಕು. ಅಷ್ಟೇ ಅಲ್ಲದೇ ಅಲಂಕಾರದ ಕಡೆ ಅವರು ಬಹಳಷ್ಟು ಗಮನಹರಿಸಬೇಕು."

ಯಾಕೋ ಹೆಡ್‌ಮಿಸ್ಟ್ರೆಸ್ ಮಾತುಗಳು ಅವಳಿಗೆ ವಿಚಿತ್ರವೆನ್ನಿಸಿತು. ಪಾಠ ಮಾಡುವ, ಶಿಸ್ತಿನ ಬಗ್ಗೆ ಉಪದೇಶ ಮಾಡುವ ಇವರು ನಮ್ಮ ಅಲಂಕಾರದ ಬಗ್ಗೆ ಉಪದೇಶ ಮಾಡುತ್ತಾರಲ್ಲ, ಇವರಿಗೆ ತಲೆ ಸರಿಯಾಗಿದೆಯೋ ಇಲ್ಲವೋ ಎಂದು ಬೇಸರಗೊಂಡಳು.

ಎಷ್ಟೇ ಬೇಸರವಿದ್ದರೂ ಆ ಮಕ್ಕಳ ನಡುವೆ ಎಲ್ಲಾ ಮರೆತಳು. ಅವಳಿಗೆ ಎಲ್ಲಕ್ಕಿಂತ ಹೆಚ್ಚಾಗಿ ಆಶ್ಚರ್ಯವನ್ನುಂಟುಮಾಡಿದ್ದು ಅಲ್ಲಿದ್ದ ಮೂರು, ನಾಲ್ಕು ಅಸಿಸ್ಟೆಂಟ್ ಲೇಡಿ ಟೀಚರ್ಸ್ ಎಲ್ಲರೂ ಫ್ಯಾಷನ್ ಪೆರೇಡಿಗೆ ಬಂದವರಂತೆ ಅಲಂಕರಿಸಿಕೊಂಡು ಬಂದಿದ್ದರು.

ಶಾಂತ ಮನೆಗೆ ಬರುವ ಹೊತ್ತಿಗೆ ದೀಪಕ್ ನಿದ್ರಿಸುತ್ತಿದ್ದ. ನಿದ್ದೆ ಮಾಡುತ್ತಿದ್ದ ಮಗುವನ್ನೆತ್ತಿ ಮುದ್ದಾಡಿದಳು. ಎಷ್ಟೋ ದಿನ ಅಗಲಿದವಳಂತೆ ಮಗುವನ್ನು ನೋಡಿದಳು.

ಕೃಷ್ಣಸ್ವಾಮಿ ಮನದಲ್ಲೇ ನಕ್ಕು ಶಾಲೆಯ ಬಗ್ಗೆ ಪ್ರಶ್ನಿಸಿದರು.

"ಏನಮ್ಮ ಹೇಗಿದ್ದಾರೆ ನಿಮ್ಮ ಹೆಡ್‌ಮಿಸ್ಟ್ರೆಸ್? ನಿನಗೇನೂ ತೊಂದರೆ ಇಲ್ಲವಾ?"

ತಂದೆಗೆ ಹೆಡ್‌ಮಿಸ್ಟ್ರೆಸ್ ಹೇಳಿದ ಮಾತು ಹೇಳಬೇಕೆಂದುಕೊಂಡರೂ ಯಾಕೋ ಸುಮ್ಮನಾದಳು.

"ಪರವಾಗಿಲ್ಲಣ್ಣ" ಎಂದು ಚುಟುಕಾಗಿ ಉತ್ತರಿಸಿದಳು.

ಮಾಲಿನಿ ಕೃಷ್ಣಸ್ವಾಮಿಯವರಿಗೆ ಹೆಚ್ಚು ತೊಂದರೆ ಕೊಡದೆ ಮಗುವನ್ನು ತಾನೇ ನೋಡಿಕೊಂಡು ಶಾಂತಳಿಗೆ ಒಂದು ಬಗೆಯ ಸಮಾಧಾನ ನೀಡಿದ್ದಳು.

ಶಾಂತಳ ಪಾಲಿಗೆ ಕಾನ್ವೆಂಟ್ ಬರುಬರುತ್ತ ಬೇಸರವಾಗತೊಡಗಿತು. ನಗರದ ಅತಿ ಶ್ರೀಮಂತರೆನಿಸಿದ ಹಲವಾರು ತರುಣರು ಕೆಲಸವಿಲ್ಲದೆ ಪದೇ ಪದೇ ಬರುವದು, ಪಾರ್ಟಿಗಳನ್ನು ಏರ್ಪಡಿಸುವುದನ್ನು ಕಂಡಾಗ ಅವಳಿಗೆ ಇದು ಅತಿರೇಕದ ಪರಮಾವಧಿ ಎನ್ನಿಸಿತು.

ಜವಾನಿ ಬಂದು ಹೆಡ್‌ಮಿಸ್ಟ್ರೆಸ್ ಕರೆ ತಿಳಿಸಿದಾಗ ಅವಳ ಮನ ಯಾಕೋ ಅಳುಕಿತು.

ಅಳುಕುತ್ತಲೇ ಅವರ ಕೋಣೆಗೆ ಕಾಲಿಟ್ಟಳು. ಜ್ಯುವೆಲರಿ ಅಂಗಡಿಯ ಶ್ರೀಮಂತರ ಮಗ ಅವರ ಜೊತೆ ಸಂಭಾಷಿಸುತ್ತಿದ್ದುದನ್ನು ಕಂಡ ಕೂಡಲೆ ಭಯಪಡುತ್ತಿದ್ದವಳ ಮೇಲೆ ಕಲ್ಲೆಸೆದಂತೆ ಆಯಿತು.

"ಏನೋ ಹೇಳಿಕಳಿಸಿದಿರಂತೆ, ಯಾಕೆ ಮೇಡಮ್?" ಎಂದು ನಡುಗ ಗಂಟಲಿನಲ್ಲೇ ಕೇಳಿದಳು.

"ನಮ್ಮ ಶಶಿಧರ ಇವತ್ತು ಸ್ವೀಟ್ಸ್ ಕೊಡಿಸಿ, ಎಲ್ಲರನ್ನೂ ಸಿನಿಮಾಕ್ಕೆ ಕರೆದುಕೊಂಡು ಹೋಗಲು ತೀರ್ಮಾನಿಸಿದ್ದಾರೆ. ನೀನು ಶಾಲೆ ಬಿಟ್ಟ ಕೂಡಲೇ ಮನೆಗೆ ಹೋಗಿಬಿಡಬೇಡ. ನಮ್ಮ ಮನೆಗೆ ಹೋಗಿ ಮೇಕಪ್ ಮುಗಿಸಿ ಅಲ್ಲಿಂದಲೇ ಹೋಗೋಣ. ಬೇಕಾದರೆ ನಿಮ್ಮ ಮನೆ ಅಡ್ರೆಸ್ ತಿಳಿಸಿದರೆ ಆಳಿನ ಸಂಗಡ ಹೇಳಿಕಳುಹಿಸುತ್ತೀನಿ" ಏನೋ ಅವಳನ್ನು ಉದ್ಧಾರ ಮಾಡುವವರ ಹಾಗೆ ಹೇಳಿದರು.

"ಕ್ಷಮಿಸಿ ಮೇಡಂ; ನಾನು ಎಲ್ಲೂ ಬರುವುದಕ್ಕೆ ಸಾಧ್ಯವಿಲ್ಲ. ಮನೆಯಲ್ಲಿ ಎಳೆ ಮಗುವಿದೆ. ಅದು ನನಗಾಗಿ ಹಠಮಾಡುತ್ತ ಇರುತ್ತೆ"

"ವಾಟ್ ಎ ಪೂರ್‌ಗರ್ಲ್" ಎಂದು ಹೆಡ್‌ಮಿಸ್ಟ್ರೆಸ್ ನಗಲು ಪ್ರಾರಂಭಿಸಿದಾಗ, ಶಶಿಧರ ತನ್ನ ನಗುವನ್ನೂ ಬೆರೆಸಿದ.

ಅವರ ನಗು ಅವಳಿಗೆ ಅಹಸ್ಯವನ್ನುಂಟುಮಾಡಿತು. ಬೇಸರದಿಂದ ಮುಖ ಕಿವಿಚಿಕೊಂಡಳು.

ಪುನಃ ಅವರೇ ಹೇಳಿದರು.

"ನಮ್ಮ ಶಶಿಧರ್ ಮನಸ್ಸು ಮಾಡಿದರೆ ನಿನ್ನ ಮಗುವನ್ನೇ ಅಲ್ಲ ನಿನ್ನನ್ನು ಬೇಕಾದರೂ ಚಿನ್ನದ ತೊಟ್ಟಿಲಿನಲ್ಲಿಟ್ಟು ತೂಗಬಲ್ಲರು."

ಅವರ ಅರ್ಥವಿಲ್ಲದ ಮಾತುಗಳನ್ನು ಕೇಳಿ ಇದ್ದ ಅಲ್ಪ ಸ್ವಲ್ಪ ಗೌರವವೂ ಅವಳಿಂದ ದೂರವಾಯಿತು.

"ದಯವಿಟ್ಟು ಕ್ಷಮಿಸಿ; ನಮ್ಮ ಮನೆಯಲ್ಲಿ ಇರುವ ಕಬ್ಬಿಣದ ತೊಟ್ಟಿಲು ಸಾಕು" ಎಂದು ಹೇಳಿ ಹೊರಗೆ ಬಂದುಬಿಟ್ಟಳು.

"ಇನ್ನೂ ಹೊಸದು, ನಾಲ್ಕಾರು ದಿನ ಹೋದರೆ ಸರಿಹೋಗುತ್ತಾಳೆ. ಅವರ ಮಾತು, ನಗು ಅವಳ ಕಿವಿಗೆ ಬಂದು ಅಪ್ಪಳಿಸಿತು."

ಶಾಲೆಯ ಗಂಟೆಯಾದ ಕೂಡಲೇ ಹುಡುಗರು ಓಡುವಂತೆ ಮನೆಗೆ ಧಾವಿಸಿದಳು. ತಾನು ನಿಂತಿರುವ ನೆಲೆ ಸುರಕ್ಷಿತವಾದದ್ದಲ್ಲ ಎಂದು ಎಂದೋ ಅರಿವಾಗಿದ್ದರೂ ತನ್ನ ಪಾಡಿಗೆ ತಾನಿದ್ದರೆ ಅವರೇನು ಮಾಡಬಲ್ಲರು ಎಂಬ ಧೈರ್ಯ ಸಹ ಇಂದು ಕುಸಿಯಿತು.

ಮಗುವಿನ ಮುಖ ಕಂಡ ಕೂಡಲೇ ಎಲ್ಲಾ ಮರೆತು ನಲಿದಳು. ನಾನು ಒಂಟಿಯಲ್ಲ, ನನ್ನ ಮಗು ನನ್ನ ನೆರವಿಗಿದೆ ಎಂದು ಸಂತೋಷಪಟ್ಟಳು.

ರಾತ್ರಿ ಬಹಳ ಹೊತ್ತು ಅವಳಿಗೆ ನಿದ್ದೆ ಬರಲಿಲ್ಲ. ಆದಷ್ಟು ಬೇಗ ಅಲ್ಲಿಂದ ಕಾಲು ತೆಗೆಯಬೇಕು. ಅಣ್ಣನ ಬಳಿ ಇದ್ದ ಹಣವೆಲ್ಲ ನನ್ನ ಆರೈಕೆಗಾಗಿ ಬಹಳಷ್ಟು ಕರಗಿದೆ. ಇರೋ ಸ್ವಲ್ಪ ಹಣವನ್ನು ಕೂತು ತಿಂದರೆ ಎಷ್ಟು ದಿನ ಸಾಲಬಹುದು? ಮುಂದೆ ದೀಪಕನ ವಿದ್ಯಾಭ್ಯಾಸಕ್ಕೆ ಏನು ಮಾಡುವುದು? ರಾತ್ರಿಯೆಲ್ಲ ಯೋಚಿಸಿದಳು. ಬೇರೆ ಎಲ್ಲಾದರೂ ಕೆಲಸಕ್ಕೆ ಪ್ರಯತ್ನಿಸಬೇಕು. ಬೇರೆ ಕಡೆ ಸಿಗುವವರೆಗೂ ಹುಷಾರಾಗಿ ಅಲ್ಲೇ ಇರುವುದು ಎಂದು ನಿರ್ಧರಿಸಿದಳು. ಆದರೆ ಹಿಂದಿನ ಘಟನೆ ನೆನಪಿಗೆ ಬಂದೊಡನೆ ಗಡಗಡ ನಡುಗಿ ಪಕ್ಕದಲ್ಲಿ ಮಲಗಿದ್ದ ಮಗುವನ್ನು ಹತ್ತಿರಕ್ಕೆಳೆದುಕೊಂಡಳು.

ಮಾರನೆಯ ದಿನ ಶಾಲೆಗೆ ರಜಾ ಚೀಟಿ ಕಳುಹಿಸಿ ಮಾಧವ ಆಫೀಸಿಗೆ ಹೋದ ಮೇಲೆ ದೀಪಕನನ್ನು ಎತ್ತಿಕೊಂಡು ಮಾಲಿನಿಯ ಮನೆಗೆ ಹೋದಳು.

ಇಬ್ಬರಲ್ಲೂ ಒಂದು ತರಹ ಆತ್ಮೀಯತೆ ಬೆಳೆದಿದ್ದುದರಿಂದ ಮಾಲಿನಿ ಸಲಿಗೆಯಿಂದಲೇ ಸ್ವಾಗತಿಸಿದಳು.

"ಬಾರೇ, ಪಕ್ಕದ ಮನೆ ನನ್ನದು ಅನ್ನೋ ಜ್ಞಾಪಕ ಕೂಡ ನಿನಗಿಲ್ಲ. ನಾನು ಬರಬೇಕೇ ವಿನಃ ನೀನು ಈ ಕಡೆ ತಲೆಹಾಕುವುದಿಲ್ಲ. ಇವತ್ತೇನು ಕಾನ್ವೆಂಟ್‌ಗೆ ರಜಾನೇ?" ಎಲ್ಲಾ ಒಂದೇ ಸಲ ಮಾತನಾಡಿ ಮಗುವನ್ನು ಎತ್ತಿಕೊಳ್ಳಲು ಪ್ರಯತ್ನಿಸಿದಳು. ದೀಪು ತಾಯಿಗೆ ಅಂಟಿಕೊಂಡು ಬಿಟ್ಟಿದ್ದ.

"ಇವರಮ್ಮ ಇಲ್ಲದಾಗ ನಾನು ಬೇಕು. ಈಗ ನೋಡು ಇವನ ಜೋರು, ಬಾರೋ ಸಾಕು" ಎಂದು ಬಲವಂತದಿಂದ ಸೆಳೆದುಕೊಂಡು ಒಳಗೆ ಹೋದಳು.

ಶಾಂತ ಅಲ್ಲೇ ಇದ್ದ ಬೆತ್ತದ ಕುರ್ಚಿಯ ಮೇಲೆ ಕುಳಿತು ವಾರಪತ್ರಿಕೆ ಮಗುಚತೊಡಗಿದಳು.

ದೀಪಕನ ಕೈಯಲ್ಲಿ ಬಿಸ್ಕತ್ತು ಕೊಟ್ಟು ಅಲ್ಲೇ ಇದ್ದ ರತ್ನಗಂಬಳಿಯ ಮೇಲೆ ಕೂಡಿಸಿದ ಮಾಲಿನಿ ಶಾಂತಳ ಎದುರಿನಲ್ಲಿ ಕುಳಿತು ಕೇಳಿದಳು.

"ಈಗ ಹೇಳು, ನೀನು ಹೇಳೋದಕ್ಕೆ ಬಂದಿರೋದು ಏನು ಅಂತ"

"ಪುನಃ ನಿಮ್ಮ ಯಜಮಾನರಿಗೆ ತೊಂದರೆ ಕೊಡಬೇಕಾದ ಪರಿಸ್ಥಿತಿ ಬಂದಿದೆ ನನಗೆ. ಆ ಕಾನ್ವೆಂಟಿನಲ್ಲಿ ಕೆಲಸ ಮಾಡುವುದಕ್ಕೆ ಇಷ್ಟವಿಲ್ಲ. ಬೇರೆಲ್ಲಾದರೂ ಪ್ರಯತ್ನಿಸಬೇಕು."

ಅವಳ ಅಂತರಾಳದ ನೋವು ಅವಳೆಷ್ಟೇ ಮರೆಮಾಚಬೇಕೆಂದರೂ ಸಾಧ್ಯವಾಗದೇ ಕಣ್ಣೀರಿನ ರೂಪದಲ್ಲಿ ಹೊರಗೆ ಪ್ರಕಟವಾಯಿತು.

"ನೀನು ಯಾಕೆ ಕಣ್ಣೀರು ಹಾಕುತ್ತೀಯಾ? ಬೇರೆಲ್ಲಾದರೂ ಪ್ರಯತ್ನಿಸಿದರೆ ಆಯಿತು. ಅವರು ಮೊನ್ನೆನೇ ವಿಚಾರಿಸಿದರು. ಆ ಕಾನ್ವೆಂಟ್ ಹೆಡ್‌ಮಿಸ್ಟ್ರೆಟ್ ಬಗ್ಗೆ ಒಡಕು ಮಾತು ಕಿವಿಗೆ ಬಿತ್ತಂತೆ. ಅದಕ್ಕೆ ನಾನೇ ಅದೆಲ್ಲ ಏನೂ ಇಲ್ಲ, ಹಾಗೇನಾದರೂ ಇದ್ದರೆ ಶಾಂತ ನನ್ನ ಬಳಿ ಹೇಳುತ್ತಿದ್ದಳು ಅಂತ ಹೇಳಿದೆ. ನೀನು ಇವತ್ತಿನಿಂದಾನೇ ರಾಜೀನಾಮೆ ಕೊಟ್ಟು ಬಿಟ್ಟೆಯಾ?"

"ಇಲ್ಲ... ಇವತ್ತು ರಜಾ ಬರೆದು ಕಳುಹಿಸಿದ್ದೇನೆ. ಬೇರೆ ಕಡೆ ಕೆಲಸ ಸಿಕ್ಕುವವರೆಗೂ ಹೇಗಾದರೂ ತಳ್ಳಲೇಬೇಕು."

ಮಾಲಿನಿ ಎಷ್ಟೋ ಸಲ ಶಾಂತಳ ಗಂಡ, ಅತ್ತೆ ಮನೆ ಬಗ್ಗೆ ಪ್ರಶ್ನಿಸಬೇಕೆಂದುಕೊಂಡರೂ, ಶಾಂತ ತಪ್ಪು ತಿಳಿಯಬಹುದೆಂದು ಸುಮ್ಮನಾಗಿದ್ದಳು. ಇದು ಅವಳ ಮನಸ್ಸಿಗೆ ನೋವಾದರೂ ಸರಿ ತಿಳಿಯಲೇಬೇಕೆಂದು ನಿರ್ಧರಿಸಿಕೊಂಡಳು.

"ಶಾಂತ, ನಾನು ನಿನಗಿಂತ ಹಿರಿಯವಳು, ನಿಮ್ಮಕ್ಕ ಅಂತ ತಿಳಿದರೂ ತಪ್ಪಿಲ್ಲ. ನಿನ್ನ ಗಂಡ ಫಾರಿನ್‌ಗೆ ಹೋದರೂ, ಅವರ ಮನೆಯವರಾರೂ ಇಲ್ಲಿಲ್ಲವೇ? ನೀನು ಯಾಕೆ ಕೆಲಸಕ್ಕೆ ಹೋಗಬೇಕು? ನಿನ್ನ ಗಂಡ ಸ್ವದೇಶಕ್ಕೆ ಹಿಂದಿರುಗುವಲ್ಲಿ ನಿನಗೆ ಅನುಮಾನವೆ?"

ಶಾಂತಳ ಮುಖ ಕಪ್ಪಿಟ್ಟಿತು.

ಮನುಷ್ಯ ಒಂದು ಸುಳ್ಳು ಹೇಳಿದರೆ ಅದನ್ನು ಸತ್ಯ ಎಂದು ಸಾಧಿಸಲು ಹಲವಾರು ಸುಳ್ಳು ಹೇಳಬೇಕಾಗುತ್ತದೆ. ಇವಳ ಪ್ರಶ್ನೆಗಳಿಗೆಲ್ಲ ಹೇಗೆ ಉತ್ತರಿಸಲಿ? ನಿಜ ಸಂಗತಿ ತಿಳಿದರೆ ನನ್ನ ಮೇಲಿನ ಪ್ರೀತಿ, ವಿಶ್ವಾಸಗಳು ಹೀಗೆಯೇ ಉಳಿಯಲು ಸಾಧ್ಯವೇ? ಈ ಪ್ರಶ್ನೆಗಳಿಂದ ನನಗೆಂದು ಮುಕ್ತಿ? ಒಂದಲ್ಲ ಒಂದು ದಿನ ನಿಜಸಂಗತಿ ಬಯಲಾದರೆ ಸಮಾಜದ ಎದುರು ಕುಲಟೆ. ನನ್ನ ಹೃದಯ ಪವಿತ್ರವಾಗಿದೆ. ಇದರಲ್ಲಿ ನನ್ನ ತಪ್ಪೇನೂ ಇಲ್ಲವೆಂದರೂ ಸಮಾಜ ನಂಬಲು ಸಾಧ್ಯವೆ? ನಾಳೆ ದೀಪುವಿನ... ಭವಿಷ್ಯ... ಅವಳ ಮೈ ನಡುಗಿತು.

ಶಾಂತಳ ಮುಖದಲ್ಲಿ ಪ್ರಕಟವಾದ ನೋವಿನ ಚಿಹ್ನೆಯನ್ನು ನೋಡಿ ಮಾಲಿನಿಗೆ ಬಹಳ ಖೇದವಾಯಿತು. ತಾನು ಪ್ರಶ್ನಿಸಲೇಬಾರದಿತ್ತು. ಒಂದಲ್ಲ ಒಂದು ದಿನ ಅವಳೇ ಹೇಳುತ್ತಾಳೆ. ಅದುವರೆಗೂ ತಾನು ಪ್ರಶ್ನಿಸಲೇಬಾರದಿತ್ತು ಎಂದುಕೊಂಡು,

"ಶಾಂತ ದಯವಿಟ್ಟು ಕ್ಷಮಿಸಿಬಿಡು, ಇನ್ನೆಂದೂ ನಾನು ಪ್ರಶ್ನಿಸಲು ಹೋಗುವುದಿಲ್ಲ"

"ಏನೂ ಪರವಾಗಿಲ್ಲ ಬಿಡು" ಎಂದು ಬಾರದ ನಗುವನ್ನು ಮುಖದ ಮೇಲೆ ತಂದುಕೊಂಡಳು ಶಾಂತ.

ಬಿಸ್ಕತ್ತನ್ನು ಮುಖ, ಕೈಗೆಲ್ಲ ಬಳಿದುಕೊಂಡಿದ್ದ ದೀಪಕ್ ಅಂಬೆಗಾಲಿಟ್ಟುಕೊಂಡು ಬಂದು ತಾಯಿಯ ಸೀರೆ ಹಿಡಿದುಕೊಂಡು ಎದ್ದು ನಿಂತ.

"ನಮ್ಮ ಪುಟ್ಟ ನಿಂತುಕೊಳ್ಳುವ ಹಾಗೆ ಆದರೆ" ಎಂದು ಮಾಲಿನಿ ಅವನನ್ನು ಸೆಳೆದುಕೊಂಡು ಮುಖ, ಕೈ ಒರೆಸಿ ಮುತ್ತಿಟ್ಟಳು.

“ಅಸಾಧ್ಯ ತುಂಟನಾಗಿಬಿಟ್ಟಿದ್ದಾನೆ. ಅಣ್ಣನಿಗೆ ಇವನನ್ನು ಸುಧಾರಿಸುವುದೇ ಕಷ್ಟ. ಯಶೋದೆಯ ಹಾಗೆ ನೀನು ಸಾಕುತಾಯಿ ಇದ್ದೀಯಾ, ಈ ಪೋರನನ್ನು ಸುಧಾರಿಸುವುದಕ್ಕೆ” ಎಂದು ಶಾಂತ ಪ್ರೀತಿಯಿಂದ ಮಗನ ಕೆನ್ನೆ ಹಿಂಡಿದಳು.

ಪುಟ್ಟ ದೀಪಕ್ ಸಂತಸದಿಂದ ಚಪ್ಪಾಳೆ ತಟ್ಟಿ ಕೇಕೆ ಹಾಕಿದ.

* * *

ಮಾರನೆಯ ದಿನ ಶಾಲೆಗೆ ನಿರುತ್ಸಾಹದಿಂದ ಅಳುಕುತ್ತಲೇ ಬಂದಳು. ಆದರೆ ಹೆಡ್‌ಮಿಸ್ಟ್ರೆಸ್ ಮಾರ್ಗರೇಟ್ ಅವಳು ಹಿಂದಿನ ದಿನ ಪಡೆದ ರಜೆಯ ವಿಷಯವಾಗಲಿ, ಸಿನಿಮಾಗೆ ಬರಲು ನಿರಾಕರಿಸಿದ ಬಗ್ಗೆಯಾಗಲಿ ಪ್ರಶ್ನಿಸದೇ ಸಹಜವಾಗಿ ಮಾತನಾಡಿದಾಗ ಶಾಂತ ಸಮಾಧಾನದ ಉಸಿರು ಬಿಟ್ಟಳು.

ತನ್ನ ಪೀರಿಯಡ್ ಮುಗಿಸಿ ಕ್ಲಾಸಿನಿಂದ ಹೊರಗೆ ಬರುತ್ತಿದ್ದ ಶಾಂತಳನ್ನು, ವಿದ್ಯಾರ್ಥಿನಿ ಶೋಭಳ ಮಾತು ತಡೆದು ನಿಲ್ಲಿಸಿತು.

“ಟೀಚರ್, ಇವತ್ತು ನನ್ನ ಬರ್ತ್‌ಡೇ. ಎಲ್ಲಾ ಟೀಚರ್ಸ್ ನಮ್ಮನೆಗೆ ಸಂಜೆ ಪಾರ್ಟಿಗೆ ಬರುತ್ತಾರೆ; ನೀವೂ ಬನ್ನಿ.”

ಶಾಂತಳಿಗೆ ಶೋಭಳನ್ನು ಕಂಡರೆ ವಿಶೇಷ ಮಮತೆ.

ಮಗುವಿನ ಮುಖದ ಮೇಲಿದ್ದ ಉತ್ಸಾಹವನ್ನು ಅಳಿಸಲಾರದೆ ಶಾಂತ ಒಪ್ಪಿಗೆ ಕೊಟ್ಟು ಹೊರನಡೆದಳು.

ಬಣ್ಣದ ಕನ್ನಡದ ಧರಿಸಿ ಹಿಪ್ಪಿ ಕೂದಲನ್ನು ಬೆಳೆಸಿದ್ದ ಶಶಿಧರ ಹಠಾತ್ತನೆ ಶಾಂತಳ ಮುಂದೆ ನಿಂತಾದ ಬೆಚ್ಚಿಬಿದ್ದಳು.

ಶಶಿಧರ್ ಸೆಳೆಯುವ ನೋಟ ಬೀರುತ್ತ ಹೇಳಿದ.

“ನಿಮ್ಮ ಶಿಷ್ಯೆ ನಿಮಗಾಗಲೇ ಆಹ್ವಾನ ತಲುಪಿಸಿರಬಹುದು. ಶೋಭ ನಮ್ಮಣ್ಣನ ಮಗಳು. ಅವಳ ಬರ್ತ್‌ಡೇ ಅನ್ನೋ ವಿಷಯ ನಿಮಗೆ ತಿಳಿದಿದೆ. ಸಾಯಂಕಾಲದ ಪಾರ್ಟಿಗೆ ನೀವು ತಪ್ಪದೇ ಬರಬೇಕು.”

ಈಗಾಗಲೇ ಶೋಭಳ ಮುಂದೆ ಬರುವುದಾಗಿ ತಿಳಿಸಿದ್ದರಿಂದ, ವೃಥಾ ಶಶಿಧರನ ನಿಷ್ಠೂರ ಕಟ್ಟಿಕೊಳ್ಳಲು ಇಷ್ಟಪಡದೇ ಮೌನದಿಂದ ತಲೆಯಾಡಿಸಿ ಸಮ್ಮತಿ ಸೂಚಿಸಿದಳು.

“ನಿಮ್ಮ ಮನೆ ಹತ್ತಿರಕ್ಕೆ ಐದು ಗಂಟೆಗೆ ಕಾರು ಕಳುಹಿಸಿಕೊಡುತ್ತೀನಿ. ನೀವು ರೆಡಿಯಾಗಿದ್ದರೆ ಸಾಕು.”

“ಕಾರೇನು ಬೇಡಿ, ನಾನೇ ಬರುತ್ತೀನಿ” ಎಂದು ಹೇಳಿದ ಶಾಂತ ಅಲ್ಲಿ ನಿಲ್ಲದೆ ತಾನು ಪಾಠ ಮಾಡಬೇಕಾಗಿದ್ದ ಕೋಣೆಗೆ ನಡೆದಳು.

ಅವಳು ಹೋದ ಕಡೆಗೇ ನೋಡುತ್ತಿದ್ದ ಶಶಿಧರ ಯೋಚಿಸಿದ. ‘ಇಂಥ ಅರಸಿಕ ಹೆಣ್ಣುಗಳಿಗೇಕೆ ದೇವರು ಸೌಂದರ್ಯ ಕೊಡುತ್ತಾನೊ! ಎಲ್ಲೋ ಫಾರಿನ್‌ನಲ್ಲಿ

ಮಜಾಮಾಡುತ್ತಿರುವ ಗಂಡನಿಗಾಗಿ ಕಾದು ಯೌವನ ಸವೆಸುವುದರಲ್ಲಿ ಅರ್ಥವಿಲ್ಲ ಅನ್ನೋ ತಿಳಿವಳಿಕೆ ಸಹ ಇಲ್ಲ. ಏನೇ ಆದರೂ ಉಪಾಯದಿಂದ ಇವಳನ್ನು ಬಗ್ಗಿಸಿಕೊಳ್ಳಬೇಕು' ಎಂದು ಮನದಲ್ಲೇ ನಿಶ್ಚಯಿಸಿಕೊಂಡ.

ನಾಲ್ಕು ಗಂಟೆಗೆ ಶಾಲೆ ಬಿಟ್ಟು ಐದು ಗಂಟೆಗೆಲ್ಲ ಶೋಭಳ ಮನೆಯ ಹತ್ತಿರ ಬರಬೇಕೆಂದು ಶಾಂತಳಿಗೆ ಒತ್ತಿ ಹೇಳಿದರು ಮಾರ್ಗರೇಟ್.

ಮನೆಗೆ ಬಂದ ಶಾಂತ ಬೇಗ ತಿಂಡಿ, ಕಾಫಿ ಮಾಡಿ ತಂದೆಗೆ ಕೊಟ್ಟು ದೀಪಕ್‌ಗೆ ಬಟ್ಟೆ ಬದಲಾಯಿಸಿ ಹಾಲು ಕುಡಿಸಿದಳು.

ಮುಖ ತೊಳೆದು ನಿತ್ಯದಂತೆ ಸಿಂಗರಿಸಿಕೊಂಡು ಸಾಧಾರಣ ನೈಲೆಕ್ಸ್ ಸೀರೆಯುಟ್ಟಳು.

ಅವಳ ಮನ ಇದ್ದಕ್ಕಿತ್ತಂತೆ ಸಂಶಯ ತಾಳಿತು. 'ನನ್ನ ಸೀರೆ ನೋಡಿ ಶಶಿಧರ ನನಗೆ ಹಣದ ಮುಗ್ಗಟ್ಟಿರಬೇಕೆಂದು ತಪ್ಪು ತಿಳಿಯಬಹುದು' ಎಂದುಕೊಂಡು ಸಾಧಾರಣ ಸೀರೆಯನ್ನು ಬಿಚ್ಚಿ ಹಸಿರು ಮೈಸೂರು ಸಿಲ್ಕ್ ಸೀರೆ ಉಟ್ಟಳು.

ತಾತನ ಹತ್ತಿರ ಆಡುತ್ತಾ ಕುಳಿತಿದ್ದ ದೀಪಕ್ ತಾಯಿಯನ್ನು ನೋಡುತ್ತಲೇ ಎಲ್ಲೋ ಹೊರಟಿದ್ದಾಳೆ ಎಂದು ತಿಳಿದು ಅವಳಿಗೆ ತೆಕ್ಕೆಬಿದ್ದ.

"ಅಣ್ಣ, ನನ್ನ ವಿದ್ಯಾರ್ಥಿನಿಯೊಬ್ಬಳ ಹುಟ್ಟಿದ ಹಬ್ಬ. ಎಲ್ಲರೂ ಖಂಡಿತ ಸಾಯಂಕಾಲ ಪಾರ್ಟಿಗೆ ಬರಲೇಬೇಕೆಂದು ಅವರ ಮನೆಯವರೇ ಬಂದು ಹೇಳಿ ಹೋಗಿದ್ದಾರೆ. ಎಲ್ಲರೂ ಹೋಗುತ್ತಾರೆ. ನಾನು ಹೋಗದಿದ್ದರೆ ಅದೇ ದೊಡ್ಡ ಆಕ್ಷೇಪಣೆಯಾಗುತ್ತೆ. ಅವಳ ಮನೆಯವರು ನಮ್ಮ ಹೆಡ್‌ಮಿಸ್ಟ್ರೆಸ್‌ಗೆ ಬಹಳ ಬೇಕಾದವರು" ಎಂದು ಹೇಳಿ ಮಗನನ್ನು ಮುದ್ದಿಸುತ್ತ ಅವರ ಒಪ್ಪಿಗೆಗಾಗಿ ಕಾದು ನಿಂತಳು.

ಮಗಳು ಎಂದೂ ಹೊರಗೆ ಹೋಗುವ ಪ್ರಸ್ತಾಪವನ್ನೇ ಎತ್ತುತ್ತಿರಲಿಲ್ಲ. ಅವಳನ್ನು ಕೆಲಸಕ್ಕೆ ಕಳುಹಿಸುವುದು ಸಹ ಅವರಿಗೆ ಬೇಡದ ವಿಷಯವಾಗಿತ್ತು. ಎಂದೋ ನಡೆದು ಹೋದ ದುರ್ಘಟನೆಯನ್ನು ನೆನೆದು ಕೃಷ್ಣಸ್ವಾಮಿಯ ಮೈ ನಡುಗಿತು.

ಮದುವೆಯಾಗಿ ಗಂಡನ ಜೊತೆ ಹಾಯಾಗಿರಬೇಕಾದ ಹುಡುಗಿ ಜೀವನ ಪರ್ಯಂತ ಒಂಟಿ ಬಾಳನ್ನು ಸವೆಸಬೇಕಾಯಿತಲ್ಲ! ಆ ಚಂಡಾಲ ಯಾರು ಎಂಬ ವಿಷಯ ಏನಾದರೂ ಹೇಳಿದ್ದರೆ ಅವನಿಗೆ ಹೊಡೆದು ತಾಳಿ ಕಟ್ಟು ಎಂದು ಕೇಳಬಹುದಾಗಿತ್ತು. ಆದರೆ ಬಾಯೇ ಬಿಡುವುದಿಲ್ಲವಲ್ಲ ಎಂದುಕೊಂಡು ಅರೆಗಳಿಗೆ ಮಗಳ ಮೇಲೆ ಇದ್ದಕ್ಕಿದ್ದಂತೆ ಕೋಪ ಬಂತು.

"ಎಲ್ಲೂ ಹೋಗೋದು ಬೇಡ ಒಂದು ಸಲವಾದ ಅನಾಹುತವೇ ಸಾಕು" ಎಂದು ಹೇಳಿ ಹೊರಗೆದ್ದು ಹೋದರು.

ತಂದೆಯ ಮಾತಿಗೆ ಶಾಂತ ಬೆಪ್ಪಾದಳು. ಅಂತಹ ಕಠಿಣ ಸಂದರ್ಭದಲ್ಲೂ ಒಂದು ಮಾತೂ ಆಡದ ತಂದೆ ಈಗ ಹೀಗೆ ಹೇಳಬೇಕಾದರೆ ಕಾರಣ?

ಅದು ಇಂದಿನ ಅಸಮಾಧಾನವಲ್ಲ; ಅವರು ಇಷ್ಟು ದಿನ ನಮ್ಮ ಹೃದಯದಲ್ಲಿ ಒತ್ತಿ ಹಿಡಿದಿದ್ದ ನೋವಿನ ಛಾಯೆ. ಯಾವ ತಂದೆ ತಾನೇ ತನ್ನ ಮಗಳು ಈ ರೀತಿ ನೋವಿನ ಬಾಳನ್ನು ಬಾಳಬೇಕೆಂದು ಆಶಿಸುತ್ತಾರೆ? ಛೆ, ತಾನು ಅಂದೇ ಆತ್ಮಹತ್ಯೆ ಮಾಡಿಕೊಂಡಿದ್ದರೆ?

ಸೊಂಟದಲ್ಲಿದ್ದ ದೀಪಕ್ ತನ್ನ ಕೈಯಿನ ಎಂಜಲನ್ನು ತಾಯಿಯ ಕೆನ್ನೆಗೆ ಒರಸಿ ಕೇಕೆ ಹಾಕಿದ.

ಸಿಟ್ಟಿನಿಂದ ಮಗನ ಕಡೆ ನೋಡಿದ ಶಾಂತ ಅವನ ಆಕರ್ಷಕ ಕಣ್ಣುಗಳನ್ನು ಕಂಡು ಕೋಪವನ್ನು ಮರೆತು ಮಗನನ್ನು ಮುದ್ದಿಸಿದಳು.

ಹೊರಗೆ ಹೋದ ಕೃಷ್ಣಸ್ವಾಮಿಗಳು ತಾವಾಡಿದ ಮಾತಿಗಾಗಿ ಪಶ್ಚಾತ್ತಾಪಪಟ್ಟು ಮಗಳ ಬಳಿ ಬಂದು ಮೊಮ್ಮಗನನ್ನು ಎತ್ತಿಕೊಳ್ಳುತ್ತಾ,

"ಶಾಂತ ಬೇಜಾರು ಮಾಡಿಕೊಳ್ಳಬೇಡ. ಯಾಕೋ ಮನಸ್ಸು ಸರಿ ಇರಲಿಲ್ಲ. ಏನೋ ಅಂದುಬಿಟ್ಟೆ. ಬೇಗ ಹೋಗಿ ಬಂದುಬಿಡು" ಎಂದು ಮಗಳ ತಲೆ ಸವರಿ ಕಳುಹಿಸಿಕೊಟ್ಟರು.

ಶಾಂತ ಶೋಭಳ ಮನೆ ತಲುಪಿದಾಗ, ಶಶಿಧರನ ನೀಲಿ ಸರ್ಜ್ ಸೂಟ್ ಧರಿಸಿ ಕಾಂಪೌಂಡಿನಲ್ಲಿದ್ದ ಕಾರಿಗೆ ಒರಗಿ ನಿಂತಿದ್ದ.

"ನೀವು ಬರುತ್ತೀರೋ ಇಲ್ಲವೋ ಎಂದು ಅನುಮಾನದಿಂದ ನಿಮಗಾಗಿ ಎದುರು ನೋಡುತ್ತಿದ್ದೆ. ಎಲ್ಲಾ ಬಂದಿದ್ದಾರೆ" ಎಂದು ಅವಳಿಗೆ ದಾರಿ ತೋರಿಸುವವನಂತೆ ಒಳಕ್ಕೆ ಹೆಜ್ಜೆ ಹಾಕಿದ.

ಸೋಫಾದ ಮೇಲೆ ಕುಳಿತಿದ್ದ ಲಕ್ಷಣವಾದ ನಡು ವಯಸ್ಸಿನ ಹೆಣ್ಣು ಮುಗುಳುನಗೆ ಬೀರುತ್ತ,

"ಶೋಭ, ನಿಮ್ಮ ಶಾಂತ ಟೀಚರ್ ಬಂದರು ನೋಡೆ" ಎಂದು ಮಹಡಿಯ ಮೇಲಿದ್ದ ಮೊಮ್ಮಗಳನ್ನು ಕರೆದರು.

ಶಶಿಧರನೇ ತಾಯಿಗೆ ಶಾಂತಳನ್ನು ಪರಿಚಯ ಮಾಡಿಕೊಟ್ಟ. ವಿನಯದಿಂದ ಕೈ ಮುಗಿದ ಶಾಂತಾಳನ್ನು ಆಪಾದಮಸ್ತಕ ನೋಡಿ ಮೆಚ್ಚುಗೆ ಸೂಚಿಸಿದರು ಸುಶೀಲಾಬಾಯಿ.

"ನಿನ್ನ ಹೆಸರಿನಂತೆ ನೀನು ಶಾಂತ ಸ್ವರೂಪಳಾಗಿದ್ದೀಯಾ. ಮಹಡಿ ಮೇಲೆ ಬೇರೆ ಟೀಚರ್ಸ್ ಎಲ್ಲಾ ಇದ್ದಾರೆ. ನನಗೆ ಬ್ಲಡ್ ಪ್ರೆಷರ್ ಇರುವುದರಿಂದ ಮೆಟ್ಟಲು ಹತ್ತುವುದಕ್ಕೆ ಸಾಧ್ಯ ಇಲ್ಲ. ನಿನ್ನೇನೇ ಶೋಭದ ಹುಟ್ಟಿದ ಹಬ್ಬ ನಿನ್ನೆ ತುಂಬ ಗಲಾಟೆ ಇದ್ದುದರಿಂದ ನಮ್ಮ ಶಶಿ ನಿಮ್ಮಗಳಿಗೆ ಇವತ್ತು ಪ್ರತ್ಯೇಕವಾಗಿ ಪಾರ್ಟಿ ಏರ್ಪಾಟು ಮಾಡಿದ್ದಾನೆ."

ಶೋಭ, ಶಶಿಧರನ ಜೊತೆ ಮೆಟ್ಟಲು ಹತ್ತಿ ಮೇಲಕ್ಕೆ ನಡೆದಳು ಶಾಂತ. ಅಲ್ಲಿದ್ದ ಬೆಲೆ ಬಾಳುವ ಪೀಠೋಪಕರಣಗಳನ್ನು ನೋಡಿಯೇ ಅವರ ಆಗರ್ಭ ಶ್ರೀಮಂತಿಕೆಯನ್ನು ಊಹಿಸಿಕೊಳ್ಳಬಹುದಾಗಿತ್ತು.

ಹೆಡ್ ಮಿಸ್ಟ್ರೆಸ್ ಮತ್ತು ಇತರ ಅಧ್ಯಾಪಕಿಯರು ತಿಂಡಿ ಮುಗಿಸಿ ಎಲೆ ಅಡಿಕೆ ಮೆಲ್ಲುತ್ತ ಕುಳಿತಿದ್ದರು.

ಸಂಕೋಚದಿಂದಲೇ ಹೋಗಿ ಕುಳಿತ ಶಾಂತ ತಟ್ಟೆಯಲ್ಲಿ ಕೈಯಾಡಿಸಿದ ಶಾಸ್ತ್ರ ಮಾಡಿ ಆದಷ್ಟು ಬೇಗ ಹೋಗುವ ತವಕ ತೋರಿಸಿದಳು.

"ನಮ್ಮ ಮನೆ, ನಾವು ಮಾಡಿದ ಅತಿಥಿ ಸತ್ಕಾರ ಶಾಂತಾರವರಿಗೆ ಸರಿ ಹೋಗಲಿಲ್ಲ ಅಂತ ಅವರ ಮುಖ ಹೇಳುತ್ತಾ ಇದೆ. ದಯವಿಟ್ಟು ಕಾರಣ ತಿಳಿಸಿದರೆ..." ಎಂದು ಎದುರಿನಲ್ಲಿದ್ದ ಮೀನಾಳಿಗೆ ಕಣ್ಣು ಹೊಡೆದು ಶಾಂತಳ ಕಡೆ ನೋಡಿದ ಶಶಿಧರ.

ಅವನ ವ್ಯಂಗ್ಯ ಮಾತು ಶಾಂತಳಿಗೆ ಚಾಟಿ ಏಟಿನಂತಿತ್ತು. "ಛೆ, ಅದೇನೂ ಇಲ್ಲ. ದಯವಿಟ್ಟು ತಪ್ಪು ತಿಳಿಯಬೇಡಿ. ಮಗು ನಾನು ಬರುವಾಗಲೇ ಬಹಳ ಗಲಾಟೆ ಮಾಡುತ್ತ ಇತ್ತು. ಅದಕ್ಕೋಸ್ಕರ ಬೇಸರ ಅಷ್ಟೆ."

ಅವಳ ಪ್ರತಿಯೊಂದು ಮಾತಿನಲ್ಲೂ ನಾನು ವಿವಾಹಿತೆ, ಮಗುವಿನ ತಾಯಿ ಎಂದು ತನಗೆ ನೆನಪು ಮಾಡಿಕೊಡುತ್ತಿದ್ದಾಳೆ ಎಂದುಕೊಂಡ ಶಶಿಧರ.

"ಸರಿಯಾದ ಆಯಾನ ಗೊತ್ತುಮಾಡಿಕೊಡುತ್ತೀನಿ. ನೀನು ಎಲ್ಲಿಗೆ ಹೋದರೂ ಮಗುವಿನ ಯೋಚನೆ ಇರುವುದಿಲ್ಲ" ಎಂದು ಇಷ್ಟೊತ್ತೂ ಸುಮ್ಮನೆ ಕುಳಿತಿದ್ದ ಮಾರ್ಗರೇಟ್ ಹೇಳಿದರು.

ಅವರ ಮಾತಿನ ಕಡೆ ಗಮನಹರಿಸದೆ ಶೋಭಳ ಜೊತೆ ಅವಳ ಕೋಣೆ ನೋಡಲು ಹೋದಳು ಶಾಂತ.

ಶಶಿಧರ ತಂದುಕೊಟ್ಟ ಪ್ರತಿಯೊಂದು ಸಾಮಾನುಗಳನ್ನೂ ಶೋಭ ಅಕ್ಕರೆಯಿಂದ ತೋರಿಸಿದಳು. ಶಾಂತ ಅವನ ಆಯ್ಕೆಯ ಅಭಿರುಚಿಗೆ ತಲೆದೂಗಿದಳು. ತಾನು ತಂದ ಕೃಷ್ಣನ ಪ್ರತಿಮೆಯನ್ನು ಉಡುಗೊರೆಯಾಗಿ ಕೊಟ್ಟಳು.

ಶೋಭಳ ಕೂಗನ್ನು ಕೇಳಿದ ಶಶಿಧರ ಒಳಗೆ ಬಂದು ಶಾಂತ ಸಮೀಪದಲ್ಲಿ ನಿಂತು ಶೋಭಳ ಕೈಯಲ್ಲಿದ್ದ ಗೊಂಬೆಯನ್ನು ನೋಡಿ,

"ಥ್ಯಾಂಕ್ಸ್, ನಮ್ಮ ಶೋಭಳಿಗೆ ಸೊಗಸಾದ ಉಡುಗೊರೆ ಕೊಟ್ಟಿದ್ದೀ ಎಂದು ತೀರ ಹತ್ತಿರಕ್ಕೆ ಬಂದ."

ಶಾಂತ ಹಿಂದೆ ಸರಿಯದಾದಳು. ಅವಳ ಹಿಂಭಾಗದಲ್ಲಿ ಟೇಬಲ್ ಇತ್ತು. ಅವನ ಬಿಸಿಯುಸಿರು ಅವಳ ಕೆನ್ನೆಗೆ ತಾಕಿತು. ಬೆಂಕಿ ಮುಟ್ಟಿದವಳಂತೆ ಮುಖವನ್ನು ಪಕ್ಕಕ್ಕೆ ತಿರುಗಿಸಿ ಬೊಂಬೆಯೊಡನೆ ಮಗ್ನಳಾದ ಶೋಭಳಿಗೆ ಹೇಳಿದ.

"ಶೋಭ, ಹೊತ್ತಾಯಿತು ನಾನು ಮನೆಗೆ ಹೋಗ್ತೀನಿ."

ಶೋಭ ತಲೆ ಎತ್ತಿದಾಗ ಶಶಿಧರ ಹಿಂದೆ ಸರಿಯಲೇಬೇಕಾಯಿತು.

ಎಲ್ಲರ ಜೊತೆ ತಾನೂ ಒತ್ತಾಯದಿಂದ ಕಾರು ಹತ್ತಿ ಕುಳಿತಳು. ಶಶಿಧರ ತಾನೇ ಬಂದು ಡ್ರೈವರ್ ಸ್ಥಾನದಲ್ಲಿ ಕುಳಿತ. ಅವನ ಆತ್ಮೀಯತೆಯನ್ನು ಮಾರ್ಗರೇಟ್ ಬಾಯಿ ತುಂಬ ಹೊಗಳಿದರು.

ಎಲ್ಲರನ್ನೂ ಅವರವರ ಮನೆಯ ಮುಂದೆ ಇಳಿಸಿದಾಗ ತಾನು ಒಂಟಿಯಾಗಿ ಕಾರಿನಲ್ಲಿ ಉಳಿಯಬಹುದು ಎಂಬ ಕಲ್ಪನೆ ಸಹ ಶಾಂತಳಿಗೆ ಇರಲಿಲ್ಲ.

ಮೀನಾಳ ಮನೆಯ ಮುಂದೆ ಕಾರು ನಿಂತ ಕೂಡಲೇ ತಾನೂ ಇಳಿಯಲು ಮುಂದಾದಳು.

"ಸ್ವಲ್ಪ ತಡೀರಿ. ನಿಮ್ಮ ಮನೆ ಇಲ್ಲಿಂದ ತುಂಬ ದೂರ ಇದೆ. ನಡೆದು ಹೋಗಲಾರಿರಿ" ಎಂದು ಮೀನಳ ಕಡೆ ಕೈ ಬೀಸುವುದನ್ನೂ ಸಹ ಮರೆತು ಕಾರು ಸ್ಟಾರ್ಟ್ ಮಾಡಿದ ಶಶಿಧರ.

ಶಾಂತಳ ಮೈ ಬೆವರತೊಡಗಿತು. ದೇಹದಲ್ಲಿದ್ದ ಶಕ್ತಿ ಉಡುಗಿಹೋದಂತೆ ಭಾಸವಾಯಿತು. ಬಾಗಿಲು ತೆಗೆದು ಕಾರಿನಿಂದ ಧುಮುಕಿಬಿಡಲೇ... ಏನೇ ಆಗಲಿ, ಅಂದಿನಂತೆ ತಾನೀಗ

ಕನ್ಯೆಯಲ್ಲ; ನಾಲ್ವರ ಎದುರು ಮದುವೆಯಾಗದಿದ್ದರೂ ತಾನು ಅವನ ಪತ್ನಿಯೇ... ಅಷ್ಟೇ ಅಲ್ಲ, ತಾನೊಂದು ಮಗುವಿನ ತಾಯಿ. ತನ್ನ ಮಾನ ಕಾಯ್ದುಕೊಳ್ಳುವ ಶಕ್ತಿ ತನಗಿದೆ ಎಂದು ಮನಸ್ಸನ್ನು ಸ್ಥಿಮಿತಕ್ಕೆ ತಂದುಕೊಳ್ಳುವಷ್ಟರಲ್ಲಿ ಶಶಿಧರ ಕಾರಿನ ವೇಗವನ್ನು ಕಡಿಮೆ ಮಾಡಿ ತನ್ನ ಮುಂದಿದ್ದ ಕನ್ನಡಿಯಲ್ಲಿ ಅವಳ ಪ್ರತಿಬಿಂಬ ನೋಡುತ್ತ ಕೇಳಿದ.

"ಶಾಂತ, ನನ್ನ ಕಂಡರೆ ನಿಮಗೆ ಯಾಕೆ ಅಸಹ್ಯ?"

"ನೀವು ತಪ್ಪು ತಿಳಿದುಕೊಂಡಿದ್ದೀರಿ. ನಿಮ್ಮ ಬಗ್ಗೆ ಅಸಹ್ಯವಾಗಲೀ ಯಾವ ಭಾವವಾಗಲಿ ನನಗಿಲ್ಲ. ನೀವೇ ಯೋಚನೆ ಮಾಡಿ. ನಿಮ್ಮ ಪ್ರಶ್ನೆಯಲ್ಲಿ ಅರ್ಥವಿಲ್ಲ."

"ನೀವು ಇತರರಂತೆ ನನ್ನ ಜೊತೆ ಯಾಕೆ ಸಹಕರಿಸುವುದಿಲ್ಲ? ನಿಮ್ಮ ರೂಪ ನನ್ನನ್ನು ಹುಚ್ಚನನ್ನಾಗಿ ಮಾಡಿದೆ. ಯಾವ ಹುಡುಗಿಯ ಮುಂದೂ ನನ್ನ ದೌರ್ಬಲ್ಯವನ್ನು ತೋರಿಸಿಕೊಳ್ಳದವನು ನಿಮ್ಮ ಮುಂದೆ ತೋಡಿಕೊಳ್ಳುತ್ತಿದ್ದೇನೆ. ನೀವು ನನಗೆ ಬೇಕು."

ಶಶಿಧರನ ಸ್ವಭಾವ ಅರ್ಥವಾಗದಿದ್ದರೂ ತನ್ನನ್ನು ನೇರವಾಗಿ ಈ ರೀತಿ ಕೇಳುತ್ತಾನೆ ಎಂದುಕೊಂಡಿರದ ಶಾಂತಳಿಗೆ ಅವನ ವರ್ತನೆಯಿಂದ ಕೋಪ ಬಂತು.

"ಛೆ, ನಿಮಗ್ಯಾಕೆ ಈ ಬುದ್ಧಿ? ನಾನು ವಿವಾಹವಾದ ಹೆಣ್ಣು. ಬೇರೊಬ್ಬರ ವಸ್ತುಗಳನ್ನು ಬಯಸುವುದು ನಾಚಿಕೆಗೇಡು, ನಮ್ಮಂತಹವರನ್ನು ಪೀಡಿಸುವುದು ಬಿಟ್ಟು ಸಂಪ್ರದಾಯವಾಗಿ ಒಪ್ಪಿದ ಹೆಣ್ಣನ್ನು ಕೈ ಹಿಡಿದು ಸುಖವಾಗಿರಿ."

"ಅಯ್ಯೋ ಹುಚ್ಚಿ, ನಿನಗೆ ಸ್ವಲ್ಪವೂ ವಿವೇಕವಿಲ್ಲ. ನಿನಗಾಗಿ ನಿನ್ನ ಗಂಡ ವ್ರತಸ್ಥನಾಗಿರುತ್ತಾನಾ? ಈ ಸಂಪ್ರದಾಯಗಳಿಗೆ ಬಲಿ ಬಿದ್ದು ನಿನ್ನ ಸುಖವನ್ನು ಹಾಳು ಮಾಡಿಕೊಳ್ಳಬೇಡ. ಕಡೇ ಪಕ್ಷ ನಿನ್ನ ಗಂಡನಿಂದ ಡೈವೋರ್ಸ್ ಪಡೆದಾದರೂ ನನ್ನನ್ನು ವಿವಾಹವಾಗಲು ಸಮ್ಮತಿಸು. ನಿನಗೋಸ್ಕರ ಎಷ್ಟು ಹುಚ್ಚನಾಗಿದ್ದೀನಿ ಅಂದರೆ... "

ಅವನು ಮಾತು ಪೂರ್ತಿ ಮಾಡುವುದಕ್ಕೆ ಮೊದಲೇ ಬ್ರೇಕ್ ಹಾಕಬೇಕಾಯಿತು. ಯಾರೋ ಅಡ್ಡ ಬಂದಿದ್ದರು. ಶಾಂತ ಥಟ್ಟನೆ ಇಳಿದು ಅಲ್ಲೇ ಹೋಗುತ್ತಿದ್ದ ರಿಕ್ಷಾವನ್ನು ಕೈ ತಟ್ಟಿ ನಿಲ್ಲಿಸಿ ಹತ್ತಿ ಕುಳಿತು ಸಮಾಧಾನದ ನಿಟ್ಟುಸಿರುಬಿಟ್ಟಳು.

ಶಶಿಧರ ಇಳಿದು ಕೂಗುವಷ್ಟರಲ್ಲಿ ರಿಕ್ಷಾ ದೂರ ಸಾಗಿ ಹೋಗಿತ್ತು. ಅವಳ ಬಳಿ ಗೋಗರೆದೆ ತನ್ನ ಅವಿವೇಕವನ್ನು ಹಳಿದುಕೊಳ್ಳುತ್ತ ಕಾರ್ ಸ್ಟಾರ್ಟ್ ಮಾಡಿದ.

* * *

ಮಗಳು ಕಾನ್ವೆಂಟಿಗೆ ಹೋಗದೇ ಮನೆಯಲ್ಲೇ ಉಳಿದಾಗ ಕೃಷ್ಣಸ್ವಾಮಿಗೆ ಯೋಚನೆಯಾಯಿತು. ರಜಾ ಇರಬಹುದೇನೋ? ಎಂದು ತಮ್ಮ ಯೋಚನೆಯನ್ನು ಬದಿಗೆ ಸರಿಸಿ ಚೀಲವನ್ನು ಹಿಡಿದು ಮಗಳಿಗೆ ಬಾಗಿಲು ಹಾಕಿಕೊಳ್ಳುವಂತೆ ಹೇಳಿ ಮಾರ್ಕೆಟ್ ಹಾದಿ ಹಿಡಿದರು.

ತಂದೆ ಹೊರಟ ಕೂಡಲೇ ತಾನು ಬರೆದ ರಾಜೀನಾಮೆಯ ಪತ್ರವನ್ನು ಅಲ್ಲೇ ಇದ್ದ ಪೋಸ್ಟ್ ಡಬ್ಬಿಗೆ ಹಾಕಿ ಬಂದು ಸಮಾಧಾನದ ಉಸಿರು ಬಿಟ್ಟಳು.

ಆಗಲೇ ತೊದಲು ಮಾತನಾಡುತ್ತಿದ್ದ ದೀಪುವಿನೊಡನೆ ಮಾತನಾಡುತ್ತ ಅಡಿಗೆ ಮುಗಿಸಿ ವರಾಂಡಕ್ಕೆ ಬಂದು ತಂದೆಯ ಹಾದಿ ನೋಡತೊಡಗಿದಳು.

ಮನೆಯಲ್ಲೇ ಇದ್ದ ಶಾಂತಳನ್ನು ನೋಡಿದ ಮಾಲಿನಿ ತಾನೂ ಬಂದು ಮಾತಿಗೆ ಕುಳಿತಳು.

ಅವಳು ಪ್ರಶ್ನಿಸುವ ಮೊದಲು ಶಾಂತಳೇ ಉತ್ತರಿಸಿದಳು.

"ಮಾಲಿನಿ, ನಾನು ಕೆಲಸಕ್ಕೆ ರಾಜೀನಾಮೆ ಬರೆದು ಕಳುಹಿಸಿದೆ."

"ಅದನ್ನು ನಾನು ಮೊದಲೇ ಊಹಿಸಿಕೊಂಡೆ. ನಮ್ಮ ನೆಯವರು ಯಾರು ಯಾರಿಗೋ ಹೇಳಿದ್ದಾರೆ. ಸ್ವಲ್ಪ ತಡವಾದರೂ ಪರವಾಗಿಲ್ಲ, ಒಳ್ಳೆ ಕಡೆ ನೋಡಿ ಅಂತ ಹೇಳಿದ್ದೀನಿ" ಎಂದು ಹೇಳಿ ದೀಪು ಕೈಯಲ್ಲಿದ್ದ ಆಟದ ಬಸ್ಸನ್ನು ಕಸಿದುಕೊಂಡು ಅವನನ್ನು ಅಳಿಸಿ, ಲಲ್ಲೆಗೆರೆದು ಮುದ್ದಾಡಿದಳು.

"ಅವನನ್ನು ಅಳಿಸಿ ಸಮಾಧಾನ ಮಾಡುವುದೆಂದರೆ ನಿನಗೆ ಇಷ್ಟ ಅಂತ ಕಾಣುತ್ತೆ" ಎಂದಳು ಶಾಂತ ನಗುತ್ತ.

ಅಷ್ಟರಲ್ಲಿ ಚೀಲ ಹಿಡಿದು ಒಳಗೆ ಬಂದ ಕೃಷ್ಣಸ್ವಾಮಿ ಚೀಲವನ್ನು ಪಕ್ಕಕ್ಕಿಟ್ಟು ಉಸ್ಸೆಂದು ಕುರ್ಚಿಯ ಮೇಲೆ ಕುಳಿತರು.

"ಅಣ್ಣ, ನೀವು ಬಿಸಿಲು ಹೊತ್ತಿನಲ್ಲಿ ಹೊರಗೆ ಹೋಗಿ ಆಯಾಸ ಮಾಡಿಕೊಳ್ಳಬೇಡಿ ಅಂದರೆ ಕೇಳೋದಿಲ್ಲ. ನಾನೇ ಸಾಯಂಕಾಲ ಹೋಗಿ ಒಂದು ಘಳಿಗೆ ಏನು ಸಾಮಾನು ಬೇಕೋ ತರುತ್ತಿದ್ದೆ" ಎಂದು ತಂದೆಯನ್ನು ಪ್ರೀತಿಯಿಂದ ಆಕ್ಷೇಪಿಸಿದಳು.

"ಸುಮ್ಮನೆ ಮನೆಯಲ್ಲಿ ಕುಳಿತು ಬೇಸರ, ಹಾಗೇ ಅಡ್ಡಾಡಿ ಬರುತ್ತೀನಿ. ಈ ಪೋರ ಮಾಡುತ್ತಿರುವ ಕೆಲಸ ನೋಡು" ಎಂದು ಚೀಲದಲ್ಲಿದ್ದ ಪೊಟ್ಟಣವನ್ನು ಕೀಳುತ್ತಿದ್ದ ಮೊಮ್ಮಗನನ್ನು ಎತ್ತಿಕೊಂಡು ಮುತ್ತಿಟ್ಟರು.

* * *

ಮಾಧವ ಶಾಂತಳ ಕೆಲಸಕ್ಕಾಗಿ ಹತ್ತಾರು ಕಡೆ ಪ್ರಯತ್ನಿಸಿದ. ನಿರುದ್ಯೋಗಿಗಳ ನೂಕುನುಗ್ಗಾಟದಲ್ಲಿ ಯಾವೊಂದು ಒತ್ತಾಸೆಯೂ ಇಲ್ಲದ ಶಾಂತಳಿಗೆ ಕೆಲಸ ಸಿಕ್ಕುವುದು ಕಷ್ಟವೆಂದು ತಿಳಿದಿದ್ದರೂ ತನ್ನ ಪ್ರಯತ್ನವನ್ನು ನಿಲ್ಲಿಸಲಿಲ್ಲ.

ಮೂರು ತಿಂಗಳ ಸತತ ಪ್ರಯತ್ನದಿಂದ ಖಾಸಗಿ ಹೈಸ್ಕೂಲ್‌ನಲ್ಲಿ ಟೀಚರ್ ಕೆಲಸ ಸಿಕ್ಕಾಗ ಶಾಂತ ಹತ್ತಾರು ದೇವರುಗಳಿಗೆ ಕೈಮುಗಿದು ಮಾಧವನಿಗೆ ಕೃತಜ್ಞತೆ ಸೂಚಿಸಿದಳು.

ಹೈಸ್ಕೂಲಿನಲ್ಲಿ ಕೆಲಸ ಸಿಕ್ಕಿದ್ದರಿಂದ ಶಾಂತಳ ಮನಸ್ಸಿಗೆ ಎಷ್ಟೋ ನೆಮ್ಮದಿಯಾಯಿತು. ಅಲ್ಲಿ ಮುದುಕರಾದ ಹೊಲಿಗೆ ಮೇಷ್ಟ್ರು, ಸಂಗೀತದ ಮೇಷ್ಟ್ರುಗಳನ್ನು ಬಿಟ್ಟರೆ ಎಲ್ಲಾ ಹೆಂಗಸರೇ. ಹೆಡ್‌ಮಿಸ್ಟ್ರೆಸ್ ತುಂಬಾ ದಕ್ಷಳಾಗಿದ್ದುದರಿಂದ, ಬೇರೆ ಅಧ್ಯಾಪಕಿಯರು ಅವರನ್ನು ಕಂಡು ನಡುಗುತ್ತಿದ್ದರು. ಅವರು ಸ್ಕೂಲ್ ಮತ್ತು ಪಾಠದ ವಿಷಯ ಬಿಟ್ಟು ವೈಯಕ್ತಿಕ ವಿಷಯಗಳ ಬಗ್ಗೆ ಪ್ರಶ್ನಿಸುತ್ತಲೇ ಇರಲಿಲ್ಲ.

ಪ್ರತಿದಿನ ಶಾಲೆಗೆ ಹೋಗುವ ಮುನ್ನ ತಾನು ಮಾಡಬೇಕಾದ ಪಾಠಗಳ ಬಗ್ಗೆ ಮನೆಯಲ್ಲೇ ಸಿದ್ಧಳಾಗಿ ಹೋಗಬೇಕಾಗಿದ್ದರಿಂದ ಅವಳಿಗೆ ಬಿಡುವಾಗಲೀ ಬೇರೆ ವಿಷಯಗಳನ್ನು ಯೋಚಿಸಲು ಕಾಲಾವಧಿಯಾಗಲೀ ಸಿಗುತ್ತಿರಲಿಲ್ಲ.

ಕೃಷ್ಣಸ್ವಾಮಿ ಮಗಳ ಮುಖದಲ್ಲಿ ಮೂಡಿದ್ದ ಗೆಲುವನ್ನು ನೋಡಿ ಸಂತೋಷಪಟ್ಟರು. ಅವರ ಎಲ್ಲಾ ಯೋಚನೆಗಳನ್ನು ಮರೆಸಲು ಪುಟ್ಟ ದೀಪಕ್ ಇದ್ದುದ್ದರಿಂದ ಮೊದಲಿಗಿಂತ ಈಗೀಗ ಹೆಚ್ಚು ಆರೋಗ್ಯವಂತರಾಗಿ ಕಾಣುತ್ತಿದ್ದರು.

* * *

ತುಂತುರು ಮಳೆ ಶುರುವಾದಾಗ ಶಾಂತ ಶಾಲೆಯಿಂದ ಹೊರಗೆ ಬಂದಳು. ಮಳೆ ಬರುವ ಸೂಚನೆಯೇ ಇರದಿದ್ದುದರಿಂದ ಕೊಡೆ ತರದೇ ಬಂದಿದ್ದಳು.

ಒಂದಿಬ್ಬರು ವಿದ್ಯಾರ್ಥಿಗಳು ಹತ್ತಿರದಲ್ಲಿರುವ ತಮ್ಮ ಮನೆಗಳಿಂದ ಕೊಡೆ ತಂದುಕೊಡುವುದಾಗಿ ಹೇಳಿದರೂ ನಿರಾಕರಿಸಿ ಬಸ್ ಸ್ಟಾಪಿನ ಕಡೆ ಹೆಜ್ಜೆ ಹಾಕಿದಳು.

ಮಳೆ ಸಣ್ಣಗೆ ಹನಿಯುತ್ತಿದ್ದುದರಿಂದ ಹೆಚ್ಚು ನೆನೆಯದೇ ಬಸ್ ಸ್ಟಾಪ್ ಸೇರಿದಳು. ಅಲ್ಲಿ ಆಂಜನೇಯನ ಬಾಲದಂತೆ ಉದ್ದಕ್ಕೂ ಕ್ಯೂ ಬೆಳೆದು ನಿಂತಿತ್ತು. ನಡೆದು ಹೋಗುವವರು ಸಣ್ಣ ಮಳೆಗೆ ಹೆದರಿ ಬಸ್ ಹಿಡಿಯಲು ಬಂದು ಕ್ಯೂ ಸೇರಿದ್ದರು.

ಅವಳು ಮನದಲ್ಲೇ ಯೋಚಿಸಿದಳು. ನಾಲ್ಕು ಬಸ್ಸುಗಳೂ ಒಟ್ಟಿಗೆ ಬಂದರೂ ಎಲ್ಲರಿಗೂ ಸೀಟು ಸಿಕ್ಕುವುದು ಕಷ್ಟ. ಅಂಥದ್ದರಲ್ಲಿ ಅಲ್ಲಿಂದಲೇ ತುಂಬಿ ಬರುವ ಬಸ್ಸುಗಳಲ್ಲಿ ಸೀಟು ಸಿಗುವುದು ಸಾಧ್ಯವೇ? ನಡೆದು ಹೋಗುವುದಂತೂ ಸಾಧ್ಯವಿಲ್ಲ. ಆಟೋದಲ್ಲಿ ಒಬ್ಬಳೇ ಹೋಗಲು ಭಯ.

ಇವಳ ಯೋಚನೆಗೆ ಕಡಿವಾಣ ಹಾಕುವಂತೆ ಅಲ್ಲೇ ನಿಂತಿದ್ದ ಶೋಭ ಕೂಗಿದಳು.

ಬಹಳ ದಿನಗಳ ಮೇಲೆ ಗೆಳತಿಯನ್ನು ನೋಡಿ ಸಂತೋಷವಾದರೂ, ಅವಳ ಮನ ಸಂಕೋಚದಿಂದ ಮುದುಡಿತು.

ಶೋಭ ಕಾರಿನಿಂದ ತಾನೇ ಇಳಿದು ಬಂದಳು. ಅವಳ ಮುಖದಲ್ಲಿ ಸಂತೋಷ, ಉತ್ಸಾಹ, ಅಸಮಾಧಾನ ಏಕಕಾಲದಲ್ಲಿ ಪ್ರಕಟವಾಯಿತು.

"ಶಾಂತ, ನನಗೆ ವಿಳಾಸ ಸಹ ತಿಳಿಸದೇ ದೂರ ಹೋಗುವ ತಪ್ಪು ನಾನೇನು ಮಾಡಿದೆ. ನಿಂಗೋಸ್ಕರ ನಾನೆಷ್ಟು ಒದ್ದಾಡಿದೆ ಗೊತ್ತೆ?"

ಅವಳ ಹೃದಯದಲ್ಲಿದ್ದ ಭಾವನೆಗಳೆಲ್ಲ ಕಣ್ಣೀರಿನ ರೂಪದಲ್ಲಿ ಪ್ರಕಟವಾದವು.

ತಾವು ನಿಂತಿರುರುದು ಬೀದಿ ಎಂದು ತಿಳಿದ ಶಾಂತ ಬಾರದ ನಗೆಯನ್ನು ಮುಖದ ಮೇಲೆ ತಂದುಕೊಳ್ಳುತ್ತ,

"ನಿನ್ನ ಕೋಪ, ದುಃಖ ಪ್ರಕಟಿಸುವ ಸ್ಥಳವಲ್ಲ ಇದು. ಮನೆಯಲ್ಲಿ ಎಷ್ಟು ಬೇಕಾದರೂ ರೇಗಾಡುವಿಯಂತೆ" ಎಂದಳು.

ಅಷ್ಟರಲ್ಲಿ ಕಾರಿನಲ್ಲಿದ್ದ ಶೋಭಳ ಗಂಡ ಡಾ॥ ಪ್ರಭಾಕರ ಪುಟ್ಟ ನಳಿನಿಯನ್ನು ಎತ್ತಿಕೊಂಡು ಮಡದಿಯ ಬಳಿ ಬಂದ.

ಶೋಭ ಗೆಳತಿಯನ್ನು ಗಂಡನಿಗೆ ಪರಿಚಯ ಮಾಡಿಕೊಟ್ಟು, ಮನಸ್ಸಿಗೆ ಬಂದಷ್ಟು ದೂರಿ ಸಮಾಧಾನ ಮಾಡಿಕೊಂಡಳು.

"ಶೋಭ, ಇದು ಬೀದಿ ಕಣೇ. ಗೆಳತಿ ಸಿಕ್ಕಿದ ಸಂತೋಷದಲ್ಲಿ ಎಲ್ಲಾ ಮರೆತುಬಿಡಬೇಡ" ಎಂದು ಪ್ರಭಾಕರನೇ ಮಡದಿಯನ್ನು ಎಚ್ಚರಿಸಬೇಕಾಯಿತು.

ಶಾಂತ ಬರುವುದಿಲ್ಲವೆಂದರೂ ಕೇಳದೆ ಕೈಹಿಡಿದು ಕಾರಿನನಲ್ಲಿ ಕೂಡಿಸಿದಳು.

"ಶೋಭ, ಅಣ್ಣ ಕಾಯುತ್ತ ಇರುತ್ತಾರೆ. ಇನ್ನೆಂದಾದರೂ ಬರುತ್ತೀನಿ. ನಿನ್ನ ವಿಳಾಸ ಕೊಡು" ಎಂದು ಶಾಂತ ಗೋಗರೆದಳು.

"ಅದೆಲ್ಲ ಆಗೋದಿಲ್ಲ, ಮನೆಗೆ ಹೋಗಿ ಆಮೇಲೆ ನಿನ್ನ ಮನೆಗೆ ಒಯ್ದು ಬಿಡುತ್ತೀನಿ. ಅಂಕಲ್‌ಗೆ ನಾನೇ ಸಮಾಧಾನ ಹೇಳುತ್ತೀನಿ" ಎಂದು ಮೊಂಡು ಹುಡುಗಿಯಂತೆ ಹಠ ಹಿಡಿದಳು.

ಕಾರು ನಡೆಸುತ್ತಿದ್ದ ಪ್ರಭಾಕರ ನಗುತ್ತ ಹೇಳಿದ "ನೋಡಿದಿರಾ ನಿಮ್ಮ ಗೆಳತಿಯ ಹಠಾನ, ಇಂಥ ಮೊಂಡು ಹುಡುಗಿಯ ಜೊತೆ ನಾನು ಹೇಗೆ ಸಂಸಾರ ಮಾಡಲಿ?"

ಶೋಭ ಗಂಡನನ್ನು ದುರದುರನೇ ನೋಡಿದಳು. ಅವನ ಹಿಂಭಾಗ ಇವಳ ಕಡೆಗಿದ್ದುದರಿಂದ ಕೋಪದ ನೋಟವನ್ನು ಕನ್ನಡಿಯಲ್ಲೇ ನೋಡಬೇಕಾಯಿತು ಪ್ರಭಾಕರ.

ಶೋಭ ಮನೆ ತಲುಪುವವರೆಗೂ ಒಂದೇ ಸಮನೇ ಹರಟುತ್ತಿದ್ದಳು.

ಪುಟ್ಟ ನಳಿನಿ ಶಾಂತಳ ಮಡಿಲೇರಿ ನಿದ್ದೆಯ ಗುಂಗಿನಲ್ಲಿದ್ದಳು.

"ಶೋಭ, ನಾನೇನಾದರೂ ಲೇಟಾಗಿ ಹೋದರೆ ದೀಪು ಅತ್ತು ರಂಪಾಟ ಮಾಡಿಬಿಡುತ್ತಾನೆ" ಶಾಂತಳ ಬಾಯಿಂದ ಹಠಾತ್ತಾಗಿ ಬಂದ ಮಾತುಗಳಿಂದ ಶೋಭ ಚಕಿತಗೊಂಡಳು. ಗೆಳತಿಯನ್ನು ನೋಡಿದ ಸಂತೋಷದಲ್ಲಿ ಅವಳ ವಿವಾಹದ ಬಗ್ಗೆ ಯೋಚಿಸಿರಲಿಲ್ಲ. ಅವ ನೋಟ ಗೆಳತಿಯ ಕೊರಳ ಮೇಲೆ ಹರಿದಾಡಿತು. ಅಲ್ಲಿದ್ದ ಕರಿಮಣಿ ಸರ ನೋಡಿ ಅವಳ ಗಂಡನ ಬಗ್ಗೆ ತಿಳಿಯುವ ಕುತೂಹಲವಾಯಿತು.

"ನೀನು ನನಗೆ ಹೇಳದೇ ಮದುವೆಯಾಗಿಬಿಟ್ಟಿದ್ದೀಯಾ.... ನಿಮ್ಮವರು ಇಲ್ಲೇ ಇದ್ದಾರ? ಏನು ಕೆಲಸ?"

ಅವಳ ಗಂಡನ ಮುಂದೆ ಇನ್ನೇನು ಕೇಳಿಬಿಡುತ್ತಾಳೋ ಎಂದು ಭಯಪಟ್ಟ ಶಾಂತ ಮಾತನ್ನು ಅಲ್ಲಿಗೇ ತಡೆದಳು.

"ಅದೆಲ್ಲ ನಿಧಾನವಾಗಿ ಹೇಳುತ್ತೀನಿ; ದಯವಿಟ್ಟು ನನ್ನ ಬೇಗ ಮನೆಗೆ ಕಳುಹಿಸು"

"ನಾಳೆ ಭಾನುವಾರ ಖಂಡಿತ ಬರುತ್ತೀನಿ ಅಂತ ಹೇಳಿದರೇನೇ ಕಳುಹಿಸೋದು."

ವಿಧಿ ಇಲ್ಲದೇ ಶಾಂತ ಒಪ್ಪಿಗೆ ಸೂಚಿಸಬೇಕಾಯಿತು.

ಮಗಳ ಜೊತೆ ಮನೆಗೆ ಬಂದ ಶೋಭ, ಪ್ರಭಾಕರನನ್ನು ನೋಡಿ ಕೃಷ್ಣಸ್ವಾಮಿ ಸಂತೋಷಪಟ್ಟರು. ಆದರೆ ಮಗಳಿಗಾಗಿ ವ್ಯಥೆಪಟ್ಟರು.

ದೀಪಕ್‌ನ ಎತ್ತಿ ಮುದ್ದಾಡಿದಳು ಶೋಭ. ಅವನ ಮುಖ, ಗುಂಗುರ ಕೂದಲು ಎಲ್ಲದರಲ್ಲೂ ಏನೋ ಹೋಲಿಕೆ ಇದೆ ಎನಿಸಿತು ಅವಳಿಗೆ.

ಅಂದಿನ ರಾತ್ರಿಯೆಲ್ಲಾ ಶಾಂತ ನಿದ್ರಿಸಲಿಲ್ಲ. ಬೇರೆಯವರ ಮುಂದೆ ಸುಳ್ಳು ಹೇಳಿದರೂ ಶೋಭಳ ಮುಂದೆ ಸುಳ್ಳು ಹೇಳುವುದು ಅವಳಿಗೆ ಕಷ್ಟವೆನಿಸಿತು.

ಅವಳು ತನ್ನ ಕಥೆ ಕೇಳಿ ಎಷ್ಟು ಮರುಗಬಹುದು? ಅದೂ ಅಲ್ಲದೇ... ತಾನೇ ಇದಕ್ಕೆಲ್ಲ ಕಾರಣ ಎಂದು ತಿಳಿದು ಇಲ್ಲದ ಕೊರಗನ್ನು ಹಚ್ಚಿಕೊಂಡರೇ! ಅವಳ ಹಾಲಿನಂತ ಸಂಸಾರವನ್ನು ದುಃಖದ ಮಡುವಿಗೆ ದೂಡಿದ ಪಾಪ ತನಗೆ ಬರುತ್ತೆ.

ನಿದ್ದೆ ಬರದೆ ಪಕ್ಕಕ್ಕೆ ಹೊರಳಿದಾಗ ದೀಪಕ್ ಗಾಢವಾದ ನಿದ್ದೆಯಲ್ಲಿ ಲೀನವಾಗಿದ್ದ. ಅವನ ಮುಖದಲ್ಲಿ ಮುಗುಳುನಗೆ ಲಾಸ್ಯವಾಡುತ್ತಿತ್ತು.

'ಎಲ್ಲಾ ... ವಿನ ಹಾಗೆ. ಎಲ್ಲಾ ಅವರ ಪಡಿಯಚ್ಚೆ. ಇವನನ್ನು ನೋಡಿದ ಕೂಡಲೇ ಶೋಭಳಿಗೆ ಸಂದೇಹ ಬಂದಿದ್ದರೂ ಅಸಹಜವೇನಲ್ಲ ಅಯ್ಯೋ ದೇವರೇ ಎಂಥ ಸಂಕಟಕ್ಕೆ ನನ್ನ ಗುರಿಮಾಡಿದೆ?'

ದಿಂಬಿಗೆ ಮುಖವಾನಿಸಿ ಬಿಕ್ಕಿ ಬಿಕ್ಕಿ ಅತ್ತಳು.

ದೀಪಕ್‌ನನ್ನು ಮಾಲಿನಿಯ ಮನೆಯಲ್ಲಿ ಬಿಟ್ಟು ತಾನೊಬ್ಬಳೇ ಶೋಭಳ ಮನೆಗೆ ಹೊರಟಳು ಶಾಂತ. ಮಗನನ್ನು ಶೋಭಳ ಮುಂದೆ ಕರೆದೊಯ್ಯುವ ಧೈರ್ಯ ಅವಳಿಗಿರಲಿಲ್ಲ.

ಶೋಭ ಇವಳ ದಾರಿ ಕಾಯುತ್ತ ಕುಳಿತಿದ್ದಳು. ಪ್ರಭಾಕರ ಪೇಷಂಟ್‌ಗಳನ್ನು ನೋಡುವ ಸಲುವಾಗಿ ಹೋಗಿದ್ದ. ಆಯಾ ನಳಿನಿಯನ್ನು ವರಾಂಡದಲ್ಲಿ ಆಡಿಸುತ್ತ ಕುಳಿತಿದ್ದಳು.

ಗೆಳತಿಯನ್ನು ನೋಡಿದ ಶೋಭ ದಢಾರನೇ ಎದ್ದು,

"ನೀನು ಬರೋದು ಇನ್ನು ಅರ್ಧ ಗಂಟೆ ತಡವಾಗಿದ್ದರೆ ನಾನೇ ಬಂದು ಬಿಡುತ್ತಿದ್ದೆ" ಎಂದಳು.

ಶಾಂತ ಮೆಲುನಗೆ ಸೂಚಿಸುತ್ತ ಹೇಳಿದಳು.

"ನಿನಗೆ ಯಾಕೆ ತೊಂದರೆ ಅಂತ ನಾನೇ ಬಂದೆ"

"ಮಗೂನ ಯಾಕೆ ಕರೆದುಕೊಂಡು ಬರಲಿಲ್ಲ? ನಾನು ಕಾರು ಕಳುಹಿಸುತ್ತೀನಿ ಅಂದರೆ ಬೇಡ ಅಂದೆ. ನೀನು ಯಾಕೋ ಮೊದಲಿನ ಹಾಗಿಲ್ಲ."

"ಅವನು ವಿಪರೀತ ಗಲಾಟೆ ಮಾಡುತ್ತಾನೆ. ಇನ್ನೊಂದು ದಿನ ಕರೆದುಕೊಂಡು ಬಂದರೆ ಆಯಿತು ಅಂತ ನಾನೇ ಕರೆದುಕೊಂಡು ಬರಲಿಲ್ಲ. ಅದೂ ಅಲ್ಲದೇ ಬಹಳ ದಿನದ ಮೇಲೆ ಸಂಧಿಸಿದ ಗೆಳತಿಯರು ಮಾತನಾಡುವುದು ಬೆಟ್ಟದಷ್ಟಿರುತ್ತೆ. ಮಧ್ಯೆ ಮಗುವಿನ ಗಲಾಟೆ ಯಾಕೆ?"

ಶಾಂತ ತಮಾಷೆಗೆ ಹೇಳಿದರೂ ಅವಳ ಮಾತಿನಿಂದ ಶೋಭಳಿಗೆ ಸಮಾಧಾನವಾಯಿತು.

ಮನೆಯಲ್ಲಿ ತಿಂಡಿ ತಿಂದಿದ್ದರೂ ಶೋಭಳ ಬಲವಂತಕ್ಕೆ ಮತ್ತೆ ತಿಂಡಿ ತಿಂದ ಶಾಂತ ಗೆಳತಿಯ ಪ್ರಶ್ನೆಗಳಿಗೆ ಹೇಗೆ ಉತ್ತರಿಸುವುದೆಂದು ಯೋಚಿಸತೊಡಗಿದಳು.

"ಈಗಲಾದರೂ ಹೇಳೇ, ನನಗೆ ತಿಳಿಸದೇ ಊರು ಬಿಟ್ಟು ಬರಲು ಕಾರಣವೇನು? ವಿಶ್ವನಾಥ ಎಲ್ಲಿದ್ದಾರೆ?"

ವಿಶ್ವನಾಥನ ಹೆಸರು ಕೇಳುತ್ತಲೇ ಶಾಂತಳ ಮುಖ ಬಾಡಿತು.

ಹಿಂದೊಮ್ಮೆ ನಿಶ್ಚಯವಾದ ವಿಶ್ವನಾಥನ ಬಗ್ಗೆ ಪ್ರಶ್ನಿಸುತ್ತಿರುವ ಗೆಳತಿಗೆ ಏನೆಂದು ಉತ್ತರಿಸಬೇಕೋ ಅವಳಿಗರಿಯದಾಯಿತು.

"ಶೋಭ, ವಿಶ್ವನಾಥರನ್ನು ನಾನು ಮದುವೆಯಾಗಲೇ ಇಲ್ಲ. ನೀನು ಕೇಳುವ ಪ್ರಶ್ನೆಗಳಿಗೆ ನಾನು ಖಂಡಿತ ಸರಿಯಾದ ಉತ್ತರ ಹೇಳಲಾರೆ."

ಇಷ್ಟು ದಿನ ತಡೆದಿಟ್ಟಿದ್ದ ಅಳು ಗೆಳತಿಯ ಮುಂದೆ ಹರಿದು ಬಂತು.

ಶಾಂತಳ ಅಳು ನೋಡಿ ಶೋಭಳಿಗೆ ಗಾಬರಿಯಾಯಿತು.

ಮದುವೆಯಾಗಿ ಇವಳ ಗಂಡ ತೊರೆದನೇನೋ ಇಂಥಾ ಒಳ್ಳೆ ಹುಡುಗಿಯನ್ನು ತೊರೆಯಬೇಕಾದರೆ ಅವನೆಂಥ ನೀಚನಿರಬೇಕು. ಅದು ಇವಳೇಕೆ ಇದ್ದಕ್ಕಿದ್ದ ಹಾಗೆ ಊರು ಬಿಟ್ಟು ಬಂದಿದ್ದು? ದೀಪಕನನ್ನು ನೋಡಿ ತಕ್ಷಣ ಅರ್ಥವಾಗುತ್ತೆ, ಅವನು ಸಾಧಾರಣ ಮನೆಯ ಮಗುವಲ್ಲ ಅಂತ ಅವಳಿಂದ ತನ್ನಿಂದಾದ ಸಹಾಯ ಮಾಡಿ ಅವಳ ಜೀವನವನ್ನು ಸರಿಪಡಿಸಬೇಕು ಎಂದು ಯೋಚಿಸಿದ ಶೋಭ ಗೆಳತಿಯನ್ನು ಸಮಾಧಾನ ಮಾಡಿದಳು.

"ಶಾಂತ, ನೀನು ಖಂಡಿತ ಅಳಬೇಡ. ಅದೇನು ವಿಷಯ ಹೇಳು. ಸರಿಪಡಿಸುವುದಕ್ಕೆ ಸಾಧ್ಯವಿದ್ದರೆ ಸರಿಪಡಿಸೋಣ."

"ಅದೆಲ್ಲ ಈ ಜನ್ಮದಲ್ಲಿ ಸರಿಹೋಗುವಂಥದಲ್ಲ, ಯಾರಿಗೂ ಹೇಳದೆ ಅದು ನನ್ನ ಹೃದಯವನ್ನು ದಹಿಸುತ್ತಿದೆ. ನಿನ್ನ ಮುಂದಾದರೂ ಹೇಳಿದರೆ ನನ್ನ ಹೃದಯದ ವ್ಯಥೆ ಸ್ವಲ್ಪಮಟ್ಟಿಗೆ ಕಡಿಮೆಯಾಗಬಹುದು, ಅಷ್ಟೇ ಅಲ್ಲ ಇದನ್ನು ಕೇಳಿ ಮರೆತುಬಿಡಬೇಕು. ನೋವಾಗಲಿ ವ್ಯಥೆಯಾಗಲಿ ಪಡಕೂಡದು. ಬೇರೆ ಯಾರ ಮುಂದೂ ಈ ವಿಷಯ ಹೇಳಕೂಡದು. ತಪ್ಪು ಮಾಡಿದವರು ನಿನ್ನವರಾದರೂ ದಂಡಿಸದೇ ಕೆಟ್ಟ ಕನಸು ಎಂದು ಸುಮ್ಮನಿರುವ ಹಾಗಿದ್ದರೆ ಹೇಳಬಲ್ಲೆ."

ಶಾಂತಳ ಮಾತುಗಳನ್ನು ಕೇಳಿ ಶೋಭಳಿಗೆ ಆಶ್ಚರ್ಯವಾಯಿತು. ಅವಳ ಸ್ವಭಾವ ಬಲ್ಲ ಶೋಭ ಅವಳನ್ನು ಶಂಕಿಸಲಿಲ್ಲ. ಯಾರಿಂದಲೋ ಮೋಸ ಹೋಗಿದ್ದಾಳೆ. ಅವರು ನನ್ನವರು ಎನ್ನುತ್ತಿದ್ದಾಳೆ. ಯಾರಾಗಿರಬಹುದು ದೀಪಕನ ಸುಂದರ ಮುಖ ನೆನಪಿಗೆ ಬಂದಕೂಡಲೇ ಅಮೆರಿಕಕ್ಕೆ ಓಡಿತು ಅವಳ ಮನ.

"ಆಯಿತು ಹೇಳೇ, ನಿನ್ನ ಕರಾರಿಗೆಲ್ಲ ನಾನು ಒಪ್ಪಿದ್ದೇನೆ. ನಿನ್ನ ಒಳ್ಳೆತನವೇ ನಿನಗೆ ಶತ್ರುವಾಯಿತು" ಎಂದಳು.

ಅವಳ ಮಾತಿನಲ್ಲಿ ನೋವಿತ್ತು.

ಶಾಂತ ನಿಟ್ಟುಸಿರುಬಿಟ್ಟು ಹೇಳಿದಳು.

"ಮನುಷ್ಯ ವಿಧಿಯ ಕೈಗೊಂಬೆ ಅಂತ ಅಣ್ಣ ಹೇಳುತ್ತಿರುತ್ತಾರೆ. ಆದ್ದರಿಂದ ಯಾರನ್ನೂ ನಿಂದಿಸಿ ಪ್ರಯೋಜನವಿಲ್ಲ. ನನ್ನ ಜೀವನದ ಸುಖ-ಸಂತೋಷವೆಲ್ಲ ದೀಪಕನ ಮೇಲೆ ನಿಂತಿದೆ. ನನಗೆ ಬೇರೆ ಸುಖ-ಸಂತೋಷಗಳ ಅವಶ್ಯಕತೆ ಇಲ್ಲ. ಆದರೆ ನನ್ನ ಪಾಡು ಬೇರೆ ಹೆಣ್ಣಿಗೆ ಎಂದೂ ಬರದಿರಲಿ."

ಅಷ್ಟರಲ್ಲಿ ಆಯಾ ಕರೆದುಕೊಂಡು ಬಂದ ಪುಟ್ಟ ನಳಿನಿಗೆ ಹಾಲು ಕುಡಿಸಿ ನಿದ್ದೆ ಮಾಡಿಸುವಂತೆ ಹೇಳಿ ಆಯಾಳ ಕೈಯಲ್ಲಿ ಕೊಟ್ಟು ಗೆಳತಿಯ ಮುಂದೆ ಬಂದು ಕುಳಿತಳು ಶೋಭ.

ಶಾಂತ ನಿಧಾನವಾಗಿ ಹೇಳತೊಡಗಿದಳು.

* * *

ಮನೆ ಮುಂದೆ ಕಾರು ಬಂದು ನಿಂತಾಗ ಆತಂಕದಿಂದಲೇ ಶಾಂತ ಹೊರಗೆ ಬಂದಳು. ಶೋಭಳ ತಂದೆ ವಾಮನಮೂರ್ತಿಗಳು ನೋವಿನ ಮುಖ ಹೊತ್ತವರ ಹಾಗೆ ಕಾರಿನಿಂದ ಇಳಿದು ಮನೆಯೊಳಕ್ಕೆ ಬರುತ್ತಾ ಹೇಳಿದರು.

"ಶಾಂತ, ನಿನ್ನ ಗೆಳತಿಗೆ ಬಂದ ಜ್ವರ ಬಿಟ್ಟಿಲ್ಲ. ನಮ್ಮ ಮಧು ಫಾರಿನ್‌ಗೆ ಹೋಗುವವರೆಗೆ ಜೊತೆಗಿರಲಿ ಅಂತ ಎಸ್ಟೇಟಿಗೆ ಕರೆದುಕೊಂಡು ಹೋದೆ. ಅವಳು ಆರೋಗ್ಯ ಕೆಟ್ಟು ಮಲಗಿಬಿಟ್ಟಳು. ನೆನ್ನೆ ರಾತ್ರಿಯೆಲ್ಲ 'ಶಾಂತ ಶಾಂತ' ಅಂತ ನಿದ್ದೆಯಲ್ಲೇ ಬಡಬಡಿಸುತ್ತಿದ್ದಳು. ಅದಕ್ಕೆ ನಿನ್ನ ಕರೆದುಕೊಂಡು ಹೋಗೋಣ ಅಂತ ಬಂದೆ."

ಒಳಗಿನಿಂದ ಬಂದ ಕೃಷ್ಣಸ್ವಾಮಿಗಳು "ಅದಕ್ಕೇನು ಧಾರಾಳವಾಗಿ ಕರೆದುಕೊಂಡು ಹೋಗಿ, ನಾಳೆ ಸಾಧ್ಯವಾದರೆ ನಾನೂ ಬಂದು ನೋಡುತ್ತೀನಿ. ಹವಾಮಾನ ವ್ಯತ್ಯಾಸದಿಂದ ಮಲಗಿರಬಹುದು, ಇನ್ನೆರಡು-ಮೂರು ದಿನಗಳಲ್ಲಿ ಚೇತರಿಸಿಕೊಳ್ಳುತ್ತಾಳೆ" ಎಂದು ಸಮಾಧಾನದ ನುಡಿಗಳನ್ನು ಆಡಿದರು.

"ಶಾಂತ, ನೀನು ರೆಡಿಯಾಗಿರಮ್ಮ, ಡಾಕ್ಟರ್ ಯಾವುದೋ ಇಂಜಕ್ಷನ್ ಟ್ಯೂಬ್ ಬರೆದು ಕೊಟ್ಟಿದ್ದಾರೆ. ಅದನ್ನು ತೆಗೆದುಕೊಂಡು ಮನೆಗೆ ಹೋಗಿ ಬೇಗ ಬಂದು ಬಿಡುತ್ತೀನಿ" ಎಂದು ಹೇಳಿ ಹೋಗಿ ಕಾರಿನಲ್ಲಿ ಕುಳಿತರು.

ಕಾರು ಹೋದ ದಿಕ್ಕನ್ನೇ ನೋಡುತ್ತ ನಿಂತ ಶಾಂತಳ ಕಣ್ಣುಗಳು ಹನಿಗೂಡಿದವು.

ತನಗೆ ಸಹೋದರಿಯ ಪ್ರೇಮವನ್ನಿತ್ತ ಶೋಭಳಿಗೆ ಏನೂ ಆಗದಿರಲಿ ಎಂದು ದೇವರಲ್ಲಿ ಪ್ರಾರ್ಥಿಸತೊಡಗಿದಳು.

ಕಾರು ಕೆಟ್ಟಿದ್ದರಿಂದ ವಾಮನಮೂರ್ತಿಗಳು ಡ್ರೈವರ್‌ಗೆ ಕಾರು ರಿಪೇರಿ ಮಾಡಿಸಿಕೊಂಡು ಶಾಂತಳನ್ನು ಕರೆತರುವಂತೆ ಹೇಳಿ ಯಾರದೋ ಗೆಳೆಯರ ಮೋಟರ್ ಬೈಕಿನಲ್ಲಿ ಹೊರಟರು.

ಶಾಂತ ವಾಮನಮೂರ್ತಿಗಳ ದಾರಿ ಕಾಯುತ್ತಾ ಬಾಗಿಲಿನಲ್ಲೇ ನಿಂತಿದ್ದಳು. ಕಾರು ಬಂದು ನಿಂತಾಗ ಬರೀ ಡ್ರೈವರ್ ಮಾತ್ರ ಇದ್ದುದನ್ನು ನೋಡಿ ಹೋಗಲು ಅನುಮಾನಿಸಿದಳು.

"ತಾಯಿ, ಸಾಮಿಗಳು ಅರ್ಜೆಂಟಾಗಿ ಹೋಗಬೇಕಾದುದರಿಂದ ಯಾರ ಜೊತೆಯಲ್ಲೋ ಹೋದರು. ನಿಮ್ಮನ್ನು ಕರೆದುಕೊಂಡು ಬರುವಂತೆ ಹೇಳಿಹೋದರು."

ಗೆಳತಿಯ ಆರೋಗ್ಯದ ಬಗ್ಗೆ ಆತಂಕಗೊಂಡಿದ್ದ ಅವಳು ಹೆಚ್ಚು ಯೋಚಿಸದೇ ಕಾರಿನಲ್ಲಿ ಬಂದು ಕುಳಿತಳು.

ಅರವತ್ತರ ಹೊಸ್ತಿಲಿನಲ್ಲಿದ್ದು ಪ್ರಾಮಾಣಿಕನೆಂದು ಹೆಸರು ಪಡೆದಿದ್ದ ರಾಮಯ್ಯನ ಜೊತೆ ಮಗಳನ್ನು ಕಳುಹಿಸಲು ಕೃಷ್ಣಸ್ವಾಮಿ ಸಂದೇಹಿಸಲಿಲ್ಲ.

ಕಾರು ಎಸ್ಟೇಟನ್ನು ಹೊಕ್ಕು ಬಂಗಲೆಯ ಮುಂದೆ ನಿಂತಾಗ ಶಾಂತ ಆತಂಕದಿಂದಲೇ ಕೆಳಗಿಳಿದಳು.

ನಿಶ್ಯಬ್ಧವಾಗಿದ್ದ ಮನೆಯನ್ನು ನೋಡಿ ಅವಳಿಗೆ ಗಾಬರಿಯಾಯಿತು. ಯಾಕೋ ಮನಸ್ಸು ಕೆಟ್ಟದ್ದನ್ನು ಯೋಚಿಸಿ ಧೃತಿಗೆಟ್ಟಿತು.

ಮಧು ಮೆಟ್ಟಿಲಿಳಿದು ಕೆಳಗೆ ಬಂದ ಅವನ ಮುಖದಲ್ಲಿದ್ದ ಗೆಲುವನ್ನು ಕಂಡೇ ಶೋಭಳಿಗೆ ಏನೂ ಆಗಿಲ್ಲವೆಂದು ಸಮಾಧಾನಗೊಂಡಳು.

"ನಮ್ಮ ಮನೆ ತುಂಬಾ ಅದೃಷ್ಟ ಮಾಡಿದೆ ಅಂತ ಕಾಣುತ್ತೆ"

ಮಧು ಇನ್ನು ಏನೇನು ಹೇಳುವವನಿದ್ದನೋ ಅಷ್ಟರಲ್ಲಿ ಅವನ ಮಾತನ್ನು ತಡೆದಳು ಶಾಂತ.

"ಶೋಭ ಹೇಗಿದ್ದಾಳೆ? ಎಲ್ಲಿದ್ದಾಳೆ? ದಯವಿಟ್ಟು ಬೇಗ ತಿಳಿಸಿ."

"ಶೋಭಳ ಆರೋಗ್ಯದ ಬಗ್ಗೆ ನೀವು ತುಂಬಾ ಗಾಬರಿಗೊಂಡು ಹಾಗಿದ್ದೀರಿ. ಏನೂ ಪರವಾಗಿಲ್ಲ" ಅವನ ಮಾತು ಕೇಳುವ ಸಹನೆ ಅವಳಲ್ಲಿ ಉಳಿಯಲಿಲ್ಲ.

"ದಯವಿಟ್ಟು ಶೋಭ ಎಲ್ಲಿದ್ದಾಳೆ ಹೇಳಿ?"

"ಬೇರೆ ಡಾಕ್ಟರ್‌ಗೆ ತೋರಿಸುವ ಸಲುವಾಗಿ ಮಂಗಳೂರಿಗೆ ಬೆಳಿಗ್ಗೇನೆ ಕರೆದುಕೊಂಡು ಹೋದರು. ದೊಡ್ಡವನಿಗೆ ತಿಳಿದಿರಲಿಲ್ಲ. ನಾನು ಈಗ ತಾನೇ ಬಂದೆ. ಅವರೆಲ್ಲ ಶೋಭ ಜೊತೆ ಬರಬಹುದು. ನೀವು ಕುಳಿತುಕೊಳ್ಳಿ"

ಮೊದಲೇ ಅವನ ಬಗ್ಗೆ ಸದಭಿಪ್ರಾಯವಿಲ್ಲದ ಶಾಂತ ಭಯಗೊಂಡು ಕೈಯಲ್ಲಿದ್ದ ಗಡಿಯಾರದ ಕಡೆ ನೋಡಿದಳು, ಅದಾಗಲೇ ಆರೂವರೆ ತೋರಿಸುತ್ತಿತ್ತು.

"ದಯವಿಟ್ಟು ನನ್ನನ್ನು ಮನೆಗೆ ಕಳುಹಿಸಿಕೊಟ್ಟುಬಿಡಿ. ನಾಳೆ ಬಂದು ನೋಡುತ್ತೀನಿ."

ಅವಳ ಧ್ವನಿ ನಡುಗುತ್ತಿದ್ದುದನ್ನು ಗುರ್ತಿಸಿದ.

"ಇನ್ನೇನು ಬಂದುಬಿಡುತ್ತಾರೆ, ದೊಡ್ಡಪ್ಪ ನಿಮ್ಮನ್ನು ಇಲ್ಲೇ ಇರಿಸಿಕೊಳ್ಳುವಂತೆ ಹೇಳಿದ್ದಾರೆ. ಜ್ವರದ ತಾಪದಲ್ಲಿರುವ ಶೋಭ ನೀವು ಬಂದು ವಾಪಸ್ ಹೋದುದನ್ನು ತಿಳಿದರೆ ನೊಂದುಕೊಳ್ಳುತ್ತಾಳೆ. ಇನ್ನೇನು ಅರ್ಧ ಗಂಟೆಯಲ್ಲಿ ಬಂದುಬಿಡುತ್ತಾರೆ."

ಅವಳ ಮನಸ್ಸು ಡೋಲಾಯಮಾನವಾಯಿತು.

ಕಾರು ನಿಲ್ಲಿಸಿ ಡ್ರೈವರ್ ಹೊರಟುಹೋಗಿದ್ದ. ಎಸ್ಟೇಟಿನಿಂದ ಮೂವತ್ತು ಮೈಲಿ

ದೂರವಿರುವ ಚಿಕ್ಕಮಗಳೂರಿಗೆ ಕತ್ತಲೆ ವೇಳೆಯಲ್ಲಿ ಹೋಗುವುದು ಸುಲಭವಲ್ಲ. ಶೋಭ, ಅವರ ತಂದೆ, ತಾಯಿ ಯಾರಾದರೂ ಬರಬಹುದು. ಅಷ್ಟರವರೆಗೆ ತಾಳ್ಮೆಯಿಂದ ಕಾಯುವುದೇ ಒಳ್ಳೆಯದು ಎಂದುಕೊಂಡು ಶಾಂತ ಅಲ್ಲೇ ಕುಳಿತು ಟೀಪಾಯಿ ಮೇಲಿದ್ದ ವಾರ ಪತ್ರಿಕೆಯಲ್ಲಿ ಮುಖ ಹುದುಗಿಸಲು ಪ್ರಯತ್ನಪಟ್ಟಳು.

"ನೀವು ಬಹಳ ಪುಸ್ತಕ ಪ್ರೇಮಿ ಅಂತ ನಮ್ಮ ಶೋಭ ಹೇಳಿದಳು. ನಾನು ಬಹಳಷ್ಟು ಪುಸ್ತಕ ಸಂಗ್ರಹಿಸಿದ್ದೇನೆ. ನಿಮಗೇನೂ ಅಭ್ಯಂತರವಿಲ್ಲದಿದ್ದರೆ ನೋಡಿಬನ್ನಿ. ಹೊತ್ತು ಬೇಗ ಕಳೆಯುತ್ತೆ, ನಿಮ್ಮ ಬೇಸರಾನೂ ಮಾಯವಾಗುತ್ತೆ."

ಮೊದಲು ಅವನ ಕರೆ ನಿರಾಕರಿಸಿದರೂ ಪುಸ್ತಕಗಳನ್ನು ನೋಡುವ ಆಸಕ್ತಿಯನ್ನು ಅದುಮಿಡಲಾರದೇ ಸಮ್ಮತಿಸಿದಳು.

ಮಧುಕರನ ಹಿಂದೆ ಒಂದೊಂದೇ ಮೆಟ್ಟಿಲು ಹತ್ತಿ ಮೇಲೆ ನಡೆದಳು. ಮನೆಯಲ್ಲಿ ಆಳುಕಾಳುಗಳು ಇದ್ದುದರಿಂದ ಧೈರ್ಯವಾಗಿಯೇ ನಡೆದಳು.

ಲೈಬ್ರರಿ ಕೊಠಡಿಗೆ ಕರೆದೊಯ್ದಾಗ ಆಶ್ಚರ್ಯದಿಂದ ಮೂಕಳಾದಳು.

ದೊಡ್ಡ ದೊಡ್ಡ ಬೀರುಗಳ ತುಂಬಾ ಪುಸ್ತಕಗಳು ಜೋಡಿಸಲ್ಪಟ್ಟಿದ್ದವು. ಅಷ್ಟೊಂದು ಪುಸ್ತಕಗಳು ಇದ್ದರೂ ಅವುಗಳ ಮೇಲೆ ಸ್ವಲ್ಪವಾದರೂ ಧೂಳಿರಲಿಲ್ಲ. ಅವುಗಳ ಜೋಡಣೆಯಲ್ಲಿ ನಾವೀನ್ಯತೆ ಎದ್ದು ಕಾಣುತ್ತಿತ್ತು.

ಶಾಂತ ಕೆಲವಾರು ಪುಸ್ತಕಗಳನ್ನು ಮಗುಚಿದಳು. ಷೇಕ್ಸ್‌ಪಿಯರ್, ಶೆಲ್ಲಿ, ಗಾರ್ಕಿ, ವರ್ಡ್ಸ್‌ವರ್ತ್ ಮೊದಲಾದ ಆಂಗ್ಲ ಕವಿಗಳ ಪುಸ್ತಕ ಒಂದು ಕಡೆಯಾದರೆ ಕಾರಂತ, ಎಸ್.ಎಲ್. ಭೈರಪ್ಪ, ಮ.ನ. ಮೂರ್ತಿ, ತ.ರಾ.ಸು, ಅ.ನ.ಕೃ. ಮುಂತಾದವರ ಕಾದಂಬರಿಗಳು ಮತ್ತೊಂದೆಡೆ. ಎಲ್ಲ ಲೇಖಕಿಯರ ಪುಸ್ತಕಗಳು ಬೀರು ತುಂಬಿ ಕಂಗೊಳಿಸುತ್ತಿದ್ದವು.

ಶಾಂತಳಿಗೆ ಸಂತೋಷವಾಗಿದೆ ಎಂದು ಅವಳ ಮುಖಭಾವದಿಂದಲೇ ಮಧು ಅರ್ಥ ಮಾಡಿಕೊಂಡ.

ವಾಮನಮೂರ್ತಿಗಳು ಶಾಂತಳನ್ನು ಬಂದ ಕೂಡಲೇ ವಾಪಸ್ ಕಳುಹಿಸಿಬಿಡು ಎಂದು ಹೇಳಿದ್ದರು. ಆದರೆ ತನ್ನ ಕೈಗೆ ಎಟುಕಿದ ಶಾಂತಳನ್ನು ತನ್ನವಳನ್ನಾಗಿ ಮಾಡಿಕೊಳ್ಳಲೇಬೇಕು ಎಂಬ ಬಯಕೆಯಿಂದ ಅವಳನ್ನು ಇರಿಸಿಕೊಂಡಿದ್ದ.

ಪುಸ್ತಕಗಳಿಂದ ಎಚ್ಚೆತ್ತ ಶಾಂತ ಗಡಿಯಾರದ ಕಡೆ ನೋಡಿದಳು. ಅದು ಎಂಟು ತೋರಿಸಿದಾಗ ಅವಳ ಎದೆ ಡವಗುಟ್ಟತೊಡಗಿತು. ಭಯದಿಂದ ಪಕ್ಕಕ್ಕೆ ತಿರುಗಿದಾಗ ಮಧು ಅವಳನ್ನು ನುಂಗುವಂತೆ ನೋಡುತ್ತಿದ್ದ.

"ದಯವಿಟ್ಟು ನನ್ನನ್ನು ಚಿಕ್ಕಮಗಳೂರಿಗೆ ಕಳುಹಿಸಿಬಿಡು. ಇಷ್ಟೊತ್ತಾದರೂ ಶೋಭ ಅಥವಾ ಬೇರೆ ಯಾರಾದರೂ ಬರುವ ಸೂಚನೆ ಕಾಣಲಿಲ್ಲ. ಅವಳನ್ನು ಕರೆದೊಯ್ಯುವಾಗ ಅವಳ ಆರೋಗ್ಯ ಹೇಗಿತ್ತು?"

"ಶೋಭಳ ಬಗ್ಗೆ ಏನೂ ಯೋಚಿಸಬೇಡ. ಅವಳೇ ಆಗಲಿ, ಬೇರೆ ಯಾರೇ ಆಗಲಿ

ಇಲ್ಲಿಗೆ ಈಗ ಬರುವ ಸಾಧ್ಯತೆ ಇಲ್ಲ. ಶಾಂತ, ನಾನು ನಿನ್ನ ಎಷ್ಟು ಪ್ರೀತಿಸುತ್ತೀನಿ ಗೊತ್ತೆ?" ಎಂದು ಅವಳ ಹೆಗಲ ಮೇಲೆ ಕೈಹಾಕಿದ.

ಕೆಂಡ ಮುಟ್ಟಿದವಳಂತೆ ದೂರ ಸರಿದ ಶಾಂತ, "ಛೀ! ನಿಮ್ಮಂಥ ವಿದ್ಯಾವಂತರಿಗೆ ಶೋಭಿಸುವಂಥ ಮಾತಲ್ಲ. ನನ್ನ ಮನೆಗೆ ಕಳುಹಿಸಿಕೊಡಿ" ಎಂದು ಬಾಗಿಲ ಕಡೆ ನೋಡಿದಳು. ಅದು ಭದ್ರವಾಗಿ ಮುಚ್ಚಲ್ಪಟ್ಟಿತ್ತು!

"ಇಷ್ಟು ಸುಂದರವಾದ ರಾತ್ರಿ. ಇಂಥ ಶಾಂತವಾದ ಪರಿಸರ, ಅದರಲ್ಲೂ ನಿನ್ನಂಥ ಸುಂದರವಾದ ಹೆಣ್ಣನ್ನು ಬಿಡುವವನು ಮೂರ್ಖನೇ ಸರಿ, ಐ ಲವ್ ಯು ಶಾಂತ."

ಅವಳನ್ನು ತನ್ನ ಬಲವಾದ ಬಾಹುಗಳಿಂದ ಬಂಧಿಸಿದ.

ಅವನ ಹಿಡಿತದಿಂದ ಪಾರಾಗಲು ಪ್ರಯತ್ನಪಟ್ಟಷ್ಟೂ ಹಿಡಿತ ಬಿಗಿ ಮಾಡಿ ಬಲವಂತದಿಂದ ತನ್ನ ಕಾಮಪಿಪಾಸನೆಯನ್ನು ಪೂರ್ತಿ ಮಾಡಿಕೊಂಡ.

ಜ್ಞಾನತಪ್ಪಿ ಒರಗಿದ್ದ ಶಾಂತಳ ಮುಖವನ್ನು ಕಂಡಾಗ ತಾನು ಮಾಡಿದ್ದು ಸರಿಯಾಗಲಿಲ್ಲವೇನೋ ಎಂದು ವ್ಯಥೆಪಟ್ಟ.

ದಂಡಿಸುವ ಜನರಿದ್ದರೆ ಅವನು ಅಷ್ಟು ಕೆಡುತ್ತಿರಲಿಲ್ಲವೇನೋ? ತಂದೆ ಸತ್ತ ಮೇಲೆ ಎಸ್ಟೇಟಿನ ಒಡೆತನವೆಲ್ಲ ಅವನಿಗೆ ಸಿಕ್ಕಿತ್ತು. ಅದರಲ್ಲೂ ತಾಯಿಯ ಅತಿ ಮಮತೆಯ ದೆಸೆಯಿಂದ ಹಾಳಾದ.

ಶಾಂತ ಕಣ್ಣು ತೆರೆದಾಗ ಮಧು ಎದುರಿಗೆ ಕುರ್ಚಿಯಲ್ಲಿ ಕುಳಿತು ಸಿಗರೇಟು ಸೇದುತ್ತಿದ್ದ. ತನ್ನ ಸ್ಥಿತಿ ಅವಳಿಗೆ ನಾಚಿಕೆ ಬರಿಸಿತು.

ಹತ್ತಿರಕ್ಕೆ ಬಂದ ಮಧು ಅವಳ ತಲೆಯನ್ನು ಸವರಿ ತುಟಿಗೆ ತುಟಿ ಒತ್ತಿದ. ಬಲವಂತದಿಂದ ಅವನನ್ನು ತಳ್ಳಿ ಎದ್ದು ನಿಂತ ಶಾಂತ,

"ಮಧು, ನಾನು ನಿಮಗೆ ಏನು ಮಾಡಿದೆ ಅಂತ ನನಗೆ ಈ ಶಿಕ್ಷೆ ಕೊಟ್ಟಿರಿ? ಇದರ ಬದಲು ನೀವು ವಿಷ ಕೊಟ್ಟಿದ್ದರೂ ಚೆನ್ನಾಗಿತ್ತು. ಆದರೆ ಈಗ..." ಎಂದು ಹೇಳಿ ಕುಸಿದಳು.

* * *

ಈ ಘಟನೆ ಶಾಂತ ಹೇಳಿ ಮುಗಿಸಿ ಶೋಭಳ ಕಡೆ ನೋಡಿದಾಗ ಅವಳ ಕಣ್ಣುಗಳು ಹನಿಗೂಡಿದವು.

"ಶೋಭ, ನಾನು ಆಗ ಹೇಗೆ ಮನೆಗೆ ಬಂದೆನೋ ಏನೋ ನನಗೆ ತಿಳಿಯಲಿಲ್ಲ. ಈಗ ಒಂದೊಂದು ಸಲ ನಾನು ಯಾಕೆ ಆತ್ಮಹತ್ಯೆ ಮಾಡಿಕೊಳ್ಳಲಿಲ್ಲ ಎಂದು ಯೋಚಿಸುತ್ತೀನಿ, ಆದರೆ ನನ್ನ ಆಯಸ್ಸು ಗಟ್ಟಿ ಇರಬಹುದು ಅಂತ ಕಾಣಿಸುತ್ತೆ. ಅದಕ್ಕೇ ಬದುಕಿದ್ದೀನಿ. ಅಣ್ಣ ದೇವರಂಥ ಮನುಷ್ಯರು. ಎಲ್ಲಾ ತಮ್ಮ ಹೃದಯಲ್ಲಿಟ್ಟುಕೊಂಡು ಮಗಳನ್ನು ಜೋಪಾನ ಮಾಡಿದರು. ದೀಪಕ್ ಹುಟ್ಟುವ ಸೂಚನೆ ಕಂಡುಬಂದಾಗ ಇದ್ದ ಮನೆಯನ್ನು ಮಾರಿಕೊಂಡು ಇಲ್ಲಿಗೆ ಬಂದೆವು. ಇಲ್ಲಿ ಎಲ್ಲರಿಗೂ ನನ್ನ ಅಳಿಯ ಫಾರಿನ್‌ಗೆ ಹೋಗಿ ಅಲ್ಲೇ ಉಳಿದುಬಿಟ್ಟಿದ್ದಾನೆ ಅಂತ ಕತೆ ಕಟ್ಟಿ ಹೇಳಿ ಸಮಾಜದ ನಿಂದನೆಗೆ ತಮ್ಮ ಮಗಳು ಬಲಿಯಾಗದಂತೆ ನೋಡಿಕೊಂಡರು."

ಶೋಭಳ ಕಣ್ಣೀರು ಮಾಯವಾಗಿ ಅದರ ಸ್ಥಾನವನ್ನು ಕೋಪ ಅಲಂಕರಿಸಿಕೊಂಡಿತು.

"ಅವನು ಫಾರಿನ್‌ನಿಂದ ಬರಲಿ. ಅವನು ಅಣ್ಣನಾದರೇನು, ಲಕ್ಷಾಧಿಪತಿಯಾದರೇನು? ನನ್ನನ್ನು ನೋಡುವುದಕ್ಕೆ ಬಂದ ಗೆಳತಿಯನ್ನು ಹಾಳು ಮಾಡಿದ್ದಾನೆ."

ಅವಳ ಕೋಪ ದುಃಖದ ರೂಪದಲ್ಲಿ ಹರಿಯಿತು. ಗೆಳತಿಯನ್ನು ತಬ್ಬಿಕೊಂಡು ಬಿಕ್ಕಿ ಬಿಕ್ಕಿ ಅತ್ತಳು. ಕಡೆಗೆ ಶಾಂತಳೇ ಸಮಾಧಾನ ಹೇಳಬೇಕಾಯಿತು.

"ನೀನು ಈ ವಿಷಯ ಯಾರಲ್ಲೂ ಪ್ರಸ್ತಾಪಿಸುವುದಿಲ್ಲವೆಂದು ಮಾತು ಕೊಟ್ಟಿದ್ದೀಯಾ, ಮಧೂಗೆ ನನ್ನಲ್ಲಿ ಪ್ರೀತಿ ಇಲ್ಲ. ಅದೊಂದು ವಿಷ ಘಳಿಗೆ ಅಷ್ಟೆ. ನಾನು ಇರೋ ಜೀವನದಲ್ಲೇ ತೃಪ್ತಿ ಕಾಣುತ್ತ ಇದ್ದೀನಿ. ನೀನೆಂದೂ ಮಧುವಿನ ಬಳಿ ಈ ಸುದ್ದಿ ಎತ್ತಲೇಬೇಡ. ನನಗೆ ಅವರಲ್ಲಿ ಯಾವ ವಿಧವಾದ ಭಾವನೆಯೂ ಇಲ್ಲ. ಬೇರೆ ಯಾವ ಹೆಣ್ಣೂ ಇಂತಹ ಸ್ಥಿತಿಗೆ ಗುರಿಯಾಗದಿದ್ದರೆ ಸಾಕು."

ಅವಳ ಮುಖದಲ್ಲಿ ಗಾಂಭೀರ್ಯ ನೆಲೆಸಿತ್ತು.

ಚೇತರಿಸಿಕೊಂಡ ಶಾಂತ ಮೇಲಕ್ಕೆದ್ದು, "ಶೋಭ, ಹೊತ್ತಾಯಿತು. ಅಣ್ಣ ಕಾಯುತ್ತ ಇರುತ್ತಾರೆ" ಎಂದಳು.

ಶೋಭ ಬಲವಂತದಿಂದ ಪ್ರಭಾಕರ ಬರುವವರೆಗೂ ನಿಲ್ಲಿಸಿಕೊಂಡಿದ್ದು ಕಾರಿನಲ್ಲೇ ಕಳುಹಿಸಿದಳು.

* * *

ಪ್ರಭಾಕರ ಎರಡು ಮೂರು ದಿನಗಳಿಂದ ಮಡದಿಯ ಚಹರೆಯನ್ನು ಕಂಡು ಆತಂಕಗೊಂಡ,

ಉತ್ಸಾಹದ ಬುಗ್ಗೆಯಂತಿರುವ ಶೋಭ ಮಂಕಾಗಲು ಕಾರಣವೇನು? ಇವಳಿಗೆ ಯಾವ ಕೊರತೆ? ಶಾಂತಳನ್ನು ನೋಡಿದ ಮೇಲೆ ಯಾವಾಗಲೂ ಯೋಚನಾಪರಳಾಗಿರುತ್ತಾಳೆ.

ಇದ್ದ ಪೇಷೆಂಟ್‌ಗಳನ್ನು ತನ್ನ ಅಸಿಸ್ಟೆಂಟ್‌ಗೆ ಒಪ್ಪಿಸಿ ನೇರವಾಗಿ ಮನೆಗೆ ಬಂದ.

ಶೋಭ ಕೈಯಲ್ಲಿ ಪುಸ್ತಕ ಹಿಡಿದು ಯೋಚನಾಮಗ್ನಳಾಗಿದ್ದಳು.

ಮಡದಿಯ ಪಕ್ಕದಲ್ಲಿ ಕುಳಿತ ಪ್ರಭಾಕರ ಅವಳ ಮುಖವನ್ನು ತನ್ನೆಡೆಗೆ ತಿರುಗಿಸಿಕೊಂಡು ಕಣ್ಣಲ್ಲಿ ಕಣ್ಣಿಟ್ಟು ಕೇಳಿದ.

"ಯಾಕೆ ಹನೀ, ನಿನ್ನಲ್ಲಿ ಈ ನಿರುತ್ಸಾಹ? ನನ್ನಿಂದ ಏನಾದರೂ ತಪ್ಪಾಯಿತೇ?"

ಗಂಡನ ಅತಿಶಯವಾದ ಪ್ರೀತಿಯನ್ನು ಅರಿತಿದ್ದ ಶೋಭ ನಸುನಗು ಬೀರುತ್ತ,

"ಯಾವಾಗಲೂ ಇದ್ದ ಹಾಗೇ ಇದ್ದೀನಿ. ನೀವೇನು ಇಷ್ಟು ಬೇಗ ಬಂದುಬಿಟ್ಟಿದ್ದೀರಿ?" ಎಂದು ಅವನ ಕತ್ತಿನಲ್ಲಿದ್ದ ಟೈಯೊಡನೆ ಆಟವಾಡತೊಡಗಿದಳು.

"ಅದಿರಲಿ, ನಿಜ ಹೇಳು, ನೀನು ಬೆಟ್ಟ ತಲೆಯ ಮೇಲೆ ಹೊತ್ತ ಹಾಗೆ ಹಗಲಿರುಳು ಚಿಂತಿಸುವುದಕ್ಕೆ ಕಾರಣವೇನು? ಮೊದಲೇ ನಿಮ್ಮ ತಾಯಿ ಅವನೊಬ್ಬ ಪರದೇಶಿ. ಹಿಂದಿಲ್ಲ, ಮುಂದಿಲ್ಲ, ಬರೀ ಎಂ.ಬಿ.ಬಿ.ಎಸ್. ಡಿಗ್ರಿ ಹೊತ್ತ ಅವನೊಡನೆ ನನ್ನ ಮಗಳು ಏನು ಸುಖ

ಅನುಭವಿಸಿಯಾಳು ಅಂತ ಮದುವೆಗೆ ತಡೆ ಹಾಕಿದ್ದರು. ನಿಮ್ಮ ತಂದೆಯ ವಿಶಾಲ ಮನೋಭಾವ ಮಧುಕರನ ಸಹಾಯದಿಂದ ನಾವಿಬ್ಬರೂ ಒಂದುಗೂಡಿ ನೆಮ್ಮದಿಯಾಗಿರುವುದಕ್ಕೆ ಸಾಧ್ಯವಾಯಿತು..."

ಗಂಡ ಮುಂದೆ ಮಾತನಾಡದಂತೆ ಅವನ ಬಾಯಿಗೆ ತನ್ನ ಕೈ ಅಡ್ಡ ಇಡುತ್ತ,

"ಸಾಕು ಸುಮ್ಮನಿರಿ, ಏನೇನೋ ಊಹಿಸಿಕೊಳ್ಳಬೇಡಿ. ನನಗೆ ಯಾವ ಚಿಂತೆಯೂ ಇಲ್ಲ. ಯಾಕೋ ಬೇಸರ ಅಷ್ಟೆ. ಒಂದೆರಡು ದಿನ ಚಿಕ್ಕಮಗಳೂರಿಗಾದರೂ ಹೋಗಿ ಬರಬೇಕು."

ಭಯಪಟ್ಟವನಂತೆ ನಟಿಸುತ್ತ ಪ್ರಭಾಕರ್ "ಒಂಟಿತನದ ಶಿಕ್ಷೆ ಮಾತ್ರ ವಿಧಿಸಬೇಡ ಚಿನ್ನ. ಬೇಕಾದರೂ ಇಬ್ಬರೂ ಒಟ್ಟಿಗೆ ಎಲ್ಲಾದರೂ ಹೋಗಿಬರೋಣ" ಎಂದ.

ಫೋನ್ ಸದ್ದು ಕೇಳಿ ಮೇಲಕ್ಕೆದ್ದ ಪ್ರಭಾಕರ್ ರಿಸೀವ್ ಮಾಡಿ,

"ಯಾವುದೋ ಸೀರಿಯಸ್ ಕೇಸ್ ನೀವೇ ಬರಬೇಕು ಅಂತ ಅಸಿಸ್ಟೆಂಟ್ ಫೋನ್ ಮಾಡುತ್ತ ಇದ್ದಾನೆ. ನಾನು ಹೋಗಿ ಬೇಗ ಬಂದುಬಿಡುತ್ತೀನಿ" ಎಂದ.

"ಹೌದೌದು. ಬೇಗ ಬಂದುಬಿಡುತ್ತೀರಿ, ನನಗೆ ಗೊತ್ತಿಲ್ಲವೇ ನನ್ನ ದೇವರ ಸತ್ಯ. ನೀವು ನನ್ನನ್ನು ಶಾಂತಳ ಮನೆ ಬಳಿ ಇಳಿಸಿ ಹೋಗಿ. ನೀವು ಬರುವಾಗ ಕರೆದುಕೊಂಡು ಬನ್ನಿ. ಹೇಗೂ ಶಾಂತಳ ಶಾಲೆಗೆ ಇಂದು ರಜವಿದೆ."

ಶೋಭ ಮಲಗಿದ್ದ ಮಗುವನ್ನು ಎತ್ತಿಕೊಂಡು ಬಂದು ಪ್ರಭಾಕರನ ಜತೆ ಕಾರಿನಲ್ಲಿ ಕುಳಿತಳು.

ಬಟ್ಟೆ ಇಸ್ತ್ರಿ ಮಾಡುತ್ತಿದ್ದ ಶಾಂತ ನಗುನಗುತ್ತ ಗೆಳತಿಯನ್ನು ಸ್ವಾಗತಿಸಿದಳು.

ಇನ್ನೂ ನಿದ್ದೆಯ ಗುಂಗಿನಲ್ಲೇ ಇದ್ದ ನಳಿನಿಯನ್ನು ವರಾಂಡದಲ್ಲಿ ಮಂಚದ ಮೇಲೆ ಮಲಗಿಸಿ ಅಲ್ಲೇ ಕುಳಿತಳು.

"ನಾನು ಸಂಜೆ ಬರೋಣ ಅಂದುಕೊಂಡಿದ್ದೆ. ನೀನೇ ಬಂದೆಯಲ್ಲ ಅಣ್ಣ ನಿನ್ನ ಮನೆಯಿಂದ ಬಂದ ಮೇಲೆ ನಿನ್ನ ಬಗ್ಗೆಯೇ ಮಾತನಾಡುತ್ತಿದ್ದರು" ಎಂದು ಹೇಳಿ ಒಳಗೋಡಿದಳು.

ಶೋಭ ಅವಳ ಹಿಂದೆಯೇ ಅಡಿಗೆ ಮನೆಗೆ ಹೋದಳು.

"ಶಾಂತ, ಬಿಸಿಲು ದಗೆ, ಕಾಫಿ ಈಗ ಬೇಡ."

ಶಾಂತ ಸ್ಟೌ ಆರಿಸಿ ಗೆಳತಿಯ ಕೈಗೆ ಮಜ್ಜಿಗೆ ಲೋಟವನ್ನು ಕೊಟ್ಟಳು.

ಕುಡಿದು ಲೋಟ ಕೆಳಗಿಟ್ಟ ಶೋಭ "ಅಂಕಲ್, ದೀಪು ಎಲ್ಲಿ? ಅವರಿದ್ದ ಹಾಗೆ ಕಾಣೋಲ್ಲ" ಎಂದಳು.

"ಯಾರೋ ಅವರ ಹಳೆಯ ಗೆಳೆಯರು ಬಲವಂತ ಮಾಡಿ ಅಣ್ಣನ್ನ ಊಟಕ್ಕೆ ಕರೆದುಕೊಂಡು ಹೋದರು. ದೀಪು ಪಕ್ಕದ ಮನೆಯಲ್ಲಿ ಮಲಗಿದ್ದಾನೆ. ಮಾಲಿನಿಗೆ ಅವನನ್ನು ಕಂಡರೆ ಏನು ಆಸೆನೋ, ಅವನು ಬರೋದಿಲ್ಲ ಅಂದರೂ ಬಲವಂತವಾಗಿ ಎತ್ತಿಕೊಂಡು ಹೋಗುತ್ತಾಳೆ."

ಇವರಿಬ್ಬರ ಮಾತಿನ ಮಧ್ಯೆ ಬಂದ ದೀಪುವನ್ನು ಯಾರೂ ಗಮನಿಸಲಿಲ್ಲ.

ಅವನು ಮಂಚದ ಮೇಲೆ ಮಲಗಿದ್ದ ನಳಿನಿಯನ್ನು ನೋಡಿ,

"ಮಮ್ಮಿ, ಮಮ್ಮಿ ಪಾಪ" ಎಂದು ತೊದಲುತ್ತ ತಾಯಿಯ ಸೆರಗಿಡಿದು ಎಳೆದ.

ಶೋಭ ನಗುತ್ತ "ನಿನಗೆ ಪಾಪ ಬೇಕಾ?" ಎಂದು ಎತ್ತಿಕೊಂಡು ಮಲಗಿದ್ದ ನಳಿನಿಯ ಬಳಿಗೆ ಬಂದಳು.

ಆಗ ತಾನೇ ಎಚ್ಚರಗೊಂಡಿದ್ದ ನಳಿನಿ ಪಿಳಿಪಿಳಿ ನೋಡುತ್ತ ಮಲಗಿದ್ದಳು.

ದೀಪಕ್‌ನನ್ನು ಮಂಚದ ಮೇಲೆ ಕೂಡಿಸಿದ ಶೋಭ ನಳಿನಿಯನ್ನು ಎತ್ತಿಕೊಂಡು "ದೀಪು, ಪಾಪ ಚೆನ್ನಾಗಿದೆಯೇನೋ ನೋಡು" ಎಂದು ಅವನ ಪುಟ್ಟ ತೊಡೆಯ ಮೇಲೆ ಕೂಡಿಸಿದಳು.

ದೀಪಕ್ ಎರಡು ಕೈಗಳಿಂದಲೂ ನಳಿನಿಯನ್ನು ತಬ್ಬಿಕೊಂಡು ಕೇಕೆ ಹಾಕತೊಡಗಿದ.

ಏನೂ ಅರಿಯದ ನಳಿನಿ ತನ್ನ ನಾಲ್ಕು ಹಲ್ಲುಗಳನ್ನೂ ಪ್ರದರ್ಶಿಸಿ ನಕ್ಕಳು.

ಮಕ್ಕಳ ಆಟವನ್ನು ನೋಡಿ ಗೆಳತಿಯರಿಬ್ಬರಿಗೂ ಮನಃಪೂರ್ತಿ ನಕ್ಕರು.

ಸೂಕ್ಷ್ಮವಾಗಿ ದೀಪಕನನ್ನು ಗಮನಿಸಿದಳು ಶೋಭ. ಮಧುವನ್ನು ನೋಡಿದ ಯಾರೇ ಆಗಲಿ ನೇರವಾಗಿ ಅವನ ಮಗುವೆಂದು ಹೇಳಿಬಿಡಬಹುದು. ಅಷ್ಟು ಹೋಲಿಕೆ ಇತ್ತು. ಬರೀ ರೂಪ ಮಾತ್ರ ಅವನದಾಗಿರದೇ ನಡೆದಾಡುವ ರೀತಿ, ಅವನದೇ ಆದ ಆಕರ್ಷಕ ನಗು ಎಲ್ಲಾ ಪುಟ್ಟ ದೀಪುವಿನಲ್ಲಿ ಆವಿರ್ಭವಿಸಿತ್ತು.

ಇಷ್ಟು ಹೋಲಿಕೆ ಇರುವ ದೀಪಕನನ್ನು ನೋಡಿದಂತೆ ಶಾಂತಳ ರಹಸ್ಯ ಬಚ್ಚಿಡುವುದು ಅಷ್ಟು ಸುಲಭವಲ್ಲ ಎಂದುಕೊಂಡಳು.

"ಶಾಂತ, ಇವನು ಇವತ್ತಿನಿಂದ ನನ್ನ ಅಳಿಯ ಕಣೆ. ಗಂಡುಗಳಿಗೆ ಬಹಳ ಡಿಮ್ಯಾಂಡ್ ಇರುವುದರಿಂದ ಈಗಲೇ ಗೊತ್ತುಮಾಡಿಕೊಂಡರೆ ಮುಂದೆ ತೊಂದರೆ ಇಲ್ಲ. ಅದೂ ನಿನ್ನಂಥ ಬೀಗತ್ತಿ ಸಿಕ್ಕರೆ ನಾವು ಆರಾಮವಾಗಿ ಇರಬಹುದು."

ಗೆಳತಿಯ ಮಾತಿಗೆ ಶಾಂತ ಜೋರಾಗಿ ನಕ್ಕಳು.

ಆಗತಾನೇ ಒಳಗೆ ಬರುತ್ತಿದ್ದ ಕೃಷ್ಣಸ್ವಾಮಿ ಮಗಳ ಅಪರೂಪದ ನಗುವನ್ನು ಕಂಡು ಚಕಿತರಾದರು. ಶೋಭಳ ಮುಖ ಕಂಡಕೂಡಲೇ ಅವರ ಮುಖ ಅರಳಿತು.

"ನೆನ್ನೆ ನಿಮ್ಮ ಮನೆಯಿಂದ ಬಂದ ಕೂಡಲೇ..." ಪೂರ್ತಿ ಮಾತನಾಡುವ ಮೊದಲೇ ಉಸ್ಸೆಂದು ಕುಳಿತರು.

"ಅಣ್ಣ, ಐದು ಗಂಟೆಯಾದರೂ ಬಿಸಿಲು ಕಮ್ಮಿಯಾಗಿಲ್ಲ."

"ಹಾಗಂತಲೇ ಇಷ್ಟು ಹೊತ್ತು ಅಲ್ಲೇ ಇದ್ದುಬಿಟ್ಟೆ. ಐದು ಗಂಟೆಯಾಯಿತಲ್ಲ ಅಂತ ಹೊರಟು ಬಂದೆ."

ಶೋಭ ಮಧ್ಯೆ ಬಾಯಿಹಾಕಿ "ಅದೇನೋ ನೆನ್ನೆ ಅಂತ ಹೇಳಿ ಅರ್ಧದಲ್ಲಿ ನಿಲ್ಲಿಸಿದಿರಲ್ಲ" ಎಂದಳು.

'ಏನು ಹೇಳಹೊರಟಿದ್ದು?' ಎಂದು ತಲೆ ಕೆರೆದುಕೊಂಡ ಕೃಷ್ಣಸ್ವಾಮಿ.

"ಅದೇನೋ ಆಗಲೇ ಮರೆತುಹೋಯಿತು. ಈಗೀಗ ಜ್ಞಾಪಕಶಕ್ತಿ ಬಹಳ ಕಡಿಮೆಯಾಗಿಬಿಟ್ಟಿದೆ. ಆದರೆ ನಮ್ಮ ದೀಪು ಏನೇನು ಚೇಷ್ಟೆ ಮಾಡುತ್ತಾನೆ ಅನ್ನೋದು ಮಾತ್ರ ಜ್ಞಾಪಕವಿರುತ್ತೆ. ತುಂಟಿ ಹೇಗೆ ಪಿಳಿಪಿಳಿ ನೋಡುತ್ತಾಳೆ" ಎಂದು ನಳಿನಿಯ ಕಡೆ ಕೈ ಚಾಚಿದರು.

ನಳಿನಿಯನ್ನು ಅವರ ಕೈಗಿತ್ತು, ಅಡಿಗೆನೆಯಲ್ಲಿ ತಿಂಡಿ ಮಾಡುವ ಸನ್ನಾಹದಲ್ಲಿದ್ದ ಶಾಂತಳ ಬಳಿಗೆ ಹೋದಳು.

ಬೋಂಡ ಮಾಡಲು ಆಲೂಗಡ್ಡೆ ಬೇಯಿಸುತ್ತಿದ್ದ ಶಾಂತ ಗೆಳತಿಯ ಕಡೆ ತಿರುಗಿ,

"ಎಷ್ಟೊತ್ತಿಗೆ ಬರುತ್ತಾರೆ ಡಾಕ್ಟರು?" ಎಂದಳು.

"ಡಾಕ್ಟರ್‌ಗಳಿಗೆ ವೇಳೆ ಇದೆಯೇನೆ? ನನಗೆ ಹೀಗೆ ಅಂತ ಗೊತ್ತಾಗಿದ್ದರೆ ನಾನು ಡಾಕ್ಟರನ್ನು ಮದುವೆಯಾಗುವ ತಂಟೆಗೇ ಹೋಗುತ್ತಿರಲಿಲ್ಲ. ಅದೂ ಅಲ್ಲದೇ ನರ್ಸಿಂಗ್ ಹೋಂ ಇಡುವ ಪ್ರಯತ್ನ ಸಹ ಪಡುತ್ತಿರಲಿಲ್ಲ."

"ಅಂತೂ ಅಮ್ಮವರಿಗೆ ಡಾಕ್ಟರ್‌ಗಿರಿಯ ಬಗ್ಗೆ ಬಹಳ ಬೇಸರವಾಗಿದೆ. ನನ್ನ ಕೇಳಿದರೆ ಅದರಂಥ ಪವಿತ್ರವಾದ ಕೆಲಸ ಬೇರೊಂದಿಲ್ಲ" ಎಂದು ಬೆಂದ ಆಲೂಗಡ್ಡೆಗೆ ತಣ್ಣೀರು ಸುರಿದು ಗೆಳತಿಯ ಮುಂದಿಟ್ಟಳು.

ಆಲೂಗಡ್ಡೆ ಸಿಪ್ಪೆ ಸುಲಿಯುತ್ತಾ "ಅಮ್ಮನಿಗೆ ನಾನು ಇವರನ್ನು ಮದುವೆಯಾಗುವುದು ಸುತರಾಂ ಇಷ್ಟವಿರಲಿಲ್ಲ. ಇವರು ಚಿಕ್ಕಂದಿನಲ್ಲಿ ವಾರನ್ನ ಮಾಡಿಕೊಂಡು ಸ್ಕಾಲಪ್‌ಷಿಪ್‌ನಿಂದ ಓದಿದವರು. ಅದೂ ಅಲ್ಲದೆ ತಾಯಿ ತಂದೆಯಾಗಲಿ, ಹೇಳಿಕೊಳ್ಳುವಂಥ ಬಂಧುಬಳಗವಾಗಲಿ ಇಲ್ಲ. ಅಮ್ಮನ ಪ್ರತಿಭಟನೆಯನ್ನು ಲೆಕ್ಕಿಸದೆ ಇವರ ಗುಣ, ನಡತೆಯನ್ನು ಬಲ್ಲ ಅಣ್ಣ ಧಾರಾಳ ಮನಸ್ಸಿನಿಂದ ಮದುವೆ ಮಾಡಿದರು. ಫಾರಿನ್‌ನಲ್ಲಿದ್ದ ಮಧು ಮದುವೆಯ ಉಡುಗೊರೆಯಾಗಿ ಇಪ್ಪತ್ತು ಸಾವಿರದ ಚೆಕ್ ಕಳುಹಿಸಿ ನರ್ಸಿಂಗ್ ಹೋಂ ತೆಗೆಯುವಂತೆ ಪ್ರೋತ್ಸಾಹಿಸಿದ. ಅವನ ಉದಾರತೆಯೇ..." ಏನೋ ಹೇಳಹೊರಟ ಶೋಭ ಮಧ್ಯದಲ್ಲೇ ಮಾತನ್ನು ಬೇರೆ ಕಡೆಗೆ ತಿರುಗಿಸಿದಳು.

ಪ್ರಭಾಕರ ಬರುವ ವೇಳೆಗೆ ಏಳು ಗಂಟೆ ಆಗಿತ್ತು. ಆರಿದ ತಿಂಡಿಯನ್ನು ಬಿಸಿ ಮಾಡಿ ಅವನಿಗೆ ಕೊಟ್ಟಳು ಶಾಂತ.

"ಅಡಿಗೆಯವನ ಕೈ ಊಟ ಬೇಸರ ಬಂದಿದೆ. ನಿಮ್ಮಷ್ಟು ಸೊಗಸಾಗಿ ಅವನೆಲ್ಲಿ ಮಾಡುತ್ತಾನೆ. ನಮ್ಮ ಶೋಭಾಳ ಕೈ ಊಟ, ತಿಂಡಿಯ ರುಚಿ ನೋಡೋಣವೆಂದರೆ, ತಂಗಿಯ ಕೈಯಲ್ಲಿ ಯಾವ ಕೆಲಸಾನು ಮಾಡಿಸದೆ ಮೃದುವಾಗಿ ನೋಡಿಕೊಳ್ಳಿ ಅಂತ ಅವರಣ್ಣ ಪ್ರತಿ ಕಾಗದದಲ್ಲೂ ಬರೀತಾರೆ."

ಗಂಡ ಮಧುವಿನ ಬಗ್ಗೆ ಇನ್ನೇನು ಹೇಳಿ ಹೊರಡುತ್ತಾನೋ ಎಂದು ಅಂಜಿದ ಶೋಭ ದೀಪಕನನ್ನು ಎತ್ತಿಕೊಂಡು ಬಂದು ಅವನ ಮುಂದೆ ಹಿಡಿದು "ಇವತ್ತಿನಿಂದ ಇವನು ನಮ್ಮ ಅಳಿಯ" ಎಂದಳು.

ಪ್ರಭಾಕರನನ್ನು ನೋಡಿ ನಾಚಿಯೋ ಇಲ್ಲ ಅರ್ಥವಾಗದ ಶೋಭಳ ಮಾತಿಗೆ ನಾಚಿಯೋ ಎರಡು ಕೈಯಲ್ಲೂ ಮುಖ ಮುಚ್ಚಿಕೊಂಡ ದೀಪಕ್.

ಶೋಭ ಇವನು ಬಹಳ ನಾಚಿಕೆ ಸ್ವಭಾವದವನು. ನಿನ್ನ ಮಗಳು ಇವನನ್ನು ಬುಟ್ಟಿಯಲ್ಲಿಟ್ಟುಕೊಂಡು ಮಾರಿಕೊಂಡು ಬಂದುಬಿಡುತ್ತಾಳೆ ಎಂದು ಕೈಚಾಚಿ ದೀಪಕನನ್ನು ಎತ್ತಿಕೊಂಡು ಮುಖದ ಮೇಲೆ ಹರಡಿದ್ದ ಗುಂಗುರು ಕೂದಲನ್ನು ಹಿಂದಕ್ಕೆ ತಳ್ಳುತ್ತಾ,

"ಅಂತು ಒಳ್ಳೆ ಹ್ಯಾಂಡ್‌ಸಂ ಅಳಿಯನನ್ನು ಹೊಡೆದುಬಿಟ್ಟೆ" ಎಂದ.

ಸ್ವಲ್ಪ ಹೊತ್ತು ಮಾತನಾಡುತ್ತಾ ಕುಳಿತಿದ್ದು ಪ್ರಭಾಕರ, ಶೋಭ ಮನೆಗೆ ಹೊರಟರು.

ಬಟ್ಟೆ ಬದಲಾಯಿಸಿದ ಪ್ರಭಾಕರ ಬೀರುವಿನಲ್ಲಿದ್ದ ಮಧುವಿನ ಫೋಟೋ ತೆಗೆದು ನೋಡಿ, ಎಲ್ಲಾ ಅವನ ಪಡಿಯಚ್ಚೆ ದೀಪಕ್.

ಮೇಜಿನ ಮೇಲಿದ್ದ ಪುಸ್ತಕಗಳನ್ನು ಸರಿಪಡಿಸುತ್ತಿದ್ದ ಮಡದಿಯನ್ನು ಹತ್ತಿರಕ್ಕೆ ಕರೆದು ತನ್ನ ಭಾವನೆಯನ್ನು ಬಹಿರಂಗಪಡಿಸಿದ.

"ದೀಪಕ್ ಎಲ್ಲಾ ನಿಮ್ಮ ಮಧುವಿನ ಹಾಗೆ ನಾನು ಅವನನ್ನು ನೋಡದೇ ಇದ್ದರೂ ಅವರ ಫೋಟೋ ನೋಡೇ ಹೇಳಬಲ್ಲೆ."

ಶೋಭಳ ಮುಖ ಚಿಂತೆಯಿಂದ ಬಾಡಿತು.

"ಒಬ್ಬರ ಹಾಗೆ ಇನ್ನೊಬ್ಬರು ಇರುವುದು ಸಹಜ. ದೀಪಕ್ ಎಲ್ಲಾ ಅವನ ತಂದೆಯ ಹಾಗೆ ಅಂತೆ. ಅವನ ತಂದೆಯಲ್ಲಿ ಅಲ್ಪಸ್ವಲ್ಪ ಮಧುವಿನ ಹೋಲಿಕೆ ಇರಬಹುದು. ಅದಕ್ಕೆ ನೀವು ಯಾಕೆ ತಲೆ ಕೆಡಿಸಿಕೊಳ್ಳುತ್ತೀರಿ?" ಎಂದು ಹೇಳಿ ಅಲ್ಲಿ ನಿಲ್ಲದೇ ಎದ್ದು ಹೋಗಿ ಮಲಗಿದಳು.

ಮಡದಿ ತನ್ನಿಂದ ಗೆಳತಿಯ ಯಾವುದೋ ರಹಸ್ಯ ಮುಚ್ಚಿಡುತ್ತಿದ್ದಾಳೆ. ಇದರಲ್ಲಿ ಮಧುವಿನ ಪಾತ್ರವಿರಬಹುದೆಂದು ಪ್ರಭಾಕರನ ಮನಸ್ಸು ಸಂದೇಹಿಸಿತು.

ಶೋಭಳನ್ನು ಹೆಚ್ಚು ಕೆದಕಲು ಇಷ್ಟಪಡದೆ ಮಲಗಿ ನಿದ್ರಿಸಿದ.

* * *

ಅಂದು ಪ್ರಭಾಕರ ಮನೆಗೆ ಬಂದಾಗ ಬಹಳ ಸಂತೋಷದಿಂದಿದ್ದ.

"ಏನು ಸಾಹೇಬರು ಬಹಳ ಸಂತೋಷದಲ್ಲಿ ಇದ್ದ ಹಾಗಿದೆ" ಎಂದು ಗಂಡನ ಟೈ ಸಡಿಲಿಸುತ್ತಾ ಪ್ರಶ್ನಿಸಿದಳು ಶೋಭ.

"ಅದನ್ನು ನೀನೇ ಊಹಿಸಿಕೋ!" ಎಂದ ನಗುತ್ತಾ.

"ಇನ್ನೇನು ಯಾವುದೋ ಸೀರಿಯಸ್ ಕೇಸು ಉಳಿಸಿರಬೇಕು. ಇಲ್ಲ ಯಾವನಾದರೂ ಬಡ ವಿದ್ಯಾರ್ಥಿಯ ವಿದ್ಯಾಭ್ಯಾಸಕ್ಕೆ ಸಹಾಯ ಮಾಡಿರಬೇಕು."

ಮಡದಿಯ ತಲೆಯ ಮೇಲೆ ಮೃದುವಾಗಿ ಹೊಡೆದು ಹೇಳಿದ.

"ಅಂತೂ ನನಗೆ ಸ್ವಂತ ಆನಂದದಾಯಕ ವಿಷಯಗಳೇ ಇಲ್ಲ ಅಂತ ನಿನ್ನ ಅಭಿಪ್ರಾಯವೇ? ನಿಮ್ಮಣ್ಣ ಮಧು ಮರಳಿ ಸ್ವದೇಶಕ್ಕೆ ವಾಪಸು ಬರುತ್ತಿದ್ದಾರೆ. ಅದಕ್ಕೋಸ್ಕರ ಅವರನ್ನು

ಎದುರುಗೊಳ್ಳಲು ನಿಮ್ಮಣ್ಣ, ನಿಮ್ಮಮ್ಮ, ನಿಮ್ಮಕ್ಕ, ದೊಡ್ಡಮ್ಮ ಎಲ್ಲರೂ ಬೆಂಗಳೂರಿಗೆ ಹೋಗುತ್ತಾರಂತೆ. ಅದಕ್ಕೆ ನಮ್ಮಿಬ್ಬರನ್ನು ಆಹ್ವಾನಿಸಿದ್ದಾರೆ."

ಮಧು ಬರುತ್ತಾನೆ ಎಂದು ತಿಳಿದ ತಕ್ಷಣ ಅವಳಿಗೆ ಕುಣಿದಾಡುವಷ್ಟು ಸಂತೋಷವಾಯಿತು. ಆದರೆ ಫಕ್ಕನೆ ಅವಳ ಮನ ಮುದುಡಿತು. ಉದಾಸೀನತೆ ಮುಖದ ಮೇಲೆ ನೆಲೆಸಿತು.

"ಬರಲಿ ಬಿಡಿ, ಯಾರೂ ಮಾಡದ ಘನ ಕಾರ್ಯ ಏನು ಮಾಡಿರುವುದು ? ಕೊಳೆಯುವಷ್ಟು ದುಡ್ಡಿತ್ತು. ಅದನ್ನು ಖರ್ಚು ಮಾಡಿಕೊಂಡು ಮೋಜು ಮಾಡುವ ನೆವಕ್ಕೆ ಫಾರಿನ್‌ಗೆ ಹೋದ. ಅವನ್ನ ಎದುರುಗೊಳ್ಳೋಕೆ ನಾವ್ಯಾಕೆ ಹೋಗಬೇಕು ?"

ಮಡದಿಯ ಮಾತಿನಿಂದ ಪ್ರಭಾಕರ ಸುಸ್ತಾದ.

"ಫಾರಿನ್ ಸುದ್ದಿ ಬೇಡ. ಕೆಲಸಕ್ಕಾಗಿ ಕಾದು ಕೂತಿದ್ದ ನನಗೆ ಇಪ್ಪತ್ತು ಸಾವಿರ ರೂಪಾಯಿ ಕಳಿಸಿ, ನಮ್ಮ ಜೀವನಕ್ಕೆ ಒಂದು ನೆಲೆ ತೋರಿಸಿದ. ಅವನ ಉಪಕಾರಕ್ಕೆ ಕೃತಜ್ಞತೆಯಾದರೂ ತೋರಿಸಬೇಡವೆ ?"

"ಅದಕ್ಕೇ ಆದಷ್ಟು ಬೇಗ ಅವನ ಹಣ ಹಿಂದಿರುಗಿಸಬೇಕು ಅನ್ನೋದು."

ಅವಳ ಹತ್ತಿರ ಮಾತನಾಡಿ ಪ್ರಯೋಜನವಿಲ್ಲ. ಉಪಾಯವಾಗಿ ಕರೆದೊಯ್ಯಬೇಕೆಂದು ನಿರ್ಧರಿಸಿಕೊಂಡ.

"ಹೋಗಲಿ, ಹೊಟ್ಟೆ ಹಸೀತಾ ಇದೆ, ನನ್ನ ಊಟದ ಯೋಚನೆನಾದರೂ ಮಾಡು."

ಹಸಿದು ಬಂದ ಗಂಡನಿಗೆ ಊಟ ನೀಡುವ ಯೋಚನೆಯನ್ನೇ ಮರೆತು ಮಾತಿಗೆ ನಿಂತ ಅವಳ ಮನಸ್ಸು ಸಂಕೋಚಗೊಂಡಿತು.

ಅಡಿಗೆಯವನಿಗೆ ಬಡಿಸುವಂತೆ ಹೇಳಲು ಕೆಳಗಿಳಿದು ಹೋದಳು.

ಊಟ ಮುಗಿಸಿ ಬಂದ ಶೋಭ ಗಂಡನ ಕಡೆ ಪ್ರೀತಿಯಿಂದ ನೋಡುತ್ತಾ ಹೇಳಿದಳು.

"ನೀವು ತುಂಬಾ ಒಳ್ಳೆಯವರು. ಬೇರೆ ಗಂಡಸಾಗಿದ್ದರೆ ನನ್ನ ಒರಟುತನಕ್ಕೆ ನಾಲ್ಕು ಒದ್ದು ಬುದ್ಧಿ ಕಲಿಸುತ್ತಿದ್ದರು."

ಪ್ರಭಾಕರ ಭಯಪಟ್ಟವನಂತೆ ನಟಿಸುತ್ತ,

"ಈ ಅಸ್ತ್ರ ಬಹಳ ಕೆಟ್ಟದ್ದು. ಬರೀ ಹೆಂಗಸರೇ ಹೊಗಳಿಕೆಗೆ ಮಾರುಹೋಗೋದು ಅನ್ನುತ್ತಾರೆ. ಈ ಗಂಡು ಪ್ರಾಣಿಗಳು ಅವರಿಗಿಂತ ಅತಿಶಯ ನೋಡು" ಎಂದು ಹಾಸ್ಯ ಮಾಡಿದ.

"ಸಾಕು ಸುಮ್ಮನಿರಿ. ನಿಮಗೆ ಬಂದ ಪತ್ರಗಳೆಲ್ಲಿ?"

ಮಡದಿಯ ಮನಸ್ಸು ಮಧುವಿನ ಬಗ್ಗೆ ಶಾಂತವಾಗಿದೆ ಎಂದು ಅರಿತ ಪ್ರಭಾಕರ ಮಧುವಿನಿಂದ ಬಂದ ಕೇಬಲ್, ಶೋಭಳ ತಂದೆ, ದೊಡ್ಡಮ್ಮನಿಂದ ಬಂದ ಪತ್ರಗಳನ್ನು ತೆಗೆದು ಅವಳ ಮುಂದೆ ಹಾಕಿದ.

ನಿಧಾನವಾಗಿ ಓದಿಕೊಂಡ ಶೋಭ.

"ನಾಳಿದ್ದು ಸಾಯಂಕಾಲವೇ ಬರೋದು. ನಾವು ನಾಳೆ ಬೆಳಿಗ್ಗೇನೇ ಹೊರಡಬೇಕಾಗುತ್ತದೆ ಎಂದು ಪತ್ರಗಳನ್ನು ಮಡಿಸಿ ಡ್ರಾಯರಿನಲ್ಲಿಟ್ಟಳು."

ಮೊದಲು ರೇಗಿದ್ದಕ್ಕೆ ಕಾರಣ ಕೇಳಬೇಕೆಂದುಕೊಂಡರೂ ಪುನಃ ರೇಗಾಡುತ್ತಾಳೋ ಏನೋ ಎಂದು ಬಾಯಿಗೆ ಬೀಗ ಹಾಕಿಕೊಂಡು ಸುಮ್ಮನೆ ಕುಳಿತ ಪ್ರಭಾಕರ.

"ನೀವು ಎಷ್ಟೊತ್ತಿಗೆ ಮನೆಗೆ ಬರುತ್ತೀರೋ? ನಾನು ಸಂಜೆ ಶಾಂತಳ ಮನೆಗೆ ಹೋಗಬೇಕು."

"ಯಾರು ಬೇಡ ಅಂದವರು? ನೀನು ಅಲ್ಲೇ ಇದ್ದರೆ ನಿನ್ನ ನೆವದಲ್ಲಿ ರುಚಿಯಾದ ತಿಂಡಿಗೆ ಅಲ್ಲೇ ಬಂದುಬಿಡುತ್ತೀನಿ."

"ನೀವು ಬರೀ ಹೊಟ್ಟೆಬಾಕರು" ಎಂದು ಗಂಡನ ಕೂದಲಲ್ಲಿ ಕೈಯಾಡಿಸಿ ಹಣೆಗೊಂದು ಹೂ ಮುತ್ತಿಟ್ಟಳು.

ಅಂದು ಶೋಭಾಳಿಗೆ ದೀಪಕನನ್ನು ಎಷ್ಟು ನೋಡಿದರೂ ತೃಪ್ತಿಯಿಲ್ಲ. ಶಾಂತಳ ಮನೆಯಲ್ಲಿರುವಷ್ಟು ಹೊತ್ತೂ ಅವನನ್ನು ಎತ್ತಿ ಮುದ್ದಾಡಿದಳು.

ಕಾಲಿಗೆ ಅದಲು ಬದಲಾಗಿ ಸಾಕ್ಸು ಏರಿಸುತ್ತಿದ್ದ ದೀಪಕ್ ಕಾರು ಬಂದು ನಿಂತ ಕೂಡಲೇ,

"ಅತ್ತೆ, ಡಾಟರ್ ಮಾವ ಬಂತು. ಚುಚ್ಚೆ ಮಾವ ಬಂತು" ಎಂದು ಹೊರಗೋಡಿದ.

* * *

ಅವನ ಕಾಲಿನಲ್ಲಿದ್ದ ಧೂಳು ತನ್ನ ಪ್ಯಾಂಟಿಗೆ ಮೆತ್ತುತ್ತಿದೆ ಎನ್ನುವುದನ್ನು ಮರೆತು ಪ್ರಭಾಕರ ಎರಡೂ ಕೈಚಾಚಿ ದೀಪಕನನ್ನು ಎತ್ತಿಕೊಂಡು ಮುತ್ತಿಟ್ಟ.

ಅವನ ಕೆನ್ನೆಗಳನ್ನು ಸವರಿ ನೋಡಿ ಮುತ್ತಿಟ್ಟ. ದೀಪಕನ ಜಾಣ್ಮೆಗೆ ತಲೆದೂಗುತ್ತ ಪ್ರಭಾಕರ ಒಳ ನಡೆದ.

ಆ ಮನೆಯಲ್ಲಿ ಅವನಿಗೆ ಯಾವ ವಿಧವಾದ ಸಂಕೋಚವೂ ಇರಲಿಲ್ಲ. ಶಾಂತ ಸೋದರಿಯಂತೆ ಆದರಿಸುತ್ತಿದ್ದಳು. ಕೃಷ್ಣಸ್ವಾಮಿಗಳು ಮಗನಂತೆ ಆತ್ಮೀಯತೆ ತೋರುತ್ತಿದ್ದರು. ತಂದೆ, ತಾಯಿ, ಸೋದರಿ, ಸೋದರರ ಪ್ರೀತಿಯನ್ನು ಅರಿಯದ ಅವರ ಆತ್ಮೀಯತೆ ಆಪ್ಯಾಯಮಾನವಾಗಿತ್ತು.

ಕೃಷ್ಣಸ್ವಾಮಿಗಳ ಜೊತೆ ಕುಳಿತು ದೀಪಕ್, ನಳಿನಿಯರ ಆಟ ನೋಡುತ್ತ ಎಲ್ಲರೂ ತಿಂಡಿ ಮುಗಿಸಿದರು.

"ಶಾಂತ, ನಾನು ಊರಿಗೆ ಹೋಗಿಬಿಟ್ಟು ಬರ್ತೀನಿ. ಅಣ್ಣ ನೋಡಬೇಕು ಅಂತ ಕಾಗದ ಬರೆದಿದ್ದಾರೆ."

ಕಾಫಿ ತಟ್ಟೆ ಹಿಡಿದು ಬಂದ ಶಾಂತಳಿಗೆ ಗೆಳತಿಯ ನುಡಿ ನೋವನ್ನುಂಟುಮಾಡಿತು. ಈ ನಡುವೆ ಶೋಭಳ ಆತ್ಮೀಯತೆಯಲ್ಲಿ ಎಲ್ಲಾ ಮರೆತಿದ್ದಳು.

ಕಳಾಹೀನವಾದ ಗೆಳತಿಯ ಮುಖವನ್ನು ಕಂಡ ಶೋಭ "ಎರಡು ದಿನದ ಮಟ್ಟಿಗೆ ಮಾತ್ರ ಹೋಗಿ ಬರುತ್ತೀನಿ ಅಷ್ಟೆ. ಇವರು ಜೊತೆಯಲ್ಲೇ ಬರುವುದರಿಂದ ಹೆಚ್ಚು ದಿನ ನಿಲ್ಲುವುದಿಲ್ಲ" ಎಂದು ಸಮಾಧಾನ ಮಾಡಿದಳು.

ಪ್ರಭಾಕರ ಏನೋ ಹೇಳಲು ಬಾಯಿ ತೆರೆದ. ಆದರೆ ಶೋಭಾ ಉಪಾಯದಿಂದ ಅವನ ಬಾಯಿ ಮುಚ್ಚಿಸಿದಳು.

ಮಡದಿಯು ಶಾಂತಳ ಮುಂದೆ ಚಿಕ್ಕಮಗಳೂರಿಗೆ ಹೋಗುವುದಾಗಿ ಸುಳ್ಳು ಹೇಳಲು ಕಾರಣವೇನು? ತಾವು ಬೆಂಗಳೂರಿಗೆ ಮಧುವನ್ನು ಎದುರುಗೊಳ್ಳಲು ಹೋಗುತ್ತಿರುವ ನಿಜಾಂಶವನ್ನೇ ತಿಳಿಸಬೇಕಾಗಿತ್ತು. ಅದನ್ನು ಮುಚ್ಚಿಡುವ ಕಾರಣವೇನು? ಮಧುವು ಶಾಂತಳ ಜೀವನದಲ್ಲಿ ಏನೋ ಪಾತ್ರ ವಹಿಸಿರಬೇಕು. ಇದೆಲ್ಲ ತನ್ನಿಂದ ಕೂಡ ಮುಚ್ಚಿಡಲು ಪ್ರಯತ್ನಿಸುತ್ತಿದ್ದಾಳೆ ಶೋಭ. ಶಾಂತಳ ಬಗ್ಗೆ ಕೆಟ್ಟ ಕಲ್ಪನೆಯ ಸುಳಿವು ಸಹ ಪ್ರಭಾಕರನಿಗೆ ಬೇಡವೆನ್ನಿಸಿತು.

ಶಾಂತಳ ಒಳ್ಳೆಯತನ, ಸೌಮ್ಯವಾದ ನಡವಳಿಕೆ ಅವನಿಗೆ ಅತಿ ಮೆಚ್ಚಿಕೆಯಾಗಿತ್ತು. ಎಂತಹ ಸಮಯದಲ್ಲೂ ನಿರ್ವಿಕಾರವಾಗಿ ವರ್ತಿಸುತ್ತಿದ್ದ ಅವಳ ಸಂಯಮಶೀಲ ನಡತೆಯಿಂದ ಅವಳು ಚಿಕ್ಕವಳಾದರೂ ಹೆಚ್ಚು ಗೌರವದಿಂದ ಕಾಣುವಂತೆ ಅವನನ್ನ ಪ್ರೇರೇಪಿಸಿತ್ತು.

ಸುಮ್ಮನೆ ಕುಳಿತು ಗಂಡನನ್ನು ನೋಡಿ ಶೋಭಳಿಗೆ ನಗು ಬಂತು.

"ಅಂತೂ ನರ್ಸಿಂಗ್ ಹೋಂ ಬಿಟ್ಟು ಮನೆಗೆ ಬಂದರೂ ನಿಮಗೆ ರೋಗಿಗಳ ನೆನಪೇ. ಸದ್ಯ ನಮ್ಮನ್ನಾದರೂ ನೆನಪಿಟ್ಟುಕೊಂಡು ಮನೆಗೆ ಬರುತ್ತೀರಲ್ಲ ಅದಕ್ಕೆ ತುಂಬಾ ಧನ್ಯವಾದಗಳು."

ಪ್ರಭಾಕರ ಮೇಲಕ್ಕೆದ್ದು ಶಾಂತ ಎದುರಿಗಿದ್ದುದನ್ನು ಮರೆತು ಮಡದಿಯ ಕೆನ್ನೆ ಹಿಂಡಿದ. ಶೋಭ ನಾಚಿಕೆಯಿಂದ ದೂರ ಸರಿದಳು.

ಪ್ರಭಾಕರ, ಶೋಭ ಮನೆಗೆ ಹೋದ ಎಷ್ಟೋ ಹೊತ್ತಿನವರೆಗೆ ಶಾಂತ ಅವರ ಸುಖ ದಾಂಪತ್ಯದ ಬಗ್ಗೆ ಯೋಚಿಸುತ್ತಿದ್ದಳು. "ನಿಜವಾಗಿ ಶೋಭ ಅದೃಷ್ಟವಂತಳು. ಪ್ರಭಾಕರನಂಥ ಒಳ್ಳೆಯ ಪತಿ ಎಲ್ಲರಿಗೂ ಹೇಗೆ ದೊರಕಲು ಸಾಧ್ಯ?" ಅವಳ ಸುಖ ಸಂಸಾರ ಯಾವ ಎಡರು-ತೊಡರು ಇಲ್ಲದೆ ಸರಾಗವಾಗಿ ಸಾಗಲಿ" ಎಂದು ದೇವರನ್ನು ಪ್ರಾರ್ಥಿಸಿದಳು.

ತಾಯಿ ಸುಮ್ಮನೆ ಕುಳಿತಿದ್ದನ್ನು ನೋಡಿ ದೀಪಕ್ ಮೇಜಿನ ಮೇಲಿದ್ದ ಪುಸ್ತಕ ತೆಗೆದು ಅದರಲ್ಲೆಲ್ಲ ಸಿಕ್ಕಾಪಟ್ಟೆ ಗೀಚುತ್ತಿದ್ದ.

ಮೊಮ್ಮಗ, ಮಗಳು ಯಾವೊಂದು ಸದ್ದು ಗದ್ದಲವಿಲ್ಲದೆ ಕೋಣೆಯಲ್ಲಿ ನೋಡಿ ಮಗಳ ಒಂಟಿ ಬಾಳನ್ನು ನೆನೆದು ನೊಂದರು. ಮೊಮ್ಮಗನ ಚೇಷ್ಟೆಯನ್ನು ನೋಡಿ ಅವರಿಗೆ ನಗು ಬಂತು.

"ಶಾಂತ, ಈ ತುಂಟ ಆಗಲೇ ಪುಸ್ತಕದಲ್ಲಿ ಬರೆಯುವುದಕ್ಕೆ ಶುರು ಮಾಡಿಬಿಟ್ಟಿದ್ದಾನೆ" ಎಂದು ಅವನ ಕೈಯಲ್ಲಿದ್ದ ಪುಸ್ತಕ ಕಿತ್ತುಕೊಳ್ಳುತ್ತ "ಅಮ್ಮನ ಪುಸ್ತಕಾನೆಲ್ಲ ಹಾಳುಮಾಡಿಬಿಟ್ಟಿದ್ದೀಯಲ್ಲ. ಇನ್ನು ಏಟು ಬೀಳುತ್ತೆ, ನಡಿ ಹೋಗೋಣ" ಎಂದು ಮೊಮ್ಮಗನನ್ನು ಎತ್ತಿಕೊಂಡರು.

ಎಚ್ಚೆತ್ತ ಶಾಂತಳ ದೃಷ್ಟಿ ಮೇಜಿನ ಮೇಲಿದ್ದ ಪುಸ್ತಕ, ಪೆನ್ನಿನ ಕಡೆ ಹರಿಯಿತು.

ಅವು ಅನಾಥರಂತೆ ಕೆಳಗೆ ಬಿದ್ದಿದ್ದವು. ಪುಸ್ತಕದ ವಿರೂಪ ಕಂಡ ತಕ್ಷಣ ಶಾಂತಳಿಗೆ ರೇಗಿತು.

"ಅಣ್ಣ, ಅವನನ್ನು ಕೆಳಗೆ ಇಳಿಸಿ. ಹಾಳಾದವನು ಪುಸ್ತಕ ಎಲ್ಲಾ ಕೆಡಿಸಿ ಬಿಟ್ಟ. ಆ ಪುಸ್ತಕ ಲೈಬ್ರರಿಯದು. ಮೊದಲೇ ನಮ್ಮ ಹೆಡ್‌ಮೇಡಮ್ ಬಹಳ ಶಿಸ್ತಿನವರು. ಇವನಿಂದ ಅವರ ಹತ್ತಿರ ಮಾತು ಕೇಳಬೇಕಾದೀತು" ಎಂದು ತಂದೆಯ ಹೆಗಲ ಮೇಲಿಂದ ಮಗನನ್ನು ಇಳಿಸಿ ಕೆನ್ನೆಗೆ ಎರಡು ಬಾರಿಸಿದಳು.

ದೀಪಕ್ ಅದನ್ನೇ ದೊಡ್ಡದು ಮಾಡಿಕೊಂಡು ಅಳತೊಡಗಿದ.

ಕೃಷ್ಣಸ್ವಾಮಿ ಮಗಳಿಗೆ ಛೀಮಾರಿ ಹಾಕಿದರು.

"ಹಾಲುಗಲ್ಲದ ಮಗುವಿಗೆ ಹೊಡೆಯಲು ನಿನಗೆ ಕೈ ಹೇಗೆ ಬಂತು? ಮಗುವಿನ ಕೆನ್ನೆಯೆಲ್ಲ ಕೆಂಪಾಗಿದೆ. ಬೇರೆ ಹೊಸ ಪುಸ್ತಕ ಕೊಂಡುಕೊಟ್ಟರೆ ಆಗಿತ್ತು."

ಅವನ ಅಳು ಕೇಳಿ ಮಾಲಿನಿ, ಮಾಧವ್ ಧಾವಿಸಿ ಬಂದರು.

ಮಾಲಿನಿ ಎಷ್ಟೇ ಲಲ್ಲೆಗೆರೆದರೂ ಅವನು ಅಳು ನಿಲ್ಲಿಸದೆ ಮತ್ತಷ್ಟು ಜೋರು ಮಾಡಿದ.

ಮಾಧವ್ ಏನೇನೋ ಹೇಳಿ ಮೆಲ್ಲಗೆ ಹೊರಗೆ ಕರೆದೊಯ್ದಾಗ ಮನೆ ಶಾಂತವಾಯಿತು.

"ಶಾಂತ, ನಿನಗೆ ಕೋಪ ಬರುವುದೇ ಅಪರೂಪ. ಅಂಥದ್ದರಲ್ಲಿ ನೀನು ಕೋಪಿಸಿಕೊಂಡು ಮಗೂನ ಹೊಡೆಯಬೇಕಾದರೆ ನಿನಗೆ ಪುಸ್ತಕದ ಬಗ್ಗೆ ಎಷ್ಟು ಒಲವಿರಬೇಕು" ಎಂದಳು ವಿಷಯ ತಿಳಿದ ಮಾಲಿನಿ.

"ಛೆ! ಹಾಗಲ್ಲ ಮಾಲಿನಿ. ಇದು ಸಾಧಾರಣವಾಗಿ ಸಿಗುವಂಥ ಪುಸ್ತಕವಲ್ಲ. ನಾನೇನೋ ಓದೋಣ ಅಂತ ಲೈಬ್ರರಿಯಿಂದ ತಂದರೆ ಅದನ್ನು ಈ ಅವಸ್ಥೆಗೆ ತಂದಿದ್ದಾನೆ" ಎಂದು ವಿರೂಪಗೊಂಡ ಪುಸ್ತಕವನ್ನು ಅವಳ ಮುಂದೆ ಹಿಡಿದಳು.

"ಅದೆಲ್ಲ ಅವನಿಗೆ ಹೇಗೆ ಗೊತ್ತಾಗಬೇಕು? ಪುಟ್ಟ ಮಗುವಿನ ಮನೆಯಲ್ಲಿ ಅಂತಹ ವಸ್ತುಗಳನ್ನು ಜೋಪಾನವಾಗಿಡಬೇಕು"

ಕೂಡಲೇ ಶಾಂತಳಿಗೆ ತನ್ನ ತಪ್ಪಿನ ಅರಿವಾಗಿ ಪಶ್ಚಾತ್ತಾಪವಾಯಿತು.

ದೀಪಕನನ್ನು ಮಾಧವ್ ಸ್ವಲ್ಪ ಹೊತ್ತು ತಿರುಗಾಡಿಸಿಕೊಂಡು ಕರೆದುಕೊಂಡುಬಂದ.

ತಾಯಿಯನ್ನು ಕಂಡ ಕೂಡಲೇ ದೀಪಕ್ ಅವಳು ಕೊಟ್ಟ ಏಟನ್ನೂ ಮರೆತು ಓಡಿ ಬಂದು ಅವಳ ಕಾಲನ್ನು ತಬ್ಬಿ ಹಿಡಿದ.

ಮಗುವಿನ ನಿಷ್ಕಲ್ಮಶ ಪ್ರೀತಿಯನ್ನು ಕಂಡು ಶಾಂತಳ ಕಣ್ಣುಗಳು ಒದ್ದೆಯಾದವು.

* * *

ಬೆಂಗಳೂರಿನಲ್ಲಿ ಶೋಭಳ ಅಕ್ಕ ಶಾಲಿನಿಯ ಮನೆ ಇದ್ದುದರಿಂದ ಪ್ರಭಾಕರ, ಶೋಭ ನೇರವಾಗಿ ಅಲ್ಲಿಗೆ ಹೋದರು.

ಆಗಲೇ ಶೋಭಳ ತಾಯಿ, ತಂದೆ, ಚಿಕ್ಕಮ್ಮ ಮತ್ತು ಭಾವಿ ವಧು ನೀನಾ ಅವರ ತಾಯಿ, ತಂದೆ ಎಲ್ಲಾ ಬಂದಿಳಿದಿದ್ದರು.

ಶೋಭಳಿಗೆ ನೀನಾಳಲ್ಲಿ ಅಷ್ಟು ಪ್ರೀತಿ ಇಲ್ಲದಿದ್ದರೂ, ಮುಂದೆ ಮಧುವಿಗೆ ಹೆಂಡತಿಯಾಗುವವಳು ಎನ್ನುವ ಅಕ್ಕರೆ ಇತ್ತು. ಯಾಕೋ ಇಂದು ಅವಳ ಮುಖ ಕಂಡ ತಕ್ಷಣ ಶೋಭಳಿಗೆ ಜಿಗುಪ್ಸೆಯಾಯಿತು. ಅದನ್ನು ತೋರ್ಪಡಿಸದೇ ನಗುತ್ತಲೇ ಮಾತನಾಡಿದಳು.

“ಏನು ಭಾವೀ ಅತ್ತಿಗೆಯವರೇ...?” ಅವಳ ಮಾತು ಪೂರ್ತಿ ಮಾಡುವ ಮುನ್ನವೇ ಕೈ ಹಿಡಿದ ನೀನಾ,

“ದಯವಿಟ್ಟು ಅಷ್ಟೆಲ್ಲ ಮರ್ಯಾದೆ ಬೇಡ. ಮೊದಲಿನ ಹಾಗೆ ನೀನಾ ಎಂದು ಕರೆದರೆ ಸಾಕು” ಎಂದಳು.

ಅವಳ ಸರಳತೆ ಅರಿವಿದ್ದ ಶೋಭ ಮುಗುಳುನಗುತ್ತ ಹೇಳಿದಳು. “ನಮ್ಮ ಮಧು ನಿಮಗೆ ಇದುವರೆಗೆ ಎಷ್ಟು ಪತ್ರ ಬರೆದಿದ್ದಾನೆ? ನನಗಂತೂ ಅಲ್ಲಿನ ವಿಷಯವೆಲ್ಲ ಬರೆದು ಬೋರ್ ಹಿಡಿಸಿಬಿಟ್ಟ.”

ನೀನಾಳ ಮುಖ ಚಿಕ್ಕದಾಯಿತು.

“ನಾನು ಹತ್ತೋ, ಇಪ್ಪತ್ತೋ ಪತ್ರ ಬರೆದರೆ ಮಧು ಎರಡು ಸಾಲಿನ ಉತ್ತರ ಬರೆಯುತ್ತಿದ್ದ.”

ತಾನು ಮಧುವಿನ ಸ್ವಭಾವ ಅರಿತೂ ಸಹ ಅವಳನ್ನು ಪ್ರಶ್ನಿಸಿದ್ದು ತಪ್ಪೆಂದುಕೊಂಡಳು ಶೋಭ.

“ಅಯ್ಯೋ, ನಾನು ಸುಮ್ಮನೆ ಹೇಳಿದೆ. ಅವನು ಅಲ್ಲಿಗೆ ಹೋದ ಮೇಲೆ ನನ್ನ ಮದುವೆಯ ಸಂದರ್ಭದಲ್ಲಿ ಶುಭಾಶಯ ಕೋರಿ ಒಂದು ಪತ್ರ ಬರೆದಿದ್ದು ಅಷ್ಟೆ. ನಾನೇ ನಾಲ್ಕಾರು ಪತ್ರ ಬರೆದು ಉತ್ತರ ಬರದಿದ್ದಾಗ ಪತ್ರ ಬರೆಯುವುದನ್ನೇ ನಿಲ್ಲಿಸಿದೆ. ಅವನು ಬಹಳ ಸೋಮಾರಿ” ಎಂದು ನಾಳೆ ಬರಲಿದ್ದ ಮಧುವನ್ನು ಆಕ್ಷೇಪಿಸಿದಳು.

ಶಾಲಿನಿಯ ಮನೆಯಲ್ಲಿ ಜನಗಳು ತುಂಬಿ ಮದುವೆ ಮನೆ ಸಡಗರ ಬಂದಿತ್ತು.

ಸುಮಿತ್ರಮ್ಮನವರಿಗೆ ವಿದೇಶದಿಂದ ಬರುವ ತಮ್ಮ ಮಗನ ಬಗ್ಗೆ ಎಷ್ಟು ಹೇಳಿಕೊಂಡರೂ ಸಮಾಧಾನವಿಲ್ಲ.

ಕೆಲವು ಸಲ ಶೋಭಳೇ “ಆಂಟಿ, ಮಧು ನಮಗೇನೂ ಹೊಸನಬಲ್ಲ. ನಿಮ್ಮ ಮುದ್ದಿನ ಮಗ ದೇವಲೋಕಕ್ಕೆ ಹೋಗಿ ಬರುತ್ತಾ ಇಲ್ಲ. ದುಡ್ಡಿದ್ದರೆ ಯಾರು ಬೇಕಾದರೂ ಫಾರಿನ್‌ಗೆ ಹೋಗಿ ಬರಬಹುದು” ಎನ್ನುತ್ತಿದ್ದಳು.

ಸುಮಿತ್ರಮ್ಮನವರು ಮುಖಭಂಗಿತರಾದರೂ ಅವಳ ಮಾತನ್ನು ಅವಳಿಗೇ ಹಿಂದಿರುಗಿಸುತ್ತಿದ್ದರು. “ನಾನು ಮಧೂನ ಅಕ್ಕರೆ ಮಾಡೋದು ಅಷ್ಟರಲ್ಲೇ ಇದೆ. ಅಣ್ಣನನ್ನು ಹೆಚ್ಚು ಹೊಗಳೋ ಮುದ್ದಿನ ತಂಗಿ ನೀನೇ.”

ಚಿಕ್ಕಮ್ಮನ ಜಾಣತನಕ್ಕೆ ನಕ್ಕು ಶೋಭ ಸುಮ್ಮನಾಗುತ್ತಿದ್ದಳು.

ಬರಲಿರುವ ಮಧುವನ್ನು ಎದುರುಗೊಳ್ಳಲು ಎಲ್ಲರೂ ಏರೋಡ್ರಮ್ ಸೇರಿದರು. ನೀನಾಳ ತಂದೆ ಭಾವಿ ಅಳಿಯನಿಗೆ ತಕ್ಕಂಥ ದೊಡ್ಡ ಹಾರವನ್ನೇ ತಂದಿದ್ದರು.

ಪ್ಲೇನ್‌ನಿಂದ ಇಳಿಯುತ್ತಿದ್ದ ಮಧುವನ್ನು ನೋಡಿದಾಗ ಶೋಭಳಿಗೆ ಅವನು ಮೊದಲಿಗಿಂತ ಹೆಚ್ಚು ಆಕರ್ಷಕವಾಗಿದ್ದಾನೆ, ಅಲ್ಲಿ ತನ್ನ ಸುಂದರ ನಿಲುವನ್ನು ಕಳೆದುಕೊಳ್ಳದೆ ಅಲ್ಲಿನ ಸೌಂದರ್ಯವನ್ನೆಲ್ಲ ಹೊತ್ತು ತಂದಿದ್ದಾನೆ ಅನಿಸಿತು.

ಮೊದಲು ಪ್ರಭಾಕರನನ್ನು ಅಪ್ಪಿಕೊಂಡು ಮಧು ತನ್ನ ಆತ್ಮೀಯತೆಯನ್ನು ತೋರಿಸಿದ.

ಅವನ ನಡತೆಯಿಂದ ಶೋಭಳ ಮನಸ್ಸು ಸಂತೋಷಗೊಂಡರೂ ಶಾಂತಳ ನೆನಪಿನಿಂದ ಮುದುಡಿತು.

ಮಧು ಮೊದಲಿಗಿಂತಲೂ ಹೆಚ್ಚು ವಾಚಾಳಿಯಾಗಿದ್ದ. ಬೇರೆಯವರಿಗೆ ಮಾತನಾಡಲು ಅವಕಾಶ ಕೊಡದೇ ಮನೆಗೆ ಬರುವವರೆಗೂ ತಾನೇ ಮಾತಾಡಿದ.

ಮಧುವಿಗೆ ಮೊದಲಿನಿಂದಲೂ ಶೋಭಳನ್ನು ಕಂಡರೆ ಅಪಾರ ಅಕ್ಕರೆ... ಅವಳನ್ನು ಅಳಿಸಿ, ನಗಿಸಿ ಸಂತೋಷಪಡುತ್ತಿದ್ದ. ಇಂದು ಯಾಕೋ ಅವನಿಗೆ ಅವಳು ಮೊದಲಿನ ಶೋಭ ಅನ್ನಿಸಲಿಲ್ಲ. ಮದುವೆಯಾದ ತಕ್ಷಣ ಇಂತಹ ಮಾರ್ಪಾಟು ಆಗಲು ಹೇಗೆ ಸಾಧ್ಯ ಎಂದು ಯೋಚಿಸಿದ.

ಶಾಲಿನಿಯ ಮನೆಯಲ್ಲಿ ಎರಡು ದಿನ ಹಬ್ಬದೋಪಾದಿಯಲ್ಲಿ ಕಳೆದುಹೋಯಿತು. ಶೋಭ ಗಂಡನೊಡನೆ ಹೊರಟು ನಿಂತಳು.

"ಮಧು, ನಾನು ಊರಿಗೆ ಹೊರಡುತ್ತೀನಿ. ಎಲ್ಲರ ಮನೆ ಆತಿಥ್ಯ ಮುಗಿಸಿಕೊಂಡು ಅಲ್ಲಿ ಬಾ."

ಶೋಭಳ ಮಾತು ಕೇಳಿ ಮಧುವಿಗೆ ರೇಗಿತು.

"ನಿನ್ನಿಂದ ಆಹ್ವಾನ ಪಡೆದು ನಾನು ಬರಬೇಕಾಗಿಲ್ಲ, ನಾನು ಮೊದಲು ಬರೋದೇ ಮೈಸೂರಿಗೆ."

ಅವನ ಕೋಪ ಕಂಡು ತಾನು ಹಾಗೆ ಹೇಳಬಾರದಾಗಿತ್ತೇನೋ ಎಂದುಕೊಂಡು ಸಮಾಧಾನ ಮಾಡಲು ಪ್ರಯತ್ನಿಸಿದಳು.

"ಅಲ್ವೋ ಮಹಾರಾಯ, ನಿನಗಾಗಿ ನೀನಾ ಕಾದು ನಿಂತಿದ್ದಾಳೆ. ಹೇಗೂ ನಿನ್ನ ಮನಸ್ಸು ಪ್ರಿಯತಮೆಯ ಹಿಂದೆ ಇರುತ್ತೆ. ಇಷ್ಟು ದಿನ ಒಬ್ಬರನ್ನೊಬ್ಬರು ನೋಡದೇ ವಿರಹವೇದನೆ ಅನುಭವಿಸಿದ್ದು ಸಾಕು. ನಾಲ್ಕಾರು ದಿನ ಮಡಿಕೇರಿಯಲ್ಲಿ ಇದ್ದು ಬರಲಿ ಅಂತ ನನ್ನ ಅಭಿಪ್ರಾಯ. ನಿಮ್ಮ ಭಾವಿ ಮಾವನವರು ನೆನ್ನೇನೆ ಈ ವಿಷಯಾನ ಆಂಟೀ ಹತ್ತಿರ ಪ್ರಸ್ತಾಪಿಸುತ್ತಿದ್ದರು. ಅದಕ್ಕೇ ನಿಮಗೆ ಯಾಕೆ ತೊಂದರೆ ಉಂಟುಮಾಡಲಿ ಅಂತ ಹಾಗೆ ಹೇಳಿದೆ. ಈಗೇನು ಮೈಸೂರಿಗೇ ಬಾ, ನನ್ನಣ್ಣ ನನ್ನ ಮನೆಗೆ ಬಂದರೆ ಸಂತೋಷವಿಲ್ಲವೆ?"

ಅವಳ ಮಾತಿನಲ್ಲಿ ಅಪಾರ ಮಮತೆ ವ್ಯಕ್ತವಾಗುತ್ತಿತ್ತು.

"ಪ್ರಭಾಕರ್ ಊರಿಗೆ ಹೋಗಲಿ, ನೀನು ನನ್ನ ಜೊತೆ ಎಸ್ಟೇಟ್‌ಗೆ ಬಾ. ಆಮೇಲೆ ಮೈಸೂರಿಗೆ ಹೋಗೋಣ."

"ಇಲ್ಲಪ್ಪ, ಅದೆಲ್ಲ ಆಗೋಲ್ಲ. ಅವರಿಗೆ ಪೇಷೆಂಟ್‌ಗಳ ಮಧ್ಯೆ ಊಟ, ತಿಂಡಿಯ ಪರಿವೇನೇ ಇರುವುದಿಲ್ಲ. ನಾನು ಅಲ್ಲಿಲ್ಲದಿದ್ದರೆ ದೇವರೇ ಗತಿ."

"ಅಂತೂ ಗಂಡನ್ನ ಬಿಟ್ಟು ಇರುವುದಿಲ್ಲ ಅನ್ನು ನಿನ್ನನ್ನು ಎಸ್ಟೇಟಿಗೆ ಕರೆಯುವುದಕ್ಕೇ ನನಗೆ ಭಯ. ಆಗ ಮಲಗಿದ ಹಾಗೆ ಎಲ್ಲಿ ಮಲಗಿಬಿಡುತ್ತೀಯೋ ಅಂತ."

ಅವಳ ಮನ ಯಾವುದೋ ನೆನಪಿನಿಂದ ಮಂಕಾಯಿತು.

ಇನ್ನೊಂದು ಕ್ಷಣ ಅವನೆದುರಿಗೆ ನಿಂತರೆ ತಾನೇನಂದುಬಿಡುವೆನೋ ಎಂದುಕೊಂಡು ಸರ್ರನೆ ಕೋಣೆಯಿಂದ ಹೊರಗೆ ನಡೆದಳು.

ಯಾಕೋ ಶೋಭಳ ನಡತೆ ಅವನಿಗೆ ವಿಚಿತ್ರವೆನಿಸಿತು. ಒಂದೊಂದು ಸಲ ಅತಿ ಮಮತೆಯಿಂದ ಮಾತನಾಡುತ್ತಿದ್ದ ಶೋಭ ಬೇರೊಂದು ಸಮಯದಲ್ಲಿ ಮಾತನಾಡಿದರೂ ಮಾತನಾಡದೆ ಬೇರೆ ಕಡೆ ಮುಖ ತಿರುಗಿಸಿಕೊಳ್ಳುತ್ತಿದ್ದಳು. ಇದಕ್ಕೆ ಕಾರಣ? ತನ್ನಿಂದ ಇಪ್ಪತ್ತು ಸಾವಿರ ಪಡೆದಿದ್ದು ಸಂಕೋಚವಿರಬಹುದೇ? ತಾನು ಇಪ್ಪತ್ತು ಸಾವಿರದ ಚೆಕ್ ಮದುವೆಯ ಉಡುಗೊರೆಯಾಗಿ ಕಳಿಸಿದಾಗ ಅಮ್ಮ ಎಷ್ಟು ಬೈದು ಬರೆದಿದ್ದರು. ತಂಗಿ ಎನ್ನುವ ಪ್ರೀತಿ ಎಷ್ಟೇ ಇದ್ದರೂ ಇಪ್ಪತ್ತು ಸಾವಿರ ಕಳಿಸುವಂಥ ಅವಿವೇಕ ಮಾಡಬಾರದಾಗಿತ್ತು ಎಂದು ಮೂರೂವರೆ ಪುಟ ಬರೆದಿದ್ದರು. ನಾನು ಎಷ್ಟು ಹಣ ಪೋಲು ಮಾಡಿದ್ದೀನಿ ಅಂತ ಅವರಿಗೆ ಗೊತ್ತಿಲ್ಲ. ಸಾವಿರಗಳು ಎಂದರೆ ಲೆಕ್ಕವಿಲ್ಲದ ಹಾಗೆ ಖರ್ಚು ಮಾಡಿದ್ದೀನಿ. ಕೇವಲ ಒಳ್ಳೆಯ ಕೆಲಸಕ್ಕೆ ಕೊಟ್ಟ ಇಪ್ಪತ್ತು ಸಾವಿರಕ್ಕೆ ರೇಗಾಡುತ್ತಾಳೆ ಎಂದು ಮಧು ಮನಸ್ಸಿನಲ್ಲೇ ಗೊಣಗುಟ್ಟಿಕೊಂಡ.

ತನ್ನಿಂದ ಬೇಕಾದಷ್ಟು ದುಡ್ಡು ಪಡೆದ ಒಬ್ಬೊಬ್ಬ ಗೆಳತಿಯರನ್ನೇ ಜ್ಞಾಪಿಸಿಕೊಂಡ. ಕಡೆಯದಾಗಿ ಅವನ ಮುಂದೆ ನಿಂತಿದ್ದು ಶಾಂತಳ ಸೌಮ್ಯಮೂರ್ತಿ.

'ಅವಳಿಗೆ ಏನೂ ಕೊಟ್ಟಿಲ್ಲ. ಅವಳಿಂದ ಪಡೆದ ಸುಖಕ್ಕೆ ತಾನು ಬೆಲೆ ಕಟ್ಟಲಾರೆನೇನೋ? ಅವಳು ಎಲ್ಲಿದ್ದಾಳೋ?' ಎಂದು ಪ್ರಥಮ ಬಾರಿಗೆ ಶಾಂತಳನ್ನು ಜ್ಞಾಪಿಸಿಕೊಂಡ; ಅಷ್ಟೇ ಬೇಗ ಮರೆತೂಬಿಟ್ಟ.

ಕೋಣೆಯೊಳಕ್ಕೆ ಬಂದ ನೀನಾ ವಯ್ಯಾರವಾಗಿ,

"ಮಧು, ನಾವು ಎಂದು ಮಡಿಕೇರಿಗೆ ಹೋಗೋಣ? ಡ್ಯಾಡಿ ನೀನು ಬರುತ್ತೀಯಾ ಅಂತ ಆಸೆಯಾಗಿದ್ದಾರೆ" ಎಂದಳು.

ಅವಳನ್ನು ಕೈ ಹಿಡಿದು ಎಳೆದುಕೊಂಡ ಮಧು "ಇನ್ನು ಅಲ್ಲಿ ಇಲ್ಲಿ ಅಲೆಯುವುದರಲ್ಲಿ ಅರ್ಥವಿಲ್ಲ. ಸೀದಾ ನಮ್ಮ ಎಸ್ಟೇಟಿಗೆ ಹೋಗೋಣ" ಎಂದು ಅವಳ ಕಣ್ಣಲ್ಲಿ ಕಣ್ಣಿಟ್ಟು ನೋಡಿದ.

ಅವಳ ಬತ್ತಿದ ಕೆನ್ನೆಗಳು, ಪ್ರಧಾನವಾಗಿ ಕಾಣುವ ಮೂಗು, ಅವಳ ಬಿಳುಪಾದ ಮುಖ, ಕಾಂತಿಹೀನವಾದ ಕಣ್ಣುಗಳು ಕಂಡು ಅವನ ಮುಖದಲ್ಲಿ ಮಂದಹಾಸ ಮಾಯವಾಯಿತು. ಬಡ ಸೊಂಟದ ತೆಳು ಮೈ ಹುಡುಗಿಯರನ್ನು ವಿದೇಶದಲ್ಲಿ ಸವಿದು, ದುಂಡು ಮೈಯಿನ ಭಾರತೀಯ ಕನ್ಯೆಗಾಗಿ ಬಂದಿದ್ದ ವಿದೇಶೀ ಕನ್ಯೆಗೂ, ನೀನಾಳಿಗೂ ಅವನಿಗೆ ವ್ಯತ್ಯಾಸ ಕಾಣಲಿಲ್ಲ.

ಅವಳನ್ನು ಬಳಸಿದ ಅವನ ಕೈಗಳು ಸಡಿಲವಾದವು. ಮುಖ ಬೇರೆಡೆಗೆ ತಿರುಗಿತು.

ನೀನಾ ಅವನ ಮುಖವನ್ನು ತನ್ನೆಡೆಗೆ ತಿರುಗಿಸಿಕೊಳ್ಳುತ್ತ, "ಯಾಕೆ ಮಧು, ಮಂಕಾಗಿದ್ದೀರಿ?" ಎಂದು ಪ್ರಶ್ನಿಸಿದಳು.

ಅವಳ ಪ್ರಶ್ನೆಗೆ ಉತ್ತರಿಸದೆಯೇ "ಒಂದು ನಿಮಿಷ, ಬಂದೆ ತಾಳು" ಎಂದು ಎದ್ದು ಹೊರಗೆ ಹೋದ.

ನಳಿನಿಗೆ ಪೌಡರ್ ಹಾಕುತ್ತಿದ್ದ ಶೋಭಳ ಬಳಿಗೆ ಹೋಗಿ ಅವಳ ಕೈಯಲ್ಲಿದ್ದ ಮಗುವನ್ನು ಎತ್ತಿಕೊಂಡು "ಶೋಭ, ನಳಿನಿ ಮುದ್ದಾಗಿದ್ದಾಳೆ; ನಾನು ಇವಳನ್ನೇ ಮದುವೆ ಆಗುತ್ತೀನಿ" ಎಂದು ಮಗುವನ್ನು ಮೇಲಕ್ಕೆಸೆದು ಹಿಡಿದುಕೊಂಡ.

"ಮಹರಾಯ, ನಿನ್ನ ಒರಟಾಟ ಮಗುವಿನ ಮೇಲೆ ತೋರಿಸಬೇಡ. ನಿನ್ನ ಬದಲು ಇವಳನ್ನು ನಿನ್ನ ಮಗನಿಗೇ ಮಾಡಿಕೋ" ಎಂದಳು ಶೋಭ ಭಯದಿಂದ.

"ನನಗೆ ಮಕ್ಕಳನ್ನು ಕಂಡರೆ ಮೊದಲು ಬಹಳ ಅಸಹ್ಯ. ಮದುವೆಯಾದರೂ ಮಕ್ಕಳಾಗದ ಹಾಗೆ ನೋಡಿಕೋಬೇಕು ಅಂದುಕೊಂಡಿದ್ದೆ. ನಮ್ಮ ನಳಿನೀನ ನೋಡಿದ ತಕ್ಷಣ ಇಂತಹ ಮುದ್ದಾದ ಮಕ್ಕಳು ಒಂದು ಡಜನ್ ಆದರೂ ಪರವಾಗಿಲ್ಲ ಅನ್ನಿಸುತ್ತೆ."

"ಸಾಕೋ ಮಹರಾಯ, ನಿನ್ನ ಡಜನ್ ಮಕ್ಕಳನ್ನು ಹೆತ್ತು ಸಾಕುವಷ್ಟು ಬಲವಾಗಿದ್ದಾಳಾ ನೀನಾ? ಅವಳು ಬಹಳ ಮೃದು ಮತ್ತು ದುರ್ಬಲಳಾದ ಹುಡುಗಿ. ಅವಳನ್ನು ಅತಿ ಹುಷಾರಾಗಿ ನೋಡಿಕೊಳ್ಳಬೇಕು."

ಆ ಮಾತು ಮರೆಯುವುದಕ್ಕೋಸ್ಕರವೇ ನೀನಾಳನ್ನು ಬಿಟ್ಟು ಇಲ್ಲಿಗೆ ಬಂದಿದ್ದ. ಪುನಃ ಶೋಭಳ ಬಾಯಲ್ಲೇ ಆ ಮಾತು ಬಂದಾಗ ಅವನಿಗೆ ಬೇಸರವಾಯಿತು.

"ಅದು ಸರಿ. ನೀನು ಮೈಸೂರಿಗೆ ಈಗ ಹೋಗಲೇಬೇಕು ಅಂತ ತೀರ್ಮಾನ ಮಾಡಿಬಿಟ್ಟಿದ್ದೀಯಾ"

"ಮಧು, ಬೇಸರಪಟ್ಟುಕೋಬೇಡ. ನನಗೆ ಅವರನ್ನು ಒಂದು ದಿನ ಕೂಡ ಅಗಲಿ ಇರಬೇಕೆಂದರೆ ಕಷ್ಟ. ಅಮ್ಮ, ಅಣ್ಣ ಇದೇ ಮಾತಿಗೆ ಎಷ್ಟೋ ಸಲ ಕೋಪಿಸಿಕೊಂಡಿದ್ದಾರೆ. ನೀನೇ ಬರುತ್ತೀಯಲ್ಲ."

"ಸರಿ" ಎಂದು ನಿಟ್ಟುಸಿರುಬಿಟ್ಟ.

ಪ್ರಭಾಕರ, ಶೋಭ ಷಾಪಿಂಗ್‌ಗೆ ಹೊರಟಾಗ ಮಧು ಕೂಡ ಅವರ ಜೊತೆ ಹೊರಟ. ಅವರು ಕೊಂಡ ಸಾಮಾನಿಗೆಲ್ಲ ತಾನೇ ಹಣ ಕೊಡುತ್ತಿದ್ದ.

ಪ್ರಭಾಕರ, ಶೋಭ ಎಷ್ಟೇ ಆಕ್ಷೇಪಿಸಿದರೂ ಅವನು ಅದರ ಕಡೆ ಗಮನ ಕೊಡುತ್ತಿರಲಿಲ್ಲ.

ಹತ್ತಾರು ಫ್ರಾಕ್‌ಗಳನ್ನು ಕೊಂಡ ಶೋಭ ಮಧುವಿನ ಕಡೇ ತಿರುಗಿ "ಮಧು, ಗಂಡು ಮಗುವಿಗೆ ಆಗುವಂಥ ಎರಡು ಜೊತೆ ಬಟ್ಟೆಗಳನ್ನು ಆಯ್ಕೆ ಮಾಡು" ಎಂದಳು.

ಮಧು ಪ್ರಭಾಕರನಿಗೆ ಕಣ್ಣು ಹೊಡೆದು 'ಏನು ಸಮಾಚಾರ?' ಎನ್ನುವಂತೆ ನೋಡಿದ.

ಪ್ರಭಾಕರ ಆಶ್ಚರ್ಯದಿಂದ ಮಡದಿಯ ಮುಖ ನೋಡಿದ. ಶೋಭ ತಬ್ಬಿಬ್ಬಾದರೂ ಚೇತರಿಸಿಕೊಂಡಳು.

"ಅಲ್ಲವೋ ಮಹಾರಾಯ, ಮೂರು ವರ್ಷದ ಗಂಡುಮಗುವಿಗೆ ನನ್ನ ಗೆಳತಿ ಒಳ್ಳೆ ಡಿಸೈನಿನ ಬಟ್ಟೆ ತಗೊಂಡು ಬಾ ಅಂತ ಹೇಳಿದ್ದಾಳೆ. ನೀನು ಆಯ್ಕೆ ಮಾಡಿದ್ದನ್ನೇ ತಗೊಂಡು ಹೋಗಬೇಕು ಅಂತ ನಿಶ್ಚಯಿಸಿದ್ದೀನಿ" ಎಂದಳು.

"ನಾನು ಆಯ್ಕೆ ಮಾಡಿದರೆ ನಿನ್ನ ಗೆಳತಿಯಿಂದ ನೀನು ಬೈಗಳು ತಿನ್ನಬೇಕಾಗುತ್ತೆ ಅಷ್ಟೆ" ಎಂದು ಅಲ್ಲಿದ್ದ ಬಟ್ಟೆಗಳನ್ನೆಲ್ಲ ಜಾಲಾಡಿ ಎರಡು ಜೊತೆ ಬಟ್ಟೆ ಸೆಲೆಕ್ಟ್ ಮಾಡಿ ಅದಕ್ಕೂ ಅವನೇ ಹಣ ಕೊಟ್ಟ.

ಆ ಬಟ್ಟೆಗಳು ದೀಪಕ್‌ಗಾಗಿ ಎಂದು ಪ್ರಭಾಕರ ಊಹಿಸಿಕೊಂಡ. ಆದರೆ ಅದನ್ನು ಮಧು ಆಯ್ಕೆಗಾಗಿ ಏಕೆ ಬಿಟ್ಟಳು? ಒಳ್ಳೆ ವಿಚಿತ್ರ ಹುಡುಗಿ ಎಂದುಕೊಂಡ.

ಶಾಲಿನಿ ತಂಗಿಯನ್ನು ನಾಲ್ಕಾರು ದಿನ ನಿಲ್ಲಿಸಿಕೊಳ್ಳಲು ಪ್ರಯತ್ನಪಟ್ಟಳು. ಮಗಳನ್ನು ತಮ್ಮ ಜೊತೆಗೆ ಕರೆದೊಯ್ಯುವ ಇಚ್ಛೆ ವ್ಯಕ್ತಪಡಿಸಿದರು ಶೋಭಳ ತಾಯಿ, ತಂದೆ. ಮಧು, ಸುಮಿತ್ರಮ್ಮ ಎಸ್ಟೇಟ್‌ಗೆ ಕರೆದೊಯ್ಯುವ ಆಸೆ ತೋರಿಸಿದರು. ಎಲ್ಲರ ಮಾತಿಗೂ ನಕಾರ ಸೂಚಿಸಿದ ಶೋಭಳ ಗಂಡನ ಜೊತೆ ಮೈಸೂರಿಗೆ ಹೊರಟೇಬಿಟ್ಟಳು.

ಆಗತಾನೇ ಶಾಲೆಯಿಂದ ಬಂದು ಮುಖ ತೊಳೆಯಲು ಹೊರಟಿದ್ದ ಶಾಂತ ಮಗನ ಕೂಗಿಗೆ ಹೊರಬಂದಳು.

ಶೋಭ ತಾನು ತಂದ ಪೊಟ್ಟಣವನ್ನು ಮೇಜಿನ ಮೇಲಿಟ್ಟು ಅಲ್ಲೇ ಕುಳಿತಳು.

"ಯಾವಾಗ ಬಂದಿದ್ದು? ನಿಮ್ಮಣ್ಣ, ಅಮ್ಮ ಎಲ್ಲಾ ಚೆನ್ನಾಗಿದ್ದಾರಾ?"

"ಎಲ್ಲಾ ಚೆನ್ನಾಗಿದ್ದಾರೆ. ಬೇಗ ರೆಡಿಯಾಗೆ ಪಿಕ್ಚರ್‌ಗೆ ಹೋಗಿಬರೋಣ, ಬೇಸರ. ಅದಕ್ಕೇ ನಳಿನೀನ ಆಯಾ ಜೊತೆ ಬಿಟ್ಟು ಬಂದೆ. ನೀನು ರೆಡಿಯಾಗುವಷ್ಟರಲ್ಲಿ ನಾನು ದೀಪಕನಿಗೆ ಡ್ರೆಸ್ ಮಾಡುತ್ತೀನಿ" ಎಂದು ದೀಪಕ ನನ್ನ ಹತ್ತಿರಕ್ಕೆಳೆದುಕೊಂಡು ಅವನ ಉಡುಪು ಬಿಚ್ಚಿದಳು. ತಕ್ಷಣ ಅವಳಿಗೆ ಆಶ್ಚರ್ಯವಾಯಿತು. ಮಧುವಿಗಿರುವಂತೆ ಬಲಭಾಗದ ಎದೆಯ ಮೇಲೆ ಕಪ್ಪು ಮಚ್ಚೆ ದೀಪಕನಿಗೂ ಇದೆ! ಸೃಷ್ಟಿಯ ವೈಚಿತ್ರ್ಯಕ್ಕೆ ಬೆರಗಾದಳು.

ಮುಖ ಒರೆಸಿಕೊಳ್ಳುತ್ತ ಹೊರಗೆ ಬಂದ ಶಾಂತ ದೀಪಕನನ್ನು ನೋಡುತ್ತ ಕುಳಿತ ಗೆಳತಿಯನ್ನು ನೋಡಿ ನಗುತ್ತಾ ಹೇಳಿದಳು. "ನಿನಗೆ ಸಿನಿಮಾಗಿಂತ ಅಳಿಯನನ್ನು ನೋಡುವುದರಲ್ಲೇ ಸಂತೋಷವೇನು?"

ಚೇತರಿಸಿಕೊಂಡ ಶೋಭ ತಾನು ತಂದಿದ್ದ ಪ್ಯಾಕೆಟ್ ಬಿಚ್ಚಿ ಅದರಲ್ಲಿದ್ದ ಬಟ್ಟೆಗಳನ್ನು ದೀಪಕನಿಗೆ ತೊಡಿಸಿದಳು. ಶಾಂತಳ ಮನಸ್ಸಿಗೆ ಏನೋ ಒಂದು ವಿಧವಾದ ಆನಂದ ಉಂಟಾಯಿತು. ಆದರೂ ಅದನ್ನು ತೋರಿಸಿಕೊಳ್ಳದೇ ಮೃದುವಾಗಿ ಆಕ್ಷೇಪಿಸಿದಳು.

"ಶೋಭ, ಈಗ ಅವನಿಗೆ ಯಾಕೆ ಬಟ್ಟೆ ತರೋದಕ್ಕೆ ಹೋದೆ? ನಿನಗೆ ಸ್ವಲ್ಪಾನೂ ಬುದ್ಧಿ ಇಲ್ಲ."

"ಅದೆಲ್ಲ ಇರಲಿ, ಬೇಡ ನಡಿ" ಎಂದು ದೀಪಕನಿಗೆ ಬೂಟು ಕಟ್ಟುತ್ತ ಅವಸರಿಸಿದಳು.

ಶಾಂತ ಬೀಗ ಹಾಕಿ ಬೀಗದ ಕೈಯನ್ನು ಮಾಲಿನಿಯ ಕೈಗೆ ಕೊಟ್ಟು ತಂದೆ ಬಂದರೆ ಕೊಡುವಂತೆ ಹೇಳಿದಳು.

ಥಿಯೇಟರ್‌ನಲ್ಲಿ ಕುಳಿತ ಶಾಂತ,

"ಶೋಭ, ನಳಿನೀನು ದೊಡ್ಡವಳಾದಳು; ಗಲಾಟೆ ಮಾಡುತ್ತಿರಲಿಲ್ಲ. ಕರೆದುಕೊಂಡು ಬಂದಿದ್ದರೆ ಆಗಿತ್ತು" ಎಂದಳು.

"ಅಯ್ಯೋ, ಅವಳು ದೀಪು ಹಾಗಲ್ಲ. ಅಳುವುದಕ್ಕೆ ಷುರುಮಾಡಿದರೆ ಚಂಡಿ. ಅವರಣ್ಣನ ಹತ್ತಿರ ಗಪ್‌ಚಿಪ್ಪಾಗಿರುತ್ತಾಳೆ. ಹೆಣ್ಣುಮಕ್ಕಳಿಗೆ ತಂದೆಯ ಮೇಲೆ ಪ್ರೀತಿ. ಗಂಡುಮಕ್ಕಳಿಗೆ ತಾಯಿಯ ಮೇಲೆ ಪ್ರೀತಿ ಅನ್ನೋ ಮಾತು ನಿಜಾಂತ ಕಾಣಿಸುತ್ತೆ. ನನಗೂ ಕೂಡ ಅಮ್ಮನಿಗಿಂತ ಅಣ್ಣನ ಮೇಲೇ ಪ್ರೀತಿ."

ಪಿಕ್ಚರ್ ಷುರುವಾಗಿ ಅವಳ ಮಾತಿಗೆ ಕಡಿವಾಣ ಹಾಕಿತು.

ದೀಪಕ್ ಚಿತ್ರ ನೋಡುತ್ತ ಪ್ರತಿಯೊಂದರ ಬಗ್ಗೆಯೂ ತಾಯಿಯನ್ನು ಪ್ರಶ್ನಿಸುತ್ತಿದ್ದ. ಚಿತ್ರ ನೋಡುವುದಕ್ಕಿಂತ ಹೆಚ್ಚಾಗಿ ಅವನು ಕೇಳುವ ಮುಗ್ಧ ಪ್ರಶ್ನೆಗಳಿಗೆ ಉತ್ತರಿಸಿ ಸೋತಳು ಶಾಂತ.

ವಿರಾಮದ ವೇಳೆಯವರೆಗೂ ಎದ್ದಿದ್ದ ದೀಪಕ್ ವಿರಾಮದ ನಂತರ ನಿದ್ರಿಸಿದ. ಮೊದಲೇ ದುಂಡು ದುಂಡಾಗಿದ್ದ ಅವನನ್ನು ತೊಡೆಯ ಮೇಲೆ ಮಲಗಿಸಿಕೊಂಡು ಸೋತಳು ಶಾಂತ.

ಶೋಭ ಬಲವಂತದಿಂದ ಅವನನ್ನು ತನ್ನ ಜೊತೆಗೆ ಬದಲಾಯಿಸಿಕೊಂಡಳು.

"ನೀನು ಒಬ್ಬಳೇ ಆರಾಮವಾಗಿ ಬಂದರೆ ಈ ಅಳಿಯ ಮಹರಾಯ ಗಂಟುಬಿದ್ದ" ಎಂದು ಗೆಳತಿಯನ್ನು ಹಾಸ್ಯ ಮಾಡಿದಳು.

ಪಿಕ್ಚರ್ ಬಿಟ್ಟಾಗ ಸ್ವತಃ ಪ್ರಭಾಕರನೇ ಕಾರಿನೊಂದಿಗೆ ಬಂದು ಕಾದಿದ್ದ.

ನಿದ್ದೆಯಲ್ಲಿದ್ದ ದೀಪಕ್‌ನನ್ನು ಗಂಡನ ಮುಂದೆ ಹಿಡಿದು "ನೋಡಿ, ಈ ಬಟ್ಟೆಯಲ್ಲಿ ಎಷ್ಟು ಮುದ್ದಾಗಿ ಕಾಣುತ್ತಾನೆ" ಎಂದಳು ಶೋಭ.

"ಅವನು ನಿನ್ನಳಿಯ ತಾನೇ?" ಎಂದು ಪ್ರೀತಿಯಿಂದ ದೀಪಕನ ಕೆನ್ನೆ ಸವರಿದ.

ಶಾಂತ, ದೀಪಕನನ್ನು ಅವರ ಮನೆಯ ಮುಂದೆ ಇಳಿಸಿ, ಪ್ರಭಾಕರ, ಶೋಭ ಮನೆಗೆ ಬರುವ ಹೊತ್ತಿಗೆ ನಳಿನಿ ನಿದ್ರಿಸಿದ್ದಳು.

ಇಬ್ಬರು ಊಟ ಮುಗಿಸಿ ಮಲಗುವ ಹೊತ್ತಿಗೆ ಮನೆ ಸೇರಿದರು.

"ನನ್ನ ಮೇಲೆ ನಿಮಗೆ ತುಂಬಾ ಕೋಪ ಬಂದಿದೆ. ಅದನ್ನು ತೋರಿಸಿಕೊಳ್ಳಲಾರದೇ ಒದ್ದಾಡುತ್ತಿದ್ದೀರಿ" ಎಂದು ಇದ್ದಕ್ಕಿದ್ದಂತೆ ಶೋಭ ಹೇಳಿದಾಗ ಪ್ರಭಾಕರನಿಗೆ ಆಶ್ಚರ್ಯವಾಯಿತು.

"ನಿನಗೆ ಯಾಕೆ ಇದ್ದಕ್ಕಿದ್ದಂತೆ ಈ ಸಂದೇಹ ಬಂತು ಅಂತ?"

"ಶಾಂತ-ದೀಪಕನ ಬಗ್ಗೆ ನಿಮ್ಮಿಂದ ಏನೋ ಮುಚ್ಚಿಡುತ್ತಿದ್ದೀನಿ ಅಂತ."

ಪ್ರಭಾಕರನ ಮುಖ ಗಂಭೀರವಾಯಿತು.

"ಈವತ್ತು ನಿಮಗೆ ಹೇಳೇಬಿಡಬೇಕು ಅಂತ ತೀರ್ಮಾನ ಮಾಡಿದ್ದೀನಿ. ದೀಪಕನನ್ನು ಮಧುವಿನ ಜತೆ ಕಲ್ಪಿಸಿಕೊಂಡರೆ ನಿಮಗೆ ಏನನ್ನಿಸುತ್ತದೆ?"

"ತಂದೆ-ಮಕ್ಕಳು ಅಂತ ಯಾರು ಬೇಕಾದರೂ ಹೇಳಬಹುದು" ಎಂದು ನಿರ್ವಿಕಾರವಾಗಿ ಹೇಳಿದ.

"ನೀವು ಬುದ್ಧಿವಂತರು; ಊಹಿಸಿಕೊಂಡುಬಿಟ್ಟಿದ್ದೀರಿ. ನಾನು ಹೆಚ್ಚು ಹೇಳೋದೇನೂ ಉಳಿದಿಲ್ಲ" ಎಂದು ಹೇಳಿದ ಶೋಭ ಎಸ್ಟೇಟ್‌ನಲ್ಲಿ ನಡೆದ ದುರ್ಘಟನೆಯನ್ನೆಲ್ಲ ಗಂಡನಿಗೆ ವಿವರಿಸಿ ಹೇಳಿದಳು.

"ನೀವೇ ಹೇಳಿ, ಮಧು ಮಾಡಿದ್ದು ಎಷ್ಟು ದೊಡ್ಡ ಅಪರಾಧ. ಒಂದು ಹೆಣ್ಣಿನ ಬಾಳನ್ನು ಪೂರ್ತಿ ನಾಶಮಾಡಿದ ಅವನ ಬಗ್ಗೆ ನನಗೆ ಸದಭಿಪ್ರಾಯವೇ ಇಲ್ಲ."

"ಇದರಲ್ಲಿ ಮಧು ಒಬ್ಬನದೇ ತಪ್ಪಿಲ್ಲ. ಶಾಂತಳಂಥ ಸೌಂದರ್ಯ ಖನಿ, ಯೌವನ ಭರಿತ ಹೆಣ್ಣು, ಅಂತಹ ಪರಿಸರದಲ್ಲಿ ಒಂಟಿಯಾಗಿ ಸಿಕ್ಕಾಗ ಎಂತಹ ಗಂಡೂ ಬಿಡಲಾರ. ಅಂಥದ್ದರಲ್ಲಿ ರಸಿಕರಾಜ ಮಧು ಬಿಟ್ಟಾನೆಯೇ?"

ಹಠಾತ್ತನೆ ಗಂಡನಿಂದ ದೂರ ಸರಿದ ಶೋಭ,

"ಛೇ! ನೀವು ಗಂಡಸರೆಲ್ಲ ಒಂದೇ ಜಾತಿಗೆ ಸೇರಿದವರು. ಅದನ್ನು ತಿಳಿದೂ ನಿಮ್ಮಿಂದ ಸಹಾನುಭೂತಿ ಬಯಸಿದೆನಲ್ಲ, ಅದು ನನ್ನ ತಪ್ಪು" ಎಂದು ಸಿಡಿದು ನಿಂತಳು.

ಮಡದಿಯನ್ನು ಹತ್ತಿರಕ್ಕೆಳೆದುಕೊಂಡು ಪ್ರಭಾಕರ ಸಾಂತ್ವನಗೊಳಿಸುವ ದನಿಯಲ್ಲಿ ಹೇಳಿದ.

"ನನ್ನ ಚಿನ್ನ! ನನಗೆ ಹೆಂಗಸರ ಬಗ್ಗೆ ಎಂತಹ ಪೂಜ್ಯಭಾವನೆ ಇದೆ ಅಂತ ನಿನಗೆ ಗೊತ್ತಿಲ್ಲವೆ? ಗೆಳತಿಯ ಮೇಲೆ ನಿನಗಿರುವ ಪ್ರೀತಿಯ ಆಳ ನೋಡಲು ತಮಾಷೆಗೆ ಹೇಳಿದೆ. ಶಾಂತಳ ಬಗ್ಗೆ ನನಗೆ ಅಪಾರ ಕನಿಕರ ಇದೆ."

ಪ್ರಭಾಕರನ ಕಣ್ಣುಗಳಲ್ಲಿ ಮಿನುಗಿದ ನೋವಿನ ಛಾಯೆ ಕಂಡು ಶೋಭ ತೃಪ್ತಳಾದಳು.

ಪುನಃ ಪ್ರಭಾಕರನೆ ಮಾತನಾಡಿದ.

"ಹೇಗೂ ಮಧುಗೆ ನಿನ್ನ ಕಂಡರೆ ತುಂಬಾ ಪ್ರೀತಿ, ಅವನು ಮಾಡಿದ ತಪ್ಪನ್ನು ತಿದ್ದಿಕೊಂಡು ಶಾಂತಳನ್ನು ಸ್ವೀಕರಿಸಲು ಹೇಳು."

"ಅದು ಅಷ್ಟು ಸುಲಭ ಸಾಧ್ಯವಲ್ಲ. ಮಧು ಬಗ್ಗೆ ನಿಮಗೆ ಏನೇನೂ ಗೊತ್ತಿಲ್ಲ. ಮಧು ಈಗಾಗಲೇ ಎಷ್ಟೋ ಹೆಣ್ಣುಗಳ ರುಚಿ ಸವಿದಿದ್ದಾನೆ. ಅವನು ಸಹಜವಾಗಿ ಒಳ್ಳೆಯವನೇ. ಆಂಟಿಯ ಕುರುಡು ಪ್ರೀತಿಯೇ ಇಷ್ಟಕ್ಕೆಲ್ಲ ಕಾರಣ ಅಂದರೆ ತಪ್ಪಲ್ಲ. ಆಂಟಿ ಕೆಟ್ಟ ತಮ್ಮನನ್ನು ಮನೆಯಲ್ಲಿ ತಂದಿಟ್ಟುಕೊಂಡು ಅವನಿಗೆ ಕೇಳಿದಾಗಲೆಲ್ಲ ಹಣ ಕೊಟ್ಟಳು. ಅವನು ತಾನು ಕೆಡುವುದೂ ಅಲ್ಲದೆ ಮಧುವನ್ನೂ ಪೂರ್ತಿ ಕೆಡಿಸಿಬಿಟ್ಟ. ಅಂಕಲ್ ಅದೇ ಕೊರಗಿನಲ್ಲಿ ಸತ್ತರು. ಮಧುವನ್ನು ಹಿಡಿಯುವವರೇ ಇಲ್ಲವಾದರು. ಆಂಟಿಯ ತಮ್ಮ ಅಷ್ಟರಲ್ಲಿ ಸತ್ತ. ಇಲ್ಲದಿದ್ದರೆ 'ಮಧು ಎಸ್ಟೇಟಿನ' ಕತೆ ಪೂರೈಸುತ್ತಿತ್ತು."

"ಮಧುನ ನೋಡಿದರೆ ಅಂಥ ಘಟಿಂಗ ಅನಿಸುವುದಿಲ್ಲ."

"ಆ ಮುಖಕ್ಕೆ ಮರುಳಾಗಿಯೇ ಎಷ್ಟೋ ಹುಡುಗಿಯರು ಅವನ ಬಲೆಗೆ ಬಿದ್ದು ಹಾಳಾದರು. ಅವರು ಯಾರೂ ಶೀಲಕ್ಕೆ ಅಷ್ಟೊಂದು ಬೆಲೆ ಕೊಡುವವರಲ್ಲವಾಗಿದ್ದರಿಂದ ಯಾರಿಗೂ ಅನ್ಯಾಯವಾಗಲಿಲ್ಲ. ಆದರೆ ಶಾಂತ.. ಗಂಡನ ಎದೆಯಲ್ಲಿ ಮುಖ ಹುದುಗಿಸಿ ಬಿಕ್ಕಿ ಬಿಕ್ಕಿ ಅತ್ತಳು"

ಮಡದಿಯ ತಲೆ ಸವರಿ ಸಮಾಧಾನ ಮಾಡಲು ಪ್ರಯತ್ನಪಟ್ಟ.

"ನಿಮ್ಮ ಆಂಟೀಗೆ ಇರುವ ವಿಷಯ ತಿಳಿಸಿ, ದೀಪಕ್, ಶಾಂತಳಿಗೆ..."

ಗಂಡನ ಮಾತು ಪೂರ್ತಿಯಾಗುವ ಮೊದಲೇ ಅತ್ತು ಸಮಾಧಾನಗೊಂಡ ಶೋಭ ಬಾಯಿ ಬಿಟ್ಟಳು.

"ಛೇ! ಅದು ಸಾಧ್ಯವೇ ಇಲ್ಲ. ಶಾಂತ ಅವನಿಂದ ಏನೂ ಬಯಸುವುದಿಲ್ಲ. ನಿಜಸಂಗತಿಯನ್ನು ಬೇರೆ ಯಾರಿಗೇ ಆಗಲಿ ಹೇಳಕೂಡದೆಂದು ಮಾತು ಪಡೆದಿದ್ದಾಳೆ. ಅವಳಿಗೆ ಮಧುವಿನ ಬಗ್ಗೆ ಒಂದು ತರಹ ಅಸಹ್ಯ ಬಂದಿರುವುದರಲ್ಲಿ ಸಂದೇಹವಿಲ್ಲ."

ಬಹಳ ಹೊತ್ತು ಗಂಡ-ಹೆಂಡಿರಿಬ್ಬರೂ ಚರ್ಚಿಸಿದರು. ಶಾಂತಳ ವಿಷಯ ಬಹಿರಂಗಪಡಿಸದೆ ಇರುವುದೇ ಸರಿ ಎಂದು ತೀರ್ಮಾನಿಸಿದರು.

* * *

ಮಧು, ನೀನಾ ಒಟ್ಟಿಗೆ ಬಂದಾಗ ಶೋಭಳಿಗೆ ಆಶ್ಚರ್ಯವಾಯಿತು. ನೀನಾಳ ಬಗ್ಗೆ ಅಷ್ಟೇ ಜಿಗುಪ್ಸೆಯಾಯಿತು.

'ಮದುವೆಯಾಗುವ ಮೊದಲೇ ಈ ಹುಡುಗಿ ಯಾಕೆ ಇವನ ಹಿಂದೆ ಅಲೆಯುತ್ತಾಳೆ? ಅವಳಿಗೆ ಬುದ್ಧಿ ಇಲ್ಲದಿದ್ದರೆ ಹೋಗಲಿ, ಅವರಪ್ಪ ಅಮ್ಮ ನಿಗೆ ಬುದ್ಧಿ ಬೇಡವೇ? ಎಂದುಕೊಂಡಳು.'

"ಮಡಿಕೇರಿ, ಎಸ್ಟೇಟ್ ಎಲ್ಲ ನೋಡಿ ಮುಗಿಸಿಕೊಂಡು ಬಂದುಬಿಟ್ವೆ. ನೀನಾಳ ಚಿಕ್ಕಮ್ಮ ನ ಮನೆ ಇಲ್ಲೇ ಇದೆಯಂತೆ, ಅದಕ್ಕೆ ಅವಳೂ ಬಂದಿದ್ದಾಳೆ."

"ಇಲ್ಲಿ ಬರಬೇಕಾದರೆ ನೀನಾಗೆ ಚಿಕ್ಕಮ್ಮ ನ ಮನೆಯೇ ಬೇಕಾ? ನಾನಿಲ್ಲವೇ?" ಎಂದಳು ಶೋಭ ನಗುತ್ತಾ.

ಪೇಷೆಂಟ್‌ಗಳ ವಿಷಯ ಹೇಳಿ ಪ್ರಭಾಕರ ತಪ್ಪಿಸಿಕೊಂಡರೂ ಶೋಭ ಅವರುಗಳ ಜೊತೆ ಬೃಂದಾವನ, ಚಾಮುಂಡಿಬೆಟ್ಟ ಮುಂತಾದ ಕಡೆ ಹೋಗಿ ಬಂದಳು.

ನೀನಾಳ ತಂದೆ ಲಗ್ನಪತ್ರಿಕೆಗಳ ಸಮೇತ ಬಂದು ಇಳಿದರು.

ಮಧು ಬೇಸರದಿಂದಲೇ "ಇನ್ನೊಂದು ಆರು ತಿಂಗಳು ಕಳೆದ ಮೇಲೆ ಮದುವೆ ಏರ್ಪಾಡು ಮಾಡಬಹುದಾಗಿತ್ತು" ಎಂದು ಗೊಣಗಿದ.

"ನಿಮ್ಮ ತಾಯಿಯವರ ಸೂಚನೆಯ ಮೇರೆಗೆ ಲಗ್ನದ ದಿನ ನಿಶ್ಚಯಿಸಿ ಲಗ್ನಪತ್ರಿಕೆ ಅಚ್ಚು ಹಾಕಿಸಿದ್ದೀನಿ. ಬೆಳೆದ ಹೆಣ್ಣು ಮಗಳನ್ನು ಮನೆಯಲ್ಲಿ ಇಟ್ಟುಕೊಂಡು ಎಷ್ಟು ದಿನ ಕಾದಿರಲು ಸಾಧ್ಯ?"

ಮಧು ಮಾತಾಡದೆ ಎದ್ದು ಕೋಣೆಗೆ ಹೋದ.

ಸುಮಿತ್ರಮ್ಮನವರು ಸತ್ಯಾಗ್ರಹ ಮಾಡಿ ಮಗನನ್ನು ಮದುವೆಗೆ ಒಪ್ಪಿಸಿದ್ದರು. ಅವರಿಗೆ ನೀನಾಳಿಗಿಂತ ಅವಳಿಗೆ ಬರಬಹುದಾದ ಅಪಾರ ಸಂಪತ್ತಿನ ಮೇಲೇ ಕಣ್ಣು.

ನೀನಾಳನ್ನು ಒಪ್ಪಿಕೊಂಡ ಮೇಲೆ ಮಗನ ಇಚ್ಛೆಯಂತೆ ಕಾಫಿ ಬೆಳೆಯಲ್ಲಿ ವಿಶೇಷ ಪರಿಣತಿಗಾಗಿ ವಿದೇಶಕ್ಕೆ ಕಳುಹಿಸಲು ಸಂತೋಷವಾಗಿ ಸಮ್ಮತಿಸಿದ್ದರು.

ಮಧು ನರ್ಸಿಂಗ್ ಹೋಂಗೆ ಬಂದಾಗ ಪ್ರಭಾಕರ ತನ್ನ ಖಾಸಗಿ ಕೋಣೆಯಲ್ಲಿ ಕುಳಿತು ಒಬ್ಬ ನಡುವಯಸ್ಸಿನ ವ್ಯಕ್ತಿಯೊಂದಿಗೆ ಸಂಭಾಷಿಸುತ್ತಿದ್ದ. ಅವನ ತೊಡೆಯ ಮೇಲೆ ಕುಳಿತಿದ್ದ ಮೂರು-ನಾಲ್ಕು ವರ್ಷದ ಪುಟ್ಟ ಹುಡುಗ ಸ್ಟೆಥಾಸ್ಕೋಪಿನೊಂದಿಗೆ ಆಟವಾಡುತ್ತಿದ್ದ.

ಮಧುವನ್ನು ನಗುತ್ತಲೇ ಸ್ವಾಗತಿಸಿದ ಪ್ರಭಾಕರ ತೊಡೆಯ ಮೇಲೆ ಕುಳಿತ ದೀಪಕನನ್ನು ಸಹಜವಾಗಿ ಪ್ರಶ್ನಿಸಿದ.

"ದೀಪು, ಇವರು ಯಾರು ಗೊತ್ತೇನೋ?"

ಗೊತ್ತು ಎನ್ನುವಂತೆ ದೀಪಕ್ ತಲೆಯಾಡಿಸಿದ.

"ಹಾಗಾದರೆ ಯಾರು ಹೇಳು ನೋಡೋಣ?"

ಏನೋ ಅರಿತವನಂತೆ ಹಠಾತ್ತನೆ ಉತ್ತರಿಸಿದ ದೀಪು.

"ಅಂಕಲ್."

ಅವನ ಮಾತಿಗೆ ಮೂರು ಜನರೂ ನಕ್ಕರು.

ಮಧು ದೀಪಕನನ್ನು ಹತ್ತಿರಕ್ಕೆಳೆದುಕೊಂಡು ಪ್ರೀತಿಯಿಂದ ತಲೆ ಸವರಿದ. ಬೇಸರದಿಂದ ಬಂದಿದ್ದ ಅವನಿಗೆ ದೀಪಕನ ಸ್ಪರ್ಶ ಹಾಯೆನಿಸಿತು. ಯಾವುದೋ ಮಧುರಾನುಭೂತಿ ಅವನ ಹೃದಯವನ್ನು ಮೀಟಿತು.

ಕೃಷ್ಣಸ್ವಾಮಿಗಳು ದೀಪಕನೊಂದಿಗೆ ಹೊರಟರು. ಸ್ವಲ್ಪ ಹೊತ್ತಿಗೆ ಮೊದಲು ಬಂದಿದ್ದ ನೀನಾಳ ತಂದೆ ಪ್ರಭಾಕರನಿಗೆ ಕೊಟ್ಟು ಹೋದ ಲಗ್ನ ಪತ್ರಿಕೆ ದೀಪಕನ ಕೈಯಲ್ಲಿದ್ದುದ್ದನ್ನು ಯಾರೂ ಗಮನಿಸಲಿಲ್ಲ.

ಪ್ರಭಾಕರ ಎಲ್ಲ ಪೇಷೆಂಟ್‌ಗಳ ಜವಾಬ್ದಾರಿಯನ್ನು ಡಾ॥ ಗೋಪಾಲ್ ನಿರ್ಮಲಾದೇವಿಗೆ ಒಪ್ಪಿಸಿ ಮಧುವಿನೊಂದಿಗೆ ಮನೆಗೆ ಹೊರಟ.

ಸ್ಟಿಯರಿಂಗ್ ಹಿಡಿದಿದ್ದ ಪ್ರಭಾಕರ ಏನೋ ಯೋಚಿಸುತ್ತಾ "ಮಧು, ನೀವು ದೀಪಕನನ್ನು ನೋಡಿದಿರಲ್ಲ, ನಿಮಗೆ ಏನನ್ನಿಸಿತು?" ಎಂದು ಕೇಳಿದ.

ಏನೋ ಜ್ಞಾಪಿಸಿಕೊಂಡವನಂತೆ ಮಧು ಉತ್ತರಿಸಿದ.

"ಅವನನ್ನು ನೋಡಿದರೆ ನನ್ನ ಚಿಕ್ಕಂದಿನ ಫೋಟೋಗಳು ನೆನಪಿಗೆ ಬರುತ್ತವೆ. ಒಟ್ಟಿನಲ್ಲಿ ತುಂಬಾ ಮುದ್ದಾದ ಹುಡುಗ."

ಅವನ ಮಾತಿನಲ್ಲಿ ಮಮತೆಯ ಎಳೆ ಇತ್ತು.

"ಅದು ಸರಿ, ಇನ್ನೇನು ಅನ್ನಿಸಿತು?" ಎಂದು ಸೂಕ್ಷ್ಮವಾಗಿ ಮಧುವಿನ ಮುಖ ನೋಡುತ್ತ ಪ್ರಶ್ನಿಸಿದ.

"ಆ ಮಗುವಿನಲ್ಲಿ ಏನೋ ವಿಶೇಷ ಆಕರ್ಷಣೆ ಇದೆ. ಅವನು ಇಲ್ಲಿಂದ ಹೋದಾಗ ಏನೋ ಕಳೆದುಕೊಂಡ ಅನುಭವವಾಯಿತು. ನಿಮ್ಗೆ ಶೋಭ ಹೇಳಿರಬಹುದು, ನನಗೆ ಮಕ್ಕಳನ್ನು ಕಂಡರೆ ಅಂಥ ಅಕ್ಕರೆ ಏನೂ ಇಲ್ಲ. ನಳಿನಿಯನ್ನು ಕಂಡಾಗ ಮಕ್ಕಳಲ್ಲಿ ವಿಶೇಷ ಅಕ್ಕರೆ ಉಂಟಾಯಿತು. ಈಗ ದೀಪಕನನ್ನು ಕಂಡಾಗ ಆದ ಇಂತಹ ಅನುಭವ ನನ್ನ ಹೃದಯಕ್ಕೆ ಎಂದೂ ಆಗಿರಲಿಲ್ಲ. ಅವನು ಯಾರ ಮನೆ ಹುಡುಗ?"

"ನನಗೆ ತುಂಬಾ ಆತ್ಮೀಯರ ಮನೆ ಹುಡುಗನೆ. ಅವನ ಜೊತೆ ಬಂದಿದ್ದರಲ್ಲ, ಅವರು ಅವನ ತಾತ. ಪಾಪ, ಅವರಿಗೆ ಈ ನಡುವೆ ಕಣ್ಣುಗಳಲ್ಲಿ ಸ್ವಲ್ಪಮಟ್ಟಿಗೆ ಪೊರೆ ಬಂದಿದೆ. ಅದರ ಬಗ್ಗೇನೇ ಮಾತಾಡುತ್ತಿದ್ದದ್ದು."

ಪ್ರಭಾಕರನ ಕಾರು ಗೇಟು ಪ್ರವೇಶಿಸಿದಾಗ ಬಾಗಿಲಿನಲ್ಲಿದ್ದ ಪುಟ್ಟ ನಳಿನಿ ಎರಡೂ ಕೈಯನ್ನು ಮುಂದೆ ಮಾಡಿ ತನ್ನ ತೊದಲು ಮಾತಿನಿಂದ ತಂದೆ ಬಂದ ಸಂದೇಶ ತಿಳಿಸಿದಳು.

ಮಧು ಪ್ರೀತಿಯಿಂದ ನಳಿನಿಯನ್ನು ಎತ್ತಿಕೊಂಡು ಮುದ್ದಾಡಿದ.

"ಮಹರಾಯ, ನೀನು ನರ್ಸಿಂಗ್ ಹೋಂಗೆ ಹೋದ ವಿಷಯ ಯಾಕೆ ಹೇಳಿ ಹೋಗಲಿಲ್ಲ? ನೀನಾ ಅಂತೂ ತುಂಬಾ ಬೇಸರ ಮಾಡಿಕೊಂಡಳು. ನಿಮ್ಮ ಮಾವನವರು ಊಟಕ್ಕೆ ಕಾದಿದ್ದಾರೆ. ಬೇಗ ಉಡುಪು ಬದಲಾಯಿಸಿ ಬಾ" ಎಂದು ಅವನ ಉತ್ತರಕ್ಕೂ ಕಾಯದೆ ಅಡಿಗೆ ಮನೆ ಕಡೆ ನಡೆದಳು.

ಅಂದು ನೀನಾಳ ತಂದೆ ಬಂದಿದ್ದರಿಂದ ಔತಣದ ಅಡಿಗೆ ಕಾದಿತ್ತು. ಎಲ್ಲರೂ ಪುಷ್ಕಳವಾಗಿ ಉಂಡರು. ನೀನಾ ಮುಖ ಊದಿಸಿಕೊಂಡು ಊಟಕ್ಕೆ ಬರಲೇ ಇಲ್ಲ. ಅವಳಿಗೆ ಮಧು ಮೇಲೆ ತುಂಬಾ ಕೋಪ ಬಂದಿತ್ತು.

ಮಧು ಅವಳ ಸುದ್ದಿಯನ್ನೇ ಎತ್ತದೆ ಊಟ ಮಾಡಿ ಮುಗಿಸಿದ. ಅವನ ಸ್ವಭಾವ ಅರಿತ ಶೋಭ ಏನೂ ಹೇಳಲೇ ಇಲ್ಲ.

ಅವರೆಲ್ಲರ ಊಟ ಮುಗಿಸಿದ ಮೇಲೆ ನೀನಾಳನ್ನು ಎಬ್ಬಿಸಲು ಶೋಭ ಮಹಡಿ ಮೇಲಕ್ಕೆ ಹೋದಳು.

ನೀನಾ ನಿದ್ರಿಸುತ್ತಿದ್ದಳು. ಅವಳ ಅತಿ ಬಿಳುಪು ಬಣ್ಣ, ತೆಳುವಾದ ಮೈ, ಮಲಗಿದ ರೀತಿಯಿಂದ ರೋಗಿಯ ತರಹ ಕಾಣುತ್ತಿದ್ದಳು.

ಭಾರಿ ಶ್ರೀಮಂತರ ಒಬ್ಬಳೇ ಮಗಳಾಗಿ ಜನಿಸಿದ ನೀನಾ ಹುಟ್ಟುವಾಗಲೇ ರೋಗಿಷ್ಟೆಯಾಗಿದ್ದಳು. ಅವಳ ಆರೋಗ್ಯಕ್ಕಾಗಿ ಅವಳ ತಾಯಿ, ತಂದೆ ತೋರಿಸದ ಡಾಕ್ಟರಿಲ್ಲ, ಮೊರೆಹೋಗದ ದೇವರಿಲ್ಲ. ಮಂಗಳಾರತಿ ತೆಗೆದುಕೊಂಡರೆ ಉಷ್ಣ, ತೀರ್ಥ ತೆಗೆದುಕೊಂಡರೆ ಶೀತ. ಅವಳ ದೇಹಪ್ರಕೃತಿ ಅಷ್ಟು ಸೂಕ್ಷ್ಮವಾಗಿತ್ತು.

ಯೌವನಕ್ಕೆ ಅಡಿ ಇಟ್ಟಮೇಲೆ ಸ್ವಲ್ಪ ನೋಡುವಂತಾಗಿದ್ದಳು. ಅವಳು ಮೇಕಪ್ ಇಲ್ಲದೇ ಸಾಧಾರಣವಾಗಿರುವಾಗಲಂತೂ ನಿರ್ಜೀವ ಪ್ರತಿಮೆಯಂತೆ ಕಾಣುತ್ತಿದ್ದಳು.

ದೊಡ್ಡ ಶ್ರೀಮಂತರು ಮಗನಿಗೆ ಹೆಣ್ಣು ಕೊಡಲು ಮುಂದೆ ಬಂದಾಗ ಹಿಂದು ಮುಂದು ಯೋಚಿಸದೆ ಸುಮಿತ್ರಮ್ಮ ಒಪ್ಪಿಗೆ ಕೊಟ್ಟರು. ಆದರೆ ಮಧು ತಾನು ಮದುವೆಯೇ ಆಗುವುದಿಲ್ಲ ಎಂದು ಹಠ ಹಿಡಿದಾಗ ಅತ್ತು ಕರೆದು ಆತ್ಮ ಹತ್ಯೆಯ ಬೆದರಿಕೆ ಹಾಕಿ ಮಗನನ್ನು ಒಪ್ಪಿಸಿದ್ದರು.

ಮದುವೆ ಎನ್ನುವ ಸಂಪ್ರದಾಯವನ್ನೇ ವಿರೋಧಿಸುತ್ತಿದ್ದ ಮಧು ತಾಯಿಗಾಗಿ ನೀನಾಳನ್ನು ಮದುವೆಯಾಗಲು ಒಪ್ಪಿದ್ದ.

ಶ್ರೀಮಂತಿಕೆಯಲ್ಲಿ ಸ್ವೇಚ್ಛೆಯಾಗಿ ಬೆಳೆದ ನೀನಾ ಮಧುವಿನ ಸುಂದರ ಮೈಕಟ್ಟು, ಆಕರ್ಷಕ ರೂಪಿಗೆ ಮಾರುಹೋಗಿ ಅವನು ವಿದೇಶದಿಂದ ಬರುವವರೆಗೂ ಕಾಯಲು ಒಪ್ಪಿಗೆ ಕೊಟ್ಟಿದ್ದಳು.

ಅವಳನ್ನೇ ನೋಡುತ್ತಾ ನಿಂತಳು ಶೋಭ. ಇಂತಹ ಸೂಕ್ಷ್ಮವಾದ ಹುಡುಗಿಯನ್ನು ಕಟ್ಟಿಕೊಂಡು ಮಧು ಸುಖವಾಗಿರುತ್ತಾನಾ? ಆಂಟಿ ಮಗನ ಸ್ವಭಾವ ಅರಿತೂ ಸಹ ಯಾಕೆ ಯೋಚಿಸಲಿಲ್ಲ? ಮೂರು ತಲೆಮಾರು ಕುಳಿತು ತಿಂದರೂ ಸವೆಯದಷ್ಟು ಆಸ್ತಿ ಇರುವಾಗ ಮನೆಗೆ ಬರುವ ಹೆಣ್ಣಿನ ಆಸ್ತಿಯ ಮೇಲೇಕೆ ಇವರ ಕಣ್ಣು? ಅವಳಿಗೆ ಚಿಕ್ಕಮ್ಮನ ಬಗ್ಗೆ ಬೇಸರವಾಯಿತು.

ನೀನಾಳ ಮೈ ಅಲುಗಿಸಿ,

"ಏಳಿ ನೀನಾ, ಮಧು, ನಿಮ್ಮ ಡ್ಯಾಡಿ ಎಲ್ಲಾ ಆಗಲೇ ಊಟ ಮುಗಿಸಿದರು. ನೀವಿನ್ನೂ ನಿದ್ದೆಯಲ್ಲೇ ಇದ್ದೀರಿ. ಊಟ ಮಾಡಿ ಮಲಗುವಿರಂತೆ ಏಳಿ ಎಂದು ಬಲವಂತದಿಂದ ಎಬ್ಬಿಸಿಕೊಂಡು ಕೆಳಗೆ ಬಂದಳು."

ನೀನಾಳ ಊಟ ಅತಿ ಸೂಕ್ಷ್ಮ. ಎರಡು ಸ್ಪೂನ್ ಅನ್ನದ ಜೊತೆ ನಾಲ್ಕಾರು ಹಣ್ಣಿನ ಚೂರು ತಿಂದರೆ ಮುಗಿಯಿತು.

ಊಟ ಮುಗಿಸಿದ ನೀನಾ ಶೋಭಳಿಗೆ ಕಾಯದೆ ಡ್ರಾಯಿಂಗ್ ರೂಮಿಗೆ ಬಂದಳು.

ಮಧು, ಪ್ರಭಾಕರ ಮತ್ತು ನೀನಾಳ ತಂದೆ ಮಾತುಕತೆಯಲ್ಲಿ ಮಗ್ನರಾಗಿದ್ದರು.

ಭಾವೀ ಅಳಿಯನನ್ನು ಪ್ರಶ್ನಿಸಿದರು ರಾಜಗೋಪಾಲಯ್ಯನವರು.

"ನಿನಗೆ ಯಾವ ಕಾರು ಬೇಕು, ಏನೇನು ಬೇಕು ಅಂತ ಪಟ್ಟಿ ಹಾಕಿಕೊಟ್ಟರೆ ತರುವುದಕ್ಕೆ ಸುಲಭವಾಗುತ್ತೆ."

ಅವರು ಮಾತು ಮುಗಿಸಿದ ಕೂಡಲೇ "ನಿಮಗೆ ತಿಳಿದಿರುವಂತೆ ನನ್ನ ಅವಶ್ಯಕತೆಗಳನ್ನು ಪೂರೈಸಿಕೊಳ್ಳುವ ಶಕ್ತಿ ನನಗಿದೆ. ನಿಮ್ಮ ಮಗಳಿಗೆ ಏನಾದರೂ ಬೇಕಿದ್ದರೆ ಕೊಡಿಸಿ" ಎಂದು ಒರಟಾಗಿಯೇ ಉತ್ತರಿಸಿದ.

ಅಲ್ಲಿಗೆ ಮಾತಿಗೆ ವಿರಾಮ ಎನ್ನುವಂತೆ ಪತ್ರಿಕೆಯಲ್ಲಿ ತಲೆ ತೂರಿಸಿದ.

ಮಧು ಎಂದು ಅಷ್ಟು ಒರಟಾಗಿ ಮಾತನಾಡಿದ್ದು ರಾಜಗೋಪಾಲಯ್ಯನವರಿಗೆ ನೆನಪಿರಲಿಲ್ಲ. ಮದುವೆ ನಿಶ್ಚಯವಾದ ಮೇಲೆ ಎಷ್ಟೋ ಸಲ ಮಡಿಕೇರಿಗೆ ತಾನಾಗಿಯೇ

ಬಂದಿದ್ದ. ನೀನಾಳ ಜೊತೆ ಬೇಕಾದ ಕಡೆ ಸುತ್ತಾಡಿದ. ವಿದೇಶದಿಂದ ಬಂದ ಮೇಲೆ ಈ ಮಾರ್ಪಾಡು ಹೇಗಾಯಿತು ಎಂದು ಯೋಚಿಸಿದರು.

ಮದುವೆಯಾದ ಮೇಲೆ ತಾನಾಗಿ ಸರಿಹೋಗುತ್ತಾನೆ. ಈಗ ಏನು ಬೇಡವೆಂದರೂ ಎಲ್ಲಾ ಆಸ್ತಿಯೂ ಸೇರುವುದು ಅವನಿಗೇ ತಾನೆ ಎಂದು ಸಮಾಧಾನ ಮಾಡಿಕೊಂಡರು.

ಮನೆಗೆ ಬಂದ ಶಾಂತ ಎಲ್ಲಾ ಮುಗಿಸಿ ವರಾಂಡದಲ್ಲಿ ಕುಳಿತಿದ್ದ ತಂದೆಯ ಬಳಿ ಬಂದು ಕುಳಿತಳು. ತಂದೆಯ ಕಣ್ಣಿನ ಪೊರೆಯ ಬಗ್ಗೆ ಡಾ॥ ಪ್ರಭಾಕರನ ಹೇಳಿಕೆ ತಿಳಿಯುವ ಕುತೂಹಲ ಅವಳಲ್ಲಿತ್ತು.

"ಅಣ್ಣ, ಪ್ರಭಾಕರ್ ಏನು ಹೇಳಿದರು?"

"ಒಂದು ಸಲ ಬೆಂಗಳೂರಿಗೆ ಹೋಗಿ ಬರೋಣ ಅಂದರು. ಅಲ್ಲಿ ಅವರ ಸ್ನೇಹಿತರೊಬ್ಬರು ಕಣ್ಣಿನ ಬಗ್ಗೆ ವಿಶೇಷ ಪರಿಣತಿ ಪಡೆದಿದ್ದಾರಂತೆ."

ಅವರ ಮಾತುಗಳಲ್ಲಿ ನಿರುತ್ಸಾಹ ಎದ್ದು ಕಾಣುತ್ತಿತ್ತು.

"ಆದಷ್ಟು ಬೇಗ ಹೋಗಿ ಬರಬೇಕು" ಎಂದು ತಂದೆಯ ಕಾಲಿನ ಬಳಿ ಹರಿದು ಬಿದ್ದಿದ್ದ ಲಗ್ನಪತ್ರಿಕೆಯನ್ನು ಕೈಗೆ ಎತ್ತಿಕೊಂಡಳು. ಅದರಲ್ಲಿದ್ದ ವಧೂ ವರರ ಹೆಸರು ಅವಳಿಗೆ ಅಪರಿಚಿತವಾಗಿರಲಿಲ್ಲ.

ಮಧುಕರನ ಬಗ್ಗೆ ಅವಳಲ್ಲಿ ಯಾವ ಭಾವನೆಗಳು ಇರದಿದ್ದರೂ ಅವಳ ಹೃದಯ ನೋವಿನಿಂದ ಒದ್ದಾಡಿತು.

ದೀಪಕ್ ವಧೂವರರ ಹೆಸರನ್ನು ಹರಿದು ಬೇರೆ ಮಾಡಿದ್ದ. ಮದುವೆಯ ತಾರೀಖನ್ನು ನೋಡಿದಳು. ಮದುವೆಗೆ ಇನ್ನು ಹದಿನೈದು ದಿನಗಳು ಮಾತ್ರ ಉಳಿದಿತ್ತು.

ಸುಮ್ಮನೆ ಕುಳಿತ ಮಗಳನ್ನು ಪ್ರಶ್ನಾರ್ಥಕವಾಗಿ ನೋಡಿದರು.

"ನೋಡಣ್ಣ, ಇನ್ನೂ ಅವರ ಮದುವೇನೇ ಆಗಿಲ್ಲ. ದೀಪಕ್ ಲಗ್ನಪತ್ರಿಕೇನ ಹರಿದುಬಿಟ್ಟಿದ್ದಾನೆ. ಇದು ಅವನ ಕೈಗೆ ಹೇಗೆ ಬಂತು?"

ಕದಡಿದ ಅವಳ ಮನಸ್ಥಿತಿ ಈಗ ಶಾಂತವಾಗಿತ್ತು.

"ಪ್ರಭಾಕರನನ್ನು ನೋಡಲು ಹೋಗಿದ್ದೆನಲ್ಲ, ಅಲ್ಲಿಂದಲೇ ತಂದಿರಬೇಕು ಮಗು, ಅದಕ್ಕೇನು ಗೊತ್ತಾಗುತ್ತೆ, ಬಿಡು."

ಮೇಲಕ್ಕೆದ್ದ ಶಾಂತ ಹರಿದ ಲಗ್ನಪತ್ರಿಕೆಯನ್ನು ಗೋಂದಿನಿಂದ ಅಂಟಿಸಿ ಆರಲು ಕಿಟಕಿಯಲ್ಲಿ ಇಟ್ಟಳು.

ತಾನು ಹೋದ ಜನ್ಮದಲ್ಲಿ ಮಾಡಿದ ತಪ್ಪಿಗೆ ಈ ಶಿಕ್ಷೆ ಇರಬಹುದು.

ಈ ಜನ್ಮದಲ್ಲಾದರೂ ಸುಖ ಪಡೆಯಬಹುದು ಎಂದುಕೊಂಡಳು.

ಅವಳ ಒಳ್ಳೆಯ ಮನಸ್ಸು ದಾಂಪತ್ಯ ಜೀವನಕ್ಕೆ ಕೆಲವೇ ದಿನಗಳಲ್ಲಿ ಕಾಲಿಡಲು ಸಿದ್ಧರಾಗಿದ್ದ ಮಧು, ನೀನಾರಿಗೆ ಶುಭ ಹಾರೈಸಿತು.

ನಾಲ್ಕೈದು ದಿನಗಳಿಂದ ಶೋಭ ಇವಳ ಮನೆ ಕಡೆಗೆ ಸುಳಿದಿರಲಿಲ್ಲ. ಇಂದು ಅವಳ

ಮನೆಗೆ ಹೋಗಬೇಕೆಂದೇ ಶಾಂತ ಶಾಲೆಯಿಂದ ಬೇಗ ಬಂದಿದ್ದಳು. ದೀಪಕ್ ಮಾಲಿನಿ ಜೊತೆ ಮಾರ್ಕೆಟ್‌ಗೆ ಹೋಗಿದ್ದರಿಂದ ಅವನಿಗಾಗಿ ಕಾದು ಕುಳಿತಿದ್ದಳು. ಮದುವೆಯ ಕರೆಯೋಲೆ ಅವಳ ಕಣ್ಣಿಗೆ ಬಿದ್ದು ಶೋಭಳ ಮನೆಗೆ ಹೋಗುವ ಅವಳ ನಿರ್ಧಾರವನ್ನು ಸಡಿಲಿಸಿತು.

ಮಧು ಫಾರಿನ್‌ನಿಂದ ಬಂದಿರಬೇಕು. ತಂಗಿಯಲ್ಲಿ ಅಪರಿಮಿತ ಪ್ರೀತಿ, ಆದ್ದರಿಂದ ಇಲ್ಲೇ ಉಳಿದಿರಬೇಕು. ಅದಕ್ಕೆ ಎರಡು ದಿನಕ್ಕೊಮ್ಮೆ ಯಾದರೂ ಬರುತ್ತಿದ್ದ ಶೋಭ ಬರಲಿಲ್ಲ ಎಂದುಕೊಂಡಳು.

ಬೇಸರದಿಂದ ಮನೆಯಲ್ಲಿರುವುದೇ ಅವಳಿಗೆ ಕಷ್ಟವಾಯಿತು. ಕೃಷ್ಣಸ್ವಾಮಿಗಳು ರಾಮಲಿಂಗೇಶ್ವರ ಗುಡಿಯಲ್ಲಿ ಸಂಜೆ ಭಜನೆ ನಡೆಯುತ್ತಿದ್ದುದರಿಂದ ಬೇಸರ ನೀಗಲು ಅಲ್ಲಿಗೆ ಹೊರಟರು.

ಶಾಂತ ಬೀದಿಯ ಬಾಗಿಲಿಗೆ ಬಂದು ನಿಂತಳು. ದೂರದಲ್ಲಿ ಬರುತ್ತಿದ್ದ ಪರಿಚಿತ ಕಾರನ್ನು ಗುರ್ತಿಸಿದಳು. ಶೋಭ ಬರುತ್ತಿರಬಹುದೆಂದುಕೊಂಡು ಒಳಕ್ಕೆ ಬಂದು ವರಾಂಡದಲ್ಲಿದ್ದ ಕುರ್ಚಿಯ ಮೇಲೆ ಕುಳಿತಳು.

ನಳಿನಿಯೊಂದಿಗೆ ಬಂದ ಶೋಭ "ಮಹಾರಾಯ್ತಿ, ಎರಡು ದಿನದಿಂದ ನಿನ್ನ ಪಲ್ಲವೀನೇ ಆಗಿಹೋಗಿದೆ ಇವಳಿಗೆ" ಎಂದು ಮಗಳ ಕೆನ್ನೆ ಹಿಂಡಿದಳು.

ಶಾಂತ ನಗುತ್ತ ನಳಿನಿಯನ್ನು ಎತ್ತಿಕೊಂಡು ಅವಳ ಕೆನೆಗೆ ಒಂದು ಹೂಮುತ್ತಿಟ್ಟಳು.

"ದೀಪು ಎಲ್ಲೇ, ಅವನನ್ನು ನೋಡಿ ಆಗಲೇ ನಾಲ್ಕು ದಿನ ಆಯಿತು."

"ಮಾಲಿನಿ ಜೊತೆಗೆ ಮಾರ್ಕೆಟ್‌ಗೆ ಹೋಗಿದ್ದಾನೆ. ಈಗ ಬರಬಹುದು; ನೀನು ಬರಲೇ ಇಲ್ಲ. ಅದಕ್ಕೆ ನಾನೇ ಬರಬೇಕು ಅಂತ ಇದ್ದೆ."

"ಮತ್ತೆ ಯಾಕೆ ಬರಲಿಲ್ಲ?" ಶೋಭಳ ಪ್ರಶ್ನೆ ಹಠಾತ್ತನೆ ಅಪ್ಪಳಿಸಿತು.

"ನಾನು ಒಬ್ಬಳೇ ಬಂದರೆ ಸುಮ್ಮನಿರುತ್ತೀಯಾ? ಅದಕ್ಕೇ ನಿನ್ನ ಅಳಿಯನಿಗಾಗಿ ಕಾದು ಕುಳಿತಿದ್ದೆ."

ಮೊದಲು ತಡವರಿಸಿದರೂ ದೃಢವಾಗಿ ಉತ್ತರಿಸಿದಳು.

ಮಧು ಬಂದಿದ್ದಾನೆಂದು ಶಾಂತಳಿಗೆ ಹೇಳಬೇಕೆಂದುಕೊಂಡರೂ ಶೋಭಳಿಗೆ ಅವನ ಹೆಸರು ಎತ್ತುವ ಧೈರ್ಯವಾಗಲಿಲ್ಲ.

ಗಾಳಿ ಜೋರಾಗಿ ಬೀಸಿದ್ದರಿಂದ ಆರಲು ಇಟ್ಟ ಲಗ್ನಪತ್ರಿಕೆ ಹಾರಿ ಬಂದು ಶೋಭಳ ಮುಂದೆ ಬಿತ್ತು.

ಕೈಗೆ ಎತ್ತಿಕೊಂಡ ಶೋಭಳ ಮುಖ ಕಪ್ಪಿಟ್ಟಿತು.

"ನರ್ಸಿಂಗ್ ಹೋಂನಲ್ಲಿ ಇತ್ತು ಅಂತ ಕಾಣುತ್ತೆ. ದೀಪಕ್ ತಂದು ಹರಿದುಬಿಟ್ಟಿದ್ದ. ಅದನ್ನು ನಾನೇ ಅಂಟಿಸಿ ಗಾಳಿಗೆ ಇಟ್ಟೆ."

ಗೆಳತಿಯ ಒಳ್ಳೆಯತನಕ್ಕೆ ಅವಳ ಹೃದಯ ಕಂಬನಿ ಮಿಡಿಯಿತು. ತನ್ನ ಬಾಳನ್ನು ಹಾಳು ಮಾಡಿದವನಿಗೂ ಒಳ್ಳೆಯದನ್ನು ಹಾರೈಸುವ ಒಳ್ಳೆಯತನ ದೇವರಲ್ಲಿ ಸಹ ಇದೆಯೋ ಇಲ್ಲವೋ!

"ಶಾಂತಾ, ನೀನು ಸಾಮಾನ್ಯಳಲ್ಲ; ದೇವತೆ ಕಣೆ". ಶೋಭಳ ಬಾಯಿಂದ ಮಾತು ಹೊರಬಿತ್ತು.

ಆತಂಕದಿಂದ ಗೆಳತಿಯ ಬಾಯಿ ಮುಚ್ಚಿಸಿದಳು ಶಾಂತ. "ಎಷ್ಟು ದೊಡ್ಡ ಶಬ್ದ ಉಪಯೋಗಿಸುತ್ತೀಯಾ? ಹರಿದ ಲಗ್ನಪತ್ರಿಕೆಯನ್ನು ಕೂಡಿಸಿದೆ ಅಷ್ಟೇ. ಅದರಲ್ಲಿ ನನ್ನ ದೊಡ್ಡತನವೇನಿದೆ?"

ಇವರಿಬ್ಬರ ಮಾತುಕತೆಗಳ ನಡುವೆ ಮಾಲಿನಿ ದೀಪಕನೊಂದಿಗೆ ಬಂದಿದ್ದರಿಂದ ವಾತಾವರಣ ತಿಳಿಯಾಯಿತು.

ಮಾಲಿನಿಯ ಕೈನಿಂದ ಬಿಡಿಸಿಕೊಂಡು ಬಂದ ದೀಪಕ್ "ಅತ್ತೆ, ಅತ್ತೆ" ಎನ್ನುತ್ತಾ ಓಡಿ ಬಂದ ಶೋಭಳ ಬಳಿಗೆ.

ಶೋಭ ಅವನನ್ನು ಪ್ರೀತಿಯಿಂದ ಎತ್ತಿಕೊಂಡಳು.

ನಳಿನಿಯೂ ಓಡಿ ಬಂದು ತಾಯಿಗೆ ತೆಕ್ಕೆಬಿದ್ದಳು. ಮಕ್ಕಳ ಆಟ ನೋಡಿ ಮೂವರೂ ನಕ್ಕರು.

ಶೋಭ ಮನೆಗೆ ಬಂದ ಕೂಡಲೇ ಮಧುಕರ ತರಾಟೆಗೆ ತೆಗೆದುಕೊಂಡ.

"ನನಗಂತೂ ಬೋರ್ ಹೊಡೆದುಹೋಯಿತು. ನೀನು ಎಲ್ಲಿ ಹೋಗಿದ್ದೆ?"

"ನನ್ನ ಗೆಳತಿಯ ಮನೆಗೆ ಹೋಗಿದ್ದೆ" ಎಂದು ಹೇಳಿ ಉಡುಪು ಬದಲಾಯಿಸಲು ನನ್ನ ಕೋಣೆಗೆ ಹೋದಳು.

ನಳಿನಿಯನ್ನು ಎತ್ತಿಕೊಂಡ ಮಧು ಲಲ್ಲೆಗೆರೆಯುತ್ತಾ "ಎಲ್ಲಿ ಹೋಗಿದ್ಯಮ್ಮ ನನ್ನ ಬಿಟ್ಟು" ಎಂದು ಕೇಳಿದ.

"ಅತ್ತೆ ಮನೆಗೆ" ತೊದಲುತ್ತಾ ಥಟ್ಟನೆ ಉತ್ತರಿಸಿದಳು.

"ಅಲ್ಲಿ ಆರಾರು ಇದ್ದರು?" ಎಂದು ಮುದ್ದು ಮುದ್ದಾಗಿ ಬೇಸರ ನೀಗಲು ಪ್ರಶ್ನಿಸಿದ.

ಅವಳು ಅಷ್ಟೇ ಮುದ್ದು ಮುದ್ದಾಗಿ "ತೀಪು, ಅತ್ತೆ, ತಾತ" ಎಂದಳು.

ಅವನಿಗೆ ಮುಂದೆ ಕೇಳುವ ಸಹನೆ ಇಲ್ಲವಾಯಿತು. ನಳಿನಿಯನ್ನು ಅಲ್ಲೇ ಬಿಟ್ಟು ಶೋಭಳ ಕೋಣೆಗೆ ಹೋದ.

ಸೀರೆ ಬದಲಾಯಿಸಿದ್ದ ಶೋಭ ಅದನ್ನು ಬೀರುವಿನಲ್ಲಿ ಇಡುತ್ತಿದ್ದಳು.

"ನೀನು ದೀಪಕ್ ಮನೆಗೆ ತಾನೇ ಹೋಗಿದ್ದು?"

ಅವನ ಹಠಾತ್ ಪ್ರಶ್ನೆಯಿಂದ ಶೋಭ ಚಕಿತಳಾದಳು.

"ನಿನಗೆ ಹೇಗೆ ಗೊತ್ತು ದೀಪಕ್?" ಎಂದು ತಡವರಿಸುತ್ತಾ ಪ್ರಶ್ನಿಸಿದಳು.

"ಅವನನ್ನು ನೋಡಿದಾಗಿನಿಂದ ಯಾಕೋ ನನ್ನ ಹೃದಯ ಒಂದು ತರವಾಗಿದೆ. ನೀನು ಹೋಗುವಾಗ ತಿಳಿಸಿದ್ದರೆ ನಾನೂ ಖಂಡಿತ ಬರುತ್ತಿದ್ದೆ."

ಅವರ ಆಂಟೀ ಮನೆಗೆ ಹೋಗಿದ್ದ ನೀನಾ ಬಂದುದರಿಂದ ಶೋಭ ಮಾತು ಬೇರೆ ಕಡೆ ತಿರುಗಿಸಿದಳು.

ಪ್ರಭಾಕರ ಊಟ ಮಾಡಿ ಮಲಗುವ ಕೋಣೆಗೆ ಬಂದಾಗ ಶೋಭ ಕೋಪದಿಂದ ಧುಮುಗುಟ್ಟುತ್ತಿದ್ದಳು.

ಅವಳ ಅಸಮಾಧಾನಕ್ಕೆ ಕಾರಣ ತಿಳಿಯದ ಪ್ರಭಾಕರ ಮಡದಿಯನ್ನು ಪ್ರಶ್ನಿಸಿದ.

"ಯಾಕೆ ಅಮ್ಮನವರು ಕೋಪದ ತುಟ್ಟ ತುದಿಗೇರಿದ ಹಾಗೆ ಇದೆ?"

"ನೀವು ದೀಪಕನ ವಿಷಯ ಮಧೂಗೆ ಏಕೆ ಹೇಳಿದ್ದು?"

"ಅಂತೂ ಒಳ್ಳೆ ಕಷ್ಟಕ್ಕೆ ಬಂತು. ಮಧುಗೆ ದೀಪಕನ ಬಗ್ಗೆ ನಾನೆಲ್ಲಿ ಹೇಳಿದೆ? ಅವನು ನರ್ಸಿಂಗ್ ಹೋಂಗೆ ಬಂದಿದ್ದಾಗ ಕೃಷ್ಣಸ್ವಾಮಿಗಳ ಜೊತೆ ದೀಪಕ್ ಬಂದಿದ್ದ. ಅಲ್ಲಿ ನೋಡಿದಷ್ಟೇ ಅವನಿಗೆ ಪರಿಚಯ."

ನಿಜಸಂಗತಿ ಅರಿತ ಶೋಭಳಿಗೆ ಪಶ್ಚಾತ್ತಾಪವಾಯಿತು. ನಾನು ಸುಮ್ಮನೆ ಅವರ ಮೇಲೆ ಸಂದೇಹಪಟ್ಟು ಕೋಪ ಮಾಡಿಕೊಂಡು ಅವರ ಮನಸ್ಸಿಗೆ ಬೇಸರ ಉಂಟುಮಾಡಿದೆನಲ್ಲ ಎಂದು ನೊಂದುಕೊಂಡಳು.

ಮಂಕಾಗಿ ಕುಳಿತಿದ್ದ ಮಡದಿಗೆ ಪ್ರಭಾಕರನೇ ಸಮಾಧಾನ ಹೇಳಿದ.

"ಶೋಭ, ನಿನ್ನ ಗೆಳತಿ ಮನಸ್ಸಿಗೆ ತುಂಬಾ ನೋವು ಅಂತ ನನಗೆ ಗೊತ್ತು. ಶಾಂತಳ ಸುಖ, ಸಂತೋಷಕ್ಕಾಗಿ ಎಂದಿಗೂ ನನ್ನ ಸಹಕಾರ ನಿನಗಿದೆ. ಅವಳು ನನ್ನ ಒಡಹುಟ್ಟಿದ ತಂಗಿ ಎಂದು ತಿಳಿದುಕೊಳ್ಳುತ್ತೇನೆ."

ಗಂಡನ ಒಳ್ಳೆಯತನ ಕಂಡು ಶೋಭಳ ಕಣ್ಣಲ್ಲಿ ನೀರು ತುಂಬಿತು.

"ನೀವೆಷ್ಟು ಒಳ್ಳೆಯವರು?"

ಅವಳ ಬಾಯಿಂದ ಮಾತು ಹೊರಬೀಳುತ್ತಲೆ "ಎಷ್ಟೋ ಜನ ಡಾಕ್ಟರ್ ತುಂಬಾ ಒಳ್ಳೆಯವರು ಅಂತ ಹೇಳುತ್ತಾರೆ. ಕೈ ಹಿಡಿದ ನಿನ್ನ ಬಾಯಿಂದ ಈ ಮಾತು ಕೇಳಿ ನಾನು ಒಳ್ಳೆಯವನೇ ಇರಬೇಕೆಂದು ಅನ್ನಿಸುತ್ತ ಇದೆ" ಎಂದು ಎದೆಯುಬ್ಬಿಸಿ ಹೇಳಿದ.

"ನೀವು ತುಂಬಾ ಕೆಟ್ಟವರು. ನಾನು ತಮಾಷೆಗೆ ಒಳ್ಳೆಯವರು ಎಂದದ್ದು" ಎಂದು ಗಂಡನ ತೋಳ ತೆಕ್ಕೆಯಲ್ಲಿ ಸೇರಿಹೋದಳು.

* * *

"ಮಧು ಮೈಸೂರಿನಲ್ಲಿ ಇರುವವರೆಗೂ ಶೋಭ, ಶಾಂತಳನ್ನು ಮನೆಗೆ ಆಹ್ವಾನಿಸಲಿಲ್ಲ. ತಾನು ಹೋಗುವುದನ್ನೂ ಕಡಿಮೆ ಮಾಡಿದಳು."

'ಹೇಗೂ ಮಧು ಲಗ್ನಪತ್ರಿಕೆ ಅವಳ ಕಣ್ಣಿಗೆ ಬಿದ್ದಿದೆ. ವಿಷಯದ ಅರಿವು ಅವಳಿಗಿದೆ. ಅವರಿಬ್ಬರೂ ಒಬ್ಬರ ಕಣ್ಣಿಗೆ ಒಬ್ಬರು ಬೀಳದೆ ಇರುವುದೇ ಒಳ್ಳೆಯದು' ಎಂದು ನಿರ್ಧರಿಸಿಕೊಂಡಿದ್ದಳು.

ಎಸ್ಟೇಟ್‌ಗೆ ಹೋದ ಮಧು ಮಾರನೆಯ ದಿನವೇ ಹಿಂದಿರುಗಿಬಂದ.

ಶೋಭ ಆಶ್ಚರ್ಯ ನಟಿಸುತ್ತ "ಮಧು ಮಗ ಮುಂದೆ ಬಂಧನ ಬೀಳುತ್ತೆ ಅಂತ ಈಗಲೇ ಅಲೆಯುವುದಕ್ಕೆ ಷುರು ಮಾಡಿದ್ದೀಯಾ ಅಂತ ಕಾಣಿಸುತ್ತೆ" ಎಂದಳು.

ಬೇಸರದಿಂದ ಕೋಟು ಬಿಚ್ಚಿ ಸೋಫಾದ ಮೇಲೆ ಎಸೆದು "ನಾನು ನಿನ್ನ ಪ್ರಭಾಕರನ ಅನುಕೂಲಕ್ಕೆ ಅಂತ ಕಾರು ಕೊಡಿಸಿದ್ದು, ಸಾಲವಾಗಿ ಅಲ್ಲ. ಈಗ ಅದರ ದುಡ್ಡು ಹಿಂದಿರುಗಿಸುವುದರಲ್ಲಿ ನಿಮ್ಮ ಉದ್ದೇಶವೇನು? ಅಣ್ಣನ ಉಡುಗೊರೆ ಅಂದರೆ ನಿನಗೆಷ್ಟು ತಾತ್ಸಾರ?"

ಅವನ ಪ್ರೀತಿಯ ಎಲ್ಲೆ ಅರಿತಿದ್ದ ಶೋಭ ನುಡಿದಳು.

"ತಪ್ಪು ತಿಳಿಯಬೇಡ. ನಿನ್ನ ಹತ್ತಿರ ಉಡುಗೊರೆಯಾಗಿ ಪಡೆಯುವುದಕ್ಕೂ ಒಂದು ಮಿತಿ ಇದೆ. ನರ್ಸಿಂಗ್ ಹೋಂ ಇಡಲು ನೀನು ದುಡ್ಡು ಕೊಟ್ಟೆ. ಅದಕ್ಕೆ ಬೇಕಾದ ಉಪಕರಣಗಳನ್ನು ವಿದೇಶದಿಂದಲೇ ಕಳುಹಿಸಿಕೊಟ್ಟೆ. ಅದೆಲ್ಲ ಸಾಲದು ಅಂತ ನಿನ್ನ ಫ್ರೆಂಡ್‌ಗೆ ತಿಳಿಸಿ ಕಾರು ಕೊಡಿಸಿಕೊಟ್ಟೆ. ನಾವು ಸ್ವಲ್ಪ ಸ್ವಲ್ಪವಾದರೂ..."

ಕತ್ತಿನಲ್ಲಿದ್ದ ಟೈ ಸಡಿಲಿಸುತ್ತಿದ್ದ ಮಧು ಅದನ್ನು ಎತ್ತಿ ಅವಳ ಮುಖದ ಮೇಲೆ ಎಸೆದ. ಅವನ ಕಣ್ಣುಗಳು ಕಿಡಿಕಾರುತ್ತಿದ್ದವು.

ಮಧು ಒರಟ, ಹಟಮಾರಿ. ಆದರೆ ಅಷ್ಟೇ ಅವನ ಒಳ್ಳೆಯ ಸ್ವಭಾವ ಅರಿತಿದ್ದ ಶೋಭ ಕೋಪಗೊಳ್ಳದೆ ಅವನ ಕೈ ಹಿಡಿದು ಚುಂಬಿಸಿ, "ನೀನು ನನ್ನ ಪ್ರೀತಿಯ ಅಣ್ಣನಲ್ಲವೇ?" ಎಂದಳು.

ಅವಳ ಮಾತಿಗೆ ಮಧು ಕರಗಿಹೋದ.

"ನೀನು ಏನೇ ಹೇಳು, ನೀನು ಮೊದಲಿನ ಶೋಭ ಅಲ್ಲ; ನಿನ್ನ ಪ್ರೀತಿಯಲ್ಲಿ ನನಗೆ ಏನೋ ಕೊರತೆ ಕಾಣಿಸುತ್ತೆ."

"ಅದೆಲ್ಲ ನಿನ್ನ ಭ್ರಾಂತಿ ಅಷ್ಟೆ" ಎಂದು ಹೇಳಿ ಹೊರಡಲು ಎದ್ದಳು ಶೋಭಳ ಕೈ ಹಿಡಿದು ಕೂಡಿಸಿ,

"ನಾನು ನಿನ್ನ ಮಾತು ನಂಬುವುದಿಲ್ಲ. ಒಂದೊಂದು ಸಲ ಮೊದಲಿನ ಪ್ರೀತಿಯ ತಂಗಿಯಾಗಿಯೇ ಮಾತನಾಡುತ್ತೀಯಾ. ಅಷ್ಟರಲ್ಲೇ ಏನೋ ನೆನಪಾದವಳಂತೆ ಕೋಪ, ಉದಾಸೀನ ಪ್ರಕಟಿಸುತ್ತೀಯಾ."

ಕೈ ಬಿಡಿಸಿಕೊಂಡು ಶೋಭ ನೇರವಾಗಿ ತನ್ನ ಮಲಗುವ ಕೋಣೆಗೆ ಹೋಗಿ ದಿಂಬಿಗೆ ಮುಖ ಅನಿಸಿ ಬಿಕ್ಕಿ ಬಿಕ್ಕಿ ಅಳತೊಡಗಿದಳು.

ಅವಳ ಪಕ್ಕದಲ್ಲಿ ಕುಳಿತ ಮಧು,

"ಯಾಕೆ ಶೋಭ, ನಿನಗೇನು ಕಷ್ಟ ಹೇಳು? ನಿನ್ನಣ್ಣ ನಿನಗಾಗಿ ಏನೂ ಮಾಡಲು ಸಿದ್ಧನಿದ್ದಾನೆ" ಎಂದು ಸಾಂತ್ವನಪಡಿಸಿದ.

ಮಧು ಶಾಂತಳ ಜೀವನ ಹಾಳು ಮಾಡದಿದ್ದರೆ ಅವನ ಈ ಮಾತು ಕೇಳಿ ಎಷ್ಟು ಸಂತೋಷಪಡುತ್ತಿದ್ದಳೋ! ಆದರೆ...?

ಕಣ್ಣು ಒರೆಸಿಕೊಂಡು ಎದ್ದು ದೂರ ನಿಂತ ಶೋಭ,

"ನಾನು ಎಸ್ಟೇಟ್‌ನಲ್ಲಿ ಜ್ವರದಿಂದ ಮಲಗಿದಾಗ ನನ್ನ ನೋಡೋಕೆ ಶಾಂತ ಬಂದಿದ್ದಳು ತಾನೇ? ಗೆಳತಿಯನ್ನು ನೋಡಲು ಬಂದವಳಿಗೆ ಎಂತಹ ಉಡುಗೊರೆ ಕೊಟ್ಟೆ? ಅವಳ ಜೀವನಪೂರ್ತಿ ಒಂಟಿಯಾಗಿ ಕೊರಗುವಂತೆ ಮಾಡಿಬಿಟ್ಟೆ" ಎಂದಳು.

ಮಧು ಏನೋ ಹೇಳಲು ಬಾಯಿ ತೆರೆದವನು ಸುಮ್ಮನಾಗಿಬಿಟ್ಟ.

"ಅವಳಿಗ ಆಗಲೇ ಮದುವೆ ಗೊತ್ತಾಗಿತ್ತು. ನಿನ್ನಿಂದ ಶೀಲ ಕೆಡಿಸಿಕೊಂಡ ಅವಳು ನಿನ್ನ ಇತರ ಗೆಳತಿಯರಂತೆ ಬೇರೆಯವರನ್ನು ವಿವಾಹವಾಗಿ ಅಥವಾ ಬೇರೆ ಗಂಡಿನ ಜೊತೆ ಮೋಜಿನ ಜೀವನ ನಡೆಸಲಿಲ್ಲ. ಹೆಣ್ಣು ಯಾವಾಗಲೂ ಒಂದು ಗಂಡಿಗೆ ಅರ್ಪಿತ ಎಂಬ ಆದರ್ಶದಿಂದ ಗೊತ್ತಾದ ವಿವಾಹವನ್ನು ಗಾಳಿಗೆ ತೂರಿ ಸಮಾಜಕ್ಕೆ ಹೆದರಿ ಊರೇ ಬಿಟ್ಟುಹೋದಳು. ಹುಟ್ಟಿದ್ದಕ್ಕಾಗಿ ಬದುಕಬೇಕೆನ್ನುವ ತತ್ವಕ್ಕಾಗಿ ಜೀವಚ್ಛವವಾಗಿ ಬದುಕಿದ್ದಾಳೆ. ನೀನು ನನಗಾಗಿ ಎಷ್ಟೋ ಸಹಾಯ ಮಾಡಿರಬಹುದು. ಆದರೆ ಶಾಂತಳಂಥ ಸುಂದರ ಹೂವನ್ನು ಕಾಲಿನಲ್ಲಿ ಹೊಸಕಿಬಿಟ್ಟೆ, ಮಧು, ಹೊಸಕಿಬಿಟ್ಟೆ" ಎಂದು ಬಿಕ್ಕಿ ಬಿಕ್ಕಿ ಅಳತೊಡಗಿದಳು.

ಎಷ್ಟೋ ಹೆಣ್ಣುಗಳೊಡನೆ ಚೆಲ್ಲಾಟವಾಡಿದ್ದ ಮಧುವಿಗೆ ಇದು ಹೊಸ ಪರಿಯಾಗಿತ್ತು. ಅವರೆಲ್ಲ ಬೇರೆಯವರ ಕೈ ಹಿಡಿದು ಎಷ್ಟೋ ಸುಖವಾಗಿದ್ದರು. ಆದರೆ ಶಾಂತ...?

ಅವನ ಹೃದಯದಿಂದ ನಿಟ್ಟುಸಿರೊಂದು ಹೊರಬಿತ್ತು.

ಶೋಭ ಅವನ ಮುಖವನ್ನು ಅವಲೋಕಿಸಿದಳು. ಪಶ್ಚಾತ್ತಾಪದಿಂದ ನೊಂದವನಂತೆ ಕಾಣಿಸಿದ.

ಹತ್ತಿರಕ್ಕೆ ಬಂದ ಶೋಭ ಗಾಳಿಗೆ ಹಾರಾಡುತ್ತಿದ್ದ ಅವನ ಸೊಂಪಾದ ಕೂದಲಲ್ಲಿ ಕೈಯಾಡಿಸಿ ನುಡಿದಳು.

"ಮಧು, ಅದೊಂದು ದುಃಸ್ವಪ್ನವೆಂದು ಮರೆತುಬಿಡು. ಇನ್ನಾದರೂ ಹೆಣ್ಣಿನ ತಂಟೆಗೆ ಹೋಗಬೇಡ. ಈಗಲೂ ಸಹ ಶಾಂತಳಂಥ ಆದರ್ಶ ತರುಣಿಯರಿಗೆ ನಮ್ಮಲ್ಲಿ ಕೊರತೆ ಇಲ್ಲ. ಇದು ನಿನ್ನ ತಪ್ಪಲ್ಲ, ನೀನು ಯಾರಿಂದ ಹಾಳಾದೆ ಅಂತ ನನಗೆ ಗೊತ್ತು."

ಮಧು, ಒಂದು ನಿಮಿಷ ಕಣ್ಣು ಮುಚ್ಚಿ ತೆರೆದು ನಿರಾಶೆಯ ನಗು ನಕ್ಕ.

"ಆಂಟಿ ಮೊನ್ನೇನೇ ಬಾ ಅಂತ ಫೋನ್ ಮಾಡಿದ್ದರು. ನೀನು ಹೋಗುವ ಹಾಗಿದ್ದರೆ ನಾಳೆ ನಿನ್ನ ಜೊತೆ ನಾನೂ ಬರುತ್ತೀನಿ ಎಸ್ಟೇಟಿಗೆ. ಮದುವೆ ಇನ್ನು ಕೇವಲ ಹತ್ತು ದಿನ ಉಳಿಯಿತು."

ಅವಳ ಮಾತುಗಳನ್ನು ಕೇಳಿಸಿಕೊಳ್ಳದವನ ಹಾಗೆ ಮೇಲಕ್ಕೆದ್ದು ಅವಳ ಕಡೆ ಬೆನ್ನು ಮಾಡಿ ನಿಂತ ಮಧು ಪ್ರಶ್ನಿಸಿದ.

"ಈಗ ಶಾಂತ ಎಲ್ಲಿದ್ದಾಳೆ?"

ಆ ಮಾತು ಕೇಳಿ ಬೆಚ್ಚಿದ ಶೋಭಳ ಬುದ್ಧಿ ಜಾಗೃತವಾಯಿತು.

"ಅವಳು ಊರು ಬಿಟ್ಟು ಹೋದ ಮೇಲೆ ಅವಳ ಸುದ್ದಿಯೇ ಗೊತ್ತಾಗಲಿಲ್ಲ. ನಾನು ಮದುವೆಯಾದ ಮೇಲೆ ಮೈಸೂರಿಗೆ ಬಂದುಬಿಟ್ಟೆ. ಅವಳು ಎಲ್ಲಿದ್ದಾಳೋ?"

ವಿಷಯ ತಿಳಿಸಿ ಶೋಭ ಸಮಾಧಾನಗೊಂಡಳು. ಆದರೆ ಮಧುಕರನ ಹೃದಯದಲ್ಲಿ ದೊಡ್ಡ ಬಿರುಗಾಳಿಯೇ ಎದ್ದಿತು.

ತಾನು ಯೌವನಕ್ಕೆ ಕಾಲಿಟ್ಟ ಮೇಲೆ ನಡೆದ ಪ್ರತಿಯೊಂದು ಘಟನೆಯನ್ನೂ ಅವಲೋಕಿಸಿದ.

ಮೆಟ್ರಿಕ್ ಮುಗಿಸಿದ ಮೇಲೆ ತಮ್ಮ ಒಬ್ಬನೇ ಮಗ ಮಧುವನ್ನು ಚಿಕ್ಕಮಗಳೂರಿನಲ್ಲಿ ಕಾಲೇಜಿಗೆ ಸೇರಿಸಿ ಅಣ್ಣನ ಮನೆಯಲ್ಲಿ ಬಿಟ್ಟರು ಮಧುಸೂದನರಾಯರು.

ಆಗರ್ಭ ಶ್ರೀಮಂತರಾಗಿದ್ದ ರಾಜಾರಾವ್ ತಮ್ಮ ಅಳಿಯ ಮಧುಸೂದನರಾಯರಿಗೆ ಎಸ್ಟೇಟನ್ನು ಬಳುವಳಿಯಾಗಿ ಕೊಟ್ಟಿದ್ದರು.

ಮಧುಸೂದನರಾಯರು ಅದರ ಅಭಿವೃದ್ಧಿಗಾಗಿ ತಮ್ಮ ಜೀವನವನ್ನೇ ಸವೆಸಿ ಸುತ್ತಮುತ್ತಲೂ ಅಂತಹ ಎಸ್ಟೇಟಿಲ್ಲ ಎನ್ನಿಸಿಬಿಟ್ಟಿದ್ದರು.

ಶ್ರೀಮಂತರ ಮನೆಯಲ್ಲಿ ಹುಟ್ಟಿ ಬೆಳೆದ ಸುಮಿತ್ರಮ್ಮ ಗರ್ವಿ. ಅವರಿಗೆ ತವರುಮನೆಯ ಮೇಲೆ ಅಪಾರ ಅಭಿಮಾನ. ಉಡಾಳನಾಗಿದ್ದ ತಮ್ಮನನ್ನು ಮನೆಯಲ್ಲಿ ತಂದಿಟ್ಟುಕೊಂಡರು.

ಕಾಲೇಜಿನಿಂದ ಹೊರಗೆ ಬಂದಾಗ ಸೋದರಮಾವನನ್ನು ಕಂಡು ಮಧುವಿನ ಮುಖ ಅರಳಿತು. ತನಗಿಂತ ನಾಲ್ಕೈದು ವರ್ಷ ದೊಡ್ಡವನಾದ ಅವನನ್ನು ಹೆಸರಿಡಿದೇ ಕರೆಯುತ್ತಿದ್ದ.

"ಏನು ಶ್ಯಾಮ ಬಂದಿದ್ದು, ಅಣ್ಣ ಏನಾದರೂ ಹೇಳಿಕಳುಹಿಸಿದ್ದಾರಾ?"

ಮಧುವಿನ ಭುಜದ ಮೇಲೆ ಕೈ ಹಾಕಿದ ಶ್ಯಾಮ ಹೇಳಿದ.

"ಹಾಳು ಎಸ್ಟೇಟ್ ಬೋರಾಗಿಬಿಡ್ತು. ಅಲ್ಲಿ ಸುಂದರವಾದ ಹೂಗಳನ್ನು ನೋಡಲು ಸಹ ಭಾವ ಬಿಡುವುದಿಲ್ಲ. ಅದಕ್ಕೇ ಹೀಗೇ ಬಂದೆ"

"ನಾನು ಮನೆಗೆ ಹೋಗುತ್ತೀನಿ. ನೀನೂ ಬಾ. ಲೇಟಾದರೆ ದೊಡ್ಡಪ್ಪ ಬೇಸರಗೊಳ್ಳುತ್ತಾರೆ."

"ಸಾಕು ಸುಮ್ಮನಿರೋ, ಆ ಮುದಿ ದೆವ್ವಗಳ ಕತೇನೇ ಅಷ್ಟು. ತಾವು ಪಡೆಯಲಾರದಂಥ ಸುಖಾನ ನಾವೆಲ್ಲಿ ಪಡೆದುಕೊಳ್ಳುತ್ತೇವೋ ಅಂತ ಕೆಟ್ಟ ಅಸೂಯೆ ಅಷ್ಟೆ. ಇಲ್ಲೇ ಒಂದು ಕಡೆಗೆ ಹೋಗೋಣ ಬಾ" ಎಂದು ಬಲವಂತದಿಂದ ಕರೆದೊಯ್ದ.

ಮೊದಮೊದಲು ಸುಂದರ ಹುಡುಗಿಯರ ಹಿಂದೆ ಬೀಳುವುದು, ಮೋಜು ನಡೆಸುವುದು ಮುಂತಾದ ಕೃತ್ಯಗಳಿಗೆ ಅಂಜುತ್ತಿದ್ದ ಮಧುವಿಗೆ ಕಾಲಕ್ರಮೇಣ ಅದೊಂದು ಹವ್ಯಾಸವಾಗಿ ಮಾರ್ಪಟ್ಟಿತು.

ತಮ್ಮನ ಮಗನ ಕಲ್ಯಾಣ ಗುಣಗಳನ್ನು ಕಂಡ ಶೋಭ ತಂದೆ ಛೀಮಾರಿ ಹಾಕಿದರು.

ಸುಮಿತ್ರಮ್ಮ ಈ ಸಂದರ್ಭದಲ್ಲಿ ಮಗನ ಪರವಾಗಿ ವಕಾಲತ್ತು ವಹಿಸಿ ಅವನ ವಿದ್ಯಾಭ್ಯಾಸವನ್ನು ಚಿಕ್ಕಮಗಳೂರಿನಿಂದ ಶಿವಮೊಗ್ಗಕ್ಕೆ ಬದಲಾಯಿಸಿದರು. ಇದೇ ಕೊರಗಿನಲ್ಲಿ ಮಧುವಿನ ತಂದೆ ಸ್ವರ್ಗ ಸೇರಿದರು.

ಶ್ಯಾಮನನ್ನು ಹಿಡಿಯುವವರೇ ಇಲ್ಲವಾಯಿತು. ಎಸ್ಟೇಟ್‌ನ ಒಡೆತನವೆಲ್ಲಾ ತಾನೇ ವಹಿಸಿಕೊಂಡ. ಆದರೆ ಅಷ್ಟರಲ್ಲಿ ಶ್ಯಾಮ ಅಪಮೃತ್ಯುವಿಗೀಡಾದ.

ತಮ್ಮ ಹೆಂಡತಿ, ಮಗನಿಗೆ ಶೋಭಳ ತಂದೆ ಛೀಮಾರಿ ಹಾಕಿ ಬುದ್ಧಿ ಹೇಳಿದರು.

ಮಧುಕರನಲ್ಲಿ ಸ್ವಲ್ಪ ಮಾರ್ಪಾಟಾಯಿತು. ಎಂ.ಎಸ್.ಸಿ. ಮುಗಿಸಿ ಎಸ್ಟೇಟಿನ ಕಡೆ ಗಮನ ಕೊಡತೊಡಗಿದ. ಆದರೆ ಅವನ ಹಳೆಯ ಗೆಳತಿಯರು, ಹಳೆಯ ಚಾಳಿ ಅವನಿಂದ ದೂರವಾಗಲಿಲ್ಲ.

ಶೋಭ ಕತ್ತಲೆ ಕೋಣೆಗೆ ಬಂದು ಲೈಟು ಹಾಕಿದಾಗ ಮಧು ಸೋಫಾಕ್ಕೆ ಒರಗಿ ಕಣ್ಣು ಮುಚ್ಚಿದ್ದ.

"ಮಧು, ಇದೇನು ಕತ್ತಲಲ್ಲಿ ಕುಳಿತುಬಿಟ್ಟಿದ್ದೀಯಾ? ಅವರನ್ನು ಕಾದು ಸಾಕಾಯಿತು. ಸ್ವಲ್ಪ ಷಾಪಿಂಗ್ ಇದೆ, ಹೋಗಿಬರೋಣ. ಬೇಗ ರೆಡಿಯಾಗು" ಎಂದು ಎಬ್ಬಿಸಿದಳು ಶೋಭ. ಹೊರಗಡೆ ತಿರುಗಾಡಿದರೆ ಅವನ ಮನಸ್ಸಿನ ಬೇಗುದಿಯಾದರೂ ಕಡಿಮೆಯಾಗಬಹುದೆಂದು ಅವಳ ಎಣಿಕೆ.

ಸುಮಿತ್ರಮ್ಮ ಇದ್ದಕ್ಕಿದ್ದಂತೆ ಬಂದು ಇಳಿದರು. ಅವರು ತೆಗೆದಿರಿಸಿದ ಸೀರೆಗಳನ್ನು ನೀನಾ ಒಪ್ಪಿರಲಿಲ್ಲ. ಶೋಭಳ ಆಯ್ಕೆ ಮೇರೆಗೆ ಸೀರೆ ಕೊಳ್ಳಲು ಬಂದಿದ್ದರು. ಹಾಗೇ ನೀನಾಳನ್ನೂ ಕಳಿಸಿ ಎಂದು ಮಡಿಕೇರಿಗೆ ಹೇಳಿಕಳಿಸಿಯೇ ಬಂದಿದ್ದರು.

ಸುಮಿತ್ರಮ್ಮ ಬಂದ ಸಂಜೆಯೇ ನೀನಾ ಕೂಡ ಬಂದಿಳಿದಳು, ಸೀರೆಗಳನ್ನು ಆಯ್ಕೆ ಮಾಡುವುದಕ್ಕಿಂತ ಮಧುಕರನ ಆಕರ್ಷಣೆ ಅವಳಲ್ಲಿ ಅಪಾರವಾಗಿತ್ತು.

ಮೂವರು ಸಿದ್ಧವಾಗಿ ಅಂಗಡಿಗೆ ಹೋಗಲು ಹೊರಗೆ ಬಂದರು. ಮಧು ಸೋಫಾದ ಮೇಲೆ ಕುಳಿತು ನಳಿನಿಯೊಂದಿಗೆ ಆಡುತ್ತಿದ್ದ.

"ನಾನು ಆಗಲೇ ಹೇಳಿದೆನಲ್ಲೋ ಮಧು, ಸಂಜೆಯಾದರೆ ಸೀರೆಯ ಬಣ್ಣ ಅಂಚು ಸರಿಯಾಗಿ ಗೊತ್ತಾಗುವುದಿಲ್ಲ, ಬೇಗ ಹೋಗೋಣ ಅಂತ" ಎಂದು ಮಗನನ್ನು ಆಕ್ಷೇಪಿಸಿದರು.

ಮಧು ತಾಯಿಯ ಕಡೆ ನೋಡದೆಯೇ ಉತ್ತರಿಸಿದ.

"ನೀವು ಸೀರೆಯ ಆಯ್ಕೆಗೆ ತಾನೆ ಹೋಗುತ್ತಿರುವುದು? ಅಲ್ಲಿ ನನ್ನ ಅವಶ್ಯಕತೆ ಏನೂ ಇಲ್ಲ. ನೀವು ನೀವೇ ಹೋಗಿಬನ್ನಿ."

"ಆಯ್ಕೆ ಯಾವಾಗಲೂ ನಿನ್ನದಾಗಿರಬೇಕು. ನೀನಾ ಉಟ್ಟರೆ ಮೆಚ್ಚಿಕೊಳ್ಳಬೇಕಾದವನು ನೀನು ತಾನೇ? ನಿನಗೆ ಯಾವ ತರಹ ಸೀರೆ, ಯಾವ ಕಲರ್ ಇಷ್ಟ ಅಂತ ನಮಗೇನು ಗೊತ್ತು? ಬೇಗ ಏಳು" ಎಂದು ಬಲವಂತದಿಂದ ಶೋಭ ಅವನನ್ನು ಹೊರಡಿಸಿದಳು.

ಪರಿಚಿತನಾದ ಅಂಗಡಿಯವನು ಅತಿ ಮರ್ಯಾದೆಯಿಂದ ಸ್ವಾಗತಿಸಿದ. ಹತ್ತಾರು ಸೀರೆಗಳನ್ನು ತೆಗೆದು ಹರಡಿದ. ಶೋಭ, ನೀನಾ ತಾವೇ ಆಯ್ಕೆ ಮಾಡತೊಡಗಿದ್ದರು.

ಕಾಂಜೀವರಂ ಸೀರೆಯ ಜರಿಯನ್ನು ನೋಡುತ್ತಿದ್ದ ಶೋಭ "ಅತ್ತೆ, ಅತ್ತೆ" ಎನ್ನುವ ಮಾತು ಕಿವಿಗೆ ಬಿದ್ದೊಡನೆ ಹಿಂದಿರುಗಿ ನೋಡಿದಳು.

ಮಾಲಿನಿಯ ಕೈಯಿಂದ ಬಿಡಿಸಿಕೊಂಡು ಬಂದ ದೀಪಕ್ ಶೋಭಳ ಕಾಲಿಗೆ ತೆಕ್ಕೆಬಿದ್ದ. ಶೋಭ ಪ್ರೀತಿಯಿಂದ ಅವನ ತಲೆ ಸವರಿ ಅಂಗಡಿಯ ಬಾಗಿಲಿನಲ್ಲಿ ನಿಂತ ಮಾಲಿನಿಯ ಬಳಿ ಬಂದಳು.

"ಸೀರೆಗಳನ್ನು ಕೊಂಡಿದ್ದೆ. ಮಾರ್ಕೆಟ್‌ಗೆ ಹೋಗಿ ಬರಬೇಕಾಗಿದ್ದುದರಿಂದ ಅದರ ಪ್ಯಾಕೆಟ್ ಇಲ್ಲೇ ಇರಿಸಿದ್ದೆ. ಅದನ್ನು ತಗೊಂಡು ಹೋಗೋಣ ಅಂತ ಬಂದರೆ ನಿಮ್ಮನ್ನು ನೋಡಿ ಓಡಿ ಬಂದಿದ್ದಾನೆ."

ಮಾಲಿನಿ ದೀಪಕನ ಕೆನ್ನೆ ಹಿಂಡಿ ಹೇಳಿದಳು.

ಮಾಲಿನಿ ಎಷ್ಟೇ ಬಲವಂತ ಮಾಡಿದರೂ ದೀಪಕ್ ಅವಳ ಜೊತೆ ಹೋಗಲೊಪ್ಪಲಿಲ್ಲ. ನಿರ್ವಾಹವಿಲ್ಲದೆ ಅವನನ್ನೆತ್ತಿಕೊಂಡೇ ಅಂಗಡಿಯೊಳಗೆ ಬಂದಳು ಶೋಭ.

ದೀಪಕನನ್ನು ಕಂಡ ಮಧು ಧಾವಿಸಿ ಬಂದು ಅವನನ್ನೆತ್ತಿ ತೊಡೆಯ ಮೇಲೆ ಕೂರಿಸಿಕೊಂಡ.

ಇದನ್ನು ಕಂಡ ಶೋಭಳ ಕಣ್ಣು ಒದ್ದೆಯಾಯಿತು.

'ಕೆಲವೇ ಕ್ಷಣವಾದರೂ ತಂದೆಯ ತೊಡೆಯ ಮೇಲೆ ಕುಳಿತುಕೊಳ್ಳುವ ಯೋಗ ದೀಪಕನಿಗೆ ಸಿಕ್ಕಿತಲ್ಲ' ಎಂದು ಮನದಲ್ಲೇ ಸಂತೋಷಪಟ್ಟಳು.

ನೀನಾ, ಸುಮಿತ್ರಮ್ಮ ಸೀರೆಗಳ ಆಯ್ಕೆಯಲ್ಲಿ ತೊಡಗಿದ್ದುದರಿಂದ ದೀಪಕನನ್ನು ಗಮನಿಸಲಿಲ್ಲ.

ಮಧುವಿನ ತೊಡೆಯ ಮೇಲೆ ಕುಳಿತ ದೀಪಕ್ ಏನೇನೋ ಮುದ್ದು ಮುದ್ದಾಗಿ ಕೇಳುತ್ತಿದ್ದ.

ಬೇಸರವಿಲ್ಲದೆ ಅವನ ಪ್ರತಿಯೊಂದು ಪ್ರಶ್ನೆಗೂ ಮಧು ಉತ್ತರಿಸುತ್ತಿದ್ದ.

ಆಯ್ಕೆ ಮುಗಿಸಿದ ಸುಮಿತ್ರಮ್ಮ ಮಗನ ತೊಡೆಯ ಮೇಲೆ ಕುಳಿತಿದ್ದ ಪುಟ್ಟ ಹುಡುಗನನ್ನು ಕಂಡು ಆಶ್ಚರ್ಯಪಟ್ಟರು. ಅವನ ಸಂಪೂರ್ಣ ಚಹರೆ ಮಧುಕರನನ್ನು ಹೋಲುತ್ತಿತ್ತು.

"ಶೋಭ, ಇವನನ್ನು ನೋಡೆ. ನಮ್ಮ ಮಧು ಕೂಡ ಇವನ ವಯಸ್ಸಿನಲ್ಲಿ ಹೀಗೇ ಇದ್ದ. ಎಷ್ಟು ಚೆನ್ನಾಗಿದ್ದಾನೆ ಪೋರ" ಎಂದು ಅವನನ್ನು ತಮ್ಮ ಬಳಿ ಕರೆದುಕೊಂಡರು.

ದೈವಮಾಯೆಗೆ ಶೋಭ ಬೆರಗಾದಳು. ಎಂತಹ ವಿಚಿತ್ರ ಸನ್ನಿವೇಶದಲ್ಲಿ ದೀಪಕ್ ತನ್ನ ತಂದೆ, ಅಜ್ಜಿಯರನ್ನು ನೋಡುವಂತಾಯಿತು!

ಸುಮಿತ್ರಮ್ಮನ ಕೈ ಬಿಡಿಸಿಕೊಂಡು ದೀಪಕ್ ಮಧುವಿನ ಬಳಿ ಹೋದ.

ಮಧು ಬಿಲ್ಲು ಕೊಟ್ಟು ಹೊರಗೆ ಬಂದ. ಎಲ್ಲರೂ ಅವನನ್ನು ಹಿಂಬಾಲಿಸಿದರು. ಅಂಗಡಿಯ ಆಳು ಪ್ಯಾಕೆಟ್‌ಗಳನ್ನು ಹೊತ್ತು ತಂದು ಕಾರಿನೊಳಗೆ ಇಟ್ಟ.

ಸುಮಿತ್ರಮ್ಮ ಕುತೂಹಲ ತಡೆಯಲಾರದೆ "ಶೋಭ, ಈ ಮಗು ಯಾರದೆ?" ಎಂದು ಕೇಳಿದರು.

"ಅವರ ಸ್ನೇಹಿತರ ಮಗು. ತುಂಬಾ ಹೊಂದಿಕೊಂಡುಬಿಟ್ಟಿದ್ದಾನೆ. ದೀಪಕನ ತಂದೆ ಎಲ್ಲಾ ಮಧು ಹಾಗೇ ಇದ್ದಾರೆ." ಅವರ ಮನಸ್ಸಿನ ಸಂದೇಹ ಬರದಂತೆ ಏನೋ ಹೇಳಿದಳು.

ಡ್ರೈವರ್‌ಗೆ ಕಾರು ನಿಲ್ಲಿಸಲು ಹೇಳಿ ದೀಪಕನೊಂದಿಗೆ ಮಧು ಕೆಳಗಿಳಿದು ಹೋದ.

ಅವನು ಬರುವಾಗ ಚಾಕಲೇಟ್, ಬಿಸ್ಕೆಟ್ ಪೊಟ್ಟಣ ಕೊಂಡು ತಂದಿದ್ದ

ನೀನಾ ಮೂಕ ಪ್ರೇಕ್ಷಕಿಯಂತೆ ಕುಳಿತಿದ್ದಳು.

ಕಾರು ಬಂದು ನರ್ಸಿಂಗ್ ಹೋಂ ಮುಂದೆ ನಿಂತಾಗ ರೋಗಿಗಳನ್ನು ಪರೀಕ್ಷಿಸುತ್ತಿದ್ದ ಪ್ರಭಾಕರ್ ಹೊರಗೆ ಬಂದ. ಮಧು ತೊಡೆ ಮೇಲಿದ್ದ ದೀಪಕನನ್ನು ನೋಡಿ ದಂಗಾದ. ಅದನ್ನು ತೋರ್ಪಡಿಸಿಕೊಳ್ಳದೆ ನಗುತ್ತಾ ಕೇಳಿದ.

"ನನ್ನ ಅಳಿಯ ನಿಮಗೆಲ್ಲಿ ಸಿಕ್ಕಿದ?"

ಮಾತಾಡಲು ಮಧುಕರನಿಗೆ ಬೇಸರವಾಯಿತು. ಮುಗುಳುನಕ್ಕ.

"ನೀವು ಇವನನ್ನು ಅವರ ಮನೆಯಲ್ಲಿ ಬಿಟ್ಟು ಬನ್ನಿ" ಎಂದು ಗಂಡನಿಗೆ ಹೇಳಿದ ಶೋಭ ದೀಪಕನ ಕಡೆ ನೋಡಿದಳು. ದೀಪಕ ಮಧುವಿನ ತಲೆಗೊರಗಿ ಕುಳಿತಿದ್ದ.

'ಈ ಮಧುರ ಕ್ಷಣವೇಕೆ ಶಾಶ್ವತವಾಗಬಾರದು... ಯಾವ ತಪ್ಪಿಗೆ ಆ ಮಗು ತಂದೆಯ ಪ್ರೀತಿ ಕಳೆದುಕೊಳ್ಳಬೇಕು? ಮಧೂಗೆ ಇರುವ ವಿಷಯ ಹೇಳಿಬಿಡಬೇಕು. ಅವನ್ನು ನಿನ್ನ ಮಗ. ನೀನು ಅವನ ತಂದೆ. ಅವನ ಪಾಲನೆ, ಪೋಷಣೆ ನಿನ್ನ ಧರ್ಮ' ಎಂದು ಹೇಳಿಬಿಡಬೇಕೆಂದು-ಕೊಂಡವಳಿಗೆ ಬುದ್ಧಿ ಎಚ್ಚರಿಸಿತು.

'ನೀನು ಹೇಳುವುದರಿಂದ ಯಾರಿಗೂ ಪ್ರಯೋಜನವಿಲ್ಲ. ಶಾಂತ ಈ ಯೋಜನೆಗೆ ಒಪ್ಪುವ ಸಾಧ್ಯತೆ ಇಲ್ಲ. ಅಷ್ಟೇ ಅಲ್ಲ, ಮಧುಕರ ಇಷ್ಟರಲ್ಲಿ ವಿವಾಹದ ಮಣೆ ಏರಲಿದ್ದಾನೆ. ನಿಮ್ಮ ಆಂಟಿ ನಂಬುವರೆಂಬ ಭರವಸೆ ಕೂಡಾ ಇಲ್ಲಾ.'

ಶೋಭ ಹೃದಯದ ನೋವನ್ನು ಮುಚ್ಚಿಟ್ಟು, "ದೀಪು, ನೀನು ಮಾವನ ಜೊತೆ ಮನೆಗೆ ಹೋಗು. ಮಮ್ಮಿ ನಿನಗೋಸ್ಕರ ಕಾಯ್ತಾ ಇರ್ತಾಳೆ" ಎಂದಳು.

ಮಮ್ಮಿ ಎಂಬ ಶಬ್ದ ಕಿವಿಗೆ ಬಿದ್ದೊಡನೆ ಮಧುಕರನ ತೊಡೆಯಿಂದ ಕೆಳಗಿಳಿದ.

ಪ್ರಭಾಕರ ಅವನ ಕೈ ಹಿಡಿದು ಒಳಗೆ ಕರೆದೊಯ್ದ. ಕಾರು ಮನೆಯ ಕಡೆ ಹೊರಟಿತು.

ಮನೆಗೆ ಬಂದ ಮಧು ತನ್ನಲ್ಲಿ ತಾನೇ ಅಂದುಕೊಂಡ.

'ಎಂಥಾ ಮುದ್ದಾದ ಹೆಸರು! ಎಂಥಾ ಮುದ್ದಾದ ಮಗು! ಇದರ ತಾಯಿ, ತಂದೆ ತುಂಬಾ ಅದೃಷ್ಟವಂತರು. ನನಗೇಕೆ ಆ ಮಗುವಿನ ಮೇಲೆ ವಿಶೇಷ ಮಮತೆ? ಅಮ್ಮ ಕೂಡಾ ಅವನು ನನ್ನನ್ನೇ ಹೋಲುತ್ತಾನೆ ಅಂದಳಲ್ಲ. ಶೋಭ ಹೇಳಿದ ಹಾಗೆ ಅದರ ತಂದೆ ನನ್ನ ಹಾಗಿರಬೇಕು.'

ಎದುರಿಗೆ ಬಂದ ನೀನಾಳನ್ನು ನೋಡಿ ತನ್ನ ಯೋಚನೆಗೆ ಕಡಿವಾಣ ಹಾಕಿದ.

"ನೀವು ತುಂಬಾ ಬದಲಾಯಿಸಿಬಿಟ್ಟಿದ್ದೀರಿ. ನಿನಗೆ ಯಾವುದರಲ್ಲೂ ಉತ್ಸಾಹ ಇಲ್ಲ. ನನಗೆ ಸೀರೆ ಆಯ್ಕೆಮಾಡುವಾಗಲೇ ಗೊತ್ತಾಯಿತು" ಎಂದು ಮುಖ ಉಬ್ಬಿಸಿದಳು.

ಆಳಕ್ಕೆ ಹೋದ ಅವಳ ಕೆನ್ನೆಯನ್ನೇ ಹಿಂಡುತ್ತಾ "ಈಗಲೇ ಇರೋ ಉತ್ಸಾಹವೆಲ್ಲ ಖರ್ಚು ಮಾಡಿಬಿಟ್ಟರೆ ಮದುವೆಯಾದ ಮೇಲೆ ನಿರುತ್ಸಾಹವಾಗುತ್ತಲ್ಲ ಅಂತ ಕಷ್ಟಪಟ್ಟು ಕೂಡಿಟ್ಟಿದ್ದೀನಿ" ಎಂದ.

ಕೆನ್ನೆಯನ್ನು ಸವರಿಕೊಳ್ಳುತ್ತಾ ನೀನಾ ನುಡಿದಳು.

"ನೀವು ಫಾರಿನ್‌ಗೆ ಹೋಗುವ ಮೊದಲು ನನಗೆ ಮಕ್ಕಳನ್ನು ಕಂಡರೆ ಇಷ್ಟ ಇಲ್ಲ, ನನಗೆ ಮಕ್ಕಳೇ ಬೇಡ ಅಂತ ಹೇಳಿದ್ದಿರಲ್ಲ?!"

ಅವನ ಮುಖ ಮೇಲೆ ಮಂದಹಾಸ ಸುಳಿಯಿತು.

"ನನಗೆ ದೀಪಕನಂಥ ಹನ್ನೆರಡು ಮಕ್ಕಳಾದರೂ ಕೂಡ ಇಷ್ಟ ನೀನಾ" ಎಂದು ಆವೇಶದಿಂದ ಅವಳನ್ನು ಬರಸೆಳೆದು ಬಲವಾಗಿ ಅಪ್ಪಿದ.

ಅವಳು ಉಸಿರು ಕಟ್ಟಿದಂತೆ ವಿಲಿವಿಲಿ ಒದ್ದಾಡಿದಳು. ಅವಳ ನಿಸ್ತೇಜ ಮುಖ ಕಂಡ ಕೂಡಲೇ ಅವನ ಆವೇಶ ತಣ್ಣಗಾಯಿತು. ಅವಳನ್ನು ಬಿಟ್ಟು ಸೋಫಾದಲ್ಲಿ ಕುಕ್ಕರಿಸಿದ.

ನೀನಾ ಆಯಾಸಗೊಂಡವಳಂತೆ ಸೋಫಾದ ಮೇಲೆ ಕುಳಿತಳು. ಅವಳಿಗೆ ಚೇತರಿಸಿಕೊಳ್ಳಲು ಸುಮಾರು ಹೊತ್ತು ಹಿಡಿಯಿತು.

ಅವಳ ದೇಹದ ಜೊತೆಗೆ ಹೃದಯವೂ ಆಯಾಸಗೊಂಡಿತ್ತು.

ಡಾಕ್ಟರ್ ಸೂಚನೆ ಅವಳಿಗೆ ನೆನಪು ಬಂತು.

"ನಿಮಗೆ ಮಕ್ಕಳನ್ನು ಹೆತ್ತು ಸಾಕುವ ಚೈತನ್ಯ ಇಲ್ಲ. ನಿಮ್ಮನ್ನು ಆಯಾಸವಾಗದಂತೆ ನಡೆಸಿಕೊಳ್ಳುವ ಗಂಡ ಬೇಕು" ಎಂದು ಸೂಚಿಸಿದ್ದರು.

ಮಧುವಿಗೆ ಇರೋ ವಿಷಯ ತಿಳಿಸಿಬಿಡಬೇಕೆಂದುಕೊಂಡಳು. ಆದರೆ ಮಧುವಿನ ಮೇಲಿರುವ ಆಸೆ, ತಂದೆಯ ಮಾತು ಅವಳನ್ನು ತಡೆಯಿತು.

ಸುಮ್ಮನೆ ಕುಳಿತ ಮಧು ಎದ್ದು ಹೊರಗೆ ಹೋದ.

* * *

ದೀಪಕ್‌ನ ಷರಟಿಗೆ ಗುಂಡಿ ಹಾಕುತ್ತಾ ಕುಳಿತಿದ್ದ ಶಾಂತ ಶೋಭಳನ್ನು ನಗುತ್ತ ಸ್ವಾಗತಿಸಿದಳು.

ಶಾಂತ ಈ ನಡುವೆ ಶೋಭಳ ಮನೆ ಕಡೆ ಸುಳಿದಿರಲಿಲ್ಲ. 'ಮಧು ಇಲ್ಲೇ ಬಂದಿರಬಹುದು. ಇಲ್ಲ ಬೇರೆ ಯಾರಾದರೂ ನೆಂಟರು ಬಂದಿರಬಹುದು ಅದಕ್ಕೇ ಶೋಭ ನನ್ನನ್ನು ಬರುವಂತೆ ಮಾಡಿಲ್ಲ ಎಂದುಕೊಂಡಿದ್ದಳು ಶಾಂತ.'

"ದೀಪು ಎಲ್ಲಿ?" ಎಂದು ಕೇಳಿ ಶೋಭ ಕುಳಿತಳು.

"ಅವನೆಲ್ಲಿರುತ್ತಾನೆ ? ಮೂರನೆ ಮನೆಗೆ ಹೊಸದಾಗಿ ಒಂದು ಸಂಸಾರ ಬಂದಿದೆ. ಅವರ ಮನೆಯಲ್ಲಿ ನಾಲ್ಕೈದು ಸಣ್ಣ ಹುಡುಗರಿವೆ. ಅವರ ಜೊತೆ ಆಟವಾಡುವುದಕ್ಕೆ ಹೊರಟುಬಿಡುತ್ತಾನೆ. ಮನೆಯಲ್ಲಿದ್ದರೆ ಬರೀ ಚೇಷ್ಟೆ. ಅದಕ್ಕೆ ಇಲ್ಲೇ ಹತ್ತಿರದಲ್ಲಿರುವ ನರ್ಸರಿ ಸ್ಕೂಲಿಗೆ ಸೇರಿಸಬೇಕೆಂದಿದ್ದೇನೆ."

"ಅಂತೂ ನನ್ನ ಅಳಿಯ ಸ್ಕೂಲಿಗೆ ಹೋಗುವ ಹಾಗೆ ಆದ" ಎಂದು ನಕ್ಕಳು. ಅವಳ ನಗುವಿನ ಜೊತೆ ಶಾಂತ ತನ್ನ ನಗುವನ್ನೂ ಬೆರೆಸಿದಳು.

ಶೋಭ ಯಾಕೆ ಬಂದಿದ್ದಾಳೆಂದು ಶಾಂತ ಮೊದಲೇ ಊಹಿಸಿದ್ದಳು.

"ಅಣ್ಣನ ಮದುವೆಗೆ ಎಂದು ಪ್ರಯಾಣ ?" ಮುಖದಲ್ಲಿ ಯಾವ ಚಿತ್ತ ವಿಕಾರವೂ ಇಲ್ಲದೆ ಪ್ರಶ್ನಿಸಿದಳು.

"ಇವತ್ತು ಸಂಜೇನೇ ಹೊರಟುಬಿಡೋಣ ಅಂತ ನಾನು, ನಮ್ಮ ಮಧು ಮದುವೆ ಎರಡು ದಿನ ಇರುವಾಗ ಹೋದರಾಯಿತು ಅನ್ನುತ್ತಾನೆ. ಈ ಮಹರಾಯ ಬಂದು ಇಲ್ಲಿದ್ದುಬಿಟ್ಟಿದ್ದಾನೆ. ಆಂಟಿ ಸುಮ್ಮನೇ ನನ್ನ ಬೈಯ್ಯುಕೊಳ್ಳುತ್ತಾರೆ. ಇವನು ಇಲ್ಲೇ ನಿಲ್ಲದಿದ್ದರೆ ಮದುವೆಗೆ ಎರಡು ದಿನ ಎನ್ನುವಾಗ ಹೋಗುತ್ತಿದ್ದೆ."

"ಆದಷ್ಟು ಬೇಗ ಹೋಗುವುದೇ ಒಳ್ಳೆಯದು."

ಶೋಭ ಗೆಳತಿಯ ಮುಖದಲ್ಲಿ ನೋವಿನ ಎಳೆ ಏನಾದರೂ ಕಾಣುತ್ತದೆಯೋ ಎಂದು ಸೂಕ್ಷ್ಮವಾಗಿ ಪರಿಶೀಲಿಸಿದಳು. ಅದು ಎಂದಿನಂತೆ ಶಾಂತವಾಗಿಯೇ ಇತ್ತು.

"ಶಾಂತ, ನೀನು ಮಧು ಮದುವೆಯ ವಿಷಯ ತಿಳಿದೂ ಸಹ ಇಷ್ಟು ಶಾಂತವಾಗಿದ್ದೀಯಲ್ಲ; ನಿನಗೆ ಅಸೂಯೆ, ಕೋಪ ಏನೂ ಆಗುವುದಿಲ್ಲವೆ?"

"ಯಾಕೆ? ಅದಕ್ಕೆಲ್ಲ ಕಾರಣವೇ ಇಲ್ಲ. ಮಧು ನನ್ನನ್ನಾಗಲಿ ನಾನು ಮಧುವನ್ನಾಗಲಿ ಪ್ರೀತಿಸಲಿಲ್ಲ. ಅಂದಿನ ಘಟನೆ ವಿಧಿಯ ಒಳಸಂಚು. ನನ್ನ ವಿಧಿಗೆ ನಾನು ಯಾರನ್ನೂ ನಿಂದಿಸುವುದಿಲ್ಲ. ಭಗವಂತ ನನ್ನ ಜೀವನದ ಕತ್ತಲೆಯನ್ನು ತೊಳೆಯಲು ದೀಪಕನನ್ನು ಕೊಟ್ಟಿದ್ದಾನೆ. ಕೊಟ್ಟಷ್ಟರಲ್ಲೇ ತೃಪ್ತಿಪಡಬೇಕು."

ದೀಪಕ್ ತಲೆ, ಬಟ್ಟೆಗೆಲ್ಲಾ ಮಣ್ಣು ಮಾಡಿಕೊಂಡು ಓಡಿ ಬಂದು ಕಣ್ಣಲ್ಲಿ ಮಣ್ಣು ಬಿದ್ದ ಕಾರಣ ಕಣ್ಣನ್ನು ಹೊಸಕುತ್ತಲೇ ಇದ್ದ.

ಶಾಂತ ಮಗನನ್ನು ಹತ್ತಿರಕ್ಕೆ ಕರೆದುಕೊಂಡು "ನೋಡಿದೆಯಾ ನಿನ್ನ ಅಳಿಯನ ಅವತಾರ" ಎಂದು ಮಗನನ್ನು ಎಳೆದುಕೊಂಡು ಬಚ್ಚಲು ಮನೆಗೆ ಹೋದಳು.

ಮಗನಿಗೆ ಶಾಂತ ಮುಖ, ಕೈ ಕಾಲು ತೊಳೆಸಿ ಬಟ್ಟೆ ಬದಲಾಯಿಸಿಕೊಂಡು ಬರುವವರೆಗೆ ಶೋಭ ಯೋಚಿಸುತ್ತ ಕುಳಿತಿದ್ದಳು.

ಇಂದು ಬರುವಾಗ ಅವಳು ನಳಿನಿಯನ್ನು ಬೇಕಂತಲೇ ಕರೆತಂದಿರಲಿಲ್ಲ. ತಾನು ದೀಪು ಮನೆಗೆ ಹೋಗಿ ಬಂದ ಸುದ್ದಿ ಮಧುವಿಗೆ ಎಲ್ಲಿ ತಿಳಿಸಿಬಿಡುತ್ತಾಳೋ ಎನ್ನುವ ಭಯ?

ಶೋಭ ಅಂದು ಹೆಚ್ಚು ಮಾತನಾಡದೇ ಮೌನದಿಂದಲೇ ಕಳೆದಳು. ದೀಪಕ್ ತನ್ನ ತಂದೆಯ ಪ್ರೀತಿಗೆ ಎರವಾಗುತ್ತಾನಲ್ಲ, ಶಾಂತ ಜೀವನಪೂರ್ತಿ ಒಂಟಿಯಾಗಿರಬೇಕಾಯಿತಲ್ಲ ಎನ್ನುವ ನೋವು ಅವಳನ್ನು ಹಿಂಡುತ್ತಿತ್ತು.

ಶೋಭ ಮನೆಗೆ ಬಂದಾಗ ಆಳುಗಳನ್ನು ಬಿಟ್ಟು ಯಾರೂ ಇರಲಿಲ್ಲ. ನಳಿನಿಯನ್ನು ಆಯಾ ಎಲ್ಲಿಗೋ ಕರೆದೊಯ್ದಿದ್ದಳು. ತನಗೆ ಬೇಕಾಗಿದ್ದ ಸಾಮಾನುಗಳನ್ನೆಲ್ಲ ಸೂಟ್‌ಕೇಸಿಗೆ ಹಾಕಿದಳು. ಎಲ್ಲೆಲ್ಲೋ ಬಿದ್ದಿದ್ದ ಮಧುವಿನ ಬಟ್ಟೆಗಳನ್ನೆಲ್ಲ ಸೂಟ್‌ಕೇಸಿಗೆ ಸೇರಿಸಿದಳು.

ಮಧುವಿನೊಂದಿಗೆ ಪ್ರಭಾಕರ ಮನೆಗೆ ಬಂದ. ನರ್ಸಿಂಗ್ ಹೋಂನಲ್ಲಿ ಯಾರೂ ಇಲ್ಲವೆಂಬ ನೆವ ಹೇಳಿ ಮಡದಿ, ಮಗಳನ್ನು ಮಧುವಿನ ಜೊತೆ ಕಳುಹಿಸಿಕೊಟ್ಟು, ತಾನು ಮದುವೆಯ ಹಿಂದಿನ ದಿನ ಬರುವುದಾಗಿ ಹೇಳಿದ.

ಶೋಭ ಚಿಕ್ಕಮಗಳೂರು ದಾಟಿ ಎಸ್ಟೇಟ್ ತಲುಪುವವರೆಗೂ ಮಂಕಾಗಿಯೇ ಇದ್ದಳು. ಮಧು ಮಾತನಾಡಿದರೂ ಕೇಳಿದ್ದಕ್ಕಷ್ಟೇ ಚುಟುಕಾಗಿ ಉತ್ತರಿಸಿ ಸುಮ್ಮನಾಗಿಬಿಡುತ್ತಿದ್ದಳು.

ಗಂಡನನ್ನು ಬಿಟ್ಟು ಬಂದ ಬೇಸರವಿರಬಹುದು ಎಂದುಕೊಂಡ ಮಧು.

ಎಸ್ಟೇಟ್ ನವಕಳೆಯಿಂದ ಶೋಭಿಸುತ್ತಿತ್ತು. ಸೋಭಳ ತಂದೆಯೇ ನಿಂತು ಸುಣ್ಣ ಬಣ್ಣ ಮಾಡಿಸಿದ್ದರು. ಮಡಿಕೇರಿಯಲ್ಲಿ ಮದುವೆ ನಡೆದರೂ ತಮ್ಮ ಒಬ್ಬನೇ ಮಗನ ಆರತಕ್ಷತೆಯನ್ನು ವಿಜೃಂಭಣೆಯಾಗಿ ಮಾಡಬೇಕೆಂಬುದೇ ಅವರ ಅಭಿಲಾಷೆ.

ಶೋಭಳ ಅಕ್ಕಂದಿರಿಬ್ಬರೂ ಮೊದಲೇ ಬಂದಿಳಿದಿದ್ದರು. ಅವರೊಂದಿಗೆ ಎಸ್ಟೇಟೆಲ್ಲ ಸುತ್ತಾಡಿದಳು ಶೋಭ. ಬಾಂಬೆಯಲ್ಲಿದ್ದ ಅವಳಕ್ಕ ಬರುವುದೇ ಅಪರೂಪವಾಗಿತ್ತು. ಈಗ ಎಲ್ಲರೂ ಒಟ್ಟಿಗೆ ಸೇರಿದ್ದು ಅವರಿಗೆ ಬಹಳ ಹಿಗ್ಗು.

ಮಧುವಿಗೆ ತಂದ ಒಡವೆ, ಬಟ್ಟೆ ಬರೆಯನ್ನು ಸುಮಿತ್ರಮ್ಮ ಎಲ್ಲರಿಗೂ ತೋರಿಸಿದರು. ಅವುಗಳ ಆಯ್ಕೆಯಲ್ಲಿ ತಮ್ಮ ಶ್ರೀಮಂತಿಕೆಯನ್ನು ಪ್ರದರ್ಶಿಸಿದ್ದರು.

ದೇವರ ಸಮಾರಾಧನೆ ದಿನ ಎಸ್ಟೇಟಿನ ಕೆಲಸಗಾರರಿಗೆಲ್ಲ ಲಾಡು ಊಟವಾಯಿತು. ಸಂಜೆ ಮಡಿಕೇರಿಗೆ ಹೊರಡುವ ಸಿದ್ಧತೆಯಲ್ಲಿದ್ದರು.

ಮಹಡಿ ಮೆಟ್ಟಿಲನ್ನು ಅವಸರವಾಗಿ ಇಳಿದು ಬರುತ್ತಿದ್ದ ಸುಮಿತ್ರಮ್ಮ ಎದೆ ಹಿಡಿದುಕೊಂಡು ಕುಸಿದು ಬಿದ್ದರು. ಗಾಬರಿಯಿಂದ ಅವರನ್ನೆತ್ತಿ ಹಾಸಿಗೆಯ ಮೇಲೆ ಮಲಗಿಸಿ ಡಾಕ್ಟರನ್ನು ಕರೆತರುವಷ್ಟರಲ್ಲಿ ಅವರ ಪ್ರಾಣಪಕ್ಷಿ ಹಾರಿಹೋಗಿತ್ತು.

ಡಾಕ್ಟರು 'ಹೃದಯಾಘಾತ' ಎಂದು ಹೇಳಿ ನಡೆದರು.

ಮದುವೆಯ ಸಂಭ್ರಮದಿಂದ ನಲಿಯುತ್ತಿದ್ದ 'ಎಸ್ಟೇಟ್' ದುಃಖದ ಕಡಲಾಯಿತು. ಕೆಲಸಗಾರರನ್ನು ಎಂದೂ ಸುಮಿತ್ರಮ್ಮ ಆತ್ಮೀಯತೆಯಿಂದ ಕಾಣುತ್ತಿರಲಿಲ್ಲವಾದ್ದರಿಂದ ಅವರಿಗೇನೂ ಅಂತಹ ದುಃಖವಾಗಲಿಲ್ಲ.

ಕಾರ್ಯತತ್ಪರರಾದ ಶೋಭಳ ತಂದೆ ಮಡಿಕೇರಿಗೆ ವಿಷಯ ತಿಳಿಸಿ ಫೋನ್ ಮಾಡಿ ಮುಂದಿನ ಕಾರ್ಯದ ಕಡೆ ಗಮನ ಕೊಟ್ಟರು.

ಸುಮಿತ್ರಮ್ಮ ಬೇರೆಯವರಿಗೆ ಒಳ್ಳೆಯವರಲ್ಲದಿದ್ದರೂ ಮಗನನ್ನು ಪ್ರೀತಿಯ ಕಡಲಲ್ಲೇ ಮುಳುಗಿಸಿದ್ದರು.

ಶವಸಂಸ್ಕಾರದ ಹೊತ್ತಿಗೆ ಮಡಿಕೇರಿಯಿಂದ ನೀನಾಳ ತಾಯಿ, ತಂದೆ, ನೀನಾ ಬಂದರು. ಮಧು ಎಳೆಯ ಮಗುವಿನಂತೆ ತಾಯಿಯ ಶವದ ಮೇಲೆ ಬಿದ್ದು ಗೋಳಾಡುತ್ತಿದ್ದ. ಅವನ ದುಃಖವನ್ನು ಹತೋಟಿಗೆ ತರುವುದಕ್ಕೆ ಕಷ್ಟವಾಯಿತು.

ಮದುವೆಗೆಂದು ಬಂದ ಪ್ರಭಾಕರ ಶವಸಂಸ್ಕಾರದಲ್ಲಿ ಭಾಗವಹಿಸಬೇಕಾಯಿತು.

ಪ್ರಭಾಕರ ತನ್ನ ನರ್ಸಿಂಗ್ ಹೋಂ ಸಹ ಮರೆತು ಎಲ್ಲಾ ಕಾರ್ಯಗಳು ಮುಗಿಯುವವರೆಗೂ ಎಸ್ಟೇಟಿನಲ್ಲೇ ಇದ್ದು ಮಧುವಿಗೆ ಸಮಾಧಾನ ಹೇಳಿದ.

ಎಲ್ಲರೂ ತಮ್ಮ ತಮ್ಮ ಊರುಗಳಿಗೆ ಹೊರಟರು. ಶೋಭಳ ತಂದೆ, ತಾಯಿ ಸ್ವಲ್ಪ ದಿನವಾದರೂ ಅಲ್ಲೇ ಉಳಿಯಲು ನಿಶ್ಚಯಿಸಿದರು.

ನೀನಾಳ ತಾಯಿ, ತಂದೆ ಹೋಗುವ ಮುನ್ನ ಮನೆಗೆ ಹಿರಿಯರೆನಿಸಿದ್ದ ಶೋಭಳ ತಂದೆಯ ಬಳಿ ಬಂದರು. ಅವರು ಮಾತನಾಡಬೇಕು ಎಂದು ಬಂದ ಮಾತುಗಳು ಗಂಟಲಲ್ಲೇ ಉಳಿದವು.

ಅವರ ಹೃದಯದ ಸಂದೇಹವನ್ನು ಅರಿತಿದ್ದ ರಾಜಶೇಖರಯ್ಯ ಅವರ ಕೈ ಹಿಡಿದು ಹೇಳಿದರು.

"ನಮ್ಮ ಸುಮಿತ್ರಮ್ಮನ ಆಯಸ್ಸು ಅಷ್ಟಿತ್ತು. ಅದಕ್ಕೆ ನಿಮ್ಮ ಮಗಳನ್ನು ಹೊಣೆ ಮಾಡುವ ಮೂರ್ಖರಲ್ಲ ನಾವು. ಶಾಸ್ತ್ರಸಮ್ಮತವಾಗಿ ಈ ವರ್ಷ ಈ ಮನೆಯಲ್ಲಿ ಯಾವುದೇ ಶುಭಕಾರ್ಯ ನಡೆಯಬಾರದು. ಮದುವೆ ವಿಷಯ ಮಾತನಾಡುವಂಥ ಸಂದರ್ಭವೂ ಇದಲ್ಲ. ನೀವು ಯಾವುದೇ ಸಂದೇಹ ಇಟ್ಟುಕೊಳ್ಳದೇ ಊರಿಗೆ ಹೋಗಿ."

ನೀನಾಳ ತಾಯಿ, ತಂದೆಯರ ಮನಸ್ಸು ಎಷ್ಟೋ ಹಗುರವಾಯಿತು.

ಶೋಗೆ ಹೋಗುವುದಕ್ಕೆ ಮೊದಲು ಮಧುಕರನ ಬಳಿ ಬಂದಾಗ ಎಳೆ ಮಗುವಿನಂತೆ ಅತ್ತುಬಿಟ್ಟ.

"ಮಧು, ನನ್ನ ಜೊತೆ ಮೈಸೂರಿಗಾದರೂ ಬಾ. ಇಲ್ಲಿ ಅಣ್ಣ, ಅಮ್ಮ ಇರುತ್ತಾರೆ. ನಿನಗೆ ಎಸ್ಟೇಟಿನ ಯೋಚನೆ ಬೇಡ. ಸುಮಿತ್ರಾ ಆಂಟಿ ಸಾವನ್ನು ನಾವು ನೆನಸೇ ಇರಲಿಲ್ಲ. ಇದೆಲ್ಲ ಯಾರಿಗೆ ಗೊತ್ತಾಗುತ್ತೆ" ಎಂದು ನಿಟ್ಟುಸಿರುಬಿಟ್ಟಳು.

"ಅದಕ್ಕೆಲ್ಲ ಯಾರು ಹೊಣೆ? ದುಃಖ ಮಾಯುವುದು ಸ್ವಲ್ಪ ನಿಧಾನವಾಗಬಹುದು. ಇಲ್ಲಿ ಬೇಸರವಾದರೆ ಮೈಸೂರಿಗೆ ಬರುತ್ತೀನಿ" ದುಃಖಿಸುತ್ತಿದ್ದ ಮಧು ತಾನೇ ಸಮಾಧಾನ ಹೇಳಿದ.

"ನೀನಾಳನ್ನಾದರೂ ಸ್ವಲ್ಪ ದಿನ ಇಲ್ಲೇ ನಿಲ್ಲಿಸಿಕೊಳ್ಳಬೇಕಾಗಿತ್ತು. ಆತ್ಮೀಯರೊಡನೆ ಪ್ರೀತಿ ಹಂಚಿಕೊಂಡರೆ ದುಃಖ ಎಷ್ಟೋ ಕಮ್ಮಿಯಾಗುತ್ತೆ."

"ದುಃಖ ಹಂಚಿಕೊಳ್ಳುವಂಥ ಆತ್ಮೀಯರು ಸಿಕ್ಕಿದಾಗ ನೋಡೋಣ" ಎಂದು ನಿರಾಸೆ ನಗು ನಕ್ಕ.

ಪ್ರಭಾಕರ, ಶೋಭ ಕುಳಿತಿದ್ದ ಕಾರು ಕಣ್ಮರೆಯಾಗುವವರೆಗೂ ಮಹಡಿ ಮೇಲೆ ನಿಂತು ಕೈ ಬೀಸಿದ ಮಧು.

ಶೋಭ ಬಂದು ಮಾರನೆಯ ದಿನವೇ ಶಾಂತ ಅವಳನ್ನು ನೋಡಲು ಬಂದಳು.

ನೊಂದ ಧ್ವನಿಯಲ್ಲಿ ಹೇಳಿದಳು.

"ನಾಲ್ಕೈದು ದಿನಗಳ ಹಿಂದೆ ನಿಮ್ಮ ನರ್ಸಿಂಗ್ ಹೋಂ ಡಾಕ್ಟರ್ ನಿರ್ಮಲಾದೇವಿಯವರು ಸಿಕ್ಕಿದ್ದರು. ನಿಮ್ಮ ಸುಮಿತ್ರಾ ಆಂಟಿ ತೀರಿಹೋದ ವಿಷಯ ತಿಳಿಸಿದರು. ಛೆ! ಹೀಗಾಗಬಾರದಿತ್ತು. ಅವರ ಮಗನ ಮನಸ್ಸಿಗೆ ದೇವರೇ ಶಾಂತಿ ನೀಡಬೇಕು."

"ಏನೋ ಆಯಿತು, ದೀಪಕ್, ಅಂಕಲ್ ಹೇಗಿದ್ದಾರೆ?"

"ಅಣ್ಣನ ಕಣ್ಣಿನ ವಿಷಯ ಬಿಟ್ಟರೆ ಇನ್ನೇನೂ ತೊಂದರೆ ಇಲ್ಲ. ಈ ನಡುವೆ ಅಕ್ಷರಗಳೆ

ಸರಿಯಾಗಿ ಕಾಣಿಸುವುದಿಲ್ಲ ಎಂದು ನೊಂದುಕೊಳ್ಳುತ್ತಾರೆ. ಆದಷ್ಟು ಬೇಗ ಬೆಂಗಳೂರಿಗಾದರೂ..."

"ನೆನ್ನೆ ಬಂದವರೇ ಹೇಳಿದರು. ನಾಳೆ ಬೆಳಿಗ್ಗೆ ಅವರು, ಅಂಕಲ್ ಬೆಂಗಳೂರಿಗೆ ಹೋಗಿ ಬರಲಿ. ಡಾಕ್ಟರ್ ಹೇಳೋದನ್ನು ಅವಲಂಬಿಸಿರುತ್ತೆ ಮುಂದಿನದು."

"ನಾನು ಮನೆಗೆ ಹೋಗ್ತೀನಿ. ಇನ್ನು ದೀಪಕ್ ಶಾಲೆಯಿಂದ ಮನೆಗೆ ಬಂದರೆ ಗಲಾಟೆ ಮಾಡುತ್ತಾನೆ" ಎಂದು ಶಾಂತ ಮೇಲಕ್ಕೆದ್ದಳು.

"ನಿಮ್ಮ ಶಾಲೆಗೆ ಇವತ್ತು ರಜಾನಾ?"

"ಇಲ್ಲ, ಇವತ್ತು ನಾನೇ ರಜಾ ತೆಗೆದುಕೊಂಡಿದ್ದೆ."

ಶಾಂತ ಹೋದ ಎಷ್ಟೋ ಹೊತ್ತಿನವರೆಗೂ ಶೋಭ ಕುಳಿತೇ ಇದ್ದಳು.

ಮಧು ಮಾಡಿದ ತಪ್ಪಿಗೆ ದೇವರು ಈ ಶಿಕ್ಷೆ ಕೊಟ್ಟನೇನೋ. ತಾಯಿಯನ್ನು ಕಳೆದುಕೊಂಡು ಇನ್ನೊಂದು ವರ್ಷ ಸವೆಸಬೇಕಾಯಿತು. ಶಾಂತಳಿಗಾದರೂ ಅವಳನ್ನು ಜೋಪಾನ ಮಾಡುವ ತಂದೆ ಇದ್ದಾರೆ. ಅವಳ ಮನಸ್ಸು ಸಂತೋಷಪಡಿಸುವುದಕ್ಕೆ ದೀಪಕ್ ಇದ್ದಾನೆ. ಆದರೆ ಮಧೂಗೆ...?

ಮಲಗಿದ್ದ ನಳಿನಿಯ ಅಳು ಕೇಳಿ ತನ್ನ ಮಲಗುವ ಕೋಣೆಗೆ ಹೋದಳು ಶೋಭ.

"ಅಮ್ಮ, ಡ್ಯಾಡಿಯ ಹತ್ತಿರ ಹೋಗಬೇಕು" ಎಂದು ನಳಿನಿ ಅಳತೊಡಗಿದಳು. ಎಷ್ಟೇ ಸಮಾಧಾನ ಮಾಡಿದರೂ ತನ್ನ ಪಟ್ಟು ಬಿಡಲಿಲ್ಲ.

ಆಳಿಗೆ ಹೇಳಿ ಆಟೋ ತರಿಸಿ ಬೇಸರದಿಂದಲೇ ನರ್ಸಿಂಗ್ ಹೋಂಗೆ ಹೊರಟಳು.

ಥಿಯೇಟರ್ ಬಳಿ ಕಾರಿನಿಂದ ಇಳಿಯುತ್ತಿದ್ದ ನೀನಾಳನ್ನು ಕೂಗಿದಳು.

ನೀನಾ ಹಿಂದಿರುಗಿ ನೋಡಿ ನಗುತ್ತ ಬಂದು ಕೈ ಹಿಡಿದು "ನಾನು ನೆನ್ನೆ ಬಂದೆ. ಇವತ್ತು ನಿಮ್ಮನೆಗೆ ಬರಬೇಕು ಅಂತ ಇದ್ದೆ. ನಮ್ಮ ಗೋಪಿ, ನಿರ್ಮಲ ಎಲ್ಲಾ ಪಿಕ್ಚರ್‌ಗೆ ಹೋಗೋಣಾಂತ ಗಲಾಟೆ ಮಾಡಿಬಿಟ್ಟರು. ನೀನು ಯಾವಾಗ ಬಂದೆ, ಮಧು ಹೇಗಿದ್ದಾರೆ?" ಎಂದು ಪ್ರಶ್ನಿಸಿದಳು.

"ನೆನ್ನೆ ತಾನೇ ಬಂದೆ. ಮಧುಗೆ ತಾಯಿ ಸತ್ತ ದುಃಖ ಇಷ್ಟು ಬೇಗ ಎಲ್ಲಿ ಕಮ್ಮಿ ಆಗುತ್ತೆ? ನಾನು ಇಲ್ಲಿಗೆ ಬರಹೇಳಿ ಬಂದಿದ್ದೀನಿ. ಮಡಕೇರಿಯಿಂದ ಇಲ್ಲಿಗೆ ಬರುವಾಗ ಒಂದು ಸಲ ಅಲ್ಲಿಗೆ ಹೋಗಿಬರಬೇಕಾಗಿತ್ತು."

ನೀನಾಳ ಮುಖ ಮಂಕಾಯಿತು. ಅವಳಿಗೆ ಹೇಳಲು ಏನೂ ತೋರಲಿಲ್ಲ. ಮಧುವಿನ ಬಳಿ ಹೋಗಬೇಕೆಂಬ ಮನಸ್ಸಿದ್ದರೂ ತಂದೆಯೇ ಅವಳ ಆಸೆಗೆ ಅಡ್ಡಿಯೊಡ್ಡಿದ್ದರು.

"ಪಿಕ್ಚರ್‌ಗೆ ಗೊತ್ತಾಯಿತು, ನೀವು ಹೋಗಿ, ನಾನು ನರ್ಸಿಂಗ್ ಹೋಂಗೆ ಹೋಗ್ತಾ ಇದ್ದೀನಿ. ನಳಿನಿ, ಅವರ ತಂದೇನ ನೋಡಬೇಕೆಂದು ಒಂದೇ ಸಮ ಹಠ ಮಾಡುತ್ತಿದ್ದಾಳೆ" ಎಂದು ನೀನಾಳ ಕೈಯನ್ನು ಮೃದುವಾಗಿ ಅದುಮಿ ಕಾಯುತ್ತಿದ್ದ ರಿಕ್ಷಾ ಹತ್ತಿ ಕೈ ಬೀಸಿದಳು.

ಪ್ರಭಾಕರ ತನ್ನ ವಿಶ್ರಾಂತಿಯ ಕೊಠಡಿಯಲ್ಲಿ ಕುಳಿತು ಯಾವುದೋ ಪುಸ್ತಕದಲ್ಲಿ ತಲ್ಲೀನನಾಗಿದ್ದ.

ನಳಿನಿಯ ಧ್ವನಿ ಕೇಳುತ್ತಲೇ ತಲೆ ಮೇಲಕ್ಕೆತ್ತಿ ಹತ್ತಿರ ಬಂದು ಮಗಳನ್ನು ಎತ್ತಿಕೊಂಡ.

"ನೀವು ಅವಳನ್ನು ಮುದ್ದು ಮಾಡಿ ಹಾಳು ಮಾಡಿಬಿಟ್ಟಿದ್ದೀರಿ. ನಿದ್ದೆ ಮಾಡಿ ಎದ್ದಾಗಿನಿಂದ ಒಂದೇ ಗಲಾಟೆ ನಿಮ್ಮ ಹತ್ತಿರ ಹೋಗಬೇಕು ಅಂತ. ನಾಳೆಯಿಂದ ಅವಳನ್ನು ನಿಮ್ಮ ಜೊತೆ ನರ್ಸಿಂಗ್ ಹೋಂನಲ್ಲೇ ಇಟ್ಟುಕೊಳ್ಳಿ" ಎಂದಳು ಶೋಭ ಹುಸಿಮುನಿಸಿನಿಂದ.

ಪ್ರಭಾಕರ ಮಡದಿಯ ಮಾತಿಗೆ ತುಂಬು ಮನಸ್ಸಿನಿಂದ ನಕ್ಕ.

"ನೀನಾ ಬಂದಿದ್ದಾಳೆ. ಮಧುಗಾದರೂ ಟ್ರಂಕ್‌ಕಾಲ್ ಮಾಡಿ ಕರೆಸಿ ಇಬ್ಬರೂ ಸ್ವಲ್ಪ ದಿನ ಹಾಯಾಗಿ ಸುತ್ತಾಡಿದರೆ ಅವನ ಮನಸ್ಸಿನ ದುಃಖ ಸ್ವಲ್ಪಮಟ್ಟಿಗೆ ಕಡಿಮೆಯಾಗಬಹುದು" ಎಂದು ಪುನಃ ಶೋಭಳೇ ಹೇಳಿದಳು.

"ಶಾಂತಳ ಸ್ಥಿತಿ ಜ್ಞಾಪಿಸಿಕೋ; ನಾಳೆ ಏನಾದರೂ ಹೆಚ್ಚು ಕಡಿಮೆಯಾದರೆ ?" ಎನ್ನುವಂತೆ ಪ್ರಭಾಕರ ನೋಡಿದ.

ಅದನ್ನು ಅರ್ಥಮಾಡಿಕೊಂಡ ಶೋಭ,

"ನಮ್ಮ ಮಧು ಮೊದಲಿನ ಹಾಗೆ ಹುಡುಗಾಟದ ಹುಡುಗನಲ್ಲ. ಅದೂ ಅಲ್ಲದೇ ನಾಳೆ ಮದುವೆಯಾಗುವವರು... ನಮ್ಮ ಆಂಟಿ ಅವನಿಗೆ ಮದುವೆ ಮಾಡಿ ಸತ್ತಿದ್ದರೆ ಚೆನ್ನಾಗಿತ್ತು" ಎಂದು ನಿಟ್ಟುಸಿರುಬಿಟ್ಟಳು.

"ಈಗಲೇ ಟ್ರಂಕ್‌ಕಾಲ್ ಮಾಡ್ತೀನಿ. ನೀವಿಬ್ಬರೂ ಇಲ್ಲಿಗೆ ಬಂದ ಮೇಲೆ ನನ್ನ ಕೆಲಸ ಮುಗಿದ ಹಾಗೇ. ನಡಿ ಹೋಗೋಣ" ಎನ್ನುತ್ತ ಮೇಲಕ್ಕೆದ್ದ.

* * *

ತನ್ನ ಜೊತೆ ಕೆಲಸ ಮಾಡುವ ವಿಮಲ, ಕಮಲರ ಜೊತೆ ಶಾಂತ ಮಾರ್ಕೆಟ್ಟಿನ ಕಡೆ ಹೆಜ್ಜೆ ಹಾಕಿದಳು. ಅಂದೇ ಸಂಬಳವಾದುದರಿಂದ ಎಲ್ಲರ ಮನಸ್ಸು ಹಗುರವಾಗಿತ್ತು.

"ನಾನು ಎರಡು ಸೀರೆ ತಗೋಬೇಕಮ್ಮ. ಇಲ್ಲಿ ನೋಡೋಣವೇನು ? ಎಂದು ವಿಮಲ ಸ್ಯಾರಿ ಸೆಂಟರ್ ಬಳಿ ನಿಂತಳು."

ತಾನು ಮನೆಗೆ ಬೇಗ ಹೊರಡಬೇಕು ಎಂಬುದನ್ನು ಶಾಂತ ಮುಖದಲ್ಲೇ ಸೂಚಿಸಿದಳು.

"ಎರಡು ಸೀರೆ ಆರಿಸೋದು ಎಷ್ಟೊತ್ತು ನಡಿಯೆ ?" ಎಂದು ಆತ್ಮೀಯಳಾಗಿದ್ದ ಕಮಲ ಹೇಳಿದಾಗ ಮರುಮಾತನಾಡದೆ ಶಾಂತ ಅವರನ್ನು ಹಿಂಬಾಲಿಸಿದಳು.

ಅಂಗಡಿಯಲ್ಲಿ ಹತ್ತಾರು ಜನ ತಮಗೆ ಬೇಕಾದ ಬಟ್ಟೆಗಳ ಆಯ್ಕೆಯಲ್ಲಿ ತೊಡಗಿದ್ದರು.

ಇವರುಗಳ ಮುಂದೆ ಹಲವಾರು ಸೀರೆಗಳನ್ನು ತಂದು ಹರಡಿದ ಅಂಗಡಿಯವನು.

ಶಾಂತ ಮೂಕಪ್ರೇಕ್ಷಕಿಯಂತೆ ನಿಂತಿದ್ದಳು. ಅವಳ ದೃಷ್ಟಿ ಅಲ್ಲೇ ಸೀರೆಗಳನ್ನು ನೋಡುತ್ತಿದ್ದ ಯುವತಿಯ ಕಡೆ ಹರಿಯಿತು. 'ಎಲ್ಲೋ ನೋಡಿದ ಹಾಗಿದೆಯಲ್ಲ' ಎಂದು ನೆನಪು ಮಾಡಿಕೊಳ್ಳತೊಡಗಿದಳು. ಥಟ್ಟನೆ ಜ್ಞಾಪಕಕ್ಕೆ ಬಂತು. ಅವಳು ಮಧುವಿನ ಭಾವೀ ಮಡದಿ ನೀನಾ. ಅವಳನ್ನು ಒಂದೇ ಬಾರಿ ನೋಡಿದ್ದರಿಂದ ಜ್ಞಾಪಿಸಿಕೊಳ್ಳಲು ಕಷ್ಟವಾಯಿತು.

ಅವಳ ಕಡೆ ಬೆನ್ನು ಹಾಕಿ ಗೆಳತಿಯರ ಸೀರೆಯ ಆಯ್ಕೆಯ ಕಡೆ ಗಮನ ಕೊಟ್ಟಳು.

"ಎಲ್ಲಾ ಮುಗೀತಾ ನೀನಾ?" ಎಂಬ ಮಾತು ಕಿವಿಗೆ ಬಿದ್ದ ಕೂಡಲೇ ತನಗೇ ಅರಿವಿಲ್ಲದಂತೆ ಹಿಂದಿರುಗಿದಳು.

ಮಧು, ಶಾಂತಳ ಕಣ್ಣುಗಳು ಒಂದು ನಿಮಿಷ ಕೂಡಿದವು!

ಶಾಂತಳ ಮುಖದಲ್ಲಿ ಬೆವರೊಡೆಯಿತು. ಅಲ್ಲಿ ನಿಲ್ಲುವುದೇ ಕಷ್ಟವಾಯಿತು. ಮುಖ ಬಣ್ಣಗೆಟ್ಟಿತು. ಅಷ್ಟೇ ಬೇಗ ಎಂದಿನಂತೆ ಸೌಮ್ಯತೆ ಅವಳ ಮುಖದಲ್ಲಿ ಮೂಡಿತು. ಏನೂ ನಡೆಯಲೇ ಇಲ್ಲವೆನ್ನುವಂತೆ ಸೀರೆಗಳ ಕಡೆ ಮುಖ ತಿರುಗಿಸಿದಳು.

ಅವರು ಮೂರು ಜನರೂ ಅಂಗಡಿಯಿಂದ ಹೊರಡುವವರೆಗೂ ಮಧು ಶಾಂತಳನ್ನೇ ದಿಟ್ಟಿಸುತ್ತಿದ್ದ. ತೆಳು ಕೇಸರಿ ಬಣ್ಣದ ಸೀರೆ, ಅದಕ್ಕೊಪ್ಪುವ ರವಿಕೆ, ಅಂದೇ ಶಾಂತವಾದ ಮುಖ, ಆಕರ್ಷಣೀಯ ಕಣ್ಣುಗಳು, ಅದೇ ಮುಗ್ಧ ನೋಟ ಅವನನ್ನು ನಾಲ್ಕು ವರ್ಷಗಳ ಹಿಂದೆ ನಡೆದ ಘಟನೆಯನ್ನು ನೆನಪಿಗೆ ತಂದಿತು. ಅಂದಿನ ಸುಖದ ಕಲ್ಪನೆಯಿಂದ ಅವನ ಮೈ ಹಾಯೆನಿಸಿತು.

ನೀನಾ ಸೀರೆಗಳನ್ನೆಲ್ಲ ಪ್ಯಾಕ್ ಮಾಡಿಸಿ, ತಾನೇ ದುಡ್ಡು ಕೊಟ್ಟು ಪ್ಯಾಕೆಟ್‌ಗಳನ್ನು ಹಿಡಿದು ಎದ್ದು ನಿಂತರೂ, ಮಧು ಯಾವುದೋ ಧ್ಯಾನದಲ್ಲಿದ್ದ.

ಯಾವಾಗಲೂ ನೀನಾ ಕೊಂಡ ವಸ್ತುಗಳಿಗೆಲ್ಲ ತಾನೇ ದುಡ್ಡು ಕೊಡುತ್ತಿದ್ದ. ಆದರೆ ಇಂದು ಎಲ್ಲವನ್ನೂ ಮರೆತು ಕುಳಿತೇ ಇದ್ದ.

"ಹೋಗೋಣ" ನೀನಾಳ ಧ್ವನಿಯಿಂದ ಎಚ್ಚೆತ್ತು ಅವಳ ಹಿಂದೆ ಬಂದ.

ಮನೆ ತಲುಪುವವರೆಗೂ ಮಧು ಮಾತನಾಡಲೇ ಇಲ್ಲ. ನೀನಾ ಎರಡು ಮೂರು ಸಲ ತಾನೇ ಮಾತನಾಡಿಸಲು ಪ್ರಯತ್ನಪಟ್ಟು ಸುಮ್ಮನಾದಳು.

ನಳಿನಿಯನ್ನು ನಡೆಸುತ್ತ ಕಾಂಪೌಂಡಿನಲ್ಲಿ ಸುತ್ತಾಡುತ್ತಿದ್ದ ಶೋಭ ನಗುತ್ತಾ ಇಬ್ಬರನ್ನೂ ಸ್ವಾಗತಿಸಿದಳು.

ನೀನಾಳ ಕೈಯಲ್ಲಿದ್ದ ಪ್ಯಾಕೆಟ್‌ಗಳತ್ತ ನೋಡುತ್ತ,

"ಇದೆಲ್ಲ ನಮ್ಮ ಮಧು ಆಯ್ಕೆ ತಾನೇ?" ಎಂದು ನೀನಾ ಕಡೆ ಕಣ್ಣು ಮಿಟುಕಿಸಿದಳು.

"ಇಲ್ಲ" ಎಂದು ಚುಟುಕಾಗಿ ಉತ್ತರಿಸಿದ ನೀನಾ ಒಳಗೆ ನಡೆದಳು.

ಶೋಭ ಮಧು ಕಡೆ ನೋಡುತ್ತ ಪ್ರಶ್ನಿಸಿದಳು.

"ಯಾಕೋ ಮಹಾರಾಯ, ರಾಣಿ ಸಾಹೇಬರು ಮುನಿದಹಾಗೆ ಕಾಣಿಸ್ತಾರೆ?"

"ಅದೇನೋ ನನಗೆ ಗೊತ್ತಿಲ್ಲ. ನೀನೇ ವಿಚಾರಿಸು" ಎಂದು ಹೇಳಿ ನಳಿನಿಯನ್ನು ಎತ್ತಿಕೊಂಡು ಹೋಗಿ ಕಾರಿನಲ್ಲಿ ಕುಳ್ಳಿರಿಸಿ ಕಾರ್ ಸ್ಟಾರ್ಟ್ ಮಾಡಿಕೊಂಡು ಹೊರಟುಬಿಟ್ಟ.

ಶೋಭ ಕಾರು ಹೋದ ಎಷ್ಟೋ ಹೊತ್ತಿನವರೆಗೂ ಅಲ್ಲೇ ನಿಂತಿದ್ದು ನಂತರ ಒಳಗೆ ನಡೆದಳು.

ಸೋಫಾದ ಮೇಲೆ ನೀನಾ ಕುಳಿತಿದ್ದಳು. ಅವಳು ತಂದ ಪ್ಯಾಕೆಟ್‌ಗಳು ಟೀಪಾಯಿಯ ಮೇಲೆ ಬಿದ್ದಿದ್ದವು. ಅದನ್ನು ನೋಡಿಯೇ ನೀನಾಳಿಗೆ ಬೇಸರವಾಗಿದೆ ಎಂದು ಶೋಭ ಅರಿತಳು.

ಶೋಭ ಅವನ ಪಕ್ಕದಲ್ಲೇ ಸೋಫಾದ ಮೇಲೆ ಕುಳಿತು ಪ್ರೀತಿಯಿಂದ ಅವಳ ಕೈಯನ್ನು ಹಿಡಿದು ಹೇಳಿದಳು.

"ನೀನಾ ಅವನು ತಾಯಿ ಸತ್ತ ದುಃಖವನ್ನು ಮರೆತಿಲ್ಲ. ಅವನ ಉದಾಸೀನವನ್ನು ತಪ್ಪು ಭಾವಿಸಬೇಡ. ಕಾಲ ಎಲ್ಲಾ ಮರೆಸುತ್ತೆ."

"ಶೋಭ, ನನಗೆ ನಿಮ್ಮಷ್ಟು ತಿಳುವಳಿಕೆ, ಸಹನೆ ಕಮ್ಮಿ. ಅದರ ಪೂರ್ತಿ ಹೊಣೆ ನನ್ನದಲ್ಲ ಅನ್ನಿಸುತ್ತೆ. ಒಬ್ಬಳೇ ಮಗಳು. ಅದೂ ಅಲ್ಲದೆ ಅನಾರೋಗ್ಯದಿಂದಿದ್ದ ನನ್ನನ್ನು ಅತಿ ಮುಚ್ಚಟೆಯಾಗಿ ಬೆಳೆಸಿಬಿಟ್ಟರು. ನನ್ನ ಬಗ್ಗೆ ಯಾರಾದರೂ ಉದಾಸೀನವಾಗಿ ನಡೆದುಕೊಂಡರೆ ನನ್ನಿಂದ ಸಹಿಸುವುದಕ್ಕೆ ಆಗುವುದಿಲ್ಲ."

ನೀನಾಳ ಮಾತುಗಳನ್ನು ಕೇಳಿ ಶೋಭ ನೊಂದಳು. ತುಂಬಾ ಒರಟಾದ, ಮುಂಗೋಪದ ಮಧುವಿನೊಡನೆ ಇವಳು ಹೇಗೆ ಸಂಸಾರ ಮಾಡುತ್ತಾಳೆ ಎನ್ನುವುದೇ ಸಮಸ್ಯೆಯಾಯಿತು.

"ನೀನಾ, ನಿಮಗಿಂತ ನೂರುಪಾಲು ಅತಿಶಯವಾಗೇ ಆಂಟೀ ಮಧುನ ಬೆಳೆಸಿದರು. ಅತಿ ಮುದ್ದಿನಿಂದ ಅವನು ಬಹಳಷ್ಟು ಕಠಿಣವಾಗಿ ವರ್ತಿಸಿಬಿಡುತ್ತಾನೆ. ಆದ್ದರಿಂದ ನೀವು ಅಂತಹದಕ್ಕೆಲ್ಲ ಕೋಪಿಸದೆ ಸಹನೆಯಿಂದ ತಿದ್ದಿದರೆ ಅವನ ನಿಜವಾದ ವ್ಯಕ್ತಿತ್ವದ ಅರಿವು ನಿಮಗೆ ಉಂಟಾಗುತ್ತದೆ."

ಅವಳ ಮಾತು ನೀನಾಳಿಗೆ ರುಚಿಸಿತೋ ಇಲ್ಲವೋ ಮೇಲಕ್ಕೆದ್ದು "ಒಂದುಗಳಿಗೆ ನಮ್ಮ ಆಂಟಿ ಮನೆಗಾದರೂ ಹೋಗಿ ಬರುತ್ತೀನಿ" ಎಂದು ಅದೇ ಸ್ಥಿತಿಯಲ್ಲಿ ಹೊರಟುಬಿಟ್ಟಳು.

"ಕಾರು ಬರಲಿ, ಆಮೇಲೆ ಹೋಗುವಿಯಂತೆ" ಎಂದು ಶೋಭ ಹೇಳುತ್ತಿದ್ದರೂ "ಆಟೋ ಸಿಗುತ್ತೆ" ಎಂದು ನಡೆದೇ ಬಿಟ್ಟಳು.

ನೀನಾ ತಂದ ಸೀರೆಯ ಪ್ಯಾಕೆಟ್ ಅನಾಥವಾಗಿ ಬಿದ್ದಿತ್ತು. ಅದನ್ನು ಶೋಭ ತೆಗೆದಿಟ್ಟಳು.

ನಳಿನಿಯನ್ನು ಸುತ್ತಿಸಿಕೊಂಡು ಬಂದ ಮಧು ಮನೆಗೆ ಬಂದಾಗ ಪ್ರಭಾಕರ ಇನ್ನೂ ಬಂದಿರಲಿಲ್ಲ.

ನಳಿನಿ ನಿದ್ದೆಯ ಜೊಂಪಿನಲ್ಲಿದ್ದಳು. ಶೋಭ ಅವಳನ್ನು ಮಲಗಿಸಿ ಹೊರಗೆ ಬಂದಳು. ನೀನಾಳ ಬಗ್ಗೆ ಅವನು ಪ್ರಶ್ನಿಸಬಹುದು ಎಂದುಕೊಂಡಿದ್ದ ಅವಳೆಣಿಕೆ ಸುಳ್ಳಾಯಿತು. ಅವನು ಅವಳ ವಿಷಯವನ್ನೇ ಎತ್ತಲಿಲ್ಲ.

ಬಟ್ಟೆ ಬದಲಾಯಿಸಿ ಬಂದ ಮಧು ಶೋಭಳ ಮುಂದೆ ಕುಳಿತ.

"ನೀನಾ ಬಹಳ ಬೇಸರದಿಂದ ಅವರ ಮನೆಗೆ ಹೋದಳಲ್ಲ. ನೀನು...."

"ಎಲ್ಲರ ಬೇಸರಾನ ತೊಡೆಯುವುದಕ್ಕೆ ನಾನು ಒಂದು ಸಾಧನನಾ? ನಾನೇನೂ ಅವಳನ್ನು ಬೇಸರ ಮಾಡಿಕೋ ಅಂತ ಹೇಳಲಿಲ್ಲ. ನನ್ನ ಹೃದಯದ ದುಃಖ, ಬೇಸರವೇ ಹೋಗಿಲ್ಲ. ಬೇರೊಬ್ಬರ ಬೇಸರ ಕಟ್ಟಿಕೊಂಡು ನನಗೇನಾಗಬೇಕಾಗಿದೆ?"

ಅವನ ಮಾತು ಖಾರವಾಗಿತ್ತು.

'ಈ ಮೊಂಡನ ಹತ್ತಿರ ಮಾತನಾಡಿ ಪ್ರಯೋಜನವಿಲ್ಲ. ಮುಂದೆ ದಂಪತಿಗಳಾಗಬೇಕಾದ

ಅವರುಗಳೇ ಅವರ ಸಮಸ್ಯೆಗಳನ್ನು ಪರಿಹರಿಸಿಕೊಳ್ಳಬೇಕು. ನಾನು ಇದರಲ್ಲಿ ತಲೆಹಾಕುವುದು ತಪ್ಪು' ಎಂದು ಮನದಲ್ಲೇ ಅಂದುಕೊಂಡ ಶೋಭ ಮೇಲಕ್ಕೆದ್ದಳು.

ಮಧು ಕೈ ಹಿಡಿದು ಕೂಡಿಸಿದ.

"ಶಾಂತ ಎಲ್ಲಿದ್ದಾಳೆ ಅನ್ನೋದು ನಿನಗೆ ಗೊತ್ತಿಲ್ಲವೇ ?"

ಅವನ ಮಾತಿನಿಂದ ಶೋಭ ಆಶ್ಚರ್ಯಗೊಂಡಳು. 'ನೀನಾ ಬೇಸರದಿಂದ ಹೋಗುವುದಕ್ಕೂ, ಶಾಂತಳ ಬಗ್ಗೆ ಇವನು ಪ್ರಶ್ನಿಸುವುದಕ್ಕೂ ಏನಾದರೂ ಸಂಬಂಧವಿದೆಯೇ' ಎಂದು ಯೋಚಿಸತೊಡಗಿದಳು.

"ಶಾಂತ ಎಲ್ಲಿದ್ದಾಳೆ ಶೋಭ?" ಎಂದು ಮೆಲುದನಿಯಲ್ಲಿ ಕೇಳಿದ.

"ನನಗೆ ಗೊತ್ತಿಲ್ಲ" ಚುಟುಕಾಗಿ ಉತ್ತರಿಸಿದಳು ಶೋಭ.

"ಶಾಂತ ಇಲ್ಲೇ ಇದ್ದಾಳೆ. ಅಷ್ಟು ಆತ್ಮೀಯವಾಗಿದ್ದ ಗೆಳತಿಯರು ಒಂದೇ ಊರಿನಲ್ಲಿದ್ದರೂ ಒಬ್ಬರಿಗೊಬ್ಬರು ತಿಳಿಯದೆ ಇರಲು ಸಾಧ್ಯವಿಲ್ಲ. ನೀನು ನನಗೆ ಸುಳ್ಳು ಹೇಳಿದ್ದೀಯಾ."

ಶೋಭ ಕೆರಳಿದಳು.

"ನಾನು ಸುಳ್ಳೇ ಹೇಳಿರಲಿ, ನಿಜವೇ ಹೇಳಿರಲಿ, ಅದನ್ನು ಕಟ್ಟಿಕೊಂಡು ನಿನಗೇನು ? ಅವಳು ಎಲ್ಲಾದರೂ ಇರಲಿ, ಹೇಗಾದರೂ ಇರಲಿ, ನಿನಗೇನು ?"

ಮಧು ಜೋರಾಗಿ ನಕ್ಕುಬಿಟ್ಟ.

"ನೀನು ಕೋಪಗೊಂಡಾಗ ಮಾತ್ರ ಬಹಳ ಚೆನ್ನಾಗಿ ಕಾಣಿಸುತ್ತೀಯಾ. ಅದಕ್ಕೇ ಪ್ರಭಾಕರ ನಿನ್ನ ರೇಗಿಸಿ ಕೆನ್ನೆ ಕೆಂಪಾಗುವುದನ್ನು ನೋಡಿ ಸಂತೋಷಿಸುವುದು" ಎಂದ ತಂಗಿಯ ಕೆನ್ನೆಯನ್ನು ಪ್ರೀತಿಯಿಂದ ಹಿಂಡಿ ಹೊರಗೆ ನಡೆದ.

ಮಧುವಿನ ನಡತೆಯೇ ಶೋಭಳಿಗೆ ಅರ್ಥವಾಗಲಿಲ್ಲ.

ಮಧು ಮಾರನೆಯ ದಿನವೇ ನೀನಾಗೂ ಸಹ ತಿಳಿಸದೆ ಎಸ್ಟೇಟಿಗೆ ಹಿಂದಿರುಗಿದ. ಅವನ ಹೃದಯದ ತುಂಬೆಲ್ಲ ಕಾರ್ಮೋಡಗಳು ತುಂಬಿದ್ದವು.

ಹೃದಯದ ನಿರಾಶೆಯನ್ನು ತೊಡೆಯಲು ಸಂಪೂರ್ಣವಾಗಿ ಎಸ್ಟೇಟ್ ಕಡೆ ಗಮನ ಕೊಡಲು ನಿಶ್ಚಯಿಸಿದ. ತಾಯಿ ಬದುಕಿರುವವರೆಗೂ ಅವನ ಮನೆ, ಎಸ್ಟೇಟ್ ಯಾವುದರ ಕಡೆಗೂ ಗಮನ ಕೊಡುತ್ತಿರಲಿಲ್ಲ.

ಮಧು ಎಸ್ಟೇಟಿನ ಜವಾಬ್ದಾರಿ ಹೊತ್ತ ಮೇಲೆ ಶೋಭಳ ತಾಯಿ, ತಂದೆ ಅಲ್ಲಿಂದ ಹೊರಡಲು ನಿಶ್ಚಯಿಸಿದರು.

"ಸರಳಾ ಬಾಂಬೆಯಿಂದ ಒಂದೇ ಸಮನೆ ಕಾಗದ ಬರೆಯುತ್ತ ಇದ್ದಾಳೆ. ಶಾಲಿನಿ ಕೂಡ ಅವಳ ಅಕ್ಕನ ಮನೆಗೆ ಹೊರಟಿದ್ದಾಳೆ. ನಾವು ಸ್ವಲ್ಪ ದಿನ ಹೋಗಿ ಬರೋಣ ಅಂತ. ಹೆಣ್ಣು ಮಕ್ಕಳೆಲ್ಲ ಗಂಡನ ಮನೆಗೆ ಹೊರಟ ಮೇಲೆ ಮನೆ ಬಿಕೋ ಅನ್ನುತ್ತೆ. ಸರಳಾ ಏನೋ ದೂರ ಇದ್ದಾಳೆ. ಹಗಲೆಲ್ಲ ಬರುವುದಕ್ಕೆ ಸಾಧ್ಯವಿಲ್ಲ. ಇದ್ದಿದ್ದರಲ್ಲಿ ಶಾಲಿನಿ ಆಗಾಗ ಮಕ್ಕಳೊಡನೆ

ಬರುತ್ತಾಳೆ. ನಮ್ಮ ಶೋಭ ಅಂತೂ ಬರೋದೇ ಇಲ್ಲ. ಬಂದರೂ ಎರಡು ದಿನ ಕೂಡ ಇರೋಲ್ಲ" ಎಂದು ತಾವು ಅಲ್ಲಿಂದ ಹೊರಡುವ ಕಾರಣ ತಿಳಿಸಿದರು.

ಮಧು ಸಂತೋಷದಿಂದ ಹೇಳಿದ.

"ನಮ್ಮ ಶೋಭ ತುಂಬ ಅದೃಷ್ಟವಂತೆ. ಪ್ರಭಾಕರ ಕಣ್ಣಿನ ರೆಪ್ಪೆಯ ಹಾಗೆ ಮಡದಿಯನ್ನು ಜೋಪಾನ ಮಾಡುತ್ತಾನೆ. ಮುದ್ದಾದ ಮಗು, ಪ್ರೀತಿಸುವ ಗಂಡ ಇರುವಾಗ ಅವಳೆಲ್ಲಿ ಬರುತ್ತಾಳೆ? ನೀವು ಬಾಂಬೆಗೆ ಹೋದರೂ ಬೇಗ ಬಂದುಬಿಡಬೇಕು. ಇದು ನಿಮ್ಮ ಮನೆ, ನಿಮ್ಮ ಮಗನ ಮನೆ, ಎಸ್ಟೇಟ್‌ನಿಂದ ಎಲ್ಲಿಗೂ ಕದಲಕೂಡದು. ಚಿಕ್ಕಮಗಳೂರಿನ ಮನೆಗೆ ಬೇರೆ ಏರ್ಪಾಟು ಮಾಡಿಬಿಡಿ" ಎಂದು ಕಡ್ಡಿ ತುಂಡಾಗುವಂತೆ ಹೇಳಿದ.

ಈ ಮಾತಿನಿಂದ ಅವರ ಹೃದಯ ಸಂತೋಷದಿಂದ ತುಂಬಿತು.

"ನಿನ್ನಂಥ ಮಗನಿರಬೇಕಾದರೆ ವೃದ್ಧಾಪ್ಯದಲ್ಲಿ ನಾವು ಯಾಕೆ ಬೇರೆ ಇರೋಣ? ನಾಲ್ಕು ದಿನ ಹೋಗಿ ಬರುತ್ತೀವಿ, ಅಷ್ಟೆ."

ಶೋಭಳ ತಾಯಿ, ತಂದೆ ಹೊರಟುಹೋದ ಮೇಲಂತೂ ಮಧುಗೆ ಮನೆಯೇ ಬೇಸರವಾಯಿತು. ಅಷ್ಟು ದೊಡ್ಡ ಮನೆಗೆಲ್ಲ ಒಬ್ಬನೇ ಇರುವುದು ಪ್ರಯಾಸದ ಕೆಲಸವಾಯಿತು. ಎಸ್ಟೇಟಿನ ಸಂಪೂರ್ಣ ಜವಾಬ್ದಾರಿ ಹೊತ್ತ ಮೇಲೆ ಅಲ್ಲಿಂದ ಕದಲುವುದೇ ಕಷ್ಟವಾಯಿತು.

* * *

ಒಂದು ದಿನ ಮಧು ಎಸ್ಟೇಟಿನಲ್ಲಿ ಅಡ್ಡಾಡಿಕೊಂಡು ಮನೆಯ ಕಡೆ ಬರುವ ಹೊತ್ತಿಗೆ ನಿರ್ಮಲ ಬಾಗಿಲಿನಲ್ಲಿ ನಿಂತಿದ್ದಳು.

ನಿರ್ಮಲ ಪಕ್ಕದ ಎಸ್ಟೇಟಿನ ಮೆನನ್‌ರವರ ಮಗಳು. ಮೂರು ಗಂಡು ಮಕ್ಕಳ ಹಿಂದೆ ಹುಟ್ಟಿದ ಒಂದೇ ಹೆಣ್ಣೆಂದು ಪ್ರೀತಿಯಿಂದ ಬೆಳೆಸಿದ್ದರು. ತಾಯಿ, ತಂದೆಯರ ಪ್ರೀತಿ ಸ್ವೇಚ್ಛೆಗೆ ದಾರಿ ಮಾಡಿಕೊಟ್ಟಿತ್ತು.

ಮಧು ನಿರ್ಮಲಳಿಗಿಂತ ಮೂರು ವರ್ಷ ದೊಡ್ಡವನು. ಅವರಿಬ್ಬರೂ ಒಟ್ಟಿಗೆ ಬೆಳೆದಿದ್ದರು. ಮಧು ವಿದ್ಯಾಭ್ಯಾಸದ ನೆವದಲ್ಲಿ ದೂರವಾಗಿದ್ದರೂ ಆಗಾಗ ಅವರ ಭೇಟಿ ನಡೆದೇ ಇತ್ತು. ವಯೋಧರ್ಮದ ಆಕರ್ಷಣೆ ಅವರನ್ನು ತೀರ ಹತ್ತಿರಕ್ಕೆ ಒಯ್ದಿತ್ತು. ಇದರ ಪರಿಣಾಮವಾಗಿ ನಿರ್ಮಲ, ಮಧು ಎಷ್ಟೋ ಬಾರಿ ದೈಹಿಕ ಸಂಬಂಧವನ್ನು ಬೆಳೆಸಿದ್ದರು.

ಮಧು ಹತ್ತಿರಕ್ಕೆ ಬಂದು ನಗುತ್ತ,

"ಯಾವಾಗ ಬಂದೆ ನಿರ್ಮಲಾ, ನಿನ್ನ ಮದುವೆಯಾದ ಸುದ್ದಿ ತಿಳಿಯಿತು. ಒಬ್ಬಳೇ ಬಂದಿದ್ದೀಯಲ್ಲ, ನಿನ್ನ ಗಂಡ ಎಲ್ಲಿ?" ಎಂದ.

"ಬೆಳಿಗ್ಗೆ ಬಂದೆ, ನೀನು ಎಸ್ಟೇಟಿನಲ್ಲಿರುವ ವಿಷಯ ತಿಳಿಯಿತು. ಮಾತನಾಡಿಸಿ ಹೋಗೋಣ ಅಂತ ಬಂದೆ. ಆಂಟಿ ತೀರಿಹೋದ ವಿಷಯ ತಿಳಿದು ಬಹಳ ಸಂಕಟವಾಯಿತು."

ಮಾತನಾಡದೆ ಒಳಗೆ ನಡೆದ ಮಧು ವರಾಂಡದಲ್ಲಿದ್ದ ಸೋಫಾದ ಮೇಲೆ ಕುಳಿತ. ಎದುರಿಗೆ ಕುಳಿತ ನಿರ್ಮಲೆಯನ್ನು ಕೇಳಿದ.

ನಿಮ್ಮತ್ತೆ ಮನೆ ಹೇಗಿದೆ? ನಿನ್ನ ದಾಂಪತ್ಯ ಜೀವನ ಸುಖವಾಗಿರಬಹುದು. ನಿಮ್ಮವರ ಬಗ್ಗೆ ಏನಾದರೂ ಹೇಳು ಕೇಳೋಣ.

ನಿರ್ಮಲೆಯ ಮುಖ ಬಾಡಿತು. ಅಕ್ಕ ಪಕ್ಕ ನೋಡಿದಳು. ಆಳುಗಳು ಓಡಾಡುತ್ತಿದ್ದರು.

"ಮಧು ಒಂದು ಗಳಿಗೆ ಹೊರಗೆ ಸುತ್ತಾಡಿ ಬರೋಣ ಬಾ" ಎಂದು ಮೇಲಕ್ಕೆದ್ದಳು.

ಯಾಕೋ ಮಧುವಿಗೆ ಅವಳ ಜೊತೆ ಹೋಗುವುದು ಬೇಡವೆನ್ನಿಸಿತು. ಆದರೆ ಅವಳಿಗೆ ಹಾಗೆ ಹೇಳಲಾರದೆ ಹಿಂಬಾಲಿಸಿದ.

ಇಬ್ಬರೂ ಹಿಂದೆ ಅನೇಕ ಬಾರಿ ಸಂಧಿಸುತ್ತಿದ್ದ ಸ್ಥಳಕ್ಕೆ ಬಂದರು. ಆಗಲೇ ಕತ್ತಲು ಆವರಿಸುತ್ತಿತ್ತು.

ನಿರ್ಮಲಾ ತನ್ನ ಎರಡು ತೋಳುಗಳನ್ನೂ ಮಧುವಿನ ಕೊರಳ ಮೇಲೆ ಹಾಕಿ ಅವನ ಎದೆಗೆ ಒರಗಿದಳು.

ಬಿಸಿಯಾದ ಮಧುವಿನ ಮೈ ಯಾವುದೋ ನೆನಪಿನಿಂದ ತಣ್ಣಗಾಯಿತು.

ಅವಳ ಕೈಗಳನ್ನು ಬಿಡಿಸಿಕೊಂಡು ದೂರ ನಿಂತ.

ಒಂದೇ ಒಂದು ಸಲ ಬಲಾತ್ಕಾರದಿಂದ ಶೀಲ ಕಳೆದುಕೊಂಡು ತನ್ನ ಜೀವನದ ಎಲ್ಲವನ್ನೂ ಕಳೆದುಕೊಂಡವಳ ಹಾಗೆ ವಿರಕ್ತ ಜೀವನ ನಡೆಸುವ ಹೆಣ್ಣೆಲ್ಲಿ? ಮದುವೆಯಾದರೂ ಪರಪುರುಷನ ಸಂಗಕ್ಕೆ ಹಾತೊರೆಯುವ ಹೆಣ್ಣೆಲ್ಲಿ? ಅವನ ತಲೆ ಬಿಸಿಯಾಯಿತು. ಮಂಕು ಬಡಿದವನಂತೆ ಕುಳಿತುಬಿಟ್ಟ.

ಅವನು ಎಷ್ಟೊತ್ತು ಹಾಗೆ ಕುಳಿತಿದ್ದನೋ. ಎಚ್ಚರಗೊಂಡಾಗ ನಿರ್ಮಲೆ ಅಲ್ಲಿರಲಿಲ್ಲ. ನೇರವಾಗಿ ಮನೆಗೆ ಬಂದ.

ಅಡಿಗೆಯವನು ಊಟಕ್ಕೆಬ್ಬಿಸಿದಾಗ ಮರುಮಾತನಾಡದೆ ಕುಳಿತು ಸೇರಿದಷ್ಟನ್ನು ತಿಂದು ತನ್ನ ಮಲಗುವ ಕೋಣೆ ಸೇರಿದ.

ಅಂದು ನೋಡಿದ ದೀಪಕನ ಮುಖ ಅವನ ನೆನಪಿಗೆ ಬಂತು. ಎದ್ದು ಬೀರುವಿನಲ್ಲಿದ್ದ ತನ್ನ ಚಿಕ್ಕ ವಯಸ್ಸಿನಲ್ಲಿ ತೆಗೆಸಿದ್ದ ಫೋಟೋಗಳ ಆಲ್ಬಂ ತೆಗೆದುಕೊಂಡು ಬಂದು ಕುರ್ಚಿಯ ಮೇಲೆ ಕುಳಿತು ಟೇಬಲ್ ಲ್ಯಾಂಪ್ ಸ್ವಿಚ್ ಅದುಮಿದ.

ಒಂದೊಂದೇ ಫೋಟೋ ನೋಡತೊಡಗಿದ. ದೀಪಕ್ ಎಲ್ಲಾ ರೀತಿಯಲ್ಲೂ ಮಧುವನ್ನು ಹೋಲುತ್ತಿದ್ದ.

'ನನ್ನ ಹಾಗೂ ಆ ಮಗುವಿನ ನಡುವೆ ಇಷ್ಟೊಂದು ಹೋಲಿಕೆ ಇರಲು ಕಾರಣವೇನು? ಅಷ್ಟೇ ಅಲ್ಲ, ಆ ಹುಡುಗನ ಮೇಲೆ ಮೇಲೆ ಅಷ್ಟೊಂದು ಮಮತೆ ಹುಟ್ಟಲು ಕಾರಣವೇನು?'

ಇದೊಂದು ವಿಚಿತ್ರ ಸಮಸ್ಯೆಯಾಯಿತು. ನಾನಾ ರೀತಿಯ ಯೋಚನೆ ಮಾಡುತ್ತಲೇ ನಿದ್ರಿಸಿದ. ಬೆಳಿಗ್ಗೆ ಅವನಿಗೆ ಎಚ್ಚರವಾದಾಗ ಆಲ್ಬಂ ಅವನ ಕೈಯಲ್ಲಿಯೇ ಇತ್ತು.

* * *

ವಿಮಲ, ಕಮಲ ಅವರವರ ಮನೆ ಕಡೆ ಹೊರಟಾಗ ಶಾಂತ ತನ್ನ ಮನೆಯ ಕಡೆ ಹೆಜ್ಜೆ ಹಾಕಿದಳು.

ಮಧು, ನೀನಾರನ್ನು ನೋಡಿದ ಮೇಲೆ ಅವಳ ಮನಸ್ಸಿನ ಶಾಂತಿಯೇ ಕದಡಿಹೋಗಿತ್ತು.

ಉಡುಪು ಬದಲಾಯಿಸಿ ಕೆಲಸಕ್ಕೆ ಕೈ ಹಾಕಿದಳು. ಕೃಷ್ಣಸ್ವಾಮಿ ಮೊಮ್ಮಗನನ್ನು ಕರೆದುಕೊಂಡು ತಿರುಗಾಡಿ ಬರಲು ಹೊರಟರು.

ನಾನು ಏನು ತಪ್ಪು ಮಾಡಿದೆ ಅಂತ ದೇವರು ನನ್ನನ್ನು ಪರೀಕ್ಷಿಸುತ್ತಿದ್ದಾನೆ. ಅವರು ಇವತ್ತು ನನ್ನ ಕಣ್ಣಿಗೆ ಬೀಳದಿದ್ರೆ ಎಷ್ಟೋ ಚೆನ್ನಾಗಿತ್ತು. ಎಲ್ಲ ತಿಳಿದೂ ಸಹ ನಾನು ಯಾಕೆ ಕೊರಗಬೇಕು ? ಎಂದುಕೊಂಡು ಕಪಾಟಿನಲ್ಲಿದ್ದ ಪುಸ್ತಕವನ್ನು ಕೈಗೆತ್ತಿಕೊಂಡಳು.

ದೀಪಕ್ ಓಡಿ ಬಂದು ತಾನು ತಂದಿದ್ದ ಹೂವನ್ನು ತಾಯಿಯ ಕೈಯಲ್ಲಿಟ್ಟ.

ಮಗನ ಜಾಣ್ಮೆಗೆ ತಲೆದೂಗುತ್ತ "ನನಗೆ ಹೂವು ತಂದೆಯಾ ಮರಿ, ತಾತ ಎಲ್ಲಿ?" ಎಂದು ಪ್ರಶ್ನಿಸಿದಳು.

ತಾಯಿಯ ಕೈ ಹಿಡಿದು ಎಳೆದುಕೊಂಡು ಹೋದ ದೀಪಕ್ ಬಾಗಿಲಿನಲ್ಲಿ ನಿಂತು ದೂರದಲ್ಲಿ ಬರುತ್ತಿದ್ದ ಕೃಷ್ಣಸ್ವಾಮಿಗಳ ಕಡೆ ತೋರಿಸುತ್ತ,

"ಮಮ್ಮಿ, ನಾನು ಬೇಗ ಬಂದುಬಿಟ್ಟೆ, ತಾತ ಇನ್ನೂ ಬರಲೇ ಇಲ್ಲ. ನಾನೇ ಫಸ್ಟ್" ಎಂದು ತನ್ನ ಮಧುರವಾದ ಕಂಠದಿಂದ ಉತ್ತರಿಸಿದ.

ಮಗನ ಕೆನ್ನೆಗೆ ಮುತ್ತಿಟ್ಟ ಶಾಂತ "ನೀನು ಹಾಗೆಲ್ಲ ತಾತನನ್ನು ಬಿಟ್ಟು ಒಬ್ಬನೇ ಬರಬಾರದು. ತಾತನ ಕೈ ಹಿಡಿದುಕೊಂಡೇ ನಿಧಾನವಾಗಿ ಬರಬೇಕು" ಎನ್ನುತ್ತಾ ತಂದೆ ಇನ್ನೂ ಬಾರದಿರುವುದನ್ನು ನೋಡಿ ಮುಂಬಾಗಿಲಿಗೆ ಬಂದಳು.

ಕೃಷ್ಣಸ್ವಾಮಿಗಳು ದೂರದಲ್ಲಿ ಯಾರೊಡನೆಯೇ ಸಂಭಾಷಿಸುತ್ತಿದ್ದುದನ್ನು ನೋಡಿ ಒಳಗೆ ಬಂದಳು.

ದೀಪಕ್ ಸ್ಲೇಟಿನ ಮೇಲೆ ಯಾವುದೇ ಚಿತ್ರ ಬರೆಯುತ್ತಿದ್ದುದನ್ನು ನೋಡಿ ಅವಳಿಗೆ ಹಿಂದೆ ಶೋಭ ಹೇಳಿದ ಮಾತು ಜ್ಞಾಪಕಕ್ಕೆ ಬಂತು.

"ನಮ್ಮ ಮಧೂಗೆ ಚಿತ್ರಕಲೆಯಲ್ಲಿ ಬಹಳ ಆಸಕ್ತಿ. ಅವನು ಹುಡುಗನಾಗಿದ್ದಾಗಲೇ ಬಹಳಷ್ಟು ಒಳ್ಳೆಯ ಚಿತ್ರಗಳನ್ನು ಗುರುಗಳ ಬಳಿ ಕಲಿಯದೆಯೇ ಬರೆದಿದ್ದಾನೆ" ಎಂದಿದ್ದಳು ಶೋಭ. ಶಾಂತಳ ಮುಖ ಮಂಕಾಯಿತು.

'ರೂಪದಲ್ಲಿ ತಂದೆಯನ್ನು ಹೋತುಕೊಂಡಿರುವ ಇವನು ಗುಣದಲ್ಲೂ ಅವರನ್ನೇ ಹೋತುಕೊಳ್ಳುವ ಹಾಗೆ ಇದ್ದಾನೆ. ದೇವರೆ, ಇವನಿಂದ ಯಾವ ಹೆಣ್ಣಿನ ಬಾಳೂ ಹಾಳಾಗದಿರಲಿ' ಎಂದು ಮನದಲ್ಲೇ ದೇವರನ್ನು ಬೇಡಿದಳು.

ಒಳಗೆ ಬಂದ ಕೃಷ್ಣಸ್ವಾಮಿಗಳು ಆರಾಮ ಕುರ್ಚಿಯ ಮೇಲೆ ಒರಗುತ್ತ

"ಶಾಂತ, ಈಗ ಅಲ್ಲಿ ಮಾತಾಡುತ್ತ ನಿಂತಿದ್ದು ವಿಶ್ವನಾಥನ ತಂದೆಯ ಜೊತೆ. ಅವನಿಗೆ ಇಲ್ಲೇ ಕೆಲಸವಾಗಿದೆಯಂತೆ..." ಇನ್ನೂ ಏನೋ ಹೇಳಲು ಹೊರಟ ಅವರು ಥಟ್ಟನೆ ನಿಲ್ಲಿಸಿದರು.

ಶಾಂತಳಿಗೆ ಅರ್ಥವಾಯಿತು. ತಂದೆಯ ಹೃದಯ ಹಗುರ ಮಾಡಲು ಹೇಳಿದಳು.

"ಮನೆಗೆ ಕರೆಯಬೇಕಾಗಿತ್ತು."

"ಕರೆದೆ, ಅವರು ಇನ್ನೊಂದು ದಿನ ಬರುತ್ತೀನಿ ಅಂತ ಹೇಳಿದರು" ಎಂದು ಹೇಳಿ ತಮ್ಮ ದೃಷ್ಟಿಯನ್ನು ಮೊಮ್ಮಗನ ಕಡೆ ಹಾರಿಸಿದರು.

ದೀಪಕ್ ಇವರ ಮಾತುಗಳನ್ನು ಗಮನಿಸದೆ ಅತಿ ಶ್ರದ್ಧೆಯಿಂದ ಚಿತ್ರ ಬಿಡಿಸುತ್ತಿದ್ದ.

ಅವನ ಪುಟ್ಟ ಬೆರಳುಗಳಲ್ಲಿ ಮೊಲ ಆಕರ್ಷಕವಾಗಿ ಮೂಡಿಬಂದಿತ್ತು.

ತಮ್ಮ ಮೊಮ್ಮಗನ ಪ್ರತಿಭೆಗೆ ಕೃಷ್ಣಸ್ವಾಮಿಗಳು ಸಂತೋಷಿಸಿದರು.

ಮಾರನೆಯ ದಿನ ಶಾಲೆಯಿಂದ ಮನೆಗೆ ಬಂದ ಶಾಂತ ತಂದೆಯೊಡನೆ ಮಾತನಾಡುತ್ತಿದ್ದ ಶೋಭಳನ್ನು ಕಂಡಳು.

"ನಾಳಿದ್ದು ನಿನ್ನ ಸೊಸೆಯ ಹುಟ್ಟಿದ ಹಬ್ಬ. ಅದಕ್ಕೆ ಬಟ್ಟೆಗಳ ಆಯ್ಕೆಗೆ ನಿನ್ನನ್ನು ಕರೆದುಕೊಂಡು ಹೋಗಲು ಬಂದೆ" ಎಂದಳು ಶೋಭ.

"ಇಷ್ಟು ದಿನ ಏನೂ ಹೇಳಲೇ ಇಲ್ಲ!?" ಎಂದು ಶಾಂತ ಆಶ್ಚರ್ಯ ವ್ಯಕ್ತಪಡಿಸಿದಳು.

"ಅದೆಲ್ಲ ಆಮೇಲೆ ಹೇಳುತ್ತೀನಿ ಬೇಗ ರೆಡಿಯಾಗು, ಹೋಗಿಬರೋಣ"

ಗೆಳತಿಯರಿಬ್ಬರೂ ಹೊರಗೆ ಬಂದು ಅಷ್ಟು ದೂರದಲ್ಲಿ ಹೋಗುತ್ತಿದ್ದ ಆಟೋವನ್ನು ಕೈ ತಟ್ಟಿ ನಿಲ್ಲಿಸಿದರು.

ಆಟದಲ್ಲಿ ಮಗ್ನರಾಗಿದ್ದ ಹುಡುಗರನ್ನು ಕೃಷ್ಣಸ್ವಾಮಿ ಕರೆದೊಯ್ಯಲಿಲ್ಲ.

ನಳಿನಿಗೆ ಬೇಕಾದಂಥ ಬಟ್ಟೆಗಳನ್ನು ಕೊಂಡ ಶೋಭ ದೀಪಕನಿಗೂ ಕೊಂಡಳು.

"ಬೆಳೆಯುವ ಹುಡುಗ. ಬಟ್ಟೆಗಳೆಲ್ಲ ಚಿಕ್ಕದಾಗಿಬಿಡುತ್ತೆ. ಅವನಿಗೆ ಹಗಲೆಲ್ಲ ಯಾಕೆ ಬಟ್ಟೆ ತೆಗೆದುಕೊಡುತ್ತೀಯಾ" ಎಂದು ಮೃದುವಾಗಿ ಗೆಳತಿಯನ್ನು ಆಕ್ಷೇಪಿಸಿದಳು.

ಅವಳ ಮಾತಿಗೆ ಉತ್ತರವನ್ನೇ ಕೊಡುವ ಗೋಜಿಗೆ ಹೋಗದೆ ಬಿಲ್ಲುಕೊಟ್ಟು ರಸ್ತೆಗಿಳಿದಳು ಶೋಭ.

ಸುಮಾರು ಹೊತ್ತು ಆಟೋಗಳಿಗಾಗಿ ಕಾದು ನಿಂತರು. ಸಂಜೆಯ ವೇಳೆಯಾಗಿದ್ದರಿಂದ ಆಟೋಗಳು ಖಾಲಿಯಾಗಿ ಬರುತ್ತಿರಲಿಲ್ಲ.

ಬೇಸರದಿಂದ ಶೋಭ ಗೊಣಗಿದಳು.

"ಕಾರು ಕಳುಹಿಸಿಕೊಡುತ್ತೀನಿ ಅಂತ ಹೋದ ಮಹರಾಯರು ಮರೆತೇಬಿಟ್ಟರು. ಇವರಿಗೆ ನರ್ಸಿಂಗ್ ಹೋಂ, ಪೇಷೆಂಟ್‌ಗಳನ್ನು ಬಿಟ್ಟರೆ ಬೇರೆ ಪ್ರಪಂಚವೇ ಇಲ್ಲ."

"ಇದು ಅಸಮಾಧಾನದ ಗೊಣಗಾಟವಲ್ಲ, ಮೆಚ್ಚಿಗೆಯ ಮಾತುಗಳು ಅಂತ ನನಗೂ ಗೊತ್ತು. ಅದಿರಲಿ, ಇಷ್ಟು ದಿನದಿಂದ ನಳಿನಿಯ ಹುಟ್ಟಿದ ಹಬ್ಬದ ಸುಳಿವೇ ನನಗೆ ಕೊಡಲಿಲ್ಲ, ಯಾಕೆ?"

"ಅಣ್ಣ, ಅಮ್ಮ ಬಾಂಬೆಗೆ ಹೋಗಿದ್ದಾರೆ. ಅವರ ಜೊತೆ ಶಾಲಿನಿ, ಅವರ ಮಕ್ಕಳೂ ಹೋಗಿದ್ದಾರೆ. ಮಧು ಈಗ ಬರುವುದಕ್ಕೆ ಸಾಧ್ಯವಿಲ್ಲ ಅಂತ ಬರೆದಿದ್ದ. ಇನ್ನು ಯಾರೂ ಇಲ್ಲದೆ

ಎಂತಹ ಹುಟ್ಟಿದ ಹಬ್ಬ. ಈ ವರ್ಷ ಮಾಡುವುದೇ ಬೇಡ ಅಂದುಕೊಂಡಿದ್ದೆ. ಆದರೆ ಅವರು ಒಪ್ಪಲಿಲ್ಲ. ಏನೇ ಆಗಲಿ ನಿಲ್ಲಿಸಬೇಡ. ಯಾರೂ ಇಲ್ಲದಿದ್ದರೇನು ಶಾಂತ, ದೀಪಕ್ ಇದ್ದಾರೆ. ಮಗುವಿಗೆ ಆಶೀರ್ವಾದ ಮಾಡುವುದಕ್ಕೆ ಹಿರಿಯರಾದ ಕೃಷ್ಣಸ್ವಾಮಿಗಳು ಇದ್ದಾರೆ. ಪಾರ್ಟಿ ಕೊಟ್ಟರೆ ತಿಂದು ಹೋಗುವುದಕ್ಕೆ ಬೇಕಾದಷ್ಟು ಗೆಳೆಯರಿದ್ದಾರೆ, ಇನ್ನು ಯಾರು ಬೇಕು ಅಂದರು. ಸರಿ, ಮಾಡೇಬಿಡೋಣ ಅಂದುಕೊಂಡೆ. ನಾಡಿದ್ದು ಮನೆಮಟ್ಟಿಗೆ ಹುಟ್ಟಿದ ಹಬ್ಬ ಆಚರಿಸುವುದು, ಆಚೆ ನಾಡಿದ್ದು ಬೇಕಾದವರಿಗೆಲ್ಲ ಪಾರ್ಟಿ ಕೊಟ್ಟುಬಿಡೋಣ ಅಂದುಕೊಂಡಿದ್ದೀವಿ."

"ಒಳ್ಳೆ... ಏರ್ಪಾಡು..."

ಏನೋ ಮಾತನಾಡ ಹೊರಟ ಗೆಳತಿಗೆ ಅವಕಾಶವನ್ನೇ ಕೊಡದೆ ಶೋಭ ಮುಂದುವರಿಸಿದಳು.

"ನೀನು ಸ್ಕೂಲಿನ ನೆವವಾಗಲಿ, ಯಾವ ನೆವವಾಗಲಿ ಹೇಳಿ ತಪ್ಪಿಸಿಕೊಳ್ಳುವ ಹಾಗಿಲ್ಲ. ಬೆಳಗ್ಗೆಯಿಂದ ಸಂಜೆ ಆರತಿ ಆಗುವವರೆಗೂ ಅಲ್ಲೇ ಇರಬೇಕು. ಅಂಕಲ್‌ಗೆ ಹೇಳಿ ಹೋಗುತ್ತೀನಿ."

ಆಟೋಗಾಗಿ ಕಾಯುತ್ತಿದ್ದವರಿಗೆ ಅವರ ಪಕ್ಕದಲ್ಲೇ ಬಂದು ನಿಂತ ಆಟೋ ಕಡೆ ಗಮನ ಹರಿಯಿತು.

ಆಟೋದಿಂದ ಇಳಿಯುತ್ತಿದ್ದ ವಿಶ್ವನಾಥ ಮತ್ತು ಅವನ ಜೊತೆಗಿದ್ದ ಹೆಣ್ಣನ್ನು ನೋಡಿ ಶಾಂತ ಬೆಪ್ಪಾದಳು. ಒಡನೆಯೇ ತನ್ನ ಅಜ್ಞಾನಕ್ಕೆ ನಾಚಿ ಮಂದಹಾಸ ಸೂಸಿದಳು.

ಶಾಂತಳನ್ನು ಗುರ್ತಿಸಿದ ವಿಶ್ವನಾಥ ಹತ್ತಿರಕ್ಕೆ ಬಂದು ಮಾತನಾಡಿಸಿ ಮಡದಿಯ ಪರಿಚಯ ಮಾಡಿಕೊಟ್ಟ.

ನಗುತ್ತಾ ಮಾತನಾಡಿದ ಶಾಂತ ಒಮ್ಮೆ ತಮ್ಮ ಮನೆಗೆ ಮಡದಿಯೊಂದಿಗೆ ಬರುವಂತೆ ವಿಶ್ವನಾಥನನ್ನು ಆಹ್ವಾನಿಸಿದಳು.

'ಈ ವ್ಯಕ್ತಿಯನ್ನು ಎಲ್ಲೋ ನೋಡಿದ್ದೀನಿ' ಎನ್ನುವಂತೆ ಶೋಭ ಜ್ಞಾಪಿಸಿಕೊಳ್ಳತೊಡಗಿದಳು.

ಅವಳ ನೆನಪಿನ ಸುಳಿಗೆ ಶಾಂತಳ ಮನೆಯಲ್ಲಿ ನೋಡಿದ ಫೋಟೋ ಸಿಲುಕಿತು.

ಅವರು ಇಳಿದ ಆಟೋದಲ್ಲೇ ಇಬ್ಬರು ಗೆಳತಿಯರೂ ಹತ್ತಿ ಕುಳಿತರು.

ಯಾವೊಂದು ಘರ್ಷಣೆಗೂ ಒಳಗಾಗದ ಶಾಂತಳ ಮುಗ್ಧ ಮುಖವನ್ನು ಕಂಡಾಗ ಶೋಭಳಿಗೆ ಅವಳಲ್ಲಿದ್ದ ಪ್ರೀತಿ, ಗೌರವ, ಆತ್ಮೀಯತೆ ಇಮ್ಮಡಿಸಿತು.

ವಿಶ್ವನಾಥನ ಮಡದಿಯ ಸ್ಥಾನ ಅಲಂಕರಿಸಬೇಕಾಗಿದ್ದ ಶಾಂತ ಇಂದು ಒಂಟಿಯಾಗಿ ಮೂಕವೇದನೆ ಅನುಭವಿಸುತ್ತಿದ್ದಾಳೆ.

ಇವಳಿಗೇಕೆ ಕೋಪ, ದ್ವೇಷ ಬರುವುದಿಲ್ಲ. ನಾನೇನಾದರೂ ಈ ಸ್ಥಿತಿಯಲ್ಲಿದ್ದರೆ ಮಧೂನ ಸುಮ್ಮನೆ ಬಿಡುತ್ತಿದ್ದೆನೇ... ಹಿಂದೆ ನಿಶ್ಚಯವಾಗಿದ್ದ ಗಂಡು ಮಡದಿಯೊಂದಿಗೆ ಎದುರಿಗೆ ಬಂದಿದ್ದರೆ ದುಃಖದ ಆವೇಗ ತಡೆಯಲು ನನ್ನಿಂದ ಸಾಧ್ಯವಾಗುತ್ತಿತ್ತೆ? ಇಷ್ಟು ಸಣ್ಣ ವಯಸ್ಸಿನಲ್ಲೇ ಇಂತಹ ಶಾಂತಿಯನ್ನು ಎಲ್ಲಿ ಸಂಪಾದಿಸಿದಳು? ಎಂದು ಶೋಭ ಒಂದೇ ಸಮನೆ ಯೋಚಿಸತೊಡಗಿದಳು.

ಗೆಳತಿಯ ಮನಸ್ಸಿನಲ್ಲಿ ನಡೆಯುತ್ತಿದ್ದ ದ್ವಂದ್ವ ಯುದ್ಧವನ್ನು ಅವಳ ಮುಖಭಾವದಿಂದಲೇ ಗಮನಿಸುತ್ತಿದ್ದ ಶಾಂತ,

"ಯಾಕೆ ಸುಮ್ಮನೆ ಯೋಚಿಸಿ ಮನಸ್ಸು ಕೆಡಿಸಿಕೊಳ್ಳುತ್ತೀಯಾ? ನಾಡಿದ್ದು ನಡೆಯಬೇಕಾದ ನಳಿನಿಯ ಹುಟ್ಟಿದ ಹಬ್ಬದ ಬಗ್ಗೆ ಯೋಚಿಸು" ಎಂದಳು.

ಅಷ್ಟರಲ್ಲಿ ಮನೆ ಸಮೀಪಿಸಿದ್ದರಿಂದ ಇಬ್ಬರೂ ಇಳಿದರು. ಆಟೋದವನಿಗೆ ಶಾಂತಳೇ ದುಡ್ಡು ಕೊಟ್ಟು ಒಳಗೆ ನಡೆದಳು.

ದೀಪಕ್, ನಳಿನಿ ಮನೆಯಲ್ಲಿದ್ದ ಆಟದ ಸಾಮಾನುಗಳನ್ನೆಲ್ಲ ಒಂದೆಡೆ ಹರಡಿಕೊಂಡು ತಮ್ಮದೇ ಆದ ಲೋಕದಲ್ಲಿ ವಿಹರಿಸುತ್ತಿದ್ದರು.

ಕಾರಿನ ಹಾರನ್ ಕೇಳಿ ಶೋಭಳ ದೃಷ್ಟಿ ಬೀದಿಯ ಕಡೆ ಹೊರಳಿತು. ಪ್ರಭಾಕರ್ ಇಳಿದು ಒಳಗೆ ಬರುತ್ತಿದ್ದ.

"ಸಾರಿ ಮೇಡಂ" ಎಂದ ತುಂಟತನದಿಂದ.

"ಸಾಕು ಸುಮ್ಮನಿರಿ, ಹೇಳಿದ ವೇಳೆಗೆ ಎಂದು ಬಂದಿದ್ದೀರಿ?" ಎಂದು ನಸುಮುನಿಸು ತೋರಿಸಿದಳು ಶೋಭ.

ಹೊರಗೆ ಬಂದ ಶಾಂತ ನಗುತ್ತ ಪ್ರಭಾಕರನ ಕಡೆ ತಿರುಗಿ "ಅವಳು ನಿಮ್ಮ ಮುಂದೆ ಸುಳ್ಳು ಕೋಪ ಪ್ರಕಟಿಸುತ್ತಾಳೆ ಅಷ್ಟೆ. ನಿಮ್ಮ ಆದರ್ಶ, ಸೇವಾದೃಷ್ಟಿಯನ್ನು ಹಿಂದೆ ಹೊಗಳಿಕೊಳ್ಳುತ್ತಾಳೆ" ಎಂದಳು.

"ಸಾಕು ಸುಮ್ಮನಿರೆ, ನಾನೇನು ಅವನರ್ರು ಹೊಗಳುವುದಿಲ್ಲ. ನಾನು ಹೊಗಳುವುದಕ್ಕೆ ಷುರು ಮಾಡಿಬಿಟ್ಟರೆ ಅವರು ಹಗಲು ರಾತ್ರಿ ನರ್ಸಿಂಗ್ ಹೋಂನಲ್ಲೆ ಇದ್ದು ಬಿಡುತ್ತಾರೆ."

ಕೃಷ್ಣಸ್ವಾಮಿಗಳು ಹೊರಗೆ ಎದ್ದು ಬಂದಾಗ ಎಲ್ಲರ ಮಾತುಗಳೂ ತಣ್ಣಗಾದವು.

* * *

ಹುಟ್ಟುಹಬ್ಬದಂದು ಶೋಭ ಮಗಳಿಗೆ ಎಣ್ಣೆ ಒತ್ತಿ ನೀರು ಹಾಕಿದಳು. ಬೇಗನೇ ಬರುತ್ತೀನಿ ಎಂದು ಹೇಳಿದ್ದ ಶಾಂತ ಬರದಿದ್ದಾಗ ಅವಳಿಗೆ ಸಿಟ್ಟು ಬಂತು. ಯಾರೂ ಇಲ್ಲದಿದ್ದಾಗ ಹುಟ್ಟಿದ ಹಬ್ಬ ಆಚರಿಸಲು ಅವಳಿಗೆ ಇಷ್ಟವೇ ಇರಲಿಲ್ಲ. ಗಂಡನ ಬಲವಂತಕ್ಕೆ ಸಮ್ಮತಿ ಸೂಚಿಸಿದಳು.

ಇದ್ದಕ್ಕಿದ್ದಂತೆ ಆಗಮಿಸಿದ ಮಧು ಕಾರಿನಲ್ಲಿದ್ದ ಹಣ್ಣು, ತರಕಾರಿ ಬುಟ್ಟಿಗಳನ್ನು ಒಳಗಿಡಿಸುತ್ತಿದ್ದ.

"ಈಗ ಬರುವುದಕ್ಕೇ ಆಗೋದಿಲ್ಲ ಅಂತ ಬರೆದಿದ್ದೆಯಲ್ಲ!?" ಎಂದು ಆಶ್ಚರ್ಯ ವ್ಯಕ್ತಪಡಿಸಿದಳು ಶೋಭ.

"ಬರಬೇಕು ಅನ್ನಿಸ್ತು, ಬಂದುಬಿಟ್ಟೆ. ಮೊದಲು ಸ್ನಾನ ಮಾಡಬೇಕು" ಎಂದು ಹೇಳಿ ಉಡುಪು ಬದಲಾಯಿಸಿ ಬಾತ್‌ರೂಂ ಕಡೆ ನಡೆದ.

ಪ್ರೀತಿಯ ಅಣ್ಣ ಬಂದಿದ್ದು ಶೋಭಳ ಮನಸ್ಸಿಗೆ ಬಹಳ ಸಂತೋಷವಾಗಿತ್ತು. ಆದರೆ ಶಾಂತ ಮಧೂ ಇಲ್ಲಿ ಸಂಧಿಸಿದರೆ...?

ಅಷ್ಟರಲ್ಲಿ ಪ್ರಭಾಕರ ಬಂದಿದ್ದರಿಂದ ಅವಳಿಗೆ ಯೋಚಿಸುವುದಕ್ಕೆ ಅವಕಾಶವೇ ಸಿಕ್ಕಲಿಲ್ಲ.

"ಶೋಭ, ಶಾಂತ ಬರಲಿಲ್ಲವೇ?"

ಈ ಮಾತು ಕೇಳಿ ಕೋಣೆಯಲ್ಲಿ ತಲೆ ಬಾಚುತ್ತಿದ್ದ ಮಧುಕರನ ಕಿವಿ ನೆಟ್ಟಗಾಯಿತು. ಅವನ ಹೃದಯ ಹರ್ಷದಿಂದ ಹೊಯ್ದಾಡಿತು. ಸಿಳ್ಳೆ ಹಾಕುತ್ತಲೇ ಹೊರಗೆ ಬಂದ.

ಪ್ರಭಾಕರ, ಮಧುವಿನೊಡನೆ ಮಾತನಾಡಿ ಊಟದ ಹೊತ್ತಿಗೆ ಬರುತ್ತೀನಿ ಎಂದು ಹೇಳಿ ಆತುರಾತುರವಾಗಿ ಹೊರ ನಡೆದ.

ಆಟವಾಡುತ್ತಿದ್ದ ನಳಿನಿಯ ಕುತ್ತಿಗೆಗೆ ಮಧು ತಾನು ತಂದಿದ್ದ ನೆಕ್‌ಲೇಸ್ ಹಾಕಿ ಮುತ್ತಿಟ್ಟ.

"ಮಧು, ನೀನಿಷ್ಟು ಧಾರಾಳವಾದರೆ ಕಷ್ಟ. ನಾಳೆ ನಿನಗೆ ಮಕ್ಕಳು, ಮರಿಯಾದರೆ ಏನು ಗತಿ? ಅದೂ ಅಲ್ಲದೆ ನೀನಾ ನಿನ್ನ ಅತಿ ಧಾರಾಳತನಕ್ಕೆ ಬೇಸರಿಸಬಹುದು."

"ಸಾಕು ಸುಮ್ಮನಿರು" ಎಂದ ಮಧು ಚುಟುಕಾಗಿ.

* * *

ಗಡದ್ದಾಗಿ ತಿಂಡಿ ತಿಂದು ಮಹಡಿಯ ಮೇಲೆ ಹತ್ತಿ ಬೀದಿಯಲ್ಲಿ ಓಡಾಡುತ್ತಿದ್ದ ಜನ, ರಿಕ್ಷಾ, ಕಾರುಗಳನ್ನು ನೋಡುತ್ತಾ ನಿಂತ.

ಮನೆ ಮುಂದೆ ಆಟೋ ನಿಂತಾಗ ಸಹಜವಾಗಿ ಅವನ ದೃಷ್ಟಿ ಅದರ ಕಡೆ ಹರಿಯಿತು.

ಮೊದಲು ಇಳಿದ ಪುಟ್ಟ ಹುಡುಗ ದೀಪಕ್ ಎಂದು ಗುರ್ತಿಸಿದ. ಅಂತಹ ಮಗುವನ್ನು ಪಡೆದ ಅದೃಷ್ಟಶಾಲಿ ತಾಯಿ ಯಾರು ಎನ್ನುವಂತೆ ನೆಟ್ಟ ನೋಟದಿಂದ ಅದರಿಂದ ಇಳಿದ ಯುವತಿಯನ್ನು ನೋಡಿದ.

ಇಷ್ಟು ದಿನಗಳ ಅವನ ಸಂದೇಹ ಪರಿಹಾರವಾಯಿತು.

'ಶಾಂತ ಮದುವೆಯಾಗಲೇ ಇಲ್ಲ ಎಂದು ಶೋಭ ಹೇಳಿದಳಲ್ಲ? ದೀಪಕ್ ಯಾರ ಮಗನೋ ಆಗಿರಬಹುದೇ... ಅಥವಾ...' ಯಾವುದೋ ನೆನಪಿನಿಂದ ಅವನ ಮೈ ಜುಮ್ಮೆಂದಿತು.

ಒಳಗೆ ಬಂದ ಶಾಂತಳ ಮಾತು ಅವನಿಗೆ ಕೇಳಿಸುತ್ತಿತ್ತು.

"ಶೋಭ, ಕೋಪ ಮಾಡಿಕೊಳ್ಳಬೇಡ. ಅಣ್ಣನಿಗೆ ರಾತ್ರಿಯಿಂದ ಜ್ವರ. ಅವರನ್ನು ಬಿಟ್ಟು ಬರುವುದಕ್ಕೇ ಆಗಲಿಲ್ಲ. ಬೆಳಿಗ್ಗೆ ಬಂದು ಡಾಕ್ಟರನ್ನು ಕರೆದುಕೊಂಡ..."

ಅವಳ ಮಾತು ಪೂರೈಸುವುದಕ್ಕೆ ಮೊದಲೇ ಶೋಭ ಮಾತಾಡಿದಳು.

"ಬೆಳಿಗ್ಗೇನೇ ಯಾರ ಕೈಲಾದರೂ ಹೇಳಿಕಳುಹಿಸಬಹುದಾಗಿತ್ತು."

ಇನ್ನೇನು ಮಾತಾಡಿದರೋ ಅವನ ಕಿವಿಗೆ ಬೀಳಲಿಲ್ಲ. ಶಾಂತ ಹೊರಟ ಎಷ್ಟೋ ಹೊತ್ತಿನ ಮೇಲೆ ಕೆಳಗಿಳಿದು ಬಂದ.

ದೀಪಕ್, ನಳಿನಿಯ ಜೊತೆ ಆಟದಲ್ಲಿ ಮಗ್ನನಾಗಿದ್ದ.

ಮಧುವನ್ನು ಕಂಡ ಕೂಡಲೇ ದೀಪಕ್ 'ಅಂಕಲ್' ಎಂದು ಓಡಿ ಬಂದ.

ದೀಪಕನ ಸ್ಪರ್ಶದಲ್ಲಿ ಅವನಿಗೆ ಜಗತ್ತನ್ನೇ ಗೆದ್ದ ಆನಂದವಿತ್ತು. ಹುಚ್ಚನಂತೆ ಎತ್ತಿ ಮುದ್ದಾಡಿದ.

ಶೋಭ ಅವನ ಅತಿರೇಕವನ್ನು ನೋಡಿ ಅಚ್ಚರಿಗೊಂಡಳು.

'ದೀಪಕ್ ಶಾಂತಳ ಮಗ ಎನ್ನುವುದು ಇವನಿಗೆ ಗೊತ್ತಾಗಿದೆ. ಅದೂ ಅಲ್ಲದೆ ಅವನು ತನ್ನ ಮಗನೆಂದು ಊಹಿಸಿಕೊಂಡಿದ್ದಾನೋ ಏನೋ; ಅದಕ್ಕೇ ಈ ಭಾವಪರವಶತೆ. ತನ್ನ ಪ್ರೀತಿಯ ತಂಗಿಯ ಮಗು ನಳಿನಿ ಎದುರಿಗಿದ್ದರೂ ಅವನಿಗೆ ಅವಳ ಅರಿವೇ ಇಲ್ಲ.'

ಶೋಭಳಿಗೆ ಒಂದು ಕ್ಷಣ ಅಸೂಯೆ ಮೂಡಿತು. ಮರುಕ್ಷಣವೇ ಅವಳ ವಿವೇಕ ಬುದ್ಧಿ ಹೇಳಿತು.

'ತಂದೆ-ತಾಯಿ ತಮ್ಮ ಮಕ್ಕಳನ್ನು ಪ್ರೀತಿಸುವುದು ಜಗತ್ತಿನ ನಿಯಮ, ಅದಕ್ಕೆ ಇವನು ಹೊರತಲ್ಲ.'

ಅಷ್ಟರಲ್ಲಿ ಪ್ರಭಾಕರ ಬಂದು ಮಡದಿಯ ಯೋಚನೆಗೆ, ಮಧುವಿನ ಹರ್ಷಾತಿರೇಕಕ್ಕೆ ತಡೆ ಹಾಕಿದ.

ಕೃಷ್ಣಸ್ವಾಮಿಗಳಿಗೆ ಸ್ವಲ್ಪ ಜ್ವರ ಇದೆ ಅಷ್ಟೆ. ಆ ಹುಡುಗಿ ಸುಮ್ಮನೆ ಗಾಬರಿಯಾಗಿದ್ದಾಳೆ. ಸಂಜೆ ಸಾಧ್ಯವಾದರೆ ಆರತಿ ವೇಳೆಗೆ ಬರುತ್ತೀನಿ ಅಂದಳು ಎಂದು ಮಡದಿಗೆ ಹೇಳಿ ಉಡುಪು ಬದಲಾಯಿಸಲು ಹೊರಟ.

ಮಾರನೆಯ ದಿನ ನಡೆಯಬೇಕಾಗಿದ್ದ ಪಾರ್ಟಿಯ ಸಿದ್ಧತೆಯ ವಿಷಯವಾಗಿ ಮಾತನಾಡುತ್ತಾ ಮೂವರೂ ಊಟ ಮುಗಿಸಿದರು.

ನಳಿನಿ ತಂದೆಯ ಮಡಿಲೇರಿದಳು. ಮಧುವಿನ ಮನ ನೋವಿನಿಂದ ಹಿಂಡಿತು. ನಿದ್ದೆಗಾಗಿ ಕಾತರಿಸುತ್ತಿದ್ದ ದೀಪಕನನ್ನು ಎತ್ತಿಕೊಂಡು ತನ್ನ ಕೋಣೆಗೆ ಒಯ್ದು. ಅವನನ್ನು ತನ್ನ ಹಾಸಿಗೆಯ ಮೇಲೆ ಮಲಗಿಸಿ ಪಕ್ಕದಲ್ಲಿ ಕುಳಿತು ನೆಟ್ಟ ನೋಟದಿಂದ ನೋಡತೊಡಗಿದ.

ಮುದ್ದಾದ ಗಲ್ಲ, ಎಳಸು ಮೂಗು, ಪುಟ್ಟ ಬಾಯಿ, ಆಕರ್ಷಕವಾದ ಕಣ್ಣುಗಳು, ಗುಂಗುರು ಕೂದಲು ಅವನ ಮುಖಕ್ಕೆ ವಿಶೇಷ ಕಳೆಯನ್ನು ಕೊಟ್ಟಿತ್ತು.

ಸೆಖೆಯಿಂದ ದೀಪಕ್‌ನ ಮುಖ, ಮೈ ಬೆವರತೊಡಗಿತು.

ಮಧು ಫ್ಯಾನ್ ಸ್ವಿಚ್ ಅದುಮಿ ದೀಪಕನ ಷರಟಿನ ಗುಂಡಿ ಬಿಚ್ಚಿದ.

ಅವನ ಕೈ ಅಷ್ಟಕ್ಕೇ ನಿಂತಿತು. ತನ್ನ ಎದೆಯ ಮೇಲಿರುವ ಕಪ್ಪು ಮಚ್ಚೆ ದೀಪಕನ ಎದೆಯ ಮೇಲೆ. ಅವನಲ್ಲಿದ್ದ ಅಲ್ಪಸ್ವಲ್ಪ ಸಂಶಯವೂ ನಿವಾರಣೆಯಾಯಿತು.

* * *

ಪ್ರಭಾಕರ, ಶೋಭ ಬಂದು ಮಧುವಿನ ಕೋಣೆಯಲ್ಲಿ ಇಣುಕಿದರು.

ಮಧು ಪ್ರೀತಿಯಿಂದ ದೀಪಕನ ತಲೆ ಸವರುತ್ತಿದ್ದ. ಜಗತ್ತಿನಲ್ಲಿರುವ ಪ್ರೀತಿಯನ್ನೆಲ್ಲ ತನ್ನ ಕಂಗಳಲ್ಲಿ ತುಂಬಿಕೊಂಡಿದ್ದ.

ಮುಂದಾಲೋಚನೆ ಇಲ್ಲದ ಪ್ರಭಾಕರನ ಹೃದಯ ಆ ದೃಶ್ಯವನ್ನು ನೋಡಿ ಸಂತೋಷಪಟ್ಟಿತು.

ಪ್ರಭಾಕರ, ಶೋಭ ಹಿಂದಿರುಗಿ ತಮ್ಮ ಕೋಣೆಗೆ ಬಂದರು.

"ಮಧುಗೆ ದೀಪಕ್ ತನ್ನ ಮಗ ಅಂತ ಗೊತ್ತಾಗಿರಬೇಕು" ಎಂದು ಆತಂಕದಿಂದಲೇ ನುಡಿದಳು ಶೋಭ.

"ಎಂದಿದ್ದರೂ ತಂದೆ, ಮಕ್ಕಳು ಒಂದಾಗಲೇಬೇಕಾಗಿತ್ತು. ಇಷ್ಟು ಬೇಗ ದೇವರು ದೀಪಕನಿಗೆ ತಂದೆಯ ಪ್ರೀತಿಯನ್ನು ಕರುಣಿಸಿದನಲ್ಲ ಅದಕ್ಕೇ ಸಂತೋಷಪಡಬೇಕು."

"ಅದಕ್ಕೇ ಗಂಡಸರಿಗೆ ಮುಂದಾಲೋಚನೆ ಕಮ್ಮಿ ಎನ್ನುವುದು. ಮಧುಗೆ ವಿಷಯ ಗೊತ್ತಾಗದಿದ್ದರೇ ಚೆನ್ನಾಗಿತ್ತು. ಶಾಂತಳ ಇಷ್ಟವು ಇದೇ ಆಗಿತ್ತು. ಅವನಿಗೆ ನಿಶ್ಚಯವಾದ ಮದುವೆಯ ಗತಿಯೇನು? ನೀನಾಳ ತಾಯಿ, ತಂದೆ ಏನೆಂದುಕೊಳ್ಳುತ್ತಾರೆ? ಸಮಾಜದಲ್ಲಿ ಶಾಂತಳ ಸ್ಥಾನಮಾನ ಏನಾಗುತ್ತೆ?"

ಮಡದಿಯ ಮಾತುಗಳು ಪ್ರಭಾಕರನಿಗೆ ಹಿಡಿಸಲಿಲ್ಲ.

ಅವನು ತಾನಾಗಿ ತನ್ನ ಮಗೂನ ಗುರ್ತಿಸಿರುವಾಗ ಇವಳೇಕೆ ಇಷ್ಟೊಂದು ಆತಂಕಪಡುತ್ತಾಳೆ? ಇದರಿಂದ ಶಾಂತಳಿಗೆ ಒಳ್ಳೆಯ ದಿನಗಳು ಬರಬಹುದು.

ಮನಸ್ಸಿಗೆ ಬಂದ ಮಾತುಗಳನ್ನು ಮಡದಿಯ ಮುಂದೆ ಆಡಲಾರದೆ,

"ನಾವೆಷ್ಟೇ ಸಂಬಂಧಿಕರಾದರೂ, ಅವನ ವಿಷಯದಲ್ಲಿ ತಲೆಹಾಕುವುದು ಸರಿಯಲ್ಲ. ಮುಂದೆ ಏನು ನಡೆಯುತ್ತೋ ಕಾದು ನೋಡು" ಎಂದು ಹೇಳಿ ಅವಳ ಉತ್ತರಕ್ಕೂ ಕಾಯದೆ ಉಡುಪು ಧರಿಸಿ ಹೊರಗೆ ಬಂದ.

ಮಧುವನ್ನು ಮಾತನಾಡಿಸಿ ಹೋಗಬೇಕೆಂಬ ಹಂಬಲವಿದ್ದರೂ, ಅದನ್ನು ಬದಿಗೊತ್ತಿ ಮೊನ್ನೆ ತಾನೇ ಕೊಂಡ ಸ್ಕೂಟರ್ ಹತ್ತಿದ.

ಶಾಂತಳ ಮನೆಯ ಮುಂದೆ ಸ್ಕೂಟರ್ ನಿಂತಾಗ ಅವಳು ಮಂದಹಾಸದಿಂದಲೇ ಸ್ವಾಗತಿಸಿದಳು.

ಕೃಷ್ಣಸ್ವಾಮಿಗಳನ್ನು ಪರೀಕ್ಷಿಸಿದ ಪ್ರಭಾಕರ ಅವರಿಗೆ ಕೊಡಬೇಕದ ಆಹಾರ, ಔಷಧಿಗಳ ವಿವರ ತಿಳಿಸಿ ಹೊರಗೆ ಬಂದ.

ಅವನ ಹಿಂದೆಯೇ ಬಂದ ಶಾಂತ ಕೇಳಿದಳು. "ದೀಪಕ್ ಏನು ಮಾಡುತ್ತಿದ್ದಾನೆ? ಅವನು ಅಸಾಧ್ಯ ತುಂಟ."

"ಅವನು ಆರಾಮವಾಗಿ ನಿದ್ದೆ ಮಾಡುತ್ತ ಇದ್ದಾನೆ. ಎಷ್ಟೇ ಚೇಷ್ಟೆ ಮಾಡಲಿ, ಅಳಿಯ ಅಲ್ಲವೆ?" ಎಂದ ಪ್ರಭಾಕರ ಮುಗುಳುನಗುತ್ತ.

ನಿರಾಡಂಬರವಾಗಿ ಯಾವೊಂದು ಅಹಂಕಾರವೂ ಇಲ್ಲದ ಶಾಂತ ಅವನ ಕಣ್ಣಿಗೆ ಅತ್ಯಂತ ರೂಪಸಿಯಾಗಿ ಕಂಡಳು.

"ಇಂಥ ಅಂದವಾದ ಹೂ ಯಾವ ಸಾರ್ಥಕತೆಯೂ ಇಲ್ಲದೆ ಬಾಡಿಹೋಗಬೇಕೆ? ಆದಷ್ಟು ಬೇಗ ಮಧು, ಶಾಂತ ಒಂದುಗೂಡಿದರೆ..."

ಯೋಚನೆಯ ನಡುವೆಯೇ ಪ್ರಭಾಕರನ ಸ್ಕೂಟರ್ ನರ್ಸಿಂಗ್ ಹೋಂ ಕಡೆ ಧಾವಿಸಿತು.

* * *

ಶಾಂತ ಶೋಭಳ ಮನೆ ತಲುಪುವ ವೇಳೆಗೆ ಮುತ್ತೈದೆಯರೆಲ್ಲ ನೆರೆದಿದ್ದರು. ದೀಪಕ್ ಓಡಿ ಬಂದು ತಾಯಿಯ ಸೆರಗಿಡಿದ.

ಅವನು ವಿಶೇಷವಾದ ಉಡುಪಿನಿಂದ ಅಲಂಕೃತನಾಗಿದ್ದ. ಶೋಭಳಿಗೆ ತನ್ನ ಮಗನ ಮೇಲಿದ್ದ ಪ್ರೀತಿಯನ್ನು ಕಂಡು ಹಿಗ್ಗಿದಳು. ಆದರೆ ಅದನ್ನು ಮಧು ಸಂಜೆ ಕೊಂಡು ತಂದಿದ್ದನೆಂದು ಅವಳಿಗೆ ತಿಳಿದಿರಲಿಲ್ಲ.

ತಮ್ಮ ಮಗಳ ಮೇಡಮ್ ಎಂದು ತಿಳಿದಿದ್ದ ಗಾಯತ್ರಿಯ ತಾಯಿ ಬಲವಂತದಿಂದ ಶಾಂತಳನ್ನು ತಮ್ಮ ಬಳಿಯಲ್ಲೇ ಕುಳ್ಳಿರಿಸಿಕೊಂಡರು.

ಅವರ ದೃಷ್ಟಿ ದೀಪಕನ ಕಡೆ ಹೊರಳಿತು. ಅವನಲ್ಲಿ ತಾಯಿಯ ಹೋಲಿಕೆ ಸ್ವಲ್ಪವಾದರೂ ಇಲ್ಲದಿದ್ದುದನ್ನು ಗಮನಿಸಿದ ಅವರು ಮನಸ್ಸಿನಲ್ಲಿದ್ದ ಮಾತನ್ನು ಶಾಂತಳ ಮುಂದೆ ಆಡಿಯೇಬಿಟ್ಟರು.

"ನಿಮ್ಮ ಹೋಲಿಕೆ ಇವನಲ್ಲಿ ಸ್ವಲ್ಪವೂ ಇಲ್ಲ. ಇವನೆಲ್ಲ ಅವರ ತಂದೆಯ ಹಾಗೆ ಅಂತ ಕಾಣಿಸುತ್ತೆ."

ಶಾಂತ ಹೌದು ಎನ್ನುವಂತೆ ತಲೆಯಾಡಿಸಿದಳು.

ಅವರು ಪ್ರೀತಿಯಿಂದ ದೀಪಕನನ್ನು ಕರೆದು ತೊಡೆಯ ಮೇಲೆ ಕೂಡಿಸಿಕೊಂಡು ಕೇಳಿದರು. "ನಿಮ್ಮ ಡ್ಯಾಡಿ ಹೆಸರೇನಪ್ಪ?"

ದೀಪಕ್ ತಬ್ಬಿಬ್ಬಾಗಿ ತಾಯಿಯ ಕಡೆ ನೋಡಿದ.

ಶಾಂತಳ ಮನೆ ಬೀದಿಯಲ್ಲೇ ವಾಸವಾಗಿದ್ದ ಪಾರ್ವತಮ್ಮ ಆ ಪ್ರಶ್ನೆಗೆ ಉತ್ತರಿಸಿದರು.

"ಅಯ್ಯೋ ಪಾಪ. ಅವನು ಇನ್ನೂ ತಂದೆಯನ್ನೇ ನೋಡಿಲ್ಲ. ಶಾಂತಮ್ಮ ಬಸುರಿಯಾಗಿದ್ದಾಗಲೇ ಅವರ ಗಂಡ ಫಾರಿನ್‌ಗೆ ಹೋದರಂತೆ. ಇನ್ನೂ ಬಂದಿಲ್ಲ ಎಂದು ಬರುತ್ತಾರೋ ಏನೋ?"

ತಮ್ಮ ಅಳಿಯ ಉನ್ನತ ಶಿಕ್ಷಣಕ್ಕಾಗಿ ಹೋಗಿ ಅಲ್ಲೇ ಬೇರೆ ಮದುವೆಯಾಗಿ ನೆಲೆಸಿದ್ದನ್ನು ನೆನೆನಸಿಕೊಂಡ ಅಮಲ್ದಾರರ ಹೆಂಡತಿ ತಮ್ಮ ದುಃಖವನ್ನು ತೋಡಿಕೊಂಡರು.

"ಹೆಚ್ಚಿನ ವಿದ್ಯಾಭ್ಯಾಸ ಅನ್ನೋ ನೆವದಲ್ಲಿ ಅಲ್ಲಿಗೆ ಹೋಗುತ್ತಾರೆ. ಆ ಬಿಳಿತೊಗಲಿನ ಹೆಣ್ಣುಗಳಿಗೆ ಸೋತು ಅಲ್ಲೇ ಉಳಿದುಬಿಡುತ್ತಾರೆ. ಇಲ್ಲಿ ಕೈ ಹಿಡಿದ ಹೆಂಡತಿ ಕಣ್ಣೀರಿನಲ್ಲಿ ಕೈ ತೊಳೆಯಬೇಕು. ಅಲ್ಲಿಗೆ ಹೋದವರ ಹಣೆಬರಹವೆಲ್ಲ ಅಷ್ಟೆ. ನನ್ನ ಮಗಳು, ಅಳಿಯ ಎಷ್ಟು

ಪ್ರೀತಿಯಿಂದ ಇದ್ದರು. ಇಲ್ಲಿರೋವರೆಗೆ ಹೆಂಡತಿ ಅಂದರೆ ಪ್ರಾಣ ಬಿಡುತ್ತಿದ್ದ. ಅಮೇರಿಕಗೆ ಹೋಗಿ ಏಳು ವರ್ಷ ಆಯಿತು. ಹೋದ ಹೊಸದರಲ್ಲಿ ಪತ್ರ ಬರೆಯುತ್ತಿದ್ದ. ಅವನ ವಿಷಯ ತಿಳಿಯದೆ ಐದು ವರ್ಷ ಆಯಿತು. ಮೊನ್ನೆ ಯಾರೋ ಅಲ್ಲಿಂದ ಬಂದವರು ಹೇಳಿದರು. ಮದುವೆಯಾಗಿ ಮಗುವೊಂದಿದೆ ಅಂತ. ನಮ್ಮ ಹುಡುಗಿ ಅದೇ ಕೊರಗು ಹಚ್ಚಿಕೊಂಡು ಕೊರಗುತ್ತಿದ್ದಾಳೆ."

ಡ್ರಾಯಿಂಗ್ ರೂಂನಲ್ಲಿ ಕುಳಿತ ಪ್ರಭಾಕರ-ಮಧುಕರರಿಗೆ ಇವರ ಮಾತುಗಳು ಸ್ಪಷ್ಟವಾಗಿ ಕೇಳಿಸಿದ್ದವು.

ಸುಮ್ಮನೆ ಕುಳಿತ ಶಾಂತಳನ್ನು ಶೋಭಳೇ ಬಂದು ಎಬ್ಬಿಸಿದಳು.

"ನೀನು ಹಾಯಾಗಿ ಕೂತು ಬಿಟ್ಟಿದ್ದೀಯಲ್ಲ? ಏಳು."

ಅವರ ಮಾತುಗಳಿಂದ ಬಿಡುಗಡೆ ತಂದ ಶೋಭಳಿಗೆ ಮನದಲ್ಲೇ ವಂದಿಸುತ್ತ ಶಾಂತ ಮೇಲಕ್ಕೆದ್ದಳು.

ಮನೆಗೆ ಬರುವವರೆಗೂ ತನ್ನ ಕುತೂಹಲವನ್ನು ತಡೆದಿಟ್ಟಿದ್ದ ದೀಪಕ್ ತಾಯಿಯನ್ನು ಪ್ರಶ್ನಿಸಿದ.

"ಮಮ್ಮಿ ಡ್ಯಾಡಿ ಎಲ್ಲಿ?"

ಮೊದಲೇ ನೊಂದಿದ್ದ ಶಾಂತಳ ಹೃದಯ ಮತ್ತಷ್ಟು ನೊಂದಿತು. ಮಗನ ಪ್ರಶ್ನೆಗೆ ಏನು ಹೇಳಬೇಕೆಂಬುದು ಅವಳಿಗೆ ತೋರಲಿಲ್ಲ.

"ನೀನು ಮಲಕ್ಕೋ, ಬೆಳಿಗ್ಗೆ ಹೇಳ್ತೀನಿ" ಎಂದು ಮಗನನ್ನು ಪುಸಲಾಯಿಸಿ ಮಲಗಿಸಿದಳು.

ಮಲಗಿದ ದೀಪಕ್ ತನ್ನ ಪುಟ್ಟ ಕೈಗಳಿಂದ ತಾಯಿಯ ಕೊರಳನ್ನು ಬಳಸಿ ಮತ್ತೆ ಹಳೇ ರಾಗ ಹಾಡಿದ.

"ಮಮ್ಮಿ ಡ್ಯಾಡಿ ಎಲ್ಲಿ?"

ಎಲ್ಲರಿಗೂ ಹೇಳಿದ ಹಾಗೆ ಮಗನಿಗೂ ಸುಳ್ಳು ಹೇಳಿ ನಂಬಿಸಿದಳು.

"ಡ್ಯಾಡಿ ಹೆಸರೇನು?"

ಬೆಚ್ಚಿಬಿದ್ದ ಶಾಂತ ಏನೂ ಹೇಳದಾದಳು. ಮಗನಿಗೆ ಸುಳ್ಳು ಹೆಸರನ್ನು ಹೇಳಲು ಅವಳ ಮನ ಒಪ್ಪಲಿಲ್ಲ.

"ನಿಮ್ಮ ಡ್ಯಾಡಿ ಹೆಸರು ಮಧುಕರ ಅಂತ."

ಹರ್ಷದಿಂದ ಚಪ್ಪಾಳೆ ತಟ್ಟಿದ ದೀಪಕ್.

ಇನ್ನೇನಾದರೂ ಕೇಳಬಹುದು ಎಂಬ ಭಯದಿಂದ ಮಗನಿಗೆ ಕತೆ ಹೇಳಿ ನಿದ್ದೆ ಮಾಡಿಸಿದಳು.

ದೀಪಕನು ದೊಡ್ಡವನಾದ ಮೇಲೆ ಅವನು ಎದುರಿಸಬಹುದಾದ ಹತ್ತಾರು ಸಮಸ್ಯೆಗಳು ಅವಳ ಮುಂದೆ ನಿಂತವು.

ಮಗುವಿನ ತಾಯಿಯಷ್ಟೇ ತಂದೆಯ ಅವಶ್ಯಕತೆಯೂ ಇದೆ. ನಾಳೆ ದೊಡ್ಡವನಾದರೆ

ಸುಳ್ಳನ್ನು ನಂಬುತ್ತಾನೆಯೇ? ನಿಜಸ್ಥಿತಿ ತಿಳಿಸಿದರೆ...? ಅವಳ ಮನಸ್ಸು ಎಂದಿಗೂ ಮಗನಿಗೆ ನಿಜಸ್ಥಿತಿ ತಿಳಿಸಲು ಒಡಂಬಡಲಿಲ್ಲ.

ಮಾಲಿನಿ ಎಷ್ಟೋ ಪ್ರೀತಿಯಿಂದ ದೀಪಕನನ್ನು ನೋಡಿಕೊಳ್ಳುತ್ತಾಳೆ. ಅವಳಿಗೇ ಕೊಟ್ಟುಬಿಟ್ಟರೇ... ಅವನಿಗೆ ತಾಯಿ, ತಂದೆಯರಿಬ್ಬರ ಪ್ರೀತಿಯೂ ಸಿಕ್ಕಿದಂತಾಗುತ್ತದೆ. ಅವನ ಭವಿಷ್ಯಕ್ಕೆ ಯಾವ ವಿಧವಾದ ಆತಂಕವೂ ಇರುವುದಿಲ್ಲ.

ತನ್ನ ಹೃದಯದಲ್ಲಿ ಎದ್ದ ದುಃಖದ ತೆರೆಯನ್ನು ಅಡಗಿಸಲಾರದೇ ಬಿಕ್ಕಿ ಬಿಕ್ಕಿ ಅತ್ತಳು.

ತಂದೆಯ ಧ್ವನಿ ಕೇಳಿ ಮೇಲಕ್ಕೆದ್ದ ಶಾಂತ ಕಣ್ಣು ಒರೆಸಿಕೊಂಡು ತಂದೆಯ ಕೋಣೆಗೆ ಬಂದಳು.

ಜ್ವರ ಬಿಟ್ಟು ಅವರ ಮೈ ಬೆವೆತಿತ್ತು. ಮಗಳ ಧ್ವನಿಯಿಂದಲೇ ಅವಳು ಇಷ್ಟು ಹೊತ್ತೂ ಅತ್ತಿದ್ದಾಳೆ ಎಂದು ಅರಿತ ಕೃಷ್ಣಸ್ವಾಮಿಗಳು ವೇದನೆಪಟ್ಟರು.

ತಂದೆಗೆ ಗ್ಲೂಕೋಸ್ ನೀರು ಕೊಟ್ಟು, ಬೆವರಿನಿಂದ ತೊಯ್ದ ಅವರ ಮುಖವನ್ನು ಒರೆಸಿದ ಶಾಂತ ಹೊರಗೆ ಬಂದಳು.

ಕೃಷ್ಣಸ್ವಾಮಿಗಳ ಕಣ್ಣಂಚಿನಲ್ಲಿ ನೀರು ಮೂಡಿತು. ಈಗ ಅಳುವ ಸರದಿ ಅವರದಾಗಿತ್ತು.

* * *

ರಾತ್ರಿ ಬಂದ ಯೋಚನೆ ಬೆಳಿಗ್ಗೆ ಅವಳಿಂದ ಹಾರಿಹೋಯಿತು. ದೀಪಕನನ್ನು ಬೇರೆಯವರಿಗೆ ಕೊಡುವುದಿರಲಿ, ಅದನ್ನು ಊಹಿಸಿಕೊಳ್ಳುವುದೇ ಅವಳಿಗೆ ಕಷ್ಟವಾಯಿತು.

ಪರೀಕ್ಷೆಯ ಸಮಯವಾದುದರಿಂದ ಶಾಲೆಗೆ ಅವಳು ರಜಾ ಚೀಟಿ ಕಳುಹಿಸುವ ಹಾಗಿರಲಿಲ್ಲ. ಕೃಷ್ಣಸ್ವಾಮಿಗಳಿಗೆ ಜ್ವರ ಬಿಟ್ಟಿದ್ದರಿಂದ ಆರಾಮವಾಗಿಯೇ ಇದ್ದರು.

ಮಾಲಿನಿಗೆ ಹೇಳಿ ದೀಪಕನನ್ನು ಅವಳ ಮನೆಯಲ್ಲಿ ಬಿಟ್ಟು ಶಾಲೆಯ ಕಡೆ ಹೆಜ್ಜೆ ಹಾಕಿದಳು. ಬಸ್ ಸ್ಟಾಪಿನಲ್ಲಿ ಕ್ಯೂ ಹೆಚ್ಚು ಇದ್ದುದರಿಂದ ನಡೆದೇ ಹೋಗಲು ತೀರ್ಮಾನಿಸಿದಳು.

ನರ್ಸಿಂಗ್ ಹೋಂ ಮುಂದೆಯೇ ಹೋಗಬೇಕಾಗಿದ್ದುದರಿಂದ ಪ್ರಭಾಕರನಿಗೆ ತಂದೆಯ ಆರೋಗ್ಯದ ಬಗ್ಗೆ ತಿಳಿಸಿ ಹೋಗುವುದು ಒಳ್ಳೆಯದೆಂದುಕೊಂಡು ವಾಚಿನ ಕಡೆ ದೃಷ್ಟಿ ಹರಿಸಿದಳು. ಇನ್ನೂ ವೇಳೆ ಇದ್ದುದರಿಂದ ಒಳ ಹೊಕ್ಕಳು. ಲೇಡಿ ಡಾಕ್ಟರ್ ಮುಗುಳುನಕ್ಕು ಮಾತನಾಡಿಸಿದರು.

ಒಳಗಿದ್ದ ಪೇಷೆಂಟ್‌ಗಳನ್ನು ಗಮನಿಸಿ ಹೊರಗೆ ಬಂದ ಪ್ರಭಾಕರ "ನೀನು ಯಾಕೆ ಬರುವುದಕ್ಕೆ ಹೋದೆ ಶಾಂತ? ನಾನೇ ಈಗ ಅಲ್ಲಿಗೆ ಬರುತ್ತಿದ್ದೆ ಹೇಗಿದ್ದಾರೇ ಅಣ್ಣ?" ಎಂದು ಆತ್ಮೀಯವಾಗಿ ಮಾತನಾಡಿಸಿದ.

"ಜ್ವರ ಬಿಟ್ಟಿದೆ..." ಎಂದು ತಡವರಿಸಿದಳು.

ನಾವೆಲ್ಲ ಒಂದೇ ಮನೆಯವರಂತೆ ಇದ್ದರೂ ಈ ಹುಡುಗಿ ನನ್ನ ಬಳಿ ಮಾತನಾಡುವುದಕ್ಕೆ ಸಂಕೋಚಪಡುತ್ತಾಳಲ್ಲ ಎಂದು ಮನದಲ್ಲೇ ಅಂದುಕೊಂಡ ಪ್ರಭಾಕರ್ ಹೇಳಿದ.

"ಶಾಂತ ನಾನು ಮನೆಗೆ ಹೋಗಿ ನೋಡುತ್ತೀನಿ. ನೀನು ಶಾಲೆಗೆ ಹೊರಟ ಹಾಗಿದೆ ಹೋಗಿ ಬಾ."

ಪ್ರಭಾಕರನಿಗೆ ಶಾಂತಳಲ್ಲಿ ತುಂಬಾ ವಾತ್ಸಲ್ಯ. ಅವಳನ್ನು ಬಹುವಚನದಲ್ಲಿ ಕರೆಯುತ್ತಿರಲಿಲ್ಲ. ತನ್ನ ಸ್ವಂತ ತಂಗಿ ಎನ್ನುವಂತೆ ವಿಶ್ವಾಸದಿಂದ ಮಾತನಾಡಿಸುತ್ತಿದ್ದ.

ಶಾಂತಳೊಡನೆ ಪ್ರಭಾಕರ ಕಾಂಪೌಂಡ್ ದಾಟಿ ಗೇಟಿನವರೆಗೂ ಬಂದ. ಸ್ಕೂಟರ್‌ನಿಂದ ಇಳಿದ ಮಧು ಇವರಿಗೆ ಎದುರಾದ.

ಶಾಂತ, ಮಧುಕರನ ನೋಟ ಒಂದು ಕ್ಷಣ ಬೆರೆತಿತು.

ಪ್ರಭಾಕರನಿಗೆ ಏನೋ ಹೇಳಿದ. ಶಾಂತ ವೇಗವಾಗಿ ರಸ್ತೆಗಿಳಿದಳು.

"ಮಧು, ಒಂದು ನಿಮಿಷ, ಆ ಹುಡುಗಿ ನಡೆದೇ ಹೋಗುತ್ತಾಳೆ ಅಂತ ಕಾಣಿಸುತ್ತೆ. ಅವಳನ್ನು ಶಾಲೆಗೆ ತಲುಪಿಸಿ ಬಂದುಬಿಡುತ್ತೀನಿ" ಎಂದು ಹೇಳಿದ ಪ್ರಭಾಕರ್ ಮಧು ತಂದು ನಿಲ್ಲಿಸಿದ ಸ್ಕೂಟರ್ ಹತ್ತಿ ಹೊರಟ.

ಮಧು ಸ್ಕೂಟರ್ ಹೋದ ದಿಕ್ಕನ್ನೇ ನಿರುಕಿಸುತ್ತ ನಿಂತ. ಪ್ರಭಾಕರ ಬಂದು ಎಚ್ಚರಿಸುವವರೆಗೂ ಅಲ್ಲೇ ನಿಂತಿದ್ದ.

"ಮಧು, ಇನ್ನೂ ಇಲ್ಲೇ ನಿಂತಿದ್ದೀಯಾ. ನಡಿ ಒಳಗೆ ಹೋಗೋಣ" ಎಂದು ಪ್ರಭಾಕರ ಅವನ ಮುಖದಲ್ಲಿದ್ದ ಭಾವನೆಗಳನ್ನು ಓದಲು ಪ್ರಯತ್ನಪಟ್ಟ.

ಯಾವುದೋ ನೋವನ್ನು ಅನುಭವಿಸುವಂತೆ ಕಂಡ ಮಧು. ಆದರೆ ಆ ಮುಖದಲ್ಲಿ ಯಾವುದಕ್ಕೂ ಸೋಲದ ಹುಚ್ಚು ಹಠವಿತ್ತು.

"ಪ್ರಭಾಕರ್, ನಾನು ಈಗ ಊರಿಗೆ ಹೋಗ್ತಾ ಇದ್ದೀನಿ. ನಾನು ಏಳುವ ವೇಳೆಗೆ ನೀನು ಮನೆಯಲ್ಲಿರಲಿಲ್ಲ. ಅದಕ್ಕೇ ಹೇಳಿ ಹೋಗೋಣಾಂತ ಬಂದೆ."

ಮಧು ಮಾತು ಮುಗಿಸುವ ಮೊದಲೇ ಪ್ರಭಾಕರ ಅವನ ಕೈ ಹಿಡಿದು ಹೇಳಿದ.

"ಬೇಡ, ಇವತ್ತು ನೀನು ಹೊರಡುವುದಕ್ಕೆ ಸಾಧ್ಯವೇ ಇಲ್ಲ. ನೆನ್ನೆ ಹುಟ್ಟಿದ ಹಬ್ಬವಾದರೂ ಇವತ್ತು ಪಾರ್ಟಿ ಅರೇಂಜ್ ಮಾಡಿದ್ದೀವಿ. ನೀನೇ ಇಲ್ಲದಿದ್ದರೆ ಹೇಗೆ?"

"ಎಸ್ಟೇಟ್‌ನಲ್ಲಿ ಬೇಕಾದಷ್ಟು ಕೆಲಸ ಉಳಿದುಬಿಟ್ಟಿದೆ. ನಾನು ಬರುವ ಪರಿಸ್ಥಿತಿಯಲ್ಲೇ ಇರಲಿಲ್ಲ. ಶೋಭ ನೊಂದುಕೊಳ್ಳುತ್ತಾಳೆ ಅಂತ ಬಂದೆ. ಬಾಂಬೆಯಿಂದ ದೊಡ್ಡಪ್ಪ ಬಂದ ಮೇಲೆ ಎಸ್ಟೇಟ್‌ನ ಜವಾಬ್ದಾರಿ ಅವರಿಗೆ ಒಪ್ಪಿಗೆ ಇಲ್ಲಿಗೆ ಬಂದುಬಿಡುತ್ತೀನಿ. ನೀವು ಹೋಗು ಅನ್ನುವವರೆಗೂ ಹೋಗುವುದಿಲ್ಲ."

ಆತ್ಮೀಯತೆಯಿಂದ ಪ್ರಭಾಕರನ ಭುಜದ ಮೇಲೆ ಕೈ ಹಾಕಿದ ಮಧು ಅವನ ಉತ್ತರಕ್ಕೂ ಕಾಯದೇ ಸ್ಕೂಟರ್ ಏರಿ ಹೊರಟುಬಿಟ್ಟ.

ಮಧುವನ್ನು ನಿಲ್ಲಿಸಿಕೊಳ್ಳಲು ಶೋಭ ಎಷ್ಟೋ ಪ್ರಯತ್ನಪಟ್ಟಳು. ಯಾವ ಮಾತಿಗೂ ಅವನು ಜಗ್ಗದೇ ತನ್ನ ಕಾರು ಏರಿ ಹೊರಟುಬಿಟ್ಟ.

ಅವನ ಹೃದಯದ ತುಂಬೆಲ್ಲ ಶಾಂತ, ದೀಪಕನ ಚಿತ್ರವೇ ಸುಳಿಯುತ್ತಿತ್ತು.

'ತಾನು ದೀಪಕನನ್ನು ನೋಡದಿದ್ದರೇ ಚೆನ್ನಾಗಿತ್ತೇನೋ. ಈಗ ಅವನಿಂದ ಅಗಲಿರುವುದು ಸಾಧ್ಯವಾಗುವುದಿಲ್ಲ. ಅಂದಿನ ಘಟನೆ ಇಷ್ಟೆಲ್ಲಕ್ಕೂ ಪುನರಾವರ್ತನೆಯಾಯಿತಲ್ಲ. ನನ್ನ ತೋಳಲ್ಲಿ ಒರಗಿದ ಶಾಂತ ಇಂದು ನನಗಾಗಿ ಕಾದು ನಿಂತಿರುವ ಹಾಗಿದೆ. ಇವರಿಬ್ಬರನ್ನೂ ಮರೆತು ನೀನಾಳನ್ನು ಮದುವೆಯಾಗಲೇ? ಅದರಿಂದ ತಾನು ಸುಖಿಯಾಗಲಾರೆನೇನೋ?'

ಎಸ್ಟೇಟ್ ಸೇರುವವರೆಗೂ ಯೋಚಿಸಿ ಕಂಗೆಟ್ಟ.

* * *

ಕೃಷ್ಣಸ್ವಾಮಿಗಳ ಆರೋಗ್ಯ ಸುಧಾರಿಸಿದ ಮೇಲೆ ಶಾಂತ ಗೆಳತಿಯ ಮನೆ ಕಡೆ ಹೋಗುವುದನ್ನೇ ಕಡಿಮೆ ಮಾಡಿದಳು. ಎಂದಾದರೂ ತಾನು ಮಧುವಿನ ತೀಕ್ಷ್ಣ ನೋಟ ಎದುರಿಸಬೇಕಾಗಬಹುದು ಎಂದು ಭಯಪಡುತ್ತಿದ್ದಳು.

ದೀಪಕನಂತೂ ಹಠ ಮಾಡಿಯಾದರೂ ತಾತನ ಜೊತೆಯಲ್ಲಿ ಶೋಭಳ ಮನೆಗೆ ಹೋಗುತ್ತಿದ್ದ. ತನ್ನೊಡನೆ ಅಷ್ಟು ಪ್ರೀತಿಯಿಂದ ಇದ್ದ ಅಂಕಲ್ ಕುರಿತು ಕೇಳುತ್ತಿದ್ದ. ಅವನನ್ನು ಎಲ್ಲರ ಆಕರ್ಷಣೆಗಿಂತ ಮಧುವಿನ ಪ್ರೀತಿಯ ಆಕರ್ಷಣೆ ಬಲವಾಗಿ ಸೆಳೆದಿತ್ತು.

ಎಷ್ಟೋ ಸಲ ತಾಯಿಯ ಬಳಿಯಲ್ಲಿ ಸಹ ಅಂಕಲ್ ಬಗ್ಗೆ ಪ್ರಶ್ನಿಸುತ್ತಿದ್ದ.

ದೀಪಕ್ ಮುಖ, ಮೂತಿಗೆಲ್ಲ ಅನ್ನ ಬಳಿದುಕೊಂಡು ಬಂದಾಗ ಶಾಂತಳಿಗೆ ಕೋಪ ಬಂತು.

"ಏನೋ ಇದು? ಮಾಲಿನಿ ಆಂಟೀಗೆ ತುಂಬಾ ತೊಂದರೆ ಕೊಡುತ್ತೀ" ಎಂದು ಮಗನ ಬಟ್ಟೆ ಬದಲಾಯಿಸಿ ಮುಖ ತೊಳೆಸಿದಳು.

ಅವನ ಹಿಂದೆ ಬಂದ ಮಾಲಿನಿ ದೀಪಕನ ಮುಂದೆ ದೂರು ಹೇಳಿದಳು.

"ಅಬ್ಬ ಏನು ಘಟಿಂಗ ಆಗಿಬಿಟ್ಟಿದ್ದಾನೆ. ಸ್ವಲ್ಪ ಊಟ ಮಾಡಿಸೋಣ ಅಂತ ನೋಡಿದರೆ ಈ ವೇಷ ಮಾಡಿಕೊಂಡು ಓಡಿ ಬಂದಿದ್ದಾನೆ."

ಶಾಂತ ಮಗನ ಕಡೆ ನೋಡಿದಳು.

"ಮಮ್ಮಿ, ನಾನು ಆಂಟೀನ ಮಮ್ಮಿ ಅನ್ನೋಲ್ಲ" ಎಂದು ತನ್ನದೇ ಆದ ಭಾಷೆಯಲ್ಲಿ ದೀಪಕ್ ನುಡಿದಾಗ ಶಾಂತಳ ಎದೆಯಲ್ಲಿ ಛಳಕು ಎದ್ದಿತು.

ತನ್ನ ಹೃದಯದ ಆಸೆಯನ್ನು ಬಹು ದಿನದಿಂದ ತೋಡಿಕೊಳ್ಳಬೇಕು ಎಂದುಕೊಂಡಿದ್ದ ಮಾಲಿನಿ ಬಾಯಿಬಿಟ್ಟಳು.

"ಶಾಂತ, ನೀನು ಏನೂ ತಿಳಿದುಕೊಳ್ಳಬೇಡ. ನಿನ್ನ ಚಹರೆ ನೋಡಿದರೆ ದೀಪಕ್ ತಂದೆ ಫಾರಿನ್‌ನಿಂದ ಹಿಂದಿರುಗಿ ಬರುವ ಹಾಗಿಲ್ಲ. ನಿನ್ನ ಹತ್ತಿರ ದೀಪಕ್ ಉಳಿದರೇ ಅವನಿಗೆ ತಾಯಿಯ ಪ್ರೀತಿ ಮಾತ್ರ ಸಿಕ್ಕುತ್ತೆ. ಅವರಿಗೂ ದೀಪಕನನ್ನು ಕಂಡರೆ ಬಹಳ ಪ್ರೀತಿ. ನನಗೆ ಅವನನ್ನು ಕೊಟ್ಟುಬಿಡು. ನಾವಿಬ್ಬರೂ ಅತಿ ಜೋಪಾನವಾಗಿ ಅವನನ್ನು ನೋಡಿಕೊಳ್ಳುತ್ತೇವೆ. ಅವನಿಗೆ ತಂದೆಯ ಪ್ರೀತಿ ಸಿಕ್ಕ ಹಾಗೂ ಆಗುತ್ತೆ, ನಿನಗೆ ಕಷ್ಟವೂ ತಪ್ಪುತ್ತೆ."

ಶಾಂತಳಿಗೆ ಸ್ಮೃತಿ ತಪ್ಪುವ ಹಾಗಾಯಿತು.

"ನೀನು ಏನು ಹೇಳುತ್ತಾ ಇದ್ದೀಯಾ. ನನ್ನ ಮಗೂನ ಸಾಕುವುದಕ್ಕೆ ನನಗೆ ಕಷ್ಟವೇ?"

ಶಾಂತ ಮಾತು ಮುಗಿಸುವ ಮುನ್ನವೇ ಕೃಷ್ಣಸ್ವಾಮಿ ಒಳಗೆ ಬಂದರು. ಅವರ ಕಣ್ಣುಗಳು ಕೋಪದ ಕಿಡಿಗಳನ್ನು ಕಾರುತ್ತಿದ್ದವು. ಅವರು ಮನೆಯಲ್ಲಿ ಅಂತು ಮಾಲಿನಿಯಾಡಿದ ಮಾತುಗಳನ್ನು ಕೇಳಿದ್ದರು.

"ಮಾಲಿನಿ, ನೀನು ಹೆಣ್ಣಾಗಿ ಈ ಮಾತನ್ನು ಹೇಳಬಾರದಿತ್ತು. ದಯವಿಟ್ಟು ಹೊರಟುಬಿಡು. ನಾಳೆಯಿಂದ ಅಪ್ಪಿತಪ್ಪಿ ಸಹ ದೀಪಕನನ್ನು ಮುಟ್ಟಬೇಡಿ."

ಕೃಷ್ಣಸ್ವಾಮಿಯ ಮಾತುಗಳನ್ನು ಕೇಳಿ ಮಾಲಿನಿಯ ಕಣ್ಣಲ್ಲಿ ನೀರಾಡಿತು. ಅವಳು ಏನೋ ಹೇಳಲು ಬಾಯಿ ತೆರೆದಳು.

"ನೀನು ಮೊದಲು ಇಲ್ಲಿಂದ ಹೊರಡು. ನಮ್ಮ ದೀಪಕನನ್ನು ಪ್ರೀತಿಯಿಂದ ನೋಡಿಕೊಂಡಿದ್ದೀಯಾ. ಅದಕ್ಕೆ ನಾನು, ನನ್ನ ಮಗಳು ಋಣಿಗಳು."

ಇನ್ನು ಅವರ ಮಾತುಗಳನ್ನು ಕೇಳುತ್ತ ಅಲ್ಲಿ ನಿಂತಿರಲಾರದೆ ಮಾಲಿನಿ ಮನೆ ಕಡೆ ಹೆಜ್ಜೆ ಹಾಕಿದಳು.

ತಂದೆಯ ಅಂದಿನ ಕೋಪವನ್ನು ಶಾಂತ ಎಂದೂ ನೋಡಿರಲಿಲ್ಲ.

ಅವರು ಎಷ್ಟೊಂದು ಸಹನಾಮೂರ್ತಿಗಳು, ಅಂಥದ್ದರಲ್ಲಿ ಇಷ್ಟು ಕೋಪಿಸಬೇಕಾದರೆ ಅವರಿಗೆ ಮೊಮ್ಮಗನ ಮೇಲೆ ಎಷ್ಟೊಂದು ಪ್ರೀತಿ ಇದೆ ಎಂದುಕೊಂಡು ತಂದೆಗೆ ಸಮಾಧಾನ ಹೇಳಿದಳು.

"ಅಣ್ಣ, ಅವಳೇನೋ ಕೇಳಿದಳು. ಅದಕ್ಕೆ ನೀವು ಅಷ್ಟು ಕೋಪಿಸಿಕೊಂಡು ಕೂಗಾಡಬಾರದಿತ್ತು."

"ನಾನು ಕೂಗಾಡಬಾರದಿತ್ತೆ? ನನ್ನ ಮಗಳ ಮುಖದಲ್ಲಿ ನಗು ಮೂಡಿಬರುವ ಅಪರೂಪ ಮಿಂಚಿದು" ಎಂದು ಅರ್ಧ ಗಂಟೆ ಬಡಬಡಿಸಿದರು.

ಕೃಷ್ಣಸ್ವಾಮಿಗಳ ಕೂಗಾಟ ನಿಲ್ಲುವ ಹೊತಿಗೆ ಬಂದ ಶೋಭ ಬಾಗಿಲಲ್ಲೇ ನಿಂತಳು. ಅವರ ಕೋಪದ ಅರ್ಥ ಅವಳಿಗಾಗಿತ್ತು. ವಿಭಿನ್ನವಾಗಿ ತೊಳಲಾಡುತ್ತಿರುವ ಮಾಲಿನಿ. ಶಾಂತಳ ಬಗ್ಗೆ ಅವಳಿಗೆ ಸಹಾನುಭೂತಿ ಉದಯಿಸಿತು.

ಶೋಭಳನ್ನು ನೋಡಿದ ತಂದೆ ಮಗಳು ಸಹಜವಾಗಿ ಯಾವ ಭಾವವನ್ನೂ ಪ್ರಕಟಿಸದೇ ಸ್ವಾಗತಿಸಿದರು.

ಮೊದಲೇ ತಿಳಿದಿದ್ದ ಶೋಭ ಅವರ ಕೂಗಾಟದ ಬಗ್ಗೆ ಪ್ರಶ್ನಿಸಲೇ ಇಲ್ಲ.

ಗೆಳತಿಯರಿಬ್ಬರೂ ಕುಳಿತು ಹರಟೆ ಹೊಡೆದರು. ದೀಪಕ್ ತಾತನ ಹಾಸಿಗೆಯ ಮೇಲೆ ಮಲಗಿ ನಿದ್ರಿಸಿದ.

"ನಮ್ಮ ಸ್ಕೂಲಿನಿಂದ ಟೂರ್ ಹಾಕಿದ್ದಾರೆ. ಎಲ್ಲರೂ ಹೋಗಿ ನಾನು ಹೋಗದಿದ್ದರೆ ಚೆನ್ನಾಗಿರುವುದಿಲ್ಲ. ಹೆಡ್ ಮೇಡಮ್ ನನ್ನ ಬಗ್ಗೆ ಬಹಳ ರಿಯಾಯಿತಿ ತೋರಿಸುತ್ತಾರೆ.

ಅಂಥದ್ದರಲ್ಲಿ ಈಗ ಹುಡುಗರ ಜೊತೆ ಹೊರಡದಿದ್ದರೆ ಬೇಸರ ಮಾಡಿಕೊಳ್ಳಬಹುದು. ದೀಪೂನ್ನೂ ಕರೆದುಕೊಂಡು ಹೋಗಬಹುದು. ನೀರು, ಹವಾಗುಣದ ವ್ಯತ್ಯಾಸದಿಂದ ಆರೋಗ್ಯ ಕೆಟ್ಟರೆ ಏನು ಮಾಡುವುದು? ಅಣ್ಣ ಏನೋ ದೀಪಕ್ ಇಲ್ಲೇ ಇರಲಿ ಅಂದರು..." ಎಂದು ಗೆಳತಿಯ ಮುಂದೆ ಶಾಂತ ತನ್ನ ತೊಂದರೆ ತೋಡಿಕೊಂಡಳು...

"ದೀಪಕ್ ನಮ್ಮನೇಲಿ ಇರಲಿ ಬಿಡು. ಅವನ ಯೋಚನೆ ಬಿಟ್ಟು ನೆಮ್ಮದಿಯಾಗಿ ಒಂದೆಂಟು ದಿನ ಹೋಗಿ ಬಾ. ಅವನ ಜವಾಬ್ದಾರಿ ನನಗಿರಲಿ" ಎಂದು ಶೋಭ ಭರವಸೆ ಇತ್ತಳು.

ಶಾಂತ ಏನೂ ಹೇಳದೇ ಸುಮ್ಮನಾದಳು.

"ಶಾಂತ, ನಾನು ನಿನ್ನ ಕರೆದುಕೊಂಡು ಹೋಗೋಣ ಅಂತ ಬಂದೆ. ಚಿಕ್ಕಂದಿನಲ್ಲಿ ಸ್ವಲ್ಪ ದಿನ ಸಾಕಿದ ದೂರದ ಸೋದರತ್ತೆಗೆ ಏನೋ ಕಾಯಿಲೆ ಅಂತ ತಿಳೀತು. ಅವರು ಅದಕ್ಕೋಸ್ಕರ ಹೋಗಿದ್ದಾರೆ. ನಾನು ಮನೆಯಲ್ಲಿ ಒಬ್ಬಳೇ, ಹೇಗೂ ಭಾನುವಾರ ನೀನು ಮನೆಯಲ್ಲೇ ಇರುತ್ತೀಯಲ್ಲ ಅಂತ ಬಂದೆ."

ಶೋಭ ಬಲವಂತದಿಂದ ಶಾಂತ, ದೀಪಕ್‌ನನ್ನು ಕರೆದೊಯ್ದಳು. ಹೋಗುವ ಮುನ್ನ ರಾತ್ರಿ ಶಾಂತ ಅಲ್ಲೇ ಉಳಿಯುತ್ತಾಳೆ ಎಂದು ಕೃಷ್ಣಸ್ವಾಮಿಗೆ ಹೇಳಲು ಮರೆಯಲಿಲ್ಲ.

ಶಾಂತ ಶೋಭ ಬರುವ ವೇಳೆಗೆ ನೀನಾ ಬಂದು ಕಾದು ಕುಳಿತಿದ್ದಳು.

ಪದೇ ಪದೇ ಚಿಕ್ಕಮ್ಮನ ಮನೆಗೆಂದು ಮೈಸೂರಿಗೆ ಬರುತ್ತಿದ್ದ ನೀನಾ ಈಗ ಬಂದಿದ್ದು ಅವಳಿಗೆ ಆಶ್ಚರ್ಯವೆನ್ನಿಸಲಿಲ್ಲ.

ಶಾಂತಳಿಗೆ ತಾನು ನೀನಾ ಬಂದ ಸಮಯದಲ್ಲಿ ಬಂದದ್ದು ಸರಿಹೋಗಲಿಲ್ಲ.

ನೀನಾ ಶಾಂತಳನ್ನು ನೋಡಿ ಆಶ್ಚರ್ಯ ಸೂಚಿಸುತ್ತ ಅವಳ ಬಗ್ಗೆ ಪ್ರಶ್ನೆಗಳ ಸುರಿಮಳೆಯನ್ನೇ ಸುರಿಸಿದಳು.

ಅವಳ ಪ್ರಶ್ನೆಗಳಿಗೆಲ್ಲ ಶೋಭಳೇ ಉತ್ತರಿಸಬೇಕಾಯಿತು.

ಊಟ ಮುಗಿದ ಮೇಲೆ ಶಾಂತ ನಳಿನಿಗೆ ಪುಸ್ತಕದಲ್ಲಿನ ಬಣ್ಣ ಚಿತ್ರ ತೋರಿಸುತ್ತ ಕುಳಿತಳು.

ನೀನಾ ಉತ್ಸಾಹದಿಂದ ಆಲ್ಬಮ್ ತಂದು ಶಾಂತಳಿಗೆ ತೋರಿಸುತ್ತ ಹೇಳಿದಳು.

"ನೋಡಿ, ಮಧು ಫಾರಿನ್‌ನಲ್ಲಿದ್ದಾಗ ತೆಗೆಸಿದ ಫೋಟೋಗಳು. ನಾನು ಮಧು ಎಸ್ಟೇಟ್‌ನಲ್ಲಿ ತೆಗೆಸಿಕೊಂಡ ಫೋಟೋಗಳು ಎಷ್ಟು ಚೆನ್ನಾಗಿ ಬಂದಿವೆ!"

ಶಾಂತ ಸೌಜನ್ಯಕ್ಕಾದರೂ ಆಲ್ಬಮ್ ತೆಗೆದು ನೋಡಬೇಕಾಯಿತು. ಇಷ್ಟವಿಲ್ಲದೆ ನೋಡುತ್ತಿದ್ದರೂ ಮಧುವಿನ ಸುಂದರ ಫೋಟೋಗಳು ಅವಳನ್ನು ಒಂದಕ್ಕಿಂತ ಒಂದು ಆಕರ್ಷಿಸಿದವು. ಮಧು, ನೀನಾ ಜೊತೆಯಾಗಿ ತೆಗೆಸಿಕೊಂಡಿದ್ದ ಫೋಟೋಗಳನ್ನು ನೋಡಿದ ತಕ್ಷಣ ಒಂದು ಕ್ಷಣ ಮುದುಡಿದ ಅವಳ ಮನ ಮತ್ತೆ ಚೇತರಿಸಿಕೊಂಡಿತು.

ಅಲ್ಲಿಗೆ ಬಂದ ಶೋಭ ಶಾಂತಳ ಕೈಯಲ್ಲಿದ್ದ ಆಲ್ಬಮ್ ನೋಡಿ, ಅವಳ ಮುಖದ ಭಾವನೆಗಳನ್ನು ಪರೀಕ್ಷಕ ದೃಷ್ಟಿಯಿಂದ ಗಮನಿಸಿದಳು. ಅಲ್ಲಿ ಅಸೂಯೆಯಾಗಲಿ, ಕೋಪವಾಗಲಿ ಇರಲಿಲ್ಲ. ಅದು ಎಂದಿನಂತೆ ಶಾಂತವಾಗಿಯೇ ಇತ್ತು.

ಆಲ್ಬಮ್ ನೋಡಿ ಮುಗಿಸಿದ ಶಾಂತ ನಸುನಗುತ್ತ "ಬಹಳ ಚೆನ್ನಾಗಿ ಬಂದಿವೆ ಫೋಟೋಗಳು" ಎಂದು ಹೇಳಿ ಹಿಂದಿರುಗಿಸಿದಳು.

ಅಂದು ರಾತ್ರಿ ನೀನಾ, ಶಾಂತ ಒಟ್ಟಿಗೆ ಮಲಗಬೇಕಾಯಿತು. ನಿದ್ದೆ ಬರುವವರೆಗೂ ನೀನಾ ಮಧುವಿನ ಬಗ್ಗೆ ಏನೇನೋ ಹೇಳುತ್ತಲೇ ಇದ್ದಳು.

ಇಷ್ಟು ಪ್ರೀತಿಸುವ ನೀನಾಳಂಥ ಒಳ್ಳೆಯ ಹುಡುಗಿ ಮಧುವಿಗೆ ಮಡದಿಯಾಗಿ ದೊರಕುವುದು ಅದೃಷ್ಟವೆಂದುಕೊಂಡು ಅವರಿಬ್ಬರ ವೈವಾಹಿಕ ಜೀವನ ಹಾಲುಜೇನು ಬೆರೆತಂತೆ ಇರಲಿ ಎಂದು ಹಾರೈಸಿದಳು.

* * *

ಬೆಳಗಾಗುತ್ತಲೇ ತಮ್ಮ ಮನೆಗೆ ಬಂದ ಕೃಷ್ಣಸ್ವಾಮಿಗಳ ಮುಖದಲ್ಲಿದುಗುಡ ತುಂಬಿದ್ದನ್ನು ನೋಡಿ ಶೋಭಳಿಗೆ ಗಾಬರಿಯಾಗಿತ್ತು. ಶಾಂತ ನೆನ್ನೆ ದಿನ ಟೂರ್‌ಗೆ ಹೋದಾಗ ದೀಪಕನನ್ನು ಎಲ್ಲೂ ಕಳುಹಿಸಲು ಇಷ್ಟಪಡದೆ ತಮ್ಮಲ್ಲೇ ಉಳಿಸಿಕೊಂಡಿದ್ದರು.

"ಯಾಕೆ ಅಂಕಲ್ ? ದೀಪಕ್ ಹುಷಾರಾಗಿದ್ದಾನೆ ತಾನೇ ?" ಎಂದು ಗಾಬರಿಯಿಂದಲೇ ಪ್ರಶ್ನಿಸಿದಳು.

"ಅವನೇನೋ ಆರೋಗ್ಯವಾಗಿದ್ದಾನೆ. ನನ್ನ ತಂಗಿ ಲಲಿತ ಕಾಯಿಲೆಯಿಂದ ಮಲಗಿಬಿಟ್ಟಿದ್ದಾಳಂತೆ. ಅವಳಿಗೆ ನಾನು ಮೈಸೂರಿನಲ್ಲಿ ಇರುವ ವಿಷಯ ತಿಳಿಸೇ ಇರಲಿಲ್ಲ. ಯಾರಿಂದ ತಿಳೀತೋ ಏನೋ, ಅವಳ ಗಂಡ ಟೆಲಿಗ್ರಾಂ ಮಾಡಿದ್ದಾನೆ. ಈಗ ಶಾಂತ ಕೂಡ ಊರಲ್ಲಿಲ್ಲ. ಹೇಗೆ ಹೋಗಲಿ, ಇರುವ ಒಬ್ಬ ತಂಗಿ ಕಾಯಿಲೆ ಮಲಗಿದ್ದಾಳೆ ಎಂದು ತಿಳಿದೂ ಸಹ ಹೀಗೆ ಹೋಗದೆ ಹೇಗೆ ಇರಲಿ...?"

"ಏನೂ ಪರವಾಗಿಲ್ಲ. ನೀವು ಹೋಗಿಬನ್ನಿ. ದೀಪಕ್ ಇಲ್ಲೇ ಇರುತ್ತಾನೆ. ನೀವು ಅಲ್ಲಿಗೆ ಹೋದ ಮೇಲೆ ಯಾವುದನ್ನೂ ತಿಳಿಸಿ ಪತ್ರ ಬರೆಯಿರಿ. ಆಮೇಲೆ ಬೇಕಾದರೆ ಮುಂದಿನದನ್ನು ಯೋಚಿಸೋಣ."

ಕೃಷ್ಣಸ್ವಾಮಿಗಳಿಗೆ ಶೋಭಳ ಬಗ್ಗೆ ಅತಿಯಾದ ಪ್ರೀತಿ, ವಿಶ್ವಾಸ ಇದ್ದುದರಿಂದ ದೀಪಕನನ್ನು ಅಲ್ಲಿಗೇ ಕರೆತಂದುಬಿಟ್ಟರು.

ಯಾರದೋ ಮದುವೆಗಾಗಿ ಬಂದಿದ್ದ ಮಧು ಇದ್ದಕ್ಕಿದ್ದ ಹಾಗೆ ಬಂದಿಳಿದ. ಮದುವೆಗಿಂತ ಹೆಚ್ಚಾಗಿ ಅವನು ದೀಪಕನನ್ನು ನೋಡುವ ಉದ್ದೇಶದಿಂದಲೇ ಬಂದಿದ್ದ.

ಮಲಗಿದ್ದು ಎದ್ದ ದೀಪಕ್ "ಮಮ್ಮಿ" ಎಂದು ಒಂದೇ ಸಮನೇ ಅಳತೊಡಗಿದ. ಎಷ್ಟೋ ಬಗೆಯಾಗಿ ಶೋಭ ಅವನನ್ನು ಸಮಾಧಾನ ಮಾಡ ಪ್ರಯತ್ನಿಸಿದ್ದಳು.

ಮಧುವನ್ನು ನೋಡಿದ ತಕ್ಷಣ ದೀಪಕ್ ಅಳು ನಿಲ್ಲಿಸಿ ಅವನಿಗೆ ತೆರೆ ಬಿದ್ದ.

"ಯಾವಾಗ ಬಂದೆ ಮಧು, ನೀನು ಬರೋ ಸುದ್ದಿನೇ ಗೊತ್ತಿಲ್ಲ ಎಂದಳು ಶೋಭ."

"ನನ್ನ ಫ್ರೆಂಡ್ ಮದುವೆ ಇತ್ತು. ಅದಕ್ಕೆ ಬಂದೆ; ಹಾಗೇ ನಿನ್ನ ನೋಡಿಕೊಂಡು

ಹೊರಟುಬಿಡೋಣಾಂತ..." ಎಂದು ತನ್ನ ಜೇಬಿನಲ್ಲಿದ್ದ ಕರವಸ್ತ್ರವನ್ನು ತೆಗೆದು ದೀಪಕನ ಕಣ್ಣು, ಮೂಗನ್ನು ಒರೆಸಿದ.

ಶಿಸ್ತಿನ ಸಿಪಾಯಿಯಾದ ಮಧುವಿನ ನಡತೆಯನ್ನು ನೋಡಿ ಶೋಭಳಿಗೆ ನಗು ಬಂತು.

"ಅವನನ್ನು ಕೆಳಗೆ ಬಿಟ್ಟು ಬಟ್ಟೆ ಬದಲಾಯಿಸೋ" ಎಂದಳು.

"ಇಲ್ಲ ಈಗ ಹೊರಟುಬಿಡಬೇಕು. ಅದಕ್ಕೇ ನರ್ಸಿಂಗ್ ಹೋಂಗೆ ಹೋಗಿ ಪ್ರಭಾಕರನ್ನ ನೋಡಿ ಬಂದೆ. ಬಟ್ಟೆ ಬದಲಾಯಿಸುವ ಪ್ರಶ್ನೆಯೇ ಇಲ್ಲ. ಭರ್ಜರಿ ಮದುವೆ ಊಟ ಆಗಿದೆ. ತಿನ್ನೋ, ಕುಡಿಯೋ ಅವಶ್ಯಕತೇನೂ ಇಲ್ಲ."

ಎಂದವನು ಪುನಃ "ಇವನು ಯಾಕೆ ಇಷ್ಟು ಅತ್ತಿದ್ದಾನೆ, ಶಾಂತ ಎಲ್ಲಿ?"

ಅವನಿಗೆ ಅರಿವಿಲ್ಲದಂತೆ ಹೃದಯ ಆ ಮಾತನ್ನು ಹೊರಗೆ ಹಾಕಿತು.

ಶೋಭ ಒಂದು ಕ್ಷಣ ಬೆಚ್ಚಿದರೂ ಹೆಚ್ಚು ಕೆದಕುವುದಕ್ಕೆ ಇಷ್ಟಪಡದೇ ವಿಷಯ ತಿಳಿಸಿದಳು.

"ಹಾಗಾದರೆ ನಾನು ಇವನನ್ನು ಎಸ್ಟೇಟಿಗೆ ಕರೆದುಕೊಂಡು ಹೋಗುತ್ತೀನಿ. ಶಾಂತ ಬರೋದು ಇನ್ನೂ ಐದಾರು ದಿನಕ್ಕೆ ತಾನೇ? ಆಗ ಕರೆದುಕೊಂಡು ಬಂದು ಬಿಟ್ಟು ಹೋಗುತ್ತೀನಿ."

ಶೋಭಳಿಗೆ ಸಂದಿಗ್ಧದಲ್ಲಿ ಸಿಕ್ಕಿಕೊಂಡ ಹಾಗಾಯಿತು. ಕೃಷ್ಣಸ್ವಾಮಿಗಳು ಏನನ್ನಬಹುದು? ವಿಷಯ ತಿಳಿಸಿದರೆ ಶಾಂತ ಸಹ ಕೋಪಗೊಳ್ಳಬಹುದು. ಒಂದು ನನ್ನಿಂದಲೇ ಅವಳ ಜೀವನ ಹಾಳಾಯಿತು. ಈಗ ನಾನೇ ದೀಪಕನನ್ನು ಮಧು ಹಿಂದೆ ಕಳಿಸಿ ಜೀವನದಲ್ಲಿದ್ದ ಒಂದೇ ಒಂದು ಸಂತೋಷಕ್ಕೂ ಕಲ್ಲು ಹಾಕಬೇಕಾದೀತು ಎಂದು ಯೋಚಿಸಿ ನುಡಿದಳು.

"ಬೇಡ ಮಧು, ಅವರುಗಳು ಇಲ್ಲಿ ಬಿಡಲಾರದೆ ಬಿಟ್ಟು ಹೋಗಿದ್ದಾರೆ. ಅಂಥದ್ದರಲ್ಲಿ ಅವನನ್ನು ಬೇರೆಯವರ ಜೊತೆ ಕಳಿಸಿದರೆ ಶಾಂತ ಏನೆನ್ನಬಹುದು?"

"ಇರೋ ವಿಷಯ ನಿನಗೆ ಗೊತ್ತಿದೆ, ಅಷ್ಟಕ್ಕೂ ಶಾಂತ ಯಾಕೆ ಬೈತಾಳೆ? ತಾಯಿಗಿರುವಷ್ಟೇ ಹಕ್ಕು ತಂದೆಗೂ ಇರುತ್ತೆ ಮಕ್ಕಳ ಮೇಲೆ..."

ಶೋಭ ದಿಙ್ಮೂಢಳಾದಳು. ತಾನವನಿಗೆ ವಿಷಯ ತಿಳಿಸಿಲ್ಲದಿದ್ದರೂ ಅವನು ಊಹಿಸಿಕೊಂಡಿರಬಹುದೆಂದುಕೊಂಡಿದ್ದಳು. ಆದರೆ ಅವನು ಇಷ್ಟು ಖಚಿತವಾಗಿ ಮಾತನಾಡುತ್ತಾನೆ ಎಂದು ಅವಳು ತಿಳಿದಿರಲಿಲ್ಲ.

ಅವನ ಸ್ವಭಾವವರಿತ ಶೋಭ ಹಠದಿಂದ ಪ್ರಯೋಜನವಿಲ್ಲವೆಂದು ತಿಳಿದು,

"ಮಧು, ಸ್ವಲ್ಪ ಯೋಚಿಸು. ನೀನು ದೀಪಕನನ್ನು ಕರೆದುಕೊಂಡು ಹೋದರೆ ಎಸ್ಟೇಟಿನ ಜನ ಏನು ತಿಳಿದಾರು? ನೀವಿಬ್ಬರೂ ತಂದೆ, ಮಕ್ಕಳು ಅಂತ ಯಾರು ಬೇಕಾದರೂ ಗುರ್ತಿಸಬಹುದು. ಅದೂ ಅಲ್ಲದೇ ನೀನು ಮೂರು ತಿಂಗಳಲ್ಲಿ ಹಸೆಮಣೆ ಏರಲಿರುವ ಮದುಮಗ, ನೀನಾ, ನಿನ್ನ ಭಾವಿ ಅತ್ತೆ, ಮಾವ ಏನು ತಿಳಿಯುತ್ತಾರೆ? ಎಲ್ಲಾ ಹೇಗಾದರೂ

ಇರಲಿ. ಶಾಂತಳ ಪರಿಸ್ಥಿತಿ ಯೋಚಿಸು. ನಿನಗೂ, ಶಾಂತಳಿಗೂ ಸಂಬಂಧವಿದೆ ಎಂದು ತಿಳಿದ ಸಮಾಜ ಅವಳನ್ನು ಯಾವ ರೀತಿ ನೋಡುತ್ತೆ?"

ಮಧು ಏನೋ ತಮಾಷೆ ಕೇಳಿದಂತೆ ಜೋರಾಗಿ ನಕ್ಕುಬಿಟ್ಟ.

"ದೀಪಕನನ್ನು ಬಿಟ್ಟು ಹೋಗು. ನಿನಗೆ ಮದುವೆಯಾದ ಮೇಲೆ ದೀಪಕನಂಥ ಹತ್ತು ಮಕ್ಕಳಾಗಬಹುದು. ಅಂಥದ್ದರಲ್ಲಿ ನೀನು ದೀಪಕನಿಗಾಗಿ ಹಂಬಲಿಸುವುದು ತಪ್ಪು."

"ನಾಳೆ ಇನ್ನೊಂದು ಮಗುವಾದ ಮೇಲೆ ನೀನು ನಳಿನೀನ ಮರೆತು ಬಿಡುತ್ತೀಯಾ? ಯಾವ ರೀತಿಯ ಸಂಬಂಧವೇ ಇರಲಿ, ಆ ಮಮತೆಯ ಬಂಧನ ಹಾಗೆ ಬಿಗಿಯುತ್ತೆ" ಎಂದು ಹೇಳಿದವನೇ ಅಲ್ಲಿ ನಿಲ್ಲದೇ ಹೊರಗೆ ನಿಲ್ಲಿಸಿದ್ದ ಕಾರಿನ ಬಾಗಿಲು ತೆಗೆದು ದೀಪಕನನ್ನು ಕೂಡಿಸಿ ತಾನೂ ಕುಳಿತು ಸ್ಟಾರ್ಟ್ ಮಾಡಿಕೊಂಡು ಹೊರಟುಬಿಟ್ಟ.

ಶೋಭ ಏನೂ ತೋಚದೆ ಕುಸಿದು ಕುಳಿತಳು. ಸ್ವಲ್ಪ ಹೊತ್ತಿನ ಬಳಿಕ ಚೇತರಿಸಿಕೊಂಡು ಎದ್ದ ಶೋಭ ಗಂಡನಿಗೆ ಬೇಗ ಬರುವಂತೆ ಫೋನ್ ಮಾಡಿದಳು.

ಪ್ರಭಾಕರ ಗಾಬರಿಯಿಂದಲೇ ಮನೆಗೆ ಬಂದು ವಿಷಯ ತಿಳಿದು ಜೋರಾಗಿ ನಕ್ಕುಬಿಟ್ಟ.

"ಅಷ್ಟೇ ತಾನೇ! ಅದಕ್ಕೆ ಯಾಕಿಷ್ಟು ಗಾಬರಿ? ಅವನ ಮಗುವನ್ನು ಅವನು ಕರೆದುಕೊಂಡು ಹೋದ. ಆಗೋದೆಲ್ಲ ಒಳ್ಳೆಯದಕ್ಕೇ."

"ಅಂತೂ ನಿಮ್ಮನ್ನು ಕರೆಸಿದ್ದರಿಂದ ಏನೂ ಪ್ರಯೋಜನವಿಲ್ಲ. ನಾಳೆ ಏನಾದರೂ ಶಾಂತಳ ತಂದೆ ಹಿಂದಿರುಗಿ ಬಂದರೆ, ಅವರಿಗೆ ಏನು ಉತ್ತರ ಹೇಳಲಿ? ಅವರಿಗೆ ಮಧು ಬಗ್ಗೆ ಏನೂ ಗೊತ್ತಿಲ್ಲ" ಂದು ತಲೆಯ ಮೇಲೆ ಕೈಹೊತ್ತು ಕುಳಿತಳು.

"ನೀನೇನೂ ಇದಕ್ಕಾಗಿ ಯೋಚನೆ ಮಾಡಬೇಡ. ನಾನೇ ಟ್ರಂಕಾಲ್ ಮಾಡಿ ವಿಚಾರಿಸುತ್ತೀನಿ."

ಗಂಡನ ಮಾತಿನಿಂದ ಅವಳಿಗೆ ಸಮಾಧಾನ ದೊರೆಯಲಿಲ್ಲ.

* * *

ಮಧು ಜೊತೆ ಬಂದ ದೀಪಕನನ್ನು ನೋಡಿ ಎಸ್ಟೇಟ್ ಕೆಲಸಗಾರರಿಗೆಲ್ಲ ಆಶ್ಚರ್ಯವಾಯಿತು.

ಕೆಲಸಗಾರರಿಗೆ ಕಷ್ಟ ಬಂದಾಗ ಬೇಕಾದ ಸಹಾಯ, ಸಹಕಾರಗಳನ್ನು ಕೊಡುತ್ತಿದ್ದ ಮಧು. ಅವರಲ್ಲಿ ಸ್ವಲ್ಪ ಅಶಿಸ್ತು ಕಂಡರೂ ಸಹಿಸುತ್ತಿರಲಿಲ್ಲ. ಆದ್ದರಿಂದ ಕೆಲಸಗಾರರು ಅವನ ಎದುರಿನಲ್ಲಿ ನಿಂತು ಮಾತನಾಡಲು ಸಹ ಭಯಪಡುತ್ತಿದ್ದರು.

ಮಧು ದೀಪಕನನ್ನು ಎಸ್ಟೇಟಿನಲ್ಲೆಲ್ಲ ಸುತ್ತಾಡಿಸಿದ. ಅವನ ಪ್ರತಿಯೊಂದು ಕೆಲಸವನ್ನೂ ಅವನೇ ಮಾಡುತ್ತಿದ್ದ. ಅದರಲ್ಲಿ ಅವನಿಗೆ ಒಂದು ಬಗೆಯ ತೃಪ್ತಿ, ಸಂತೋಷ ಸಿಕ್ಕುತ್ತಿತ್ತು.

ಮಧು ಊಟ ಮಾಡಿ ತನ್ನ ಕೋಣೆಗೆ ಬಂದಾಗ ಅವನ ಹಿಂದಿನ ಗೆಳತಿಯರ ಆಲ್ಬಮ್

ತೆಗೆದುಕೊಂಡು ದೀಪಕ್ ಅವರುಗಳ ಮುಖಮೂತಿಗೆಲ್ಲ ಬಣ್ಣದ ಪೆನ್ಸಿಲ್‌ನಿಂದ ಗೀಚುತ್ತಿದ್ದ. ಒಂದು ಗಳಿಗೆ ಮಧುಗೆ ಕೋಪ ಬಂದರೂ ನಂತರ ಅವನು ಮಾಡಿದ್ದು ಸರಿ ಎನಿಸಿತು.

"ದೀಪು, ಅದೆಲ್ಲ ಯಾಕೆ ಗೀಚಿ ಹಾಳು ಮಾಡುತ್ತಿದ್ದೀಯ? ಅದರಲ್ಲಿ ನಿಮ್ಮ ಮಮ್ಮಿ ಇದ್ದಾಳೆ" ಎಂದು ನಗುತ್ತ ಅವನ ಬಳಿ ಬಂದು ಕುಳಿತ.

ತಾನು ಮಾಡುತ್ತಿದ್ದ ಕೆಲಸವನ್ನು ನಿಲ್ಲಿಸಿದ ದೀಪಕ್ "ಮಮ್ಮಿ ಇಲ್ಲ" ಎಂದ.

"ಇದ್ದಾಳೆ, ತೋರಿಸುತ್ತೀನಿ ಇರು" ಎಂದು ಅವನ ಕೈಯಲ್ಲಿದ್ದ ಆಲ್ಬಮ್ ತೆಗೆದುಕೊಂಡು ಒಂದೊಂದೇ ಫೋಟೋ ತೋರಿಸಿ "ನಿಮ್ಮ ಮಮ್ಮಿ" ಎಂದಾಗಲೆಲ್ಲ ದೀಪಕ್ ಅಲ್ಲವೆನ್ನುವಂತೆ ತಲೆಯಾಡಿಸುತ್ತಿದ್ದ.

ನಿನ್ನ ಮಮ್ಮಿ ಇಲ್ಲದ ಪುಸ್ತಕ ಬೇಡ ಅಲ್ಲವೇ ಎಂದು ಆಲ್ಬಮ್ ಹರಿದು ಚೂರು ಚೂರು ಮಾಡಿ ಎಸೆದ ಮಧು. ಅದರಿಂದ ಅವನಿಗೊಂದು ಬಗೆಯ ತೃಪ್ತಿ ಸಿಕ್ಕಿತು.

ಯಾವುದೋ ಮಹತ್ಕಾರ್ಯ ನೋಡಿದವನಂತೆ ದೀಪಕ್ ಚಪ್ಪಾಳೆ ತಟ್ಟಿದ.

ಪ್ರಭಾಕರನಿಂದ ಆಗಲೇ ಟ್ರಂಕಾಲ್ ಬಂದಿತ್ತು ದೀಪಕನನ್ನು ಕರೆತರಲು. ಇವನನ್ನು ಕಳುಹಿಸಿ ತಾನು ಹೇಗೆ ಒಬ್ಬಂಟಿಯಾಗಿ ಇಲ್ಲಿರುವುದು ಎನ್ನುವುದೇ ಅವನ ಸಮಸ್ಯೆಯಾಯಿತು.

ದೀಪಕ್‌ನ ಕೂದಲಲ್ಲಿ ಕೈಯಾಡಿಸುತ್ತಿದ್ದ ಮಧು "ದೀಪು, ನೀನು ಇಲ್ಲೇ ಇದ್ದುಬಿಡು" ಎಂದ.

"ಇಲ್ಲ ನಂಗೆ ಮಮ್ಮಿ ಬೇಕು."

"ನಿಂಗೆ ಮಮ್ಮಿ ಬೇಡ; ಹೊಸ ಮಮ್ಮೀನ ತರುತ್ತೀನಿ."

ದೀಪಕ್ ತನ್ನ ಪುಟ್ಟ ಕೈನಿಂದ ಮಧುವಿನ ಕೆನ್ನೆಗೆ ಪಟ್ಟನೇ ಹೊಡೆದು ಅವನಿಂದ ದೂರ ಸರಿದ.

ಆ ಏಟು ಮಧುವಿನ ಕೆನ್ನೆಗೆ ಮಾತ್ರವಲ್ಲದೆ ಹೃದಯಕ್ಕೂ ತಗುಲಿತ್ತು.

ಸುಮ್ಮನೇ ಸೆಟೆದು ಕುಳಿತ ದೀಪಕ್ ತಾಯಿಯನ್ನು ನೆನೆಸಿಕೊಂಡು ಅಳಲು ಷುರುಮಾಡಿದ.

ಮಧು ಅವನನ್ನು ಸುಮ್ಮನಾಗಿಸಬೇಕಾದರೆ ಕಲಿತ ಬುದ್ಧಿಯೆಲ್ಲಾ ಖರ್ಚು ಮಾಡಬೇಕಾಯಿತು.

ಮಧು ದೀಪಕನೊಂದಿಗೆ ಬಂದಿಳಿದಾಗ ಶೋಭಳಿಗೆ ಅರ್ಧ ಜೀವ ಬಂದಂತಾಯಿತು.

"ಸದ್ಯ ಕರೆದುಕೊಂಡು ಬಂದೆಯಲ್ಲ. ಸಂಜೆಯವರೆಗೂ ನೋಡಿ ನಾನು, ಅವರು ಬರಬೇಕೆಂತಲೇ ಇದ್ದೆವು. ರಾತ್ರಿಗೆ ಶಾಂತ ಬಂದುಬಿಡುತ್ತಾಳೆ."

ಶೋಭಳ ಮಾತಿಗೆ ಮಧು ಸುಮ್ಮನೆ ನಕ್ಕ.

ಶಾಂತ ಬಸ್ಸಿನಿಂದ ಇಳಿದವಳೇ ನೇರವಾಗಿ ಶೋಭಳ ಮನೆಗೆ ಬಂದಳು. ಅವಳು ಉಡುಪಿಯಲ್ಲಿದ್ದಾಗಲೇ ಅವಳ ವಿಷಯ ತಿಳಿಸಿ ಕೃಷ್ಣಸ್ವಾಮಿಗಳು ಹಳ್ಳಿಯಿಂದ ಪತ್ರ ಬರೆದಿದ್ದರು.

ತಾಯಿಯನ್ನು ಕಂಡ ಕೂಡಲೇ ದೀಪಕ್ ನೆಗೆಯುತ್ತ ಹೋಗಿ ಅಪ್ಪಿದ. ಅವನಿಗೆ ಕಳೆದುಹೋದ ಪ್ರೀತಿಯ ವಸ್ತು ಸಿಕ್ಕಿದಂತಾಗಿತ್ತು.

ಶಾಂತ ಮಗನ ಮುಖದ ತುಂಬೆಲ್ಲ ಮುತ್ತಿನ ಸುರಿಮಳೆಯನ್ನೇ ಸುರಿಸಿದಳು.

"ಶಾಂತ, ಸ್ನಾನಮಾಡು, ಮೈಯೆಲ್ಲ ಧೂಳಾಗಿರಬಹುದು" ಎಂದಳು ಶೋಭ.

"ಇಲ್ಲ, ಮನೆಗೆ ಹೋಗಿಬಿಡುತ್ತೀನಿ, ನಾಳೆ ಲಲಿತತ್ತೆ, ಅಣ್ಣ ಎಲ್ಲಾ ಬರುತ್ತಾರಂತೆ. ಮನೆ ಯಾವ ಸ್ಥಿತಿಯಲ್ಲಿದೆಯೋ."

"ಸಾಕು ಸುಮ್ಮನಿರೇ, ರಾತ್ರಿಯಲ್ಲಿ ನೀನು ಹೋಗಿ ಮಾಡೋದು ಅಷ್ಟರಲ್ಲೇ ಇದೆ."

"ನಮ್ಮ ಸ್ಕೂಲ್ ಜವಾನಿ ನನ್ನ ಜೊತೇನೇ ಬರುತ್ತಾಳೆ. ಅವಳು, ನಾನು ಸೇರಿ ಮನೇನ ಸ್ವಲ್ಪ ಕ್ಲೀನ್ ಮಾಡಿಬಿಡುತ್ತೀವಿ. ನಾಳೆ ಮನೆಗೆ ಬೇಕಾದ ಸಾಮಾನುಗಳನ್ನು ತರಬೇಕು. ಲಲಿತತ್ತೆ ಹವಾ ಬದಲಾವಣೆಗೋಸ್ಕರ ಬರ್ತಾ ಇದ್ದಾರೆ."

ಶೋಭ ಎಷ್ಟು ಹೇಳಿದರೂ ನಿಲ್ಲದೇ ಶಾಂತ ಮಗನೊಂದಿಗೆ ಹೊರಟೇಬಿಟ್ಟಳು.

ಮಧು ಬೇಸರದಿಂದ ಊಟ ಮಾಡದೆ ಹಾಗೆಯೇ ಮಲಗಿದ. ದೀಪಕನ ಸಾಮೀಪ್ಯದಿಂದ ಅರಳಿದ ಅವನ ಹೃದಯ ಕುಗ್ಗಿತ್ತು.

ಈಗಲೇ ಹೋಗಿ ದೀಪಕನನ್ನು ಕರೆತಂದು ಬಿಡಬೇಕು. ಒಂದು ವೇಳೆ ಶಾಂತ ಅವನನ್ನು ಕಳುಹಿಸುವುದಿಲ್ಲ ಅಂದರೆ? ಅವಳು ಹಾಗೆ ಹೇಳಲು ಸಾಧ್ಯವೇ ಇಲ್ಲ. ದೀಪಕ್ ನನ್ನ ಮಗ ಎಂದು ರುಜುವಾತು ಮಾಡುವುದು ನನಗೇನು ಕಷ್ಟವಾಗಲಾರದು.

ಮೇಲೆದ್ದವನು ಮತ್ತೆ ಕುಸಿದು ಕುಳಿತ.

ಛೆ! ನನಗೆ ಇಷ್ಟು ವಾತ್ಸಲ್ಯವಿರಬೇಕಾದರೆ... ಎಷ್ಟೋ ಅವಮಾನ ಸಹಿಸಿ ಹೆತ್ತು ಕಷ್ಟಪಟ್ಟು ಸಾಕಿದ ಅವಳಿಗೆ ಎಷ್ಟು ಪ್ರೀತಿ ಇರಬಹುದು!?

ದೀಪಕ್ ಕೊಟ್ಟ ಏಟಿನ ನೆನಪಾಗಿ ಕೆನ್ನೆ ಸವರಿಕೊಂಡ.

ಅದು ದೀಪಕನ ಕೈಯಲ್ಲಿದ್ದ ಶಕ್ತಿಯಿಂದ ಬಿದ್ದ ಏಟಲ್ಲ. ಅವನಿಗೆ ತಾಯಿಯಲ್ಲಿದ್ದ ಅಮಿತ ಪ್ರೇಮದ ಶಕ್ತಿ ಅದು ಎಂದು ಅವನ ಮನ ಎಚ್ಚರಿಸಿತು.

ನೀನಾಳ ಕ್ಷೀಣ ಶರೀರ ಅವನ ಕಣ್ಮುಂದೆ ತೇಲಿ ಬಂತು. 'ದೀಪಕನಂಥ ಮುದ್ದಾದ ಮಗುವಿಗೆ ಜನ್ಮ ಕೊಡಲು ಇವಳಿಂದ ಸಾಧ್ಯವೆ? ಮಕ್ಕಳನ್ನು ಕಂಡರೇ ಬೇಸರಿಸುತ್ತಿದ್ದ ತನಗೆ ಯಾಕೆ ಇಂಥ ಒಲವು?'

ಇಷ್ಟು ಹೊತ್ತು ಅವನನ್ನು ಕಾಡುತ್ತಿದ್ದ ದೀಪಕನ ಒಲವಿಗೆ ಬದಲಾಗಿ ಶಾಂತಳ ಸುಂದರ ಮುಗ್ಧ ಮನೋಹರ ಚಿತ್ರ ಅವನ ಕಣ್ಮುಂದೆ ಸುಳಿಯಲಾರಂಭಿಸಿತು.

* * *

ಶಾಂತ ಹತ್ತಿರದಲ್ಲೇ ಇದ್ದ ಅಂಗಡಿಗೆ ಹೋದಳು. ತಾನು ಕೊಳ್ಳಬೇಕಾದ ಸಾಮಾನಿನ ಪಟ್ಟಿಯನ್ನು ತೆಗೆದು ಒಂದೊಂದಾಗಿ ಕಟ್ಟಿಸಿ ದುಡ್ಡು ಕೊಟ್ಟು ಜವಾನಿಗೆ ಹೊರೆಸಿ ದೀಪಕನ ಕೈ ಹಿಡಿದುಕೊಂಡು ಆಟೋಗಾಗಿ ರೋಡ್ ಪಕ್ಕದಲ್ಲಿ ಕಾದು ನಿಂತಳು.

ಒಂದು ಕಾರು ಅವಳ ಮುಂದೆಯೇ ಹಾದು ಹೋಯಿತು.

ತಾಯಿಯ ಬಳಿ ನಿಂತಿದ್ದ ದೀಪಕ್ "ಅಂಕಲ್ ಅಂಕಲ್" ಎಂದು ಜೋರಾಗಿ ಕೂಗಿದ.

ನಿಂತ ಕಾರಿನಿಂದ ಇಳಿದ ಮಧು ದೀಪಕನ ಬಳಿಗೆ ಬಂದ. ದೀಪಕ್ ಸಂತೋಷದಿಂದ ಅಪ್ಪಿಕೊಂಡ.

ಆ ಕ್ಷಣ ಶಾಂತಳಿಗೆ ಏನು ಮಾಡಬೇಕೋ ತೋಚದಾಯಿತು. ಒಂದು ಕಡೆ ದುಃಖ, ಒಂದು ಕಡೆ ಸಂತೋಷ ಅವಳನ್ನು ಏಕಕಾಲದಲ್ಲಿ ಮುತ್ತಿದವು.

ದೀಪಕನಿಗೆ ತಂದೆಯ ತೋಳ್ಸರೆ ದೊರೆತುದು ಸಂತೋಷವಾದರೂ, ಮುಂದಿನ ವಿಷಯವನ್ನು ಯೋಚಿಸಿ ಅವಳ ಮನ ದುಃಖದಿಂದ ಕುಗ್ಗಿತು.

ಅಲ್ಲೇ ಹೋಗುತ್ತಿದ್ದ ಆಟೋವನ್ನು ಕರೆದು ಸಾಮಾನನ್ನು ಅದರಲ್ಲಿರಿಸಿ ಜವಾನಿಯೊಂದಿಗೆ ಕುಳಿತು ದೀಪಕ್‌ನನ್ನು ಎರಡು ಸಲ ಕರೆದಳು. ದೀಪಕ್‌ನು ಬರುವ ಸೂಚನೆ ಕಾಣದಾದಾಗ ಡ್ರೈವರ್‌ಗೆ ಹೇಳಿ ಸರಿಯಾಗಿ ಕುಳಿತಳು.

ಆಟೋ ಹತ್ತು ನಿಮಿಷಗಳಿಗೆಲ್ಲ ಶಾಂತಳ ಮನೆ ಮುಂದೆ ನಿಂತಿತು. ಅವನಿಗೆ ದುಡ್ಡು ಕೊಟ್ಟು ಕಳುಹಿಸಿದ ಶಾಂತ ಜವಾನಿ ಇನ್ನೇನಾದರೂ ಪ್ರಶ್ನಿಸಬಹುದು ಎಂದು ಅವಳನ್ನು ಮನೆಗೆ ಕಳುಹಿಸಿ ಸುಮ್ಮನೇ ಕುಳಿತಳು.

ಅಳು ತಡೆದಷ್ಟೂ ಅವಳಿಂದ ಹೊರ ಹೊಮ್ಮುತ್ತಲೇ ಇತ್ತು. ಬಿಕ್ಕಿ ಬಿಕ್ಕಿ ಅತ್ತು ಸಮಾಧಾನ ಮಾಡಿಕೊಂಡಳು.

* * *

ವಿಷಯ ತಿಳಿದ ಸಮಾಜ ತನ್ನನ್ನು, ದೀಪಕನನ್ನು ಯಾವ ದೃಷ್ಟಿಯಲ್ಲಿ ನೋಡಬಹುದು? ದೀಪಕನನ್ನು ಶೋಭಳ ಮನೆಯಲ್ಲಿ ಬಿಟ್ಟು ಹೋದದ್ದೇ ತಪ್ಪಾಯಿತು. ಇನ್ನೆಂದಿಗೂ ಇಂಥ ತಪ್ಪಾಗುವುದಕ್ಕೆ ಅವಕಾಶ ಮಾಡಿಕೊಡಬಾರದು. ದೀಪಕನಿಗೆ ಏಟು ಕೊಟ್ಟಾದರೂ ಇನ್ನು ಮೇಲೆ ಅವರ ಹತ್ತಿರ ಹೋಗಬಾರದು ಎಂದು ಹೇಳಬೇಕು.

ಇದ್ದಕ್ಕಿದ್ದಂತೆ ಅವಳಲ್ಲಿ ಭೀತಿ ಆವರಿಸಿತು.

'ದೀಪಕ್ ಈಗ ಅವರ ಬಳಿ ಇದ್ದಾನೆ. ಅವರೇನಾದರೂ ಕರೆದುಕೊಂಡು ಹೋಗಿಬಿಟ್ಟರೇ...?'

ಮಮ್ಮಿ ಎಂಬ ದನಿ ಕೇಳಿ ಅಂತಹ ಸಮಯದಲ್ಲೂ ಅವಳ ಹೃದಯ ಸಂತೋಷದಿಂದ ಅರಳಿತು.

ದೀಪಕ್ ಬಲವಂತದಿಂದ ಕೈಹಿಡಿದುಕೊಂಡು ಒಳಗೆ ಕರೆತಂದ ಮಧುವನ್ನು.

ಶಾಂತ ತಾನು ತಂದ ಸಾಮಾನುಗಳನ್ನು ಹರಡಿಕೊಂಡು ಅಲ್ಲೇ ಕುಳಿತಿದ್ದಳು.

"ಮಮ್ಮಿ, ಅಂಕಲ್ ಬಂದಿದೆ ನೋಡು" ಎಂದು ದೀಪಕ್‌ನು ತಾಯಿಯನ್ನು ಎಚ್ಚರಿಸಿದ.

ಮೇಲಕ್ಕೆದ್ದ ಶಾಂತ ನಿರ್ವಿಕಾರವಾಗಿ "ಕುಳಿತುಕೊಳ್ಳಿ" ಎಂದು ಹೇಳಿ ಅಲ್ಲಿದ್ದ ಸಾಮಾನುಗಳೊಂದಿಗೆ ಒಳಗೆ ಹೋದಳು. ಮಗನ ಮೇಲೆ ಅವಳಿಗೆ ಬಹಳ ಸಿಟ್ಟು ಬಂದಿತ್ತು.

ಕಾಫಿ ಮಾಡಿ ತಂದು ಮಧುಕರನ ಮುಂದಿದ್ದ ಸ್ಟೂಲಿನ ಮೇಲಿಟ್ಟಳು.

ಮಧು ನಗುತ್ತ ಕಾಫಿಯ ಬಟ್ಟಲನ್ನು ಕೈಗೆ ತೆಗೆದುಕೊಂಡು, "ದೀಪು, ನಾನು ಇವತ್ತು ಬಹಳ ಲಕ್ಕಿ ಅಂತ ಕಾಣುತ್ತೆ. ಇಂಥ ಕಾಫಿ ಸಿಗಬೇಕಾದರೆ" ಎಂದ.

ದೀಪಕ್ ಹೊಸದಾಗಿ ತಂದಿದ್ದ ರೈಲುಗಾಡಿಗೆ ಕೀ ಕೊಟ್ಟು ಓಡಿಸಲು ಮಗ್ನನಾಗಿದ್ದುದರಿಂದ ಮಧುವಿನ ಮಾತುಗಳನ್ನು ಕೇಳಿಸಿಕೊಳ್ಳಲಿಲ್ಲ. ಕೇಳಿಸಿಕೊಂಡಿದ್ದರೂ ಅವನ ಎಳೆಯ ಹೃದಯಕ್ಕೆ ಆ ಮಾತು ಅರ್ಥವಾಗುತ್ತಿತ್ತೋ ಇಲ್ಲವೋ!

ಕಾಫಿ ಬಟ್ಟಲಿಟ್ಟು ಹೋದ ಶಾಂತ ಹೊರಗೆ ತಲೆಹಾಕಲೇ ಇಲ್ಲ. ದೀಪಕನ ಗಮನವೆಲ್ಲ ಆಟದ ಕಡೆಗಿತ್ತು. ಬೇಸರದಿಂದ ಮಧು ಮೇಲಕ್ಕೆದ್ದ.

"ದೀಪು, ನಾನು ಹೋಗಿಬರಲೇ?" ಎಂದ ಮೆಲುದನಿಯಲ್ಲಿ.

ಪುಟ್ಟ ರೈಲನ್ನು ಕೈಯಲ್ಲಿ ಹಿಡಿದುಕೊಂಡು ಮೇಲಕ್ಕೆದ್ದ ದೀಪು "ಇಲ್ಲೇ ಇರು ಅಂಕಲ್" ಎಂದ.

"ಇಲ್ಲಿದ್ದರೆ ಅಮ್ಮ ಬೈಯುತ್ತೆ, ತಾತ ಬಂದರೆ ದೊಣ್ಣೆ ತೆಗೆದುಕೊಳ್ಳುತ್ತಾರೆ. ನನಗೆ ಭಯ ಆಗುತ್ತೆ."

ಎಂದು ಹೇಳಿ ರಮಿಸಿದ ಮಧು ಹೊರಕ್ಕೆ ಅಡಿಯಿಟ್ಟ. ಅವನಿಗೆ ಇನ್ನೊಂದು ಸಲ ಶಾಂತ ಹೊರಗೆ ಬಂದರೇ ನೋಡುವ ಮನಸ್ಸಿತ್ತು. ಕಾರಿನಲ್ಲಿ ಕುಳಿತು ನಿರಾಸೆಯಿಂದ ಬಾಗಿಲ ಕಡೆ ನೋಡಿದ. ಅಲ್ಲಿಯೂ ಅವನಿಗೆ ನಿರಾಶೆಯೇ ಕಾದಿತ್ತು.

ದೀಪಕನಿಗೆ ಟಾಟಾ ಹೇಳಿ ಕಾರನ್ನು ವೇಗವಾಗಿ ಓಡಿಸಿದ.

ಶಾಂತ ಹೊರಗೆ ಬಂದಾಗ ಸ್ಟೂಲಿನ ಮೇಲೆ ಎರಡು ಪೊಟ್ಟಣಗಳಿದ್ದವು. ಮರೆತುಬಿಟ್ಟು ಹೋಗಿರಬಹುದೆಂದು ಕೈಗೆ ತೆಗೆದುಕೊಂಡಳು. ಅದರ ಮೇಲಿದ್ದ ಚಿತ್ರಗಳನ್ನು ನೋಡಿಯೇ ಅವು ಹುಡುಗರ ಬಟ್ಟೆಯೆಂದು ಊಹಿಸಿದಳು.

ಅವಳಿಗೆ ಮಧುವಿನ ಮೇಲೆ ಕೋಪ ಬಂತು. ತಾನು ಮಗನನ್ನು ಅಷ್ಟು ಐಸಿರಿಯಲ್ಲಿ ಓಲಾಡಿಸದಿದ್ದರೂ ನೆಮ್ಮದಿಯಿಂದ ಸಾಕಬಲ್ಲೆ. ಇವರ ಕರುಣೆ ತನಗೆ ಅಗತ್ಯವಿಲ್ಲ. ಅದನ್ನು ಶೋಭಳ ಕೈಯಲ್ಲಿ ಕೊಟ್ಟುಬಿಡಬೇಕು ಎಂದುಕೊಂಡಳು.

ಇದಕ್ಕೆಲ್ಲ ಕಾರಣನಾದ ದೀಪಕನ ಮೇಲೆ ತಿರುಗಿತು ಅವಳ ಕೋಪ.

"ದೀಪು, ನೀನು ಬೇರೆಯವರ ಹತ್ತಿರ ಹೋಗಿ ಅವರು ಕೊಟ್ಟಿದ್ದನ್ನೆಲ್ಲ ತಗೊಂಡು ಬರುತ್ತೀಯಲ್ಲ ನಿನಗೆ ಬುದ್ಧಿ ಇಲ್ವಾ. ನಾನು ಬೇರೆ ರೈಲು ತೆಗೆದುಕೊಡುತ್ತೀನಿ ಆ ರೈಲು ಇಲ್ಲಿ ಕೊಡು. ಶೋಭ ಅತ್ತೆ ಮನೆಗೆ ಕಳುಹಿಸಿಬಿಡೋಣ" ಎಂದು ಅವನ ಕೈಯಲ್ಲಿದ್ದ ರೈಲು ಕಿತ್ತುಕೊಂಡು ಅಲ್ಲೇ ಬಿದ್ದಿದ್ದ ಅದರ ಪ್ಯಾಕೆಟ್‌ನಲ್ಲಿಡತೊಡಗಿದಳು.

ದೀಪಕ್ ಜೋರಾಗಿ ಅಳತೊಡಗಿದ. ಎಷ್ಟು ಹೇಳಿದರೂ ಅವನು ಅಳು ನಿಲ್ಲಿಸಲಿಲ್ಲ. ಕುಪಿತಳಾದ ಶಾಂತ ಮಗನ ಕೆನ್ನೆಗೆ ಫಟಾರನೇ ಬಾರಿಸಿದಳು.

"ಶಾಂತ, ಅವನನ್ನು ಹೊಡೆಯಬೇಡ" ಎಂದು ಹೊಡೆದಷ್ಟೂ ವೇಗವಾಗಿ ಆ ಮಾತು ಅವಳನ್ನು ಅಪ್ಪಳಿಸಿತು.

ಶಾಂತ ಹಿಂದಿರುಗಿ ನೋಡಿದಳು. ಮಧು ಪುಟ್ಟ ವಿಮಾನವನ್ನು ಹಿಡಿದು ನಿಂತಿದ್ದ ಶಾಂತ ಸೀದಾ ಒಳಗೆ ಹೋಗಿಬಿಟ್ಟಳು.

ಮಧುವಿನ ಧ್ವನಿಯಿಂದ ಶಾಂತ ತತ್ತರಿಸಿದಳು. ಅವನ ಮಾತಿನಲ್ಲಿ ಅಧಿಕಾರವಾಣಿ ಇತ್ತು. ತನ್ನ ವಸ್ತುವನ್ನು ಇನ್ನೊಬ್ಬರು ಮುಟ್ಟಿ ಹಾಳು ಮಾಡುವಾಗ ತೋರಿಸುವ ಆಕ್ರೋಶ ಅವನ ದನಿಯಲ್ಲಿ ಅಡಗಿತ್ತು.

ಶಾಂತ ಮೌನವಾಗಿ ಅವನು ತಂದಿದ್ದ ಬಟ್ಟೆಗಳ ಪೊಟ್ಟಣ, ಆಟದ ಸಾಮಾನುಗಳನ್ನು ತೆಗೆದು ಬ್ಯಾಸ್ಕೆಟ್ಟಿಗೆ ಹಾಕಿದಳು.

ಪಕ್ಕದ ಮನೆ ಹುಡುಗ ರಮೇಶನನ್ನು ಕರೆದು ಅವನ ಕೈಯಲ್ಲಿ ಆ ಬ್ಯಾಸ್ಕೆಟ್ಟನ್ನು ಕೊಟ್ಟು ಶೋಭಳ ಮನೆಗೆ ಕೊಟ್ಟು ಬರುವಂತೆ ಹೇಳಿ ಸಮಾಧಾನದ ಉಸಿರು ಬಿಟ್ಟಳು.

ಮಧು, ಪ್ರಭಾಕರ್ ಮಾತನಾಡುತ್ತ ಕುಳಿತಿದ್ದಾಗ ರಮೇಶ ಬ್ಯಾಸ್ಕೆಟ್ಟನ್ನು ತಂದಿಟ್ಟು ಹೇಳಿ ಹೋದ.

ಮಧುವಿನ ಮೈ ಕೋಪದಿಂದ ನಡುಗಿತು; ಮುಖ ಕೆಂಪಾಯಿತು. ಬ್ಯಾಸ್ಕೆಟ್ ಎತ್ತಿ ರೊಯ್ಯನೆ ಆಚೆಗೆಸೆದ.

ವಿಷಯದ ಅರಿಯದ ಶೋಭ, ಪ್ರಭಾಕರ ದಿಙ್ಮೂಢರಾದರು. ಅವನ ಮುಂಗೋಪ ಅರಿತ ಶೋಭ ನಡುಗಿದಳು.

ಪ್ರಭಾಕರ ಮಾತನಾಡಿಸುವ ಮೊದಲೇ ಮಧು ಎದ್ದು ಹೊರಹೊರಟ.

ಅಲ್ಲಿ ಚೆಲ್ಲಿದ್ದ ಬಟ್ಟೆಗಳನ್ನು ನೋಡಿಯೇ ಶೋಭ ನಡೆದಿರಬಹುದಾದ ವಿಷಯವನ್ನು ಊಹಿಸಿಕೊಂಡು ಭಯಪಟ್ಟಳು. ಅವಳ ಭಯಕ್ಕೆ ಕಾರಣವಿಲ್ಲದೇ ಇರಲಿಲ್ಲ. ಅವನು ಶಾಂತಳ ಮನೆಗೆ ಹೋಗಿ ಏನು ಕೂಗಾಡಿಬಿಡುತ್ತಾನೋ ಎಂದುಕೊಂಡು ಪ್ರಭಾಕರನಿಗೆ ಹೇಳಿದಳು.

ಪ್ರಭಾಕರ, ಶೋಭ ಬಂದಾಗ ಶಾಂತ ದೀಪಕನಿಗೆ ತಲೆ ಬಾಚುತ್ತಿದ್ದಳು. ಇಲ್ಲಿಗೆ ಮಧು ಬಂದಿಲ್ಲವೆಂದು ಸಮಾಧಾನಗೊಂಡರು.

"ಎಷ್ಟೊತ್ತಿಗೆ ಬರುತ್ತಾರೆ ನಿಮ್ಮ ಅತ್ತೆ, ಅಂಕಲ್?" ಎಂದು ಲೋಕಾಭಿರಾಮವಾಗಿ ಮಾತಾಡಿಸಿದಳು ಶೋಭ.

ಶಾಂತಳಿಗೆ ಎಂದಿನಂತೆ ಗೆಳತಿಯ ಮಾತಿನಲ್ಲಿ ನೈಜತೆ ಇಲ್ಲವೆನ್ನಿಸಿತು. ಅದಕ್ಕೆ ಕಾರಣ ಗೊತ್ತಿದ್ದರಿಂದ ಪ್ರಶ್ನಿಸಲು ಹೋಗಲಿಲ್ಲ.

ಪ್ರಭಾಕರ ಎಂದಿನಂತೆ ನಗುನಗುತ್ತ ಮಾತನಾಡಿದ. ಶೋಭ ಅಲ್ಲೇ ಉಳಿಯದೆ ಗಂಡನ ಜೊತೆಯಲ್ಲೇ ಹೊರಟುಬಿಟ್ಟಳು.

* * *

ಲಲಿತಮ್ಮ ಬಂದ ಮೇಲಂತೂ ಶಾಂತಳಿಗೆ ಬೇರೆ ಯೋಚಿಸಲೂ ಬಿಡುವು ಸಿಗುತ್ತಿರಲಿಲ್ಲ. ಶಾಲೆ ಬಿಟ್ಟರೆ ಅವರ ಒಡನಾಟದಲ್ಲಿ ಎಲ್ಲಾ ಮರೆಯುತ್ತಿದ್ದಳು.

ಅಣ್ಣ ಮೊದಲೇ ಎಚ್ಚರಿಸಿ ಕರೆತಂದದ್ದರಿಂದ ಲಲಿತಮ್ಮ ಶಾಂತಳನ್ನು ಯಾವ ಬಗ್ಗೆಯೂ ಪ್ರಶ್ನಿಸುತ್ತಿರಲಿಲ್ಲ. ಆದರೆ ಮಕ್ಕಳಿಲ್ಲದ ತಾವು ಪ್ರೀತಿಯಿಂದ ಬೆಳೆಸಿದ ಅಣ್ಣನ ಮಗಳ ಬಾಳು ಹೀಗಾಯಿತಲ್ಲ... ಇದಕ್ಕೆ ದೀಪಕನೇ ಕಾರಣ. ಅವನು ಹುಟ್ಟದಿದ್ದರೆ ಅವಳು ಎಲ್ಲಾ ಮರೆತು ಒಂದು ದಿನ ಬೇರೆಯವನ ಕೈ ಹಿಡಿದು ಸುಖವಾಗಿರುತ್ತಿದ್ದಳೇನೋ ಎಂದುಕೊಂಡರು ಲಲಿತಮ್ಮ.

ಶಾಂತಳಲ್ಲಿ ಅವರಿಗಿದ್ದ ಪ್ರೀತಿ ದೀಪಕನ ಮೇಲೆ ದ್ವೇಷವಾಗಿ ಮಾರ್ಪಟ್ಟಿತು. ಕೆಲವು ಸಲ ಕೋಪವನ್ನು ಹತ್ತಿಕ್ಕಲಾರದೇ ದೀಪಕನಿಗೆ ವಿನಾಕಾರಣ ಏಟು ಕೊಡುತ್ತಿದ್ದರು.

ಏಟು, ಬೈಗಳನ್ನೇ ಅರಿಯದ ದೀಪಕ್ ಲಲಿತಮ್ಮನವರನ್ನು ಕಂಡರೆ ಹೆದರುತ್ತಿದ್ದ. ಅವರ ಹತ್ತಿರ ಸುಳಿಯುತ್ತಲೇ ಇರಲಿಲ್ಲ.

ಒಂದು ದಿನ ನಡೆದ ಘಟನೆ ಪ್ರಕೋಪಕ್ಕೆ ಹೋಯಿತು. ಬೇಸಿಗೆಯ ಧಗೆಗಾಗಿ ತಂದಿಟ್ಟಿದ್ದ ನೀರಿನ ಹೂಜಿಗೆ ದೀಪಕ್ ಕಲ್ಲು ಹೊಡೆದ.

ಶಬ್ದ ಕೇಳಿ ಹೊರಗೆ ಬಂದ ಲಲಿತಮ್ಮನಿಗೆ ತಮ್ಮ ಕೋಪ ತೀರಿಸಿಕೊಳ್ಳುವುದಕ್ಕೆ ಸರಿಯಾದ ಕಾರಣ ಸಿಕ್ಕಂತಾಗಿತ್ತು. ಶಾಂತಳ ಮೇಜಿನ ಮೇಲಿದ್ದ ಸ್ಕೇಲನ್ನು ತೆಗೆದುಕೊಂಡು ದೀಪಕನಿಗೆ ಚುರುಕು ಮುಟ್ಟಿಸಿದರು.

ಏಟು ಜೋರಾಗಿ ಬೀಳದಿದ್ದರೂ, ಇದೇ ನೆಪ ಎನ್ನುವಂತೆ ಅವನು ಅಳತೊಡಗಿದ.

ಅದೇ ವೇಳೆ ಶೋಭ ಅಕಸ್ಮಾತ್ತಾಗಿ ಬಂದಳು. ಲಲಿತಮ್ಮನ ಕೈಯಲ್ಲಿದ್ದ ಸ್ಕೇಲು, ದೀಪಕನ ಅಳು ನೋಡಿ ಎಲ್ಲಾ ಊಹಿಸಿಕೊಂಡಳು.

"ಯಾಕೋ ಮರಿ ದೀಪು, ನರ್ಸರಿಗೆ ಹೋಗಲಿಲ್ಲವೇ?" ಎಂದು ಹತ್ತಿರಕ್ಕೆ ಕರೆದುಕೊಂಡಳು.

ಸಮಾಧಾನ ಮಾಡುವುದಕ್ಕೆ ಒಬ್ಬರು ಸಿಕ್ಕ ಮೇಲಂತೂ ದೀಪಕನ ಅಳು ತಾರಕಕ್ಕೆ ಏರಿತು.

"ನೀನು ಬಿಡು ಶೋಭ, ಹಾಳಾದವನು ಹುಟ್ಟಿ ಅವಳ ಜೀವನಾನೇ ಹಾಳು ಮಾಡಿಬಿಟ್ಟ. ಅದೂ ಸಾಲದೇ ಹಠ ರಂಪ ಮಾಡಿ ಜೀವ ಹಿಂಡುತ್ತಾನೆ" ಎಂದು ಒದರುತ್ತ ತಮ್ಮ ಕೈಯಲ್ಲಿದ್ದ ಸ್ಕೇಲಿನಿಂದ ದೀಪಕನಿಗೆ ಇನ್ನೆರಡು ಏಟು ಕೊಟ್ಟರು.

ಅವರ ಕೈಯಲ್ಲಿದ್ದ ಸ್ಕೇಲು ಕಿತ್ತುಕೊಂಡು ಶೋಭ "ಛೇ! ಮಗೂನ ಯಾಕೆ ಹೊಡೆದಿರಿ? ಅವನು ಮಾಡಿದ ಚೇಷ್ಟೆ ನಾವು ಮಾಡುವುದಕ್ಕೆ ಸಾಧ್ಯವೇ? ಶಾಂತ ಅವನಲ್ಲಿ ಜೀವ ಇಟ್ಟುಕೊಂಡಿದ್ದಾಳೆ. ನೀವು ಹೊಡೆದಿದ್ದು ತಿಳಿದರೆ ನೊಂದುಕೊಳ್ಳುತ್ತಾಳೆ" ಎಂದಳು.

ಲಲಿತಮ್ಮನ ವಿವೇಕ ಜಾಗೃತವಾಯಿತು. ತಾನು ಅವಳ ಮುಂದೆ ಏನೇನು ಒದರಿಬಿಟ್ಟೆನೋ ಎಂದು ಗಾಬರಿಯಾದರು.

"ಮಕ್ಕಳಲ್ಲಿ ಸ್ವಲ್ಪ ಶಿಸ್ತಿರಬೇಕು. ಅವಳಂತೂ ಮನೆಯಲ್ಲಿ ಇರೋಲ್ಲ. ನಮ್ಮಣ್ಣ ಹೇಗೆ

ಸುಧಾರಿಸಬೇಕು ಹೇಳು? ಮಾತು ಮಾತಿಗೂ ಹಠ, ಅಳು" ಎಂದು ಏನೋ ಹೇಳಲು ಪ್ರಯತ್ನಿಸಿದರು.

"ದೀಪಕನನ್ನು ನಾನು ಕರೆದುಕೊಂಡು ಹೋಗುತ್ತೀನಿ. ಶಾಂತ ಬಂದರೆ ಹೇಳಿಬಿಡಿ; ಅವನು ನನಗೆ ಬೇರೆ ಅಲ್ಲ" ಎಂದು ಹೇಳಿ ಅವರ ಉತ್ತರಕ್ಕೂ ಕಾಯದೆ ಹೊರಟುಬಿಟ್ಟಳು ಶೋಭ.

ಅವನು ಶೋಭಳ ಪ್ರೀತಿಯ ಅಣ್ಣನ ಮಗನೆಂದು ಲಲಿತಮ್ಮನಿಗೇನು ಗೊತ್ತು!

ಮನೆಗೆ ಬಂದ ಕೃಷ್ಣಸ್ವಾಮಿಗಳಿಗೆ ಶೋಭ ಮೊಮ್ಮಗನನ್ನು ಕರೆದುಕೊಂಡು ಹೋದ ಕಾರಣ ತಿಳಿಯಲಿಲ್ಲ. ಏನೋ ಸುಮ್ಮನೆ ಕರೆದೊಯ್ದಿದ್ದಾಳೆ ಎಂದುಕೊಂಡರು.

ವಿಷಯ ತಿಳಿದ ಶಾಂತ ಒಂದು ನಿಮಿಷ ಸಹ ನಿಲ್ಲದೆ ಶೋಭಳ ಮನೆಗೆ ಹೋದಳು. ಸಂಜೆ ಮಗನಿಗಾಗಿಯೇ ಹಂಬಲಿಸಿ ಬರುತ್ತಿದ್ದವಳಿಗೆ ದೀಪಕನಿಲ್ಲದ್ದು ಬೇಸರವೆನ್ನಿಸಿತು.

ಕಾಂಪೌಂಡ್‌ನಲ್ಲಿ ದೀಪಕ್ ನಳಿನಿಯೊಂದಿಗೆ ಆಡುತ್ತ ಇದ್ದ. ತಾಯಿಯನ್ನು ನೋಡಿದ ಕೂಡಲೇ ಓಡಿ ಬಂದ.

ಮಗನ ಕೆನ್ನೆಗೆ ಲೊಚಲೊಚನೇ ಮುತ್ತಿಡುತ್ತ "ದೀಪು, ಅತ್ತೆ ಜೊತೆಯಲ್ಲಿ ಬಂದೆಯಾ?" ಎಂದು ಮಗನನ್ನು ಇಳಿಸಿ ನಳಿನಿಯನ್ನು ಎತ್ತಿಕೊಂಡಳು.

ಶೋಭ ಎಂದಿನಂತೆ ನಗುನಗುತ್ತ ಮಾತನಾಡಲಿಲ್ಲ. ಆ ದಿನ ತಾನು ಬಟ್ಟೆಗಳನ್ನು ವಾಪಸ್ಸು ಕಳುಹಿಸಿದ ಬೇಸರವಿರಬಹುದೆಂದುಕೊಂಡರೂ ಶಾಂತ ಅದರ ಬಗ್ಗೆ ಪ್ರಶ್ನಿಸಲಿಲ್ಲ.

"ಶಾಂತ, ಇಲ್ಲೇ ಹತ್ತಿರ ಒಂದು ನರ್ಸರಿ ಸ್ಕೂಲಿದೆ. ದೀಪಕ್‌ನನ್ನು ಇಲ್ಲೇ ಸೇರಿಸಿಬಿಡು. ನಾನು ನೋಡಿಕೊಳ್ಳುತ್ತೀನಿ. ನಿಮ್ಮ ತಂದೆಗೆ ಅವನನ್ನು ನೋಡಿಕೊಳ್ಳುವುದು ಕಷ್ಟವಾಗಬಹುದು."

ಶಾಂತ ಮರುಮಾತನಾಡದೇ ನೋವಿನ ನಗೆ ನಕ್ಕಳು.

'ತಮ್ಮ ಕರುಣೆ ತೋರಿಸುವ ನೆಪದಲ್ಲಿ ದೀಪಕನನ್ನು ಸೆಳೆದುಕೊಳ್ಳಲು ಸಿದ್ಧರಾಗಿದ್ದಾರೆ. ಮಾಲಿನಿಗೆ ದೀಪಕನ ತಾಯಿಯಾಗಬೇಕೆಂಬ ಆಸೆ. ಅವನ ಬಟ್ಟೆ ಬರೆಗಳಿಗೆ ದುಡ್ಡು ಖರ್ಚು ಮಾಡುವಷ್ಟು ಅಕ್ಕರೆ ಮಧುಗೆ. ಅವನನ್ನು ಮನೆಯಲ್ಲಿಟ್ಟುಕೊಂಡು ಪೋಷಿಸಬೇಕೆನ್ನುವಷ್ಟು ವಾತ್ಸಲ್ಯ ಶೋಭಳಿಗೆ. ಯಾಕೆ ಇವರೆಲ್ಲ ಹೀಗೆ ಯೋಚಿಸುತ್ತಾರೆ? ದೀಪಕನಿಗೆ ನಾನು ತಾಯಿಯ ಪ್ರೀತಿ ನೀಡಲಾರೆನೇ? ನನ್ನ ಸಂಪಾದನೆಯಿಂದ ಅವನ ಬಟ್ಟೆ ಬರೆ ಪೂರೈಸಲಾರೆನೇ? ಅವನ ಪೋಷಣೆ ಮಾಡಲಾರದಷ್ಟು ದುರ್ಬಲಳೇ?' ಎಂದು ಮನದಲ್ಲೇ ಯೋಚಿಸಿದಳು.

ಶಾಂತವಾಗಿ ಮಗನ ತಲೆ ಸವರುತ್ತ "ದೀಪು, ಅತ್ತೆ ಮನೆಯಲ್ಲಂತೆ ಇರುತ್ತೀಯಾ?" ಎಂದು ಕೇಳಿದಳು.

ತಾಯಿಗೆ ಬಿಗಿಯಾಗಿ ಕಚ್ಚಿಕೊಂಡ ದೀಪಕ್ "ಇರೋಲ್ಲ, ಹೋಗೋಣ ನಡಿ" ಎಂದು ದುಂಬಾಲು ಬಿದ್ದ. ಅಲ್ಲಿ ತುಂಬ ಹೊತ್ತು ನಿಂತರೆ ತಾಯಿ ತನ್ನನ್ನು ಎಲ್ಲಿ ಬಿಟ್ಟು ಹೋಗುವಳೋ ಎಂಬ ಭಯ ಅವನಿಗೆ.

"ಬರುತ್ತೀನಿ, ಶೋಭ ಮನೆಗೆ ಬಂದ ತಕ್ಷಣ ಇಲ್ಲಿಗೆ ಬಂದೆ. ಅತ್ತೆ ಒಬ್ಬಳೇ ಎಲ್ಲ ಕೆಲಸಾನೂ ಮಾಡ್ತಾ ಇದ್ದಾಳೋ ಏನೋ."

ಬಲವಂತದಿಂದ ಶೋಭ ಅವಳನ್ನು ಇರಿಸಿಕೊಂಡು ತಿಂಡಿ ಕೊಟ್ಟು ಉಪಚರಿಸಿದಳು. ಅವಳ ನೊಂದ ಮುಖ ನೋಡಿ ತಾನು ಆ ರೀತಿ ಅವಳನ್ನು ಕೇಳಬಾರದಾಗಿತ್ತು ಎಂದುಕೊಂಡು,

"ಶಾಂತ, ದಯವಿಟ್ಟು ಕ್ಷಮಿಸಿಬಿಡು" ಎಂದಳು. ನೊಂದ ದನಿಯಲ್ಲಿ ನುಡಿದ ಗೆಳತಿ ಕೈ ಹಿಡಿದು ಶಾಂತ ಸಮಾಧಾನ ಮಾಡಿದಳು.

"ಶಾಂತ, ನಾನು ಮತ್ತು ನನ್ನವರು ಆಂಟಿಯ ವರ್ಷಾಬ್ದಿಕಕ್ಕೆ ಹೋಗ್ತಾ ಇದ್ದೀವಿ. ಈ ಸಲ ಬರೋದು ಸ್ವಲ್ಪ ತಡವಾಗಬಹುದು. ನಮ್ಮ ಬಾಂಬೆ ಅಕ್ಕ ಸಹ ಬರುತ್ತಾಳೆ. ಎಲ್ಲರೂ ಒಟ್ಟಿಗೆ ಒಂದು ಹದಿನೈದು ದಿನವಾದರೂ ಇದ್ದು ಬರಬೇಕು ಅಂತ."

ಗೆಳತಿಯ ಮಾತಿಗೆ ಶಾಂತ ಸುಮ್ಮನೆ ತಲೆಯಾಡಿಸಿದಳು. ಶೋಭ ಎಲ್ಲಾದರೂ ಹೊರಟರೆ ನೀರಿನಿಂದ ಹೊರಬಿದ್ದ ಮೀನಿನಂತೆ ಚಡಪಡಿಸುತ್ತಿದ್ದವಳು ಇಂದು ನಿರ್ವಿಕಾರ ಳಾಗಿದ್ದಳು.

ತಾನು ಜೀವನದಲ್ಲಿ ಪ್ರೀತಿ, ಆತ್ಮೀಯತೆ, ಸಂತೋಷವನ್ನು ಎಂದೋ ಕಳೆದುಕೊಂಡಿದ್ದೇನೆ. ಈಗ ಬೇರೆಯವರಿಂದ ಅವುಗಳನ್ನು ಅಪೇಕ್ಷಿಸಬಾರದು. ನಾಳೆ ನಾವು ತನ್ನ ಪಾಲಿಗೆ ಗಗನಕುಸುಮವಾಗಬಹುದು. ಆದ್ದರಿಂದ ಆದಷ್ಟೂ ಅವುಗಳಿಂದ ದೂರವಿರುವುದೇ ಒಳ್ಳೆಯದೆಂಬ ನಿರ್ಧಾರಕ್ಕೆ ಬಂದಿದ್ದಳು.

ದೀಪಕನನ್ನು ಕರೆದುಕೊಂಡು ಮನೆಗೆ ಬರುವ ವೇಳೆಗೆ ಕೃಷ್ಣಸ್ವಾಮಿ ಮಗಳು, ಮೊಮ್ಮಗನನ್ನು ಎದುರು ನೋಡುತ್ತ ಬಾಗಿಲಿನಲ್ಲೇ ನಿಂತಿದ್ದರು.

* * *

ಶೋಭ ಆಡಿದ ಮಾತಿನ ಬಗ್ಗೆ ಬಹಳ ಯೋಚಿಸುತ್ತಿದ್ದ ಶಾಂತಳಿಗೆ ನಿದ್ದೆಯೇ ಹತ್ತಲಿಲ್ಲ. ಪಕ್ಕಕ್ಕೆ ತಿರುಗಿದಳು. ದೀಪಕ್ ಹೊದೆಸಿದ್ದ ಬಟ್ಟೆಯನ್ನು ಒದ್ದು ಸಣ್ಣಗೆ ನಡುಗುತ್ತಿದ್ದ.

ಮಗನ ಕೂದಲಲ್ಲಿ ಮಮತೆಯಿಂದ ಕೈಯ್ಯಾಡಿಸಿ ಸರಿಯಾಗಿ ಹೊದೆಸಿ ಪಕ್ಕಕ್ಕೆಳೆದುಕೊಂಡಳು. ಅವನ ಮೈ ಬೆಚ್ಚಗಿದ್ದ ಅನುಭವವಾಯಿತು. ಗಾಬರಿಯಿಂದ ಎದ್ದು ಕುಳಿತು ಅವನ ತಲೆ, ಮೈ ಮುಟ್ಟಿ ನೋಡಿದಳು. ಅವಳ ಸಂದೇಹ ದೃಢವಾಯಿತು. ಅವನ ಮೈ ನಾರ್ಮಲ್‌ಗಿಂತ ಹೆಚ್ಚಿಗೆ ಬಿಸಿಯಾಗಿತ್ತು.

ಶೀತವಾಗಿರಬಹುದೆಂದು ವಿಕ್ಸ್ ತಂದು ಉಜ್ಜಿ ಸರಿಯಾಗಿ ಹೊದೆಸಿ ಮಲಗಿಸಿದಳು. ಬೆಳಗಾದ ತಕ್ಷಣ ಪ್ರಭಾಕರನಲ್ಲಿ ಕರೆದುಕೊಂಡು ಹೋಗಬೇಕೆಂದುಕೊಂಡಳು.

ಬೆಳಗಿನವರೆಗೂ ಅವಳಿಗೆ ನಿದ್ದೆ ಹತ್ತಲಿಲ್ಲ. ಬೇಗ ಎದ್ದು ಸ್ನಾನ ಮುಗಿಸಿ ಮಗನ ಮೈ ಮುಟ್ಟಿ ನೋಡಿದಾಗ ಅವನಿಗೆ ಜ್ವರವಿರಲಿಲ್ಲ.

ಈಗ ಡಾಕ್ಟರ್ ಬಳಿ ಕರೆದೊಯ್ಯುವುದೇ ಬೇಡವೇ ಎಂಬ ಯೋಚನೆ ಬಂತು. ತನ್ನ ಆತಂಕವನ್ನು ತಂದೆಯ ಬಳಿ ಹೇಳಿದಳು.

“ಅಣ್ಣ, ರಾತ್ರಿ ದೀಪುಗೆ ಜ್ವರ ಇತ್ತು. ಈಗ ಬಿಟ್ಟಿದೆ. ನರ್ಸಿಂಗ್ ಹೋಂಗೆ ಕರೆದುಕೊಂಡು ಹೋಗಲೇ?”

ಕೃಷ್ಣಸ್ವಾಮಿಗಳು ಮಾತನಾಡುವ ಮೊದಲೇ ಉಪ್ಪಿಟ್ಟು ಕೆದಕುತ್ತಿದ್ದ ಲಲಿತಮ್ಮ ಹೊರಗೆ ಬಂದರು. ಅವರ ಆರೋಗ್ಯ ಬಹಳಷ್ಟು ಸುಧಾರಿಸಿತ್ತು. ಶಾಂತಳಿಗೆ ಯಾವ ಕೆಲಸವನ್ನೂ ಬಿಡದೆ ತಾವೇ ಮಾಡುತ್ತಿದ್ದರು. ಅವರಿಗೆ ಶಾಂತಳಲ್ಲಿ ಅಪಾರ ಪ್ರೇಮ. ಅವಳ ಹಾಳಾದ ಬಾಳಿಗಾಗಿ ಹಗಲೂ ರಾತ್ರಿ ಕೊರಗುತ್ತಿದ್ದರು.

“ಸ್ವಲ್ಪ ಮೈ ಬೆಚ್ಚಗಾಗಿದ್ದಕ್ಕೆಲ್ಲ ಡಾಕ್ಟರ್ ಬಳಿ ಏಕೆ? ನಲ್ಲಿ ಮುಂದೆ ಕುಳಿತು ಸ್ನಾನ ಮಾಡಿಬಿಡುತ್ತಾನೆ. ಎಲ್ಲೋ ಶೀತಕ್ಕೆ ಮೈ ಬಿಸಿಯಾಗಿರಬಹುದು.”

ಲಲಿತಮ್ಮನ ಮಾತಿಗೆ ಕೃಷ್ಣಸ್ವಾಮಿ, ಶಾಂತ ಪ್ರತಿಯಾಡಲಿಲ್ಲ. ದೀಪಕ್ ಎದ್ದು ಗೆಲುವಾಗೇ ಆಡಿಕೊಂಡಿದ್ದ.

ಶಾಂತ ಸ್ಕೂಲಿನಿಂದ ಬರುವ ವೇಳೆಗೆ ಕೃಷ್ಣಸ್ವಾಮಿ ಮೊಮ್ಮಗನಿಗೆ ಸ್ವೆಟರ್ ಹಾಕಿ ಶಾಲು ಹೊದಿಸಿಕೊಂಡು ಕುಳಿತಿದ್ದರು.

“ಅಣ್ಣ, ದೀಪಕ್ ಹುಷಾರಾಗಿದ್ದಾನೆ ತಾನೆ?” ಎಂದು ಆತಂಕದಿಂದಲೇ ಮಗನ ತಲೆ, ಮೈ ಮುಟ್ಟಿ ನೋಡಿದಳು. ಅವನ ಮೈ ಕಾಯುತ್ತಿತ್ತು. ಉಡುಪು ಸಹ ಬದಲಾಯಿಸದೆ ನರ್ಸಿಂಗ್ ಹೋಂಗೆ ಕರೆದುಕೊಂಡು ಹೋದಳು. ಪ್ರಭಾಕರನ ಸಹಾಯಕ ವೈದ್ಯ ಗೋಪಾಲ್ ಶ್ರದ್ಧೆಯಿಂದ ಪರೀಕ್ಷಿಸಿದನು.

ಮಾರನೆಯ ದಿನ ಡಾ॥ ಗೋಪಾಲ್ ಬಹಳ ಆಸ್ಥೆಯಿಂದ ಮನೆಗೆ ಬಂದು ಚಿಕಿತ್ಸೆ ಮಾಡತೊಡಗಿದರು. ನಾಲ್ಕಾರು ದಿನಗಳಾದರೂ ದೀಪಕ್‌ನ ಜ್ವರ ಬಿಡಲಿಲ್ಲ.

ಶಾಂತ ಭೂಮಿಗೆ ಕುಸಿದಳು. ತಾನು ಕಂಡ ಕಾಣದ ದೇವರಿಗೆಲ್ಲ ಕೈ ಮುಗಿದು ಮಗನ ಆರೋಗ್ಯಕ್ಕಾಗಿ ಬೇಡಿಕೊಂಡಳು. ಇವೆಲ್ಲ ನಿರರ್ಥಕ ಎನ್ನುವಂತೆ ಗೋಪಾಲ್ ದೀಪಕನ ಜ್ವರಕ್ಕೆ ಟೈಫಾಯಿಡ್ ಎಂದು ಹೆಸರಿಸಿದರು.

ಸ್ಕೂಲಿಗೆ ರಜಾಹಾಕಿ ಹಗಲಿರುಳೂ ಮಗನ ಸೇವೆಗೆ ನಿಂತಳು. ಅವಳಿಗೆ ಊಟ, ತಿಂಡಿಗಳ ಪರಿವೆಯೇ ಇರುತ್ತಿರಲಿಲ್ಲ. ಸುಮ್ಮನೆ ಮಂಕಾಗಿ ಮಗನ ಮಂಚದ ಬಳಿ ಕುಳಿತಿರುತ್ತಿದ್ದಳು.

ಲಲಿತಮ್ಮ, ಕೃಷ್ಣಸ್ವಾಮಿಗಳು ಎಷ್ಟೇ ಸಮಾಧಾನ ಹೇಳಿದರೂ ಅವರಿಗೆ ಧೈರ್ಯ ಬರಲಿಲ್ಲ.

ಡಾ॥ ಗೋಪಾಲ್, ಲೇಡಿ ಡಾಕ್ಟರ್ ಮನೆಯವರಂತೆ ದಿನಕ್ಕೆ ನಾಲ್ಕಾರು ಸಲ ಬಂದು ನೋಡಿ ಚಿಕಿತ್ಸೆ ಮಾಡುತ್ತಿದ್ದರು.

ಜ್ವರದ ತಾಪದಿಂದ ದೀಪಕ್ ಸವೆದು ಕಡ್ಡಿಯಂತಾದ. ಅವನ ಹಾಲು ಕೆನ್ನೆಗಳು ಬತ್ತಿದವು. ಆಕರ್ಷಕ ಕಣ್ಣುಗಳು ಕಾಂತಿಹೀನವಾದವು.

* * *

ದೀಪಕನು ಉಳಿಯುವ ಭರವಸೆ ಅವಳಿಂದ ದೂರವಾಯಿತು. ಬಾಳಬೇಕೆಂಬ ನಿರ್ಧಾರ ಅವಳಿಂದ ಸಡಿಲವಾಯಿತು.

ಎಸ್ಟೇಟ್‌ನಲ್ಲಿ ತಾನೆಂದು ಮಧುವಿನ ವಶವಾದೆನೋ ಅಂದೇ ಆತ್ಮ ಹತ್ಯೆ ಮಾಡಿಕೊಂಡಿದ್ದರೆ ಇಷ್ಟೆಲ್ಲ ಬವಣೆ ಪಡಬೇಕಾಗಿರಲಿಲ್ಲ. ಸಮಾಜಕ್ಕೆ ಸುಳ್ಳು ಹೇಳಿ ಬದುಕಬೇಕಾಗಿರಲಿಲ್ಲ. ತಾನು ಅಂದು ಉಳಿದುಕೊಂಡ ಕಾರಣವೇನೋ. ಇದರಲ್ಲಿ ದೇವರ ಕೈವಾಡವಿರಬಹುದು. ಅಂತಹ ಸಮಯದಲ್ಲೂ ಅವಳು ದೇವರನ್ನು ನಿಂದಿಸಲಿಲ್ಲ.

ದೀಪಕ್ ಉಳಿಯುವ ಭರವಸೆ ಇಲ್ಲವೆಂದು ಡಾ. ಗೋಪಾಲ್‌ನಿಂದ ಟ್ರಂಕ್‌ಕಾಲ್ ಬಂದ ಕೂಡಲೇ ಪ್ರಭಾಕರ ಹೌಹಾರಿದ. ತಾನಿಲ್ಲದ ಸಮಯದಲ್ಲಿ ಎಂತಹ ಘಟನೆ! ತನಗೆ ಇದುವರೆಗೂ ತಿಳಿಸದ ಗೋಪಾಲನನ್ನು ನಿಂದಿಸಿದ.

ವಿಷಯ ತಿಳಿದ ಶೋಭಳಂತೂ ಬಿಕ್ಕಿ ಬಿಕ್ಕಿ ಅತ್ತಳು. ಮಧು ಶಕ್ತಿಯನ್ನೇ ಕಳೆದುಕೊಂಡವನಂತೆ ನಿಸ್ತೇಜನಾದ.

ಶೋಭಳ ತಂದೆ ಬೆಳಿಗ್ಗೆ ಹೋಗುವಿರಂತೆ ಎಂದು ಹೇಳಿದರೂ ಮಧು, ಪ್ರಭಾಕರ ಕೇಳಲಿಲ್ಲ.

ಮಧು ತಾನೇ ಸ್ವತಃ ಕಾರಿನ ಚಾಲಕನಾದ. ಶಾಂತಳ ಮನೆಯ ಮುಂದೆ ಕಾರು ನಿಂತಾಗ ಮನೆಯಲ್ಲಿ ವಿಲಕ್ಷಣ ಮೌನ ನೆಲೆಸಿತ್ತು. ಎಲ್ಲರೂ ಗಾಬರಿಯಿಂದಲೇ ಒಳಗೆ ಬಂದರು.

ಪ್ರಭಾಕರ್ ಬಂದು ದೀಪಕನ ಪರಿಸ್ಥಿತಿಯನ್ನು ಪರೀಕ್ಷಿಸಿ ಗೋಪಾಲನ ಜೊತೆ ಚರ್ಚಿಸಿದ. ದೀಪಕನು ಇಲ್ಲಿರುವುದಕ್ಕಿಂತ ನಮ್ಮ ಮನೆಯಲ್ಲೇ ಇರುವುದು ಸರಿಯೆಂದುಕೊಂಡು ಕೃಷ್ಣಸ್ವಾಮಿಗೆ ತಿಳಿಸಿದ.

"ದೀಪಕನನ್ನು ಹುಷಾರಾಗಿ ನಮ್ಮ ಮನೆಗೆ ಕರೆದುಕೊಂಡು ಹೋಗುತ್ತೀನಿ. ನಾನು ಸದಾ ಅವನ ಬಳಿಯೇ ಇದ್ದು ನೋಡಿಕೊಳ್ಳಬಹುದು. ಅವನ ಆರೋಗ್ಯದ ಬಗ್ಗೆ ಏನೂ ಭಯವಿಲ್ಲ."

ತನ್ನ ಮಾತಿನಲ್ಲಿ ಅವನಿಗೆ ನಂಬಿಕೆ ಇರಲಿಲ್ಲ. ದೀಪಕನನ್ನು ಕರೆದೊಯ್ಯುವ ಕಾರಣ ಅದಾಗಿರಲಿಲ್ಲ. ಕೊನೆಯ ಗಳಿಗೆಯಲ್ಲಾದರೂ ದೀಪಕ್ ತಂದೆಯ ಮಡಿಲಿನಲ್ಲಿರಲಿ ಎಂಬುದೇ ಅವನ ಉದ್ದೇಶವಾಗಿತ್ತು.

ಪ್ರಭಾಕರನ ದೃಷ್ಟಿ ಅಲ್ಲೇ ನಿಂತ ಶಾಂತಳ ಕಡೆ ಹೊರಳಿತು. ಅವಳ ಮುಖದಲ್ಲಿ ವೈರಾಗ್ಯ ನೆಲೆಸಿತ್ತು. ಜಗತ್ತಿನಲ್ಲಿ ಬಾಳಬೇಕೆಂಬ ಆಸೆ ಅವಳಲ್ಲಿ ನಶಿಸಿದಂತೆ ಕಾಣುತ್ತಿತ್ತು.

ಅವಳು ಪ್ರಭಾಕರನ ಮಾತಿಗೆ ಯಾವೊಂದು ಪ್ರತಿಕ್ರಿಯೆಯನ್ನೂ ತೋರಲಿಲ್ಲ.

ಮಧು ಮೃದುವಾಗಿ ದೀಪಕನನ್ನು ಎತ್ತಿಕೊಂಡ. ಅವನ ಹೃದಯದಲ್ಲಿ ತಂದೆಯ ವಾತ್ಸಲ್ಯ ಭೋರ್ಗರೆಯಿತು. ಅವನನ್ನು ಎದೆಗೆ ಒತ್ತಿಕೊಂಡ. ಅವನ ಕಣ್ಣಿಂದ ಉದುರಿದ ಬಿಸಿ ಕಂಬನಿ ದೀಪಕನ ಮೇಲೆ ಬಿತ್ತು.

ದೀಪಕನ ಆರೋಗ್ಯ ಸ್ವಲ್ಪಮಟ್ಟಿಗೆ ಸುಧಾರಿಸತೊಡಗಿತು. ಪ್ರಭಾಕರನ ಮನೆಗೆ ಬಂದ ಮೊದಲನೇ ರಾತ್ರಿಯೇ ಒಂದು ಡಿಗ್ರಿಯಷ್ಟು ಟೆಂಪರೇಚರ್ ಇಳಿದಿತ್ತು.

ಸುಮ್ಮನೆ ಕುಳಿತ ಶಾಂತಳನ್ನು ನೋಡಿದ ಪ್ರಭಾಕರ್ "ದೀಪಕ್‌ಗೆ ಏನೂ ಭಯವಿಲ್ಲ. ಅವನಿಗಿಂತ ಹೆಚ್ಚಾಗಿ ನೀನು ಸೊರಗಿಬಿಟ್ಟಿದ್ದೀಯ. ಏಳು ಊಟ ಮಾಡೋಣ" ಅಂದ.

ಅವಳು ತಗ್ಗಿಸಿದ ಮುಖವನ್ನು ಮೇಲೆತ್ತದೆ ಚುಟುಕಾಗಿ ಉತ್ತರಿಸಿದಳು.

"ನನಗೆ ಈಗ ಹಸಿವಿಲ್ಲ. ಮಧ್ಯಾಹ್ನ ಮಾಡುತ್ತೀನಿ."

ಪ್ರಭಾಕರನಿಗೆ ಗಾಬರಿಯಾಯಿತು. ಈಗ ರಾತ್ರಿಯಾಗಿದೆ ಎನ್ನುವ ಪರಿವೆ ಸಹ ಅವಳಿಗಿದ್ದಂತಿರಲಿಲ್ಲ.

ಶೋಭ ಬಲವಂತದಿಂದ ಎಳೆದುಕೊಂಡು ಹೋದರೂ ಎರಡು ತುತ್ತು ತಿಂದ ಶಾಸ್ತ್ರಮಾಡಿ ದೀಪಕನಿದ್ದ ಕೋಣೆಗೆ ಮರಳಿದಳು. ಮಧು ಅಲ್ಲೇ ಇದ್ದರೂ ಅವನ ಕಡೆ ಅಪ್ಪಿತಪ್ಪಿ ಕೂಡ ನೋಡಲಿಲ್ಲ.

ಪ್ರಭಾಕರ್ ಸಿರಂಜ್ ತೆಗೆದುಕೊಂಡು ಬಂದು "ಎಲ್ಲಿ ಶಾಂತ, ಆ ಕಡೆ ತಿರುಗು" ಅಂದ.

ಅಂತಹ ಸಮಯದಲ್ಲೂ ಶಾಂತಳಿಗೆ ನಗು ಬಂತು. ದೀಪಕನಿಗೆ ಕೊಡಬೇಕಾದ ಇಂಜಕ್ಷನ್ ತನಗೆ ಕೊಡುತ್ತಿದ್ದಾರೆ ಎಂದುಕೊಂಡು.

"ನೀವೆಲ್ಲೋ ಮರೆತು ನನಗೆ ಚುಚ್ಚುತ್ತಾ ಇದ್ದೀರಿ. ನನಗೇನಾಗಿದೆ?" ಅಂದಳು.

"ನಾನೇನು ಮರೆತಿಲ್ಲ. ದೀಪಕನಿಗೇನು ಕಾಯಿಲೆ ಇಲ್ಲ. ಅವನಿಗಿಂತ ಹೆಚ್ಚಾಗಿ ಚಿಕಿತ್ಸೆ, ವಿಶ್ರಾಂತಿ ನಿಮಗೆ ಅಗತ್ಯವಿದೆ" ಎಂದು ಹೇಳಿ ಅವಳ ಪ್ರತಿಕ್ರಿಯೆಗೂ ಕಾಯದೆ ಎಡತೋಳಿಗೆ ಇಂಜಕ್ಷನ್ ಚುಚ್ಚಿ ಹೊರನಡೆದ.

ಕೆಲವಾರು ನಿಮಿಷಗಳಲ್ಲೇ ಅವಳಿಗೆ ಮಂಪರು ಕವಿದಂತೆ ಆಯಿತು. ಮಗನ ಕಾಲ ಬಳಿಯಲ್ಲೇ ಮುದುರಿ ಮಲಗಿದಳು.

ಅವಳ ಪ್ರತಿಕ್ರಿಯೆಯನ್ನೇ ಗಮನಿಸುತ್ತಿದ್ದ ಮಧು ಅವಳನ್ನು ಮೃದುವಾಗಿ ಎತ್ತಿ ಪಕ್ಕದಲ್ಲಿದ್ದ ಮಂಚದ ಮೇಲೆ ಮಲಗಿಸಿ, ಕರುಣೆ ಮತ್ತು ಪ್ರೀತಿಯಿಂದ ನೋಡಿ ಅವಳ ಕೆದರಿದ ಕೂದಲನ್ನು ಪಕ್ಕಕ್ಕೆ ಸರಿಸಿದ.

ಅಂದಿನ ರಾತ್ರಿಯೆಲ್ಲ ಎಚ್ಚರವಿದ್ದು ಮಧು ದೀಪಕನನ್ನು ನೋಡಿಕೊಂಡ.

ಬಳಲಿದ ಶಾಂತಳ ಮನಕ್ಕೆ ದೀರ್ಘ ವಿಶ್ರಾಂತಿಯಿಂದ ಸ್ವಲ್ಪಮಟ್ಟಿಗೆ ಚೇತರಿಕೆ ಉಂಟಾಯಿತು. ದೀಪಕನ ಮಂಚದ ಬಳಿ ಮಧು, ಶಾಂತ ಒಟ್ಟಿಗೆ ಕುಳಿತಿರುತ್ತಿದ್ದರೂ ಒಬ್ಬರೊಡನೊಬ್ಬರು ಮಾತನಾಡುತ್ತಿರಲಿಲ್ಲ.

ಪ್ರಭಾಕರನ ಸತತ ಪರಿಶ್ರಮದಿಂದ ಸಾವನ್ನು ಗೆದ್ದು ಬಂದ ದೀಪಕ್.

ದೀಪಕ್ ಸ್ವಲ್ಪ ಚೇತರಿಸಿಕೊಂಡ ಮೇಲೆ ಅವನು ತಾಯಿಗಿಂತ ಹೆಚ್ಚಾಗಿ ಮಧುವನ್ನೇ ಅಪೇಕ್ಷಿಸುತ್ತಿದ್ದ.

ಕೃಷ್ಣಸ್ವಾಮಿ, ಲಲಿತಮ್ಮ ದಿನಕ್ಕೆರಡು ಬಾರಿ ಬಂದು ನೋಡಿಕೊಂಡು ಹೋಗುತ್ತಿದ್ದರು.

ಯಾವಾಗಲೂ ದೀಪಕನ ಬಳಿ ಇರುತ್ತಿದ್ದ ಮಧುವನ್ನು ಲಲಿತಮ್ಮ ಸಂದೇಹ ದೃಷ್ಟಿಯಿಂದ ನೋಡುತ್ತಿದ್ದರು. ಅವರ ಸಂದೇಹಕ್ಕೆ ಪ್ರಬಲ ಕಾರಣವೊಂದಿತ್ತು. ಮಧುವಿನ ಪ್ರತಿರೂಪದಂತಿದ್ದ ದೀಪಕ್ !

ಕಣ್ಣಿನ ತೊಂದರೆಯಲ್ಲಿ ನರಳುತ್ತಿದ್ದ ಕೃಷ್ಣಸ್ವಾಮಿ ಇದು ಯಾವುದನ್ನೂ ಗಮನಿಸಿದಂತಿರಲಿಲ್ಲ. ತಮ್ಮ ಮೊಮ್ಮಗನ ಮೇಲೆ ಆಸ್ಥೆ ತೋರಿಸುತ್ತಿರುವ ಮಧು ಬಗ್ಗೆ ಅವರಿಗೆ ವಿಶೇಷವಾದ ಗೌರವ.

ದೀಪಕ್‌ಗೆ ನಿತ್ರಾಣವಿದ್ದರೂ ಸಾಕಷ್ಟು ಚೇತರಿಸಿಕೊಂಡಿದ್ದ. ಕೃಷ್ಣಸ್ವಾಮಿಗಳು ಮೊಮ್ಮಗನನ್ನು ಮಾತನಾಡಿಸಿ ಮಗಳನ್ನು ಕರೆದುಕೊಂಡು ಹೊರಗೆ ಬಂದರು.

ಅವರ ಭಾವನನ್ನು ಗುರ್ತಿಸಿ ಏನೋ ಹೇಳಲಿರುವರೆಂದು ಭಾವಿಸಿಕೊಂಡು ಶಾಂತ ಮೌನವಾಗಿ ಅವರನ್ನು ಹಿಂಬಾಲಿಸಿ ಹೊರಗೆ ಬಂದಳು.

ಮಧು, ಪ್ರಭಾಕರ್ ಮನೆಯಲ್ಲಿರಲಿಲ್ಲ. ಶೋಭ ಮಹಡಿ ಮೇಲೆ ಮಲಗಿದ್ದಳು.

ಕೃಷ್ಣಸ್ವಾಮಿ ವರಾಂಡದಲ್ಲಿದ್ದ ಸೋಫಾದ ಮೇಲೆ ಕುಳಿತರು. ಶಾಂತ ಅವರ ಎದುರಿನಲ್ಲಿ ಕುಳಿತಳು.

"ಶಾಂತ, ಮೊನ್ನೆ ವಿಶ್ವನಾಥ ಬಂದಿದ್ದರಂತೆ. ನಾನು ಇರಲಿಲ್ಲ. ಇವತ್ತು ಬೆಳಗ್ಗೆ ಪುನಃ ಬಂದಿದ್ದರು. ಅವರ ಹೆಂಡತಿ ಹೆರಿಗೆಯಲ್ಲಿ ತೀರಿಕೊಂಡರಂತೆ" ಎಂದು ಸ್ವಲ್ಪ ಹೊತ್ತು ಸುಮ್ಮನಿದ್ದು ಹೇಳಿದರು. "ಈಗ ಅವರನ್ನು ಭೌತಶಾಸ್ತ್ರದಲ್ಲಿ ಉನ್ನತ ಶಿಕ್ಷಣಕ್ಕಾಗಿ ಅಮೇರಿಕಕ್ಕೆ ಕಳುಹಿಸುತ್ತಾರಂತೆ ಸರ್ಕಾರದವರು."

ಒಂದು ದಿನ ದುಃಖದ ಸಂಗತಿ, ಮತ್ತೊಂದು ಸಂತೋಷದ ಸಂಗತಿ ಹೇಳಿದ್ದರಿಂದ ಅವಳಿಗೆ ಯಾವ ಬಗೆಯ ಪ್ರತಿಕ್ರಿಯೆ ತೋರಬೇಕೋ ತಿಳಿಯದಾಯಿತು.

"ಮೊನ್ನೆ ಬಂದಿದ್ದಾಗ ಲಲಿತ ತಾಳಲಾರದೆ ನಿನ್ನ ವಿಷಯವೆಲ್ಲ ಒದರಿ ಬಿಟ್ಟಿದ್ದಾಳೆ" ಎಂದಾಗ ಗಾಬರಿಯಿಂದ ತಲೆ ಮೇಲಕ್ಕೆತ್ತಿದಳು ಶಾಂತ.

"ಅದಕ್ಕೇ ಹೆಂಗಸರ ಬಾಯಲ್ಲಿ ಯಾವ ಗುಟ್ಟೂ ನಿಲ್ಲೋದಿಲ್ಲ ಅನ್ನೋದು. ಅವಳು ಹೇಳಿದ್ದರಿಂದ ಒಳ್ಳೆದೇ ಆಯಿತು. ವಿಶ್ವನಾಥ ಸಂತೋಷದಿಂದ ನಿನ್ನನ್ನು ಮದುವೆಯಾಗಿ ದೀಪಕ್‌ಗೆ ತಂದೆಯಾಗಲು ಒಪ್ಪಿದ್ದಾರೆ."

"ಅಣ್ಣ" ಎಂದು ದೀನಳಾಗಿ ತಂದೆಯ ಕಡೆ ನೋಡಿದಳು ಶಾಂತ.

"ನಿನ್ನ ನೋವು ನನಗೆ ಗೊತ್ತಮ್ಮ. ಅದಕ್ಕೆ ಈಗಲೇ ಒಂದು ಪರಿಹಾರ ಹುಡುಕದಿದ್ದರೆ ಮುಂದೆ ತುಂಬಾ ಕಷ್ಟಪಡಬೇಕಾಗುತ್ತೆ. ನಾನು ಎಲ್ಲಾ ಯೋಚಿಸಿಕೊಂಡೇ ಒಪ್ಪಿಗೆ ಕೊಟ್ಟಿದ್ದೀನಿ. ಮದುವೆಯಾದ ಮೇಲೆ ನಿಮ್ಮಿಬ್ಬರನ್ನೂ ಜೊತೆಯಲ್ಲೆ ಫಾರಿನ್‌ಗೆ ಕರೆದೊಯ್ಯುತ್ತಾನಂತೆ."

ಸುಮ್ಮನೆ ಕುಳಿತ ಮಗಳನ್ನು ನೋಡಿ ಪುನಃ ತಾವೇ ಮಾತನಾಡಿದರು.

"ನಿನ್ನ ತಂದೆ ಮೇಲೆ ಕನಿಕರ ತೋರಿಸಮ್ಮ. ಸಾಯುವಾಗಲಾದರು ಮಗಳಿಗೆ ಒಂದು

ನೆಲೆ ತೋರಿಸಿದ ನೆಮ್ಮದಿ ನನಗಿರುತ್ತೆ. ನನ್ನ ಮಗಳು ನನ್ನ ಮಾತಿಗೆ ಎಂದೂ ಪ್ರತಿ ಹೇಳುವುದಿಲ್ಲವೆಂದು ವಿಶ್ವನಾಥನಿಗೆ ಮಾತು ಕೊಟ್ಟುಬಿಟ್ಟಿದ್ದೀನಿ."

ಬೆಟ್ಟದ ಮೇಲಿದ್ದವಳನ್ನು ಪ್ರಪಾತಕ್ಕೆ ಎಸೆದ ಅನುಭವವಾಯಿತು ಶಾಂತಳಿಗೆ.

"ದೀಪಕ್ ಹುಷಾರಾಗಿದ್ದಾನೆ. ವಿಶ್ವನಾಥ ಟ್ಯಾಕ್ಸಿ ತಗೊಂಡು ಬರುತ್ತಾನೆ. ನಮ್ಮ ಮನೆಗೆ ಹೊರಟುಬಿಡೋಣ."

ಹೊರಗಿನಿಂದ ಬಂದ ಮಧು, ಒಳಗಿನಿಂದ ಬಂದ ಶೋಭ ಇಬ್ಬರೂ ಕೃಷ್ಣಸ್ವಾಮಿಯು ಮಾತನ್ನು ಕೇಳಿದರು.

ಮಧುವಿನ ಮೈ ಕೋಪ, ಅಪಮಾನದಿಂದ ನಡುಗಿತು. ಇಡೀ ಜಗತ್ತೇ ಅವನ ಸುತ್ತ ತಿರುಗುತ್ತ ಹೀಯಾಳಿಸಿದಂತೆ ಆಯಿತು. ಕಾಣದ ವಿಶ್ವನಾಥ ತನ್ನಿಂದ ಶಾಂತ, ದೀಪಕರನ್ನು ಕಸಿದುಕೊಳ್ಳುತ್ತಿರುವ ಅನುಭವವಾಯಿತು.

ಅತಿಥಿಗಳಾಗಿ ಮೀಸಲಾಗಿದ್ದ ಕೋಣೆಗೆ ಹೋಗಿ ಕುಳಿತುಬಿಟ್ಟ. ಅವನ ತಲೆ ಸಿಡಿಯುತ್ತಿತ್ತು. ಎರಡೂ ಕೈಗಳಿಂದ ತಲೆಯನ್ನು ಒತ್ತಿ ಹಿಡಿದು ಕುಳಿತ. ಅವನಿಗೆ ಬಾಹ್ಯದ ಪರಿವೇ ಇರಲಿಲ್ಲ.

ಶೋಭ, ಪ್ರಭಾಕರ ಅವನ ಬಳಿ ಕುಳಿತು ತಣ್ಣೀರಿನಿಂದ ತಲೆ ತಟ್ಟಿದಾಗಲೇ ಅವನಿಗೆ ಎಚ್ಚರವಾದ್ದದು. ಆ ವೇಳೆಗೆ ಕೃಷ್ಣಸ್ವಾಮಿ, ಮಗಳು, ಮೊಮ್ಮಗನನ್ನು ಕರೆದೊಯ್ದಿದ್ದರು.

"ನಿನ್ನನ್ನು ಈ ಸ್ಥಿತಿಯಲ್ಲಿ ನೋಡಿ ಗಾಬರಿಯಾಗಿ ನಾನೇ ಇವರನ್ನು ಫೋನ್ ಮಾಡಿ ಕರೆಸಿದೆ" ಎಂದಳು ಶೋಭ.

"ಮಾವನವರು ಟ್ರಂಕ್‌ಕಾಲ್ ಮಾಡಿ ನಿನ್ನನ್ನು ಕಳುಹಿಸುವಂತೆ ಹೇಳಿದ್ದಾರೆ. ನಾನು ನಿನ್ನ ಜೊತೆಗೆ ಹೊರಡುತ್ತೀನಿ" ಎಂದು ಅವನ ಮುಖದ ಭಾವನೆಗಳನ್ನು ಓದುವವರಂತೆ ನೋಡಿದ ಪ್ರಭಾಕರ್.

"ಈಗ ಸದ್ಯಕ್ಕೆ ನಾನು ಎಲ್ಲೂ ಬರೋದಿಲ್ಲ ಅಂತ ತಿಳಿಸಿಬಿಡು" ಎಂದು ನಿರ್ವಿಕಾರಚಿತ್ತನಾಗಿ ಹೇಳಿದ ಮಧು.

"ಎಲ್ಲೂ ಹೋಗೋದಲ್ಲಪ್ಪ. ನಿನ್ನ ಎಸ್ಟೇಟಿಗೆ ಬಾ ಅಂತ ಬರೆದಿದ್ದಾರೆ. ನಿನ್ನ ಎಲ್ಲಾ ಕಾಯಿಲೆಗಳಿಗೂ ಮದುವೆಯೇ ಒಳ್ಳೆ ಔಷಧಿ. ಅದಕ್ಕೋಸ್ಕರನೇ ಅಣ್ಣ ಬಾ ಅಂತ ಟ್ರಂಕ್‌ಕಾಲ್ ಮಾಡಿರುವುದು" ಎಂದಳು ಶೋಭ.

ಮುಖ ತಿರುಗಿಸಿಕೊಂಡು ಮೇಲೆದ್ದ ಮಧು ಬಾತ್ ರೂಂ ಕಡೆ ನಡೆದ.

"ಶೋಭ, ನಿನಗೆ ಸ್ವಲ್ಪವೂ ಅರ್ಥವಾಗೋದಿಲ್ಲ. ಮುಖ ನೋಡಿದರೇನೇ ಅವನು ಮಾನಸಿಕವಾಗಿ ಎಷ್ಟು ನೋವು ಅನುಭವಿಸುತ್ತಿದ್ದಾನೆಂದು ಗೊತ್ತಾಗುತ್ತೆ. ಅವನು ಶಾಂತಳನ್ನು ಬಲಾತ್ಕಾರವಾಗಿ ತನ್ನ ವಶ ಮಾಡಿಕೊಂಡಾಗ ಅವನ ಗಮನ ಕೇವಲ ಅವಳ ಸೌಂದರ್ಯ ಮತ್ತು ಯೌವನದ ಮೇಲಿತ್ತು. ಅಂದು ಅವನು ಅವಳನ್ನು ಮದುವೆಯಾಗುವ ಬಗ್ಗೆಯಾಗಲಿ, ಪ್ರೀತಿಸುವ ಬಗ್ಗೆಯಾಗಲಿ ಯೋಚಿಸಲಿಲ್ಲ. ಇಂದು ಅವಳು ಅವನ ಮಗುವಿನ ತಾಯಿ. ಮಧು,

ಶಾಂತಳ ಜೀವನವನ್ನು ದೀಪಕ್ ಬೆಸೆದಿದ್ದಾನೆ. ಅದು ಎಷ್ಟು ಬಲವಾಗಿದೆಯೆಂದು ನಿನಗೆ ಗೊತ್ತೇ ಇದೆ. ಈಗ ಅವರಿಬ್ಬರನ್ನೂ ಸೇರಿಸುವ ಪ್ರಯತ್ನ ಬಿಟ್ಟು ಬೇರೆ ಯೋಚಿಸಲೇಬೇಡ."

ಪ್ರಭಾಕರನ ಮಾತಿನಲ್ಲಿ ದೃಢವಾದ ನಿರ್ಧಾರವಿತ್ತು.

* * *

"ಶಾಂತ, ನಿಮ್ಮ ನಿರ್ಧಾರ ಸಡಿಲಿಸಿ ಒಮ್ಮೆ ನೀವು ನನ್ನನ್ನು ಮದುವೆಯಾಗಲು ಒಪ್ಪಿದಿರಿ. ಆಗ ದೇವರು ನಮ್ಮನ್ನು ಬೇರೆ ರೀತಿಯಲ್ಲಿ ಬೇರ್ಪಡಿಸಿದ. ಈಗ ಪುನಃ ಒಂದಾಗುವ ಅವಕಾಶ ದೇವರು ಕೊಟ್ಟಿರುವಾಗ ನಾವು ಯಾಕೆ ಅದರ ಸಂಪೂರ್ಣ ಪ್ರಯೋಜನ ಪಡೆದುಕೊಳ್ಳಬಾರದು? ದೀಪಕ್‌ನನ್ನು ನನ್ನ ಮಗುವಿನಂತೆ ಜೋಪಾನ ಮಾಡುತ್ತೀನಿ. ನಾಳೆ ನಮಗೆ ಬೇರೆ ಮಕ್ಕಳಾದರೂ ನನಗೂ, ನಿನಗೂ ದೀಪಕನೇ ಮೊದಲನೆ ಮಗ" ಎಂದು ಆತ ಹೇಳುತ್ತಿದ್ದ.

"ನೀವು ಸರಿಯಾಗಿ ಯೋಚಿಸಲಿಲ್ಲ. ಎಷ್ಟೇ ಆದರೂ ಸ್ವಂತ ತಂದೆ ಪ್ರೀತಿಸುವಷ್ಟು ನೀವು ಅವನನ್ನು ಪ್ರೀತಿಸಲು ಸಾಧ್ಯವಿಲ್ಲ. ಅದು ವಿಧಿಯ ನಿಯಮ. ನಾನೂ ಅಷ್ಟೇ. ದೀಪಕನ ತಂದೆಯನ್ನು ಬಿಟ್ಟು ಬೇರೆಯವರನ್ನು ತನ್ನವರನ್ನಾಗಿ ಸ್ವೀಕರಿಸಲಾರೆ. ಅವರು ಎಂದೂ ನನ್ನವರಾಗದಿದ್ದರೆ ಬೇಡ. ನಾನು ನಿಮ್ಮನ್ನು ಮದುವೆಯಾದರೆ ಸುಖವಾಗಿರಬಹುದೆಂದು ಅಣ್ಣ ಒಪ್ಪಿಗೆ ಕೊಟ್ಟಿದ್ದಾರೆ. ನಾನು ಬೇರೆಯವರ ಜೊತೆ ನನ್ನ ಮದುವೆಯನ್ನೇ ಕಲ್ಪಿಸಿಕೊಳ್ಳಲಾರೆ. ದಯವಿಟ್ಟು ಆ ಯೋಚನೆ ಬಿಟ್ಟುಬಿಡಿ. ಬೇರೆ ಹುಡುಗಿಯನ್ನು ಮದುವೆಯಾಗಿ" ಇದು ಶಾಂತಳ ಉತ್ತರ.

"ಶಾಂತ, ನೀವು ಇನ್ನೂ ನೂರು ವರ್ಷಗಳ ಹಿಂದೆ ಹುಟ್ಟಬೇಕಾಗಿತ್ತು" ಎಂದು ಹೇಳಿದ ವಿಶ್ವನಾಥ ಹೊರಗೆ ಬಂದ. ಪ್ರಭಾಕರ, ಮಧು ಅವನನ್ನು ಬಾಗಿಲಿನಲ್ಲಿ ಎದುರುಗೊಂಡರು. ಸಹಜವಾಗಿ ಕೈಕುಲುಕಿ ಮಾತನಾಡಿಸಿದರೆ ವಿಶ್ವನಾಥ ಅಲ್ಲಿ ನಿಲ್ಲದೆ ಹೊರಟುಬಿಟ್ಟ.

ದೀಪಕ್ ಹಾಯಾಗಿ ನಿದ್ರಿಸುತ್ತಿದ್ದ. ಅವನು ಸಂಪೂರ್ಣವಾಗಿ ಆರೋಗ್ಯಗೊಂಡಿದ್ದ.

"ಹೇಗಿದ್ದಾನೆ ನನ್ನ ಅಳಿಯ?" ಎಂದು ನಗುತ್ತ ಪ್ರಶ್ನಿಸಿದ ಪ್ರಭಾಕರ.

ಶಾಂತ ಅವನ ಮಾತಿಗೆ ಏನು ಹೇಳಬಲ್ಲಳು? ಕಾಫಿ ಮಾಡಲು ಒಳಗೆ ಹೋದಳು.

ಕಾಫಿ ಬಟ್ಟಲುಗಳನ್ನು ಹಿಡಿದುಕೊಂಡು ಬಂದ ಶಾಂತಳಿಗೆ ಆಶ್ಚರ್ಯವಾಯಿತು.

ಮಧು ಒಬ್ಬನೇ ಕುಳಿತಿದ್ದ.

ಬಟ್ಟಲನ್ನು ಸ್ಟೂಲಿನ ಮೇಲಿರಿಸಿ ಹಿಂದಿರುಗುತ್ತಿದ್ದ ಶಾಂತಳನ್ನು ಮಧು ಸೆರಗಿಡಿದು ನಿಲ್ಲಿಸಿದ.

ಶಾಂತ ತಟ್ಟನೆ ಹಿಂದಿರುಗಿ ನೋಡಿದಳು. ಮಧುವಿನ ನೋಟದೊಡನೆ ಅವಳ ನೋಟ ಬೆರೆತಿತು. ನಿರ್ವಿಕಾರವಾಗಿ ಸೆರಗಳನ್ನು ಎಳೆದುಕೊಳ್ಳುವ ಪ್ರಯತ್ನ ಮಾಡಿದಳು.

ಮಧು ಸೆರಗನ್ನು ಬಿಟ್ಟು ಕೈ ಹಿಡಿದುಕೊಂಡು ಹತ್ತಿರಕ್ಕೆ ಎಳೆದು ಕೂಡಿಸಿಕೊಂಡ.

ಅವನಿಂದ ಕೊಸರಿಕೊಂಡು ದೂರ ನಿಂತ ಶಾಂತ "ದಯವಿಟ್ಟು ನೀವು ಇಲ್ಲಿಂದ ಹೋಗಿ..." ಎಂದು ಹೆಜ್ಜೆ ಮುಂದೆ ಇಡುವಷ್ಟರಲ್ಲಿ ಮಧು ಅವಳನ್ನು ತಡೆದ.

"ಹೋಗುತ್ತೀನಿ... ಮಗ ಮಡದಿಯ ಸಮೇತ. ಶಾಂತ, ನಿನ್ನನ್ನು ನಾನು ನೋಯಿಸಿರಬಹುದು. ನಾನು ಆಗ ಬರೀ ನಿನ್ನ ರೂಪ, ಯೌವನಕ್ಕೆ ಮರುಳಾಗಿದ್ದೆ. ಈಗ..."

ಅವನ ಮಾತು ಪೂರ್ತಿ ಮಾಡುವ ಮೊದಲೇ ಶಾಂತ "ದಯವಿಟ್ಟು ಹಿಂದಿನದೆಲ್ಲ ನೆನೆಸುವುದರಲ್ಲಿ ಪ್ರಯೋಜನವಿಲ್ಲ. ನಿಮ್ಮ ಮೇಲೆ ನನಗೆ ಯಾವ ವಿಧವಾದ ಭಾವನೆಯೂ ಇಲ್ಲ" ಎಂದಳು.

"ನೀನು ವಿಶ್ವನಾಥನಿಗೆ ಹೇಳಿದ ಮಾತುಗಳನ್ನು ಕೇಳಿಸಿಕೊಂಡೆ. ನಾನು ಬಹಳ ಹಠಮಾರಿ" ಎನ್ನುತ್ತ ತನ್ನ ತಾಯಿ ಸೊಸೆಗಾಗಿ ಮಾಡಿಸಿದ್ದ ತಾಳಿಯನ್ನು ಜೇಬಿನಿಂದ ತೆಗೆದು ಶಾಂತಳ ಕುತ್ತಿಗೆಗೆ ಹಾಕಿ ಬರಸೆಳೆದು ಅಪ್ಪಿದ.

ಅವನಿಗೆ ಪ್ರತಿರೋಧ ತೋರಿಸಲಾರದಷ್ಟು ದುರ್ಬಲವಾಗಿತ್ತು ಅವಳ ಶರೀರ.

"ಶಾಂತ, ನನ್ನನ್ನು ಖಂಡಿತ ಕ್ಷಮಿಸುತ್ತೀಯ ತಾನೆ? ದೀಪು ನನ್ನ ಹೃದಯಕ್ಕೆ ಮಮತೆಯ ಸಂಕೋಲೆ ತೊಡಿಸಿ ನಿನ್ನ ಮುಂದೆ ತಂದು ನಿಲ್ಲಿಸಿದ್ದಾನೆ. ನನ್ನನ್ನು ಕ್ಷಮಿಸಿ ನಿನ್ನ ಪ್ರೀತಿಯ ಬಂಧನದಲ್ಲಿ ಬಂಧಿಸು" ಎಂದ ಸಂತೋಷಾತಿರೇಕದಿಂದ.

ಇಬ್ಬರಿಗೂ ಮಮತೆಯ ಸಂಕೋಲೆ ತೊಡಿಸಿದ್ದ ದೀಪಕ್ ಏನೂ ಅರಿಯದವನಂತೆ ನಿದ್ರಿಸುತ್ತಿದ್ದ.

ಮಧು ಸಂಕೋಚಕ್ಕೆ ಆಸ್ಪದ ಕೊಡದೆ ಕೃಷ್ಣಸ್ವಾಮಿಗಳನ್ನು ಕೂಡಿಸಿಕೊಂಡು ಸಮಾಧಾನಕರವಾಗಿ ನಡೆದ ವಿಷಯ ತಿಳಿಸಿ ದೀಪಕನ ತಂದೆ ತಾನೆಂದು ಸಾಬೀತುಗೊಳಿಸಿದ. ಅವನ ಮಾತುಗಳಲ್ಲಿ ಯಾವ ವಿಧವಾದ ಅಳುಕೂ ಇರಲಿಲ್ಲ. ಪಶ್ಚಾತ್ತಾಪವಂತೂ ಮೊದಲೇ ಇಲ್ಲ. ಆ ಘಟನೆ ಶಾಂತಳಂಥ ಅಮೂಲ್ಯ ವಸ್ತುವನ್ನು ತನ್ನವಳನ್ನಾಗಿ ಮಾಡಿತಲ್ಲ ಎಂದು ಹೆಮ್ಮೆಯಿಂದ ಹಿಗ್ಗುತ್ತಿದ್ದ.

ಕೃಷ್ಣಸ್ವಾಮಿಗಳು ಅವಾಕ್ಕಾಗಿ ಕುಳಿತುಬಿಟ್ಟರು. ಅವರ ಕಣ್ಣಿಗೆ ಪೊರೆಯಿಂದ ದೃಷ್ಟಿ ಸ್ವಲ್ಪ ಮಂಜಾಗಿತ್ತು. ಇಲ್ಲದಿದ್ದರೆ ದೀಪಕನ ಪ್ರತಿರೂಪದಂತಿದ್ದ ಮಧುವಿನ ಬಗ್ಗೆ ಒಂದು ನಿರ್ಧಾರಕ್ಕೆ ಬಂದುಬಿಡುತ್ತಿದ್ದರೇನೋ! ಸಂತೋಷವೋ... ದುಃಖವೋ... ಉದ್ವೇಗದಿಂದ ಉಸಿರಾಡುವುದೇ ಅವರಿಗೆ ಕಷ್ಟವಾಯಿತು.

"ಈಗ ಯಾವುದನ್ನೂ ಬದಲಾಯಿಸೋಕೆ ಆಗೋಲ್ಲ. ಶಾಂತ, ದೀಪಕನನ್ನು ನನಗೆ ಒಪ್ಪಿಸಿ ನೀವು ನೆಮ್ಮದಿಯಾಗಿದ್ದುಬಿಡಿ" ಎಂದು ನಿರಾಳವಾಗಿ ಹೇಳಿಬಿಟ್ಟ ಮಧು.

ಆದರೆ ಆ ತಂದೆಯ ಹೃದಯದ ಸಂಕಟ ಅವನಿಗೆಂತು ಅರಿವಾಗಬೇಕು? ಮಗಳ ಮದುವೆ, ದಾಂಪತ್ಯ ಜೀವನದ ಬಗ್ಗೆ ನೂರಾರು ಕನಸುಗಳನ್ನು ಹೆಣೆದಿದ್ದ ಆದರು ಚೂರು ಚೂರು ಆದಾಗ ಅವರು ಅನುಭವಿಸಿದ್ದ ನೋವೆಷ್ಟು? ಬೇರೆಯ ತಂದೆಯರಿಗಿಂತ ಭಿನ್ನವಾಗಿ ವರ್ತಿಸಿದ್ದರು. ಮಗಳನ್ನು ಅಂದು ಆಡಲಿಲ್ಲ. ಇಲ್ಲ ನಿಜಸ್ಥಿತಿಯನ್ನು ಹೊರಡಿಸಲು ಪಟ್ಟು

ಹಿಡಿಯಲಿಲ್ಲ. ಬಹಳ ಸಹನೆಯಿಂದ ಅವರು ವರ್ತಿಸಿದ್ದರು. ಇಂತಹ ತಂದೆಯರಿದ್ದರೆ ಎಷ್ಟೋ ಹೆಣ್ಣುಮಕ್ಕಳು ಆತ್ಮಹತ್ಯೆಯ ಯೋಚನೆ ಬಿಟ್ಟು ಜೀವದಿಂದ ಉಳಿದಾರು.

ಈಗ...ತಮ್ಮ ಮಗಳ ದುರಂತ ಜೀವನಕ್ಕೆ ಕಾರಣನಾದ ವ್ಯಕ್ತಿ ಎದುರಿನಲ್ಲೇ ಇದ್ದಾನೆ.. ಅವರ ಕಣ್ಣಲ್ಲಿ ನೀರೂರಿಬಿಟ್ಟಿತು.

ಅವರ ಸ್ಥಿತಿನ ನೋಡಿ ಮಧುಗೆ ಏನು ಮಾಡಬೇಕೋ ತಿಳಿಯಲಿಲ್ಲ.

ಅಷ್ಟರಲ್ಲಿ ಪ್ರಭಾಕರ ಬಂದಿದ್ದರಿಂದ ಅವನ ಕೆಲಸ ಸುಗಮವಾಯಿತು. ಅವರಿಬ್ಬರನ್ನೂ ಮಾತನಾಡಲು ಬಿಟ್ಟು ತಾನು ಹೊರಗೆ ಬಂದ. ಕಾರಿಗೆ ಒರಗಿ ಅಂದಿನ ಘಟನೆಯನ್ನು ಮೆಲಕು ಹಾಕಿದ. ಅವನ ನರ ನಾಡಿಗಳಲ್ಲಿ ನೂತನ ಚೇತನ ಹರಿದಾಡಿದಂತೆ ಆಯಿತು. ಅಂದಿಗೂ ಇಂದಿಗೂ ಶಾಂತಳಲ್ಲಿ ಯಾವ ವ್ಯತ್ಯಾಸವೂ ಆಗಿದ್ದಂತೆ ಕಾಣಲಿಲ್ಲ. ಸ್ವಚ್ಛ ಮುಖಭಾವದ ಮುಗ್ಧ ಹೆಣ್ಣು. ಅವನ ಮುಖದ ಮೇಲೆ ತೆಳುವಾದ ನಗೆ ಹರಿದಾಡಿತು.

ಪ್ರಭಾಕರನ ಮಾತಿನ ವೈಖರಿಗೆ ಕೃಷ್ಣಸ್ವಾಮಿಗಳು ಒಳಗಾದರು. ಮಗಳ ಅದೃಷ್ಟದ ಬಗ್ಗೆ ಸಂತೋಷದಿಂದ ಮೈ ಮರೆತರು.

ತಂದೆ ಕೋಣೆಗೆ ಬಂದಾಗ ಶಾಂತ ಸೋತವಳಂತೆ ಕುಳಿತಿದ್ದಳು.

ಘಟನೆಗಳ ಮಹಾಪೂರವೇ ಹರಿದು ಅವಳ ಮನಸ್ಸಿನ ಸಮಾಧಾನ ಸ್ಥಿತಿಯನ್ನೇ ಕೆಡಿಸಿತ್ತು.

“ಮಧು... ಶಾಂತ...” ತಂದೆಯ ನಲ್ಮೆಯ ನುಡಿ.

ಶಾಂತ ತಂದೆಯನ್ನು ಅಪ್ಪಿಕೊಂಡು ಬಿಕ್ಕಳಿಸತೊಡಗಿದಳು. ಆ ಸ್ಥಿತಿಯಲ್ಲಿ ಸಾಂತ್ವನ ಮಾಡಲು ಮಮತೆಯ ತಂದೆಯಲ್ಲದೇ ಮತ್ಯಾರು!?

ಕೃಷ್ಣಸ್ವಾಮಿಗಳ ಕೈ ಮಗಳ ಬೆನ್ನನ್ನು ಸವರುತ್ತಿತ್ತು. ಅವರ ಬಾಯಿಂದ ಮಾತುಗಳು ಮಾತ್ರ ಹೊರಡಲಿಲ್ಲ. ಕಾರಣ ಮಗಳ ಜೀವನದ ಪೂರ್ಣ ವ್ಯಥೆ ಇಂದು ಕಣ್ಣೀರಿನ ರೂಪದಲ್ಲಿ ಹರಿದು ಹೋಗಿ ನೂತನ ಅಧ್ಯಾಯ ಪ್ರಾರಂಭವಾಗಲಿ ಎಂಬುದು ಅವರ ಉದ್ದೇಶ.

ಅತ್ತು ಅತ್ತು ಶಾಂತ ತಾನೇ ಸಮಾಧಾನಗೊಂಡಳು. ವಿಷಯವೆಲ್ಲ ತಂದೆಗೆ ತಿಳಿದು ಹೋಗಿದ್ದರಿಂದ ತಂದೆಯ ಮುಖ ನೋಡಲು ಸಂಕೋಚಗೊಂಡಳು. ಆದರೂ ಅವರ ಮುಖದ ಭಾವನೆಯನ್ನು ಅರಿಯಬೇಕಾಗಿತ್ತು. ಮೆಲ್ಲನೆ ತಲೆ ಎತ್ತಿದಳು. ತಂದೆಯ ಮುಖದ ಮೇಲೆ ಗೆಲುವಿನ ಗೆರೆಗಳನ್ನು ಕಂಡಳು. ಅವಳ ಹೃದಯ ಸಮಾಧಾನಗೊಂಡಿತು. ಅವಳ ಸುಖ, ಸಂತೋಷಕ್ಕಿಂತ ತಂದೆ ಸಂತೋಷವಾಗಿರುವುದು ಅವಳಿಗೆ ಬೇಕಾಗಿತ್ತು.

“ಶಾಂತ...” ಎನ್ನುತ್ತಲೇ ಶೋಭ ಒಳಗೆ ಬಂದಳು. ಅವಳ ಮುಖದಲ್ಲಿ ತುಂಟತನ ಕಂಡೂ ಕಾಣದಂತೆ ಇತ್ತು.

ಮೊದಲಿನ ಹಾಗೆ ಶೋಭಳನ್ನು ಮಾತನಾಡಿಸುವುದಾಗಲಿ, ದೃಷ್ಟಿಸುವುದಾಗಲಿ ಶಾಂತಳಿಂದ ಆಗಲಿಲ್ಲ. ಅವಳ ಮನಸ್ಸಿನ ಮೂಲೆಯಲ್ಲಿ ಭಯ ತೆರೆ ಎದ್ದಿತು. ಇವರುಗಳನ್ನು ಎದುರಿಸುವುದೇ ಕಷ್ಟವಾಗಿದೆಯಲ್ಲ? ಇನ್ನು ಸಮಾಜವನ್ನು ಹೇಗೆ ಎದುರಿಸಲಿ? ಇನ್ನು... ನೀನಾ...?

ಶೋಭ ಹತ್ತಿರ ಬಂದು ಗೆಳತಿಯ ಭುಜದ ಮೇಲೆ ಕೈ ಹಾಕಿದಳು ಮತ್ತು ಅವಳ ಮುಖವನ್ನು ತನ್ನೆಡೆಗೆ ತಿರುಗಿಸಿಕೊಂಡಳು.

"ಶಾಂತ, ಇಷ್ಟು ದಿನ ನೀನು ಅನುಭವಿಸಿದ ವ್ಯಥೆ, ನೋವು ಇಂದು ಕೊನೆಗೊಂಡಿದೆ. ಆದರಿಸುವ ಮಧುವಂಥ ಗಂಡ, ದೀಪಕ್‌ನಂಥ ಮಗ, ಇಷ್ಟು ಸಾಕಲ್ಲ?" ಎಂದಳು.

ಗೆಳತಿಯರನ್ನು ಬಿಟ್ಟು ಕೃಷ್ಣಸ್ವಾಮಿ ಹೊರಗೆ ಹೋದರು. ಅವರ ಮನಸ್ಸು ಸಂತೋಷದಿಂದ ಹಗುರವಾಗಿ ಗಾಳಿಯಲ್ಲಿ ತೇಲಾಡುವಂತಿತ್ತು. ಯುವಕರನ್ನು ನಾಚಿಸುವಂಥ ಉತ್ಸಾಹ ಅವರಲ್ಲಿ ಚಿಮ್ಮುತ್ತಿತ್ತು.

ಶಾಂತಳ ಹತ್ತಾರು ಸಮಸ್ಯೆ, ನೂರಾರು ಪ್ರಶ್ನೆ, ಭಯ, ಸಂಕೋಚವನ್ನು ದೂರ ಮಾಡಬೇಕಾದರೆ ಶೋಭಳಿಗೆ ಸಾಕು ಸಾಕಾಯಿತು. ಕಡೆಗೆ ಅದಕ್ಕೋಸ್ಕರ ಗಂಡನ ಸಹಾಯವನ್ನು ಪಡೆಯಬೇಕಾಯಿತು.

ಆದರೂ ಶಾಂತ ಜೀವನಕ್ಕೆ ಹೊಂದಿಕೊಳ್ಳಲು ಬಹಳ ದಿನಗಳೇ ಬೇಕು ಎನ್ನಿಸಿತು ಶೋಭ, ಪ್ರಭಾಕರನಿಗೆ. ಆದ್ದರಿಂದ ಮಧುವಿನಿಂದ ಪೂರ್ಣ ಭರವಸೆ ಪಡೆಯಬೇಕು. ಇಲ್ಲದಿದ್ದರೆ ಮುಂದೆ...? ಅದನ್ನು ಸರಿಯಾಗಿ ಕಲ್ಪಿಸಿಕೊಳ್ಳಲು ಅವರಿಗೆ ಇಷ್ಟವಿಲ್ಲ.

ಅವರುಗಳೆಲ್ಲ ಹೊರಟು ನಿಂತಾಗ ಮೌನಿಯಾಗಿದ್ದ ಶಾಂತಳ ಬಳಿ ಶೋಭ ಬಂದು ಮೃದುವಾಗಿ ಭುಜ ತಟ್ಟಿ "ದೀಪಕ್ ನಮ್ಮ ಜೊತೆ ಬರ್ತಾ ಇದ್ದಾನೆ" ಎಂದು ಹೇಳಿ ಮೃದುವಾಗಿ ನಕ್ಕಳು.

ಶಾಂತ ಸುಮ್ಮನೆ ತಲೆಯಾಡಿಸಿದಳೇ ವಿನಹ ಏನೂ ಹೇಳಲಿಲ್ಲ.

ಅವರುಗಳು ಹೋದ ಮೇಲೆ ಕೃಷ್ಣಸ್ವಾಮಿಗಳು ಮಗಳ ಎದುರಿನಲ್ಲಿ ಕೂತು ಏನೋ ಹೇಳುತ್ತಲೇ ಇದ್ದರು. ಅವಳು ಅದನ್ನೆಲ್ಲ ಅರ್ಥ ಮಾಡಿಕೊಳ್ಳುವ ಸ್ಥಿತಿಯಲ್ಲಿರಲಿಲ್ಲ. ಅದೆಂಥ ಸ್ಥಿತಿ ಎಂದು ಹೇಳುವುದೇ ಕಷ್ಟ.

ಮಧು ಅಂತೂ ಶಾಂತ, ದೀಪಕನನ್ನು ಜೊತೆಯಲ್ಲಿ ಕರೆದುಕೊಂಡೇ ಎಸ್ಟೇಟಿಗೆ ಹೋಗುವುದೆಂದು ನಿರ್ಧರಿಸಿದ್ದ. ಅವನ ನಿರ್ಧಾರದ ಮುಂದೆ ಬೇರೆಲ್ಲ ಅವನಿಗೆ ತೃಣದ ಸಮಾನ. ಸಮಾಜದ ಬಗ್ಗೆಯಾಗಲಿ, ಎಸ್ಟೇಟಿನ ಕೆಲಸಗಾರರ ಬಗ್ಗೆಯಾಗಲಿ, ಇಲ್ಲ ನೀನಾ ಮತ್ತು ಅವಳ ತಾಯಿ, ತಂದೆ, ಮಿಕ್ಕ ಯಾರ ಬಗ್ಗೆಯಾಗಲಿ ಅವನು ಯೋಚಿಸಲು ಸಿದ್ಧನಿರಲಿಲ್ಲ.

"ಮಧು, ಇಲ್ಲೇ ಒಂದು ದೊಡ್ಡ ಪಾರ್ಟಿ ಅರೇಂಜ್ ಮಾಡೋಣಾಂತ" ಎನ್ನುತ್ತಲೇ ಪ್ರಭಾಕರ ಅವನ ಎದುರಿನಲ್ಲಿ ಕುಳಿತ.

ಅವನು ಎಲ್ಲದಕ್ಕೂ ರೆಡಿ. ಆದರೆ ಶಾಂತ ಒಪ್ಪಬೇಕಲ್ಲ. ಅವಳು ಮನೆ ಬಿಟ್ಟು ಹೊರ ಬರುವುದನ್ನೇ ಕಡಿಮೆ ಮಾಡಿದ್ದಳು. ಅವಳ ಮನಃಸ್ಥಿತಿ ತಿಳಿದೂ ಸಹ ದಿಢೀರ್ ಬದಲಾವಣೆ ಅವಳಿಂದ ನಿರೀಕ್ಷಿಸುವುದು ತಪ್ಪು.

ಮೃದುವಾಗಿ ನಕ್ಕ ಮಧು ಎರಡು ಕೈಗಳನ್ನೂ ಗೊತ್ತಿಲ್ಲ ಎನ್ನುವಂತೆ ತಿರುಗಿಸಿದ.

ಕೋಣೆಯಿಂದ ಬಂದ ಶೋಭ "ದಯವಿಟ್ಟು ಈಗೇನೂ ಬೇಡ. ಇನ್ನೊಂದು ಸಲ ಅದೆಲ್ಲ ನೋಡಿಕೊಳ್ಳೋಣ ಮಧು, ನೀನು ಯಾವಾಗ ಹೊರಡುತ್ತೀಯಾ?" ಎಂದಳು ಮಧು ಮುಖವನ್ನು ದಿಟ್ಟಿಸುತ್ತ.

ಗೊತ್ತಿಲ್ಲವೆನ್ನುವಂತೆ ಕೈಯಾಡಿಸಿದ ಮಧು "ನಿನ್ನ ಗೆಳತಿ ಯಾವಾಗ ಹೊರಡುತ್ತಾಳೋ ಕೇಳು" ಎಂದ.

ಶೋಭಳಿಗೆ ಮಾತು ಕೊಡದಿದ್ದರೆ ಮಧು ಬಲವಂತದಿಂದಲಾದರೂ ಶಾಂತ, ದೀಪಕರನ್ನು ಎಸ್ಟೇಟಿಗೆ ಕರೆದೊಯ್ಯುಬಿಡುತ್ತಿದ್ದ. ಆದರೆ ಶೋಭ ಅವನ ದುಡುಕುತನಗಳಿಗೆಲ್ಲ ನಿರ್ಬಂಧ ಹೇರಿದ್ದಳು. ಅದನ್ನು ಅವನು ಕಡ್ಡಾಯವಾಗಿ ಪಾಲಿಸಬೇಕಾಗಿತ್ತು.

ಒಂದು ಗಳಿಗೆ ಶೋಭ ಯೋಚಿಸುತ್ತ ನಿಂತಳು. ಇದುವರೆಗೆ ತಾಯಿ, ತಂದೆಯರಿಗೆ ಎಲ್ಲ ವಿಷಯವನ್ನು ತಿಳಿಸಿ ಸುದೀರ್ಘ ಪತ್ರವನ್ನು ಬರೆದಿದ್ದಳು. ಅವರ ಪ್ರತಿಕ್ರಿಯೆಯ ಬಗ್ಗೆ ಯಾವ ಪತ್ರವೂ ಬಂದಿರಲಿಲ್ಲ. ಅದನ್ನು ಇವಳು ಯೋಚಿಸಿ ತಲೆ ಕೆಡಿಸಿಕೊಳ್ಳಬೇಕೇ ವಿನಃ ಮಧು ಯೋಚಿಸಲು ಸಿದ್ಧನಿಲ್ಲ ಮತ್ತು ಅವನ ನಿರ್ಧಾರದ ಬಗ್ಗೆ ಅವರುಗಳೇನಾದರೂ ಪ್ರತಿರೋಧ ತೋರಿಸಿದರೂ ಅವನು ಲೆಕ್ಕಿಸುವಂತಿಲ್ಲ. ಇಂಥದ್ದರಲ್ಲಿ ತನ್ನ ಪಾತ್ರವೇನು?

"ಮಧು, ಶಾಂತನ ಒಂದು ಒಳ್ಳೆ ದಿನ ನೋಡಿ ಕರ್ಕೊಂಡು ಹೋಗೋಣ ನೀನು ಹೋಗಿ..."

ಅವಳ ಮಾತನ್ನು ಪೂರ್ತಿ ಮಾಡಲು ಬಿಡದ ಮಧು ಅದೆಲ್ಲ ಸಾಧ್ಯವಿಲ್ಲ, ನಿಮಗಾಗಿ ನಾನು ಏನೂ ಉಳಿಸಿಲ್ಲ. ಶಾಂತ ನನ್ನ ಮಡದಿ ಅಂತ ನಾನೇ ಹೇಳೋವಾಗ ಬೇರೆಯವರ ಬಗ್ಗೆ ಯೋಚಿಸೋದೇ ಬೇಡ. ಶಾಂತ ಮೊದಲ ದಿನ ಎಸ್ಟೇಟ್ ಹೊಕ್ಕಾಗಲೇ ಎಲ್ಲ ಮುಗಿದುಹೋಗಿದೆ.

ಅವನ ಮಾತು ಪ್ರಭಾಕರನಿಗೆ ಸರಿಯೆನ್ನಿಸಿತು. ಆದರೂ ಅದನ್ನು ಬಾಯಿ ಬಿಟ್ಟು ಆಡದೇ ಮಡದಿಯ ಪ್ರತಿಕ್ರಿಯೆಗಾಗಿ ಕಾದು ಕುಳಿತ.

ಶೋಭಳಿಗೆ ಏನು ಹೇಳಬೇಕೋ ಒಂದೂ ತಿಳಿಯಲಿಲ್ಲ. ಈಗ ಅವಳಿಗೆ ಮಧು ಮಾತು ಸರಿಯೆನ್ನಿಸಿತು.

"ಆಯಿತು ಮಹರಾಯ. ಆದರೆ.... ನೀನು ಒಂದೆರಡು ದಿನ ಮೊದಲು ಅಲ್ಲಿಗೆ ಹೋಗು. ಆಮೇಲೆ ನಾನು, ಅವರು, ಶಾಂತ, ದೀಪಕ್‌ನ ಕರ್ಕೊಂಡು ಬರ್ತೀವಿ" ಎಂದಳು.

ಒಂದು ಗಳಿಗೆ ಮಧು ಯೋಚಿಸಿದ. ತುಟಿ ಕಚ್ಚಿ, ಕ್ರಾಪಿನಲ್ಲಿ ಕೈಯಾಡಿಸಿ ಯಾವುದೋ ನಿರ್ಧಾರಕ್ಕೆ ಬಂದವನಂತೆ "ಆಯಿತು, ನಾನು ಇವತ್ತು ಹೊರಡುತ್ತೀನಿ. ಇನ್ನೆರಡು ದಿನದಲ್ಲಿ ಅವರುಗಳನ್ನು ಕರ್ಕೊಂಡು ಬರಬೇಕು" ಎಂದ.

"ರೈಟೋ ಬಾಯ್" ಎಂದು ತುಟಿ ಕೊಂಕಿಸಿ ಅಣಕಿಸುತ್ತ.

ಮಧು ಎದ್ದವನೇ ಶೋಭಳ ಜಡೆ ಹಿಡಿದು ಎಳೆದು ತಲೆಯ ಮೇಲೊಂದು ಮೊಟಕಿ "ಪ್ರಭಾಕರ್, ಇವಳ ತುಂಟತನ ಏನು ಕಮ್ಮಿಯಾಗಿಲ್ಲ" ಎಂದ ಅಕ್ಕರೆಯಿಂದ.

ಪ್ರಭಾಕರ ಎಲ್ಲೋ ನೋಡುತ್ತ "ನಿನ್ನ ತಂಗಿ ತಾನೇ" ಎಂದು ನುಸುಳಿಕೊಂಡ.

ಆ ರಸಮಯ ನಿಮಿಷಗಳು ಎಲ್ಲರಿಗೂ ಆಪ್ಯಾಯಮಾನವಾಗಿತ್ತು.

"ನಾನು ಈಗ ಹೋಗಿ ಶಾಂತಳಿಗೇ ಹೇಳಿ ಹಾಗಿಂದ ಹಾಗೇ ಹೊರಟು ಬಿಡ್ತೀನಿ" ಎಂದು ಎದ್ದೇಬಿಟ್ಟ ಮಹರಾಯ.

ಪ್ರತಿಯೊಂದರಲ್ಲೂ ಮಧು ಒಂದು ತರಹ ವ್ಯಕ್ತಿ. ಮನಸ್ಸಿಗೆ ಬಂದ ಮೇಲೆ ಆಗೇ ಬಿಡಬೇಕು. ಕಾಯೋದು, ತಡಮಾಡೋದು ಅವನಿಂದ ಆಗದ ಕೆಲಸಗಳು.

"ಮಧು ಹೊರಡೋದು ಅಂದರೇ, ಈಗಲೇ ಹೊರಟುಬಿಡೋದು? ನಾಳೆ ಹೋದರೆ ಆಯಿತು" ಎಂದಳು ಶೋಭ.

"ನಿನಗೆ ನನ್ನ ಸ್ವಭಾವ ಗೊತ್ತಲ್ಲ. ಹೊರಡಬೇಕು ಅಂದರೆ ಮತ್ತೇಕೆ ತಡ?" ಎಂದವನೇ ರೆಡಿಯಾಗಿ ಹೊರಟುಬಿಟ್ಟ.

ಅವನನ್ನು ಇಬ್ಬರಿಂದ ನಿಲ್ಲಿಸಿಕೊಳ್ಳಲು ಸಾಧ್ಯವಾಗಲಿಲ್ಲ.

ಶೋಭ ನಿಟ್ಟುಸಿರು ಬಿಟ್ಟು ಕುಕ್ಕರಿಸಿದಳು.

"ಅದೋ ಸಂಕೋಚದ ಹುಡುಗಿ. ಇವನ ಸ್ವಭಾವವೋ ದೇವರಿಗೇ ಪ್ರೀತಿ, ಇನ್ನು ಇವರ ದಾಂಪತ್ಯ ಜೀವನ ದೇವರೇ ಕಾಪಾಡಬೇಕು."

ಮಡದಿಯ ಮಾತಿಗೆ ಪ್ರಭಾಕರ ಜೋರಾಗಿ ನಕ್ಕ.

"ಗಂಡಸರೆಲ್ಲ ಒಂದೇ ಜಾತಿಗೆ ಸೇರಿದವರು. ಸ್ವಲ್ಪನೂ ಮುಂದಾಲೋಚನೆ ಇಲ್ಲ. ಈಗ ನೋಡ್ತಾ ಇರೀ, ಅವನು ಎಷ್ಟೊಂದು ಸಮಸ್ಯೆಗಳನ್ನು ಎದುರಿಸಬೇಕಾಗುತ್ತೋ?"

"ನೀನು ತಿಳಿದುಕೊಂಡಿರೋ ಹಾಗೆ ಅವು ಯಾವುವೂ ಸಮಸ್ಯೆಗಳಲ್ಲ. ಅದನ್ನು ಎದುರಿಸೋ ವ್ಯಕ್ತಿನ ಅವಲಂಬಿಸಿರುತ್ತೆ ಅಷ್ಟೆ" ಎಂದು ಹಗುರವಾಗಿ ತೇಲಿಸಿಬಿಟ್ಟ.

ಮಧು ಶಾಂತಳ ಮನೆಯ ಮುಂದೆ ಕಾರು ನಿಲ್ಲಿಸಿ ಒಳಗೆ ಹೋದಾಗ ಅವಳು ಕೈಯಲ್ಲಿ ಮಾಸಪತ್ರಿಕೆ ಹಿಡಿದು ಕುಳಿತಿದ್ದಳಷ್ಟೆ. ಆದರೆ ಅದರ ಕಡೆ ಅವಳ ಗಮನವಿರಲಿಲ್ಲ. ಏನೋ ಗಹನವಾದ ಆಲೋಚನೆಯಲ್ಲಿ ಮುಳುಗಿದ್ದಂತೆ ಕಾಣಿಸಿತು. 'ಹುಚ್ಚು ಹುಡುಗಿ' ಎಂದು ಮನದಲ್ಲೇ ನಕ್ಕ.

"ಶಾಂತ..." ಎಂದ, ಆ ಸವಿನುಡಿಯಲ್ಲಿ ಸಂಪೂರ್ಣ ಜೇನು ಒಸರುತ್ತಿತ್ತು.

ಶಾಂತ ಬೆಚ್ಚಿಬಿದ್ದವಳಂತೆ ಮೇಲಕ್ಕೆದ್ದಳು. ಇಂದು ಸಹ ಮಧುವಿನ ದೃಷ್ಟಿಯನ್ನು ಎದುರಿಸಲಾರಳು. ಆದರೂ ಅವಳು ವಿನಯಶೀಲೆ, ಅವಳಿಂದ ಭಿನ್ನವಾದ ನಡತೆಯನ್ನು ನಿರೀಕ್ಷಿಸುವುದು ತಪ್ಪು.

"ನಾನು ಇವತ್ತು ಅಂದರೆ ಈಗಲೇ ಎಸ್ಟೇಟಿಗೆ ಹೊರಟಿದ್ದೀನಿ. ನೀನು ದೀಪಕ್, ಶೋಭ, ಪ್ರಭಾಕರ ಜೊತೆಗೆ ಬನ್ನಿ" ಎಂದು ಅವಳ ಪ್ರತಿಕ್ರಿಯೆಗಾಗಿ ಕಾದು ನಿಂತ.

"ಕುತ್ಕೊಳ್ಳಿ..." ಎಂದ ಶಾಂತ ಒಳಗೋಡಿಬಿಟ್ಟಳು. ಕಾಫಿ ಮಾಡಿ ತರುವುದು ನೆಪವಾದರೂ, ಅವಳು ಸ್ವಲ್ಪ ಸಾವರಿಸಿಕೊಳ್ಳಬೇಕಾಗಿತ್ತು.

ಮಧು ಅವಳು ಕುಳಿತಿದ್ದ ಜಾಗದಲ್ಲೇ ಕುಳಿತು ಅದೇ ಮಾಸಪತ್ರಿಕೆಯನ್ನು ತೆಗೆದುಕೊಂಡ. ಎರಡು ಗಳಿಗೆ ತಿರುವಿ ಹಾಕಿ ಮತ್ತೆ ಅದೇ ಸ್ಥಾನದಲ್ಲಿಟ್ಟ. ನಿಮಿಷಗಳು ದೀರ್ಘವಾಗಿ ಕಂಡವು. ಕೃಷ್ಣಸ್ವಾಮಿಗಳು ಮನೆಯಲ್ಲಿಲ್ಲವೆಂದು ಬಂದ ಕೂಡಲೇ ತಿಳಿದ. ಇನ್ನು ದೀಪಕ್ ನರ್ಸರಿ ಶಾಲೆಯಲ್ಲಿ, ಅವನು ಅಪ್ಪನಂತೆ ಹಟವಾದಿ. ಈಗ ಸದ್ಯ ಬೇಡವೆಂದರೂ ಕೇಳದೇ ಹೋಗುತ್ತಿದ್ದ.

ಶಾಂತ ಕಾಫೀ ಲೋಟ ತಂದು ಸ್ಟೂಲಿನ ಮೇಲಿರಿಸಿದಳು. ಉಟ್ಟಿದ್ದು ಸಾಧಾರಣವಾದ ವಾಯಿಲ್ ಸೀರೆ. ಕತ್ತಿನಲ್ಲಿ ಮಧು ಹಾಕಿದ ಮಾಂಗಲ್ಯದ ಸರ, ಹಿಂದೆ ಧರಿಸಿದ್ದ ನಕಲಿ ಮಾಂಗಲ್ಯದ ಸರ ಟ್ರಂಕಿನ ಮೂಲೆ ಸೇರಿತ್ತು, ಅದು ಶೋಭಳ ಬಲವಂತದಿಂದ.

ಅಂದು ತಾನು ಪ್ರಥಮ ಭೇಟಿಯಲ್ಲಿ ಕಂಡ ಚಿಗುರೆಯ ಚೆನ್ನಾದ ಮುಖ ವ್ಯಥೆಯಿಂದಲೂ ಬಾಡಿದಂತೆ ಕಾಣಲಿಲ್ಲ. ಬಲವಂತದಿಂದ ತನ್ನವಳನ್ನಾಗಿ ಮಾಡಿಕೊಂಡೆ. ಇನ್ನು ಮುಂದೆ ಸಂಪೂರ್ಣವಾಗಿ ತನ್ನವಳೇ, ಆ ಕಲ್ಪನೆಯೇ ಅವನನ್ನು ಸುಖದ ಮತ್ತಿನಲ್ಲಿ ಓಲಾಡಿಸಿತು.

ಅವಳ ಬಾಗಿದ ಮುಖದ ಚೆಲುವನ್ನು ಕಣ್ಣುಗಳಿಂದ ಹೀರುತ್ತಲೇ ಕಾಫಿಯನ್ನು ಗುಟುಕರಿಸಿದ. ಸಂಯಮ ಅವನಂಥವನಿಗೆ ಹೇಳಿ ಮಾಡಿಸಿದಲ್ಲ. ಆದರೇನು ಮಾಡುವುದು ಶೋಭಳಿಗೆ ಕೊಟ್ಟ ಮಾತು, ಪ್ರಭಾಕರನ ಎಚ್ಚರಿಕೆ ನುಡಿಗಳು ಅವನನ್ನು ಎಚ್ಚರಿಸುತ್ತಲೇ ಇತ್ತು.

ಕಾಫಿ ಲೋಟ ಟೇಬಲ್ಲಿನ ಮೇಲಿರಿಸಿ ಮೇಲಕ್ಕೆದ್ದು ಶಾಂತಳ ಸನಿಹಕ್ಕೆ ಹೋಗಿ ತುದಿ ಬೆರಳಿನಿಂದ ಅವಳ ಗದ್ದವನ್ನು ಹಿಡಿದು ಮುಖವನ್ನು ಮೇಲಕ್ಕೆತ್ತಿ ಅಪ್ಪಿ ಚುಂಬಿಸಿಬಿಟ್ಟ.

ಅವನ ದೇಹದಲ್ಲಿ ವಿದ್ಯುತ್ ಸಂಚಾರವಾದಂತೆ ಆಯಿತು.

"ನೀನು ಬರೋವರೆಗೂ ನನಗೆ ನಿಮಿಷಗಳು ಕೂಡ ಯುಗಗಳೇ" ಎಂದವನೇ ಹೊರಟುಬಿಟ್ಟ.

ಶಾಂತಳ ಕಾಲುಗಳು ಅವಳನ್ನು ಬಾಗಿಲ ಬಳಿಗೆ ಎಳೆದೊಯ್ದವು. ಕಾರು ಹೊರಡುವವರೆಗೂ ನೋಡುತ್ತ ನಿಂತಿದ್ದು ಒಳಗೆ ಬಂದಳು.

ಏನೇ ಮಾಡಿದರೂ ಮನಸ್ಸು, ಹೃದಯ ಒಂದರನೊಡನೇ ಒಂದು ಸಹಕರಿಸುವಂತೆ ಕಾಣಲಿಲ್ಲ. ಇತ್ತೀಚೆಗೆ ಏಕಾಂತ ಅವಳಿಗೆ ಪ್ರಿಯವೆನ್ನಿಸಿತು. ದೀಪಕ್ ಕಾಯಿಲೆ ಬಿದ್ದಾಗಿನಿಂದ ಇಂದಿನವರೆಗೂ ಅವಳು ಶಾಲೆಯ ಕಡೇ ಮುಖ ಹಾಕಿರಲಿಲ್ಲ. ಈಗ ಆ ಕೆಲಸಕ್ಕಾಗಿ ಧಾವಂತ ಪಡಬೇಕಾಗಿರಲಿಲ್ಲವಾದರೂ, ಯಾವುದೋ ಭಯ, ಆತಂಕ ಅವಳನ್ನು ಧೃತಿಗೆಡಿಸುತ್ತಿತ್ತು. ಎಚ್ಚರವಾಗಿರುವಾಗಲೂ ಬೆಚ್ಚಿ ಬೆಚ್ಚಿ ಬೀಳುತ್ತಿದ್ದಳು.

* * *

ನರ್ಸರಿ ಶಾಲೆಯ ಬಳಿ ಕಾರು ನಿಲ್ಲಿಸಿದ ಮಧು ಇಳಿದು ಕಾಂಪೌಂಡಿನೊಳಕ್ಕೆ ಹೆಜ್ಜೆ ಹಾಕಿದ. ಯೂನಿಫಾರಂ ಧರಿಸಿದ್ದ ಪುಟ್ಟ ಪುಟ್ಟ ಮಕ್ಕಳು ವಿರಾಮದ ವೇಳೆಯಾದುದ್ದರಿಂದ

ಆವರಣದಲ್ಲೆಲ್ಲ ವಿವಿಧ ಬಗೆಯಲ್ಲಿ ಹರಡಿ ಹೋಗಿದ್ದರು. ಅದೊಂದು ಸುಂದರ ನೋಟ. ಮಕ್ಕಳಲ್ಲಿ ದೀಪಕನನ್ನು ಆರಿಸಬೇಕೆನ್ನುವಷ್ಟರಲ್ಲಿ ದೀಪಕ್ ಹಾರಿ ಬಂದು ಅವನ ಕೈಹಿಡಿದ.

"ಓಹ್..." ಎಂದವನೇ ಮಗನನ್ನು ಎತ್ತಿ ಇಳಿಸಿದ.

ಅಲ್ಲಲ್ಲಿದ್ದ ಮೇಡಮ್‌ಗಳ ದೃಷ್ಟಿ ತಂದೆ, ಮಗನ ಮೇಲೆ ಹರಡಿತು. ಅವರಿಬ್ಬರಲ್ಲಿದ್ದ ಅಪಾರ ಹೋಲಿಕೆ ಯಾವ ಸಂಶಯಕ್ಕೂ ಎಡೆಮಾಡಿಕೊಡುತ್ತಿರಲಿಲ್ಲ. ಹಿಂದೆ ಒಂದೆರಡು ಸಲ ಬಂದಿದ್ದ ಮಧುನೇ ತಾನು ದೀಪಕನ ತಂದೆಯೆಂದು ಪರಿಚಯಿಸಿಕೊಂಡಿದ್ದ. ದೀಪಕನ ತಂದೆಯ ಬಗ್ಗೆ ಹೆಚ್ಚು ತಿಳಿಯದ ಶಿಕ್ಷಕಿಯರು ಸಂಶಯದಿಂದ ನೋಡಲಾಗಲಿಲ್ಲ. ಅಷ್ಟೇ ಅಲ್ಲ, ದೀಪಕನನ್ನು ಶಾಲೆಗೆ ಸೇರಿಸುವಾಗಲೂ ಶಾಂತ ಮಧುವೆಂದೇ ತಂದೆಯ ಕಾಲಮ್ಮನ್ನು ತುಂಬಿದ್ದಳು.

ಅವನನ್ನು ಕರೆತಂದು ಕಾರಿನಲ್ಲಿ ಕೂಡಿಸಿದ ಮಧು ಕಾರು ಸ್ಟಾರ್ಟ್ ಮಾಡಿದ.

ಮಗನ ತಲೆ ಸವರುತ್ತ "ದೀಪು, ನಾನು ಎಸ್ಟೇಟಿಗೆ ಹೋಗ್ತಾ ಇದ್ದೀನಿ ನೀನು ಮಮ್ಮಿ ಜೊತೆ ಬಾ" ಎಂದ.

ದೀಪು ತಂದೆಗೆ ದುಂಬಾಲು ಬಿದ್ದ, ತಾನೂ ಈಗಲೇ ಬರುವುದಾಗಿ.

ಮಧು ಅವನನ್ನು ರಮಿಸಿ, ಸಂತೈಸಿ ಮನೆಗೆ ಮುಟ್ಟಿಸಿ ಹೊರಟುಬಿಟ್ಟ.

ಇವನು ಎಸ್ಟೇಟ್ ಮುಟ್ಟಿದಾಗ ಇವನನ್ನು ಮೊದಲು ಎದುರುಗೊಂಡ ಅವರು ನೀನಾ ತಾಯಿ, ತಂದೆ. ಅವನೇನು ಅಳುಕಲಿಲ್ಲ. ನಗು ನಗುತ್ತಲೇ ಸಹಜವಾಗಿ ಮಾತಾಡಿಸಿದ.

ರಾತ್ರಿಯಾದುದರಿಂದ ಊಟ ಮುಗಿಸಿ ಆರಾಮವಾಗಿ ಮಲಗಿಬಿಟ್ಟ. ಪ್ರಯಾಣದಿಂದ ದಣಿದ ದೇಹ, ಮುದಗೊಂಡ ಮನ ನಿದ್ರೆಯಲ್ಲಿ ಜಾರಿಹೋಯಿತು.

ಶೋಭಳ ತಂದೆ ಏನೋ ಮಾತನಾಡಲು ಕೋಣೆಯೊಳಗೆ ಬಂದರು. ಆರಾಮವಾಗಿ ಮಲಗಿದ್ದ ಮಧುವನ್ನು ಎಚ್ಚರಿಸಲು ಇಷ್ಟಪಡದೆ ಬೆಳಿಗ್ಗೆ ಮಾತನಾಡಿದರೆ ಆಯಿತು ಎಂದು ಹೊರಗೆ ಹೋದರು.

ಅವರಿಗೆ ಶೋಭಳ ಪತ್ರ ಬಂದಾಗಿನಿಂದ ತಲೆನೋವಿನ ಕೆಲಸವಾಗಿತ್ತು. ಅವರಿಗೇನೂ ಶಾಂತ ಅರಿಯದವಳಲ್ಲ. ತಮ್ಮ ಮಗಳ ಗೆಳತಿ. ಅವಳ ಮೃದು ಸ್ವಭಾವವನ್ನು ಬಲ್ಲವರೇ. ಆದರೆ ಇದುವರೆವಿಗೆ ಅವರಿಗೆ ಯಾವ ಸಂಗತಿಯೂ ತಿಳಿದಿರಲಿಲ್ಲ. ಈಗ ಮಗಳ ಪತ್ರ ನೋಡಿದ ಮೇಲೆ ಅವರಿಗೆ ದಿಕ್ಕು ತೋಚದಂತೆ ಆಯಿತು. ಮಧು, ನೀನಾರ ಮದುವೆ ಸುಮಿತ್ರಮ್ಮನ ಕಾಲದಲ್ಲೇ ನಿಶ್ಚಯವಾಗಿತ್ತು. ಮದುವೆ ನಿಶ್ಚಯವಾಗಿ ಹಸೆಮಣೆ ಏರಬೇಕಾದವರು ಈಗಿನ ಇವನ ದಿಢೀರ್ ನಿಶ್ಚಯಕ್ಕೆ ಏನು ಹೇಳೋದು ಎಂದು ಅರ್ಥವಾಗದೇ ನೀನಾ ತಾಯಿ, ತಂದೆಯರನ್ನು ಕರೆಸಿಕೊಂಡಿದ್ದರು ವಿಷಯ ವಿವರಿಸಲು.

ಬೆಳಿಗ್ಗೆ ಏಳುವಾಗ ಮಧು ಬಹು ಉಲ್ಲಸಿತನಾಗಿದ್ದ. ಅವನಿಗಿಷ್ಟವಾದ ಹಿಂದಿ ಸಿನಿಮಾ ಚಿತ್ರಗೀತೆಯನ್ನು ಸ್ವಲ್ಪ ಜೋರಾಗಿ ಹೇಳಿಕೊಳ್ಳುತ್ತ ಬೆಳಗಿನ ಕೆಲಸ ಕಾರ್ಯಗಳನ್ನು ಆತುರಾತುರವಾಗಿ ಮುಗಿಸಿದ. ಏಕೆಂದರೆ ಎಸ್ಟೇಟ್ ಬಿಟ್ಟು ಹೋಗಿ ಬಹಳ ದಿನಗಳಾಗಿದ್ದವು.

ದೊಡ್ಡಪ್ಪನಿಗೆ ಅಂಥ ಅನುಭವವಿಲ್ಲದ ವಿಷಯ ಅವನಿಗೆ ತಿಳಿದಿದ್ದೇ. ಸುಮಿತ್ರಮ್ಮ ಬದುಕಿರುವವರೆಗೂ ಅವರೆಂದೂ ಎಸ್ಟೇಟ್‌ನಲ್ಲಿ ಬಹಳ ದಿನ ನಿಲ್ಲುತ್ತಿರಲಿಲ್ಲ. ಈಗ ವಿಧಿ ಇಲ್ಲ. ಅದೂ ಅಲ್ಲದೆ ಈ ವಯಸ್ಸಿನಲ್ಲಿ ಅವರಿಗೊಂದು ನೆಮ್ಮದಿಯ ತಾಣ ಬೇಕಾಗಿತ್ತು. ಇಲ್ಲಿ ಯಜಮಾನಿಕೆ ಅವರದೇ ಆಗಿದ್ದರಿಂದ ನಿಶ್ಚಿಂತೆಯಾಗಿದ್ದರು. ಇನ್ನು ನೀನಾ ಮದುವೆಯಾದರೂ ಅವರಿಗೇನೂ ತೊಂದರೆ ಇರಲಿಲ್ಲ. ಅವಳಿಂಥ ಕೆಟ್ಟ ಸ್ವಭಾವದ ಹೆಣ್ಣೂ ಅಲ್ಲ. ಹುಟ್ಟು ಶ್ರೀಮಂತಿಕೆಯಲ್ಲಿ ಬೆಳೆದ ಅವಳಿಗೆ ತಲೆ ತಿರುಗುವ ಸಂಭವವೂ ಇರಲಿಲ್ಲ.

ಉಪಾಹಾರದ ಮೇಜಿನ ಮುಂದೆ ಕುಳಿತ ಮಧು ಲಗುಬಗನೇ ತಿಂಡಿ ತಿನ್ನತೊಡಗಿದ. ನೀನಾ ತಾಯಿ, ತಂದೆ ಸುಮ್ಮನೇ ಕೂತಿದ್ದರೇ ವಿನಃ ತಿಂಡಿ ತಟ್ಟೆಗೆ ಕೈ ಹಾಕಲಿಲ್ಲ. ಒಮ್ಮೆ ಅದನ್ನು ಗಮನಿಸಿದ ಮಧು "ಓಹ್... ತಿಂಡಿ ತಗೊಳ್ಳಿ. ಎಸ್ಟೇಟ್ ಬಿಟ್ಟು ಹೋಗಿ ತುಂಬ ದಿನ ಆಗಿಹೋಯ್ತಲ್ಲ. ಹತ್ತಾರು ಕೆಲಸ ಉಳಿದುಬಿಟ್ಟಿರಬಹುದು. ಅದಕ್ಕಾಗಿ ತರಾತುರಿ ತಿಂಡಿ ತಿಂದು ಹೋಗುವ ಆತುರ" ಎಂದು ನಕ್ಕ.

ಇವನ ರೀತಿ ನೋಡಿ ಅವರಿಗೆ ಆಶ್ಚರ್ಯವಾಯಿತು. ಇವರುಗಳು ಹೇಳಿದ್ದು ಸುಳ್ಳಿರಬಹುದೇ ಎಂದು ಶೋಭಳ ತಂದೆಯ ತಡೆ ದೃಷ್ಟಿ ಹೊರಳಿಸಿದರು. ಆದರೆ ಅವರ ಮುಖಭಾವದಿಂದ ಏನೂ ಅರಿಯುವ ಹಾಗಿರಲಿಲ್ಲ.

ಮಧು ದೊಡ್ಡಪ್ಪ ಬಹಳ ನಿಧಾನವಾಗಿ ಹೇಳಿದರು.

"ಸ್ವಲ್ಪ ಮಾತಾಡೋದು ಇದೆ. ಆದ್ದರಿಂದ ಸಂಜೆ ಬೇಕಾದರೆ ಬೇರೆ ಕೆಲಸಗಳ ಕಡೆ ಗಮನ ಕೊಡು."

ತಿಂಡಿ ತಿನ್ನುತ್ತಿದ್ದ ಮಧು ಸಹಜವಾಗಿ ಅವರ ಕಡೆ ನೋಡಿದ. ಅವರು ಏನು ಮಾತಾಡಬೇಕು ಅಂತಿದ್ದಾರೆ ಅನ್ನೋ ವಿಷಯ ಅವನಿಗೆ ಗೊತ್ತಿದ್ದರಿಂದ ಸರಿ ಎನ್ನುವಂತೆ ತಲೆದೂಗಿದ.

ಉಪಾಹಾರ ಮುಗಿದ ಮೇಲೆ ಎಲ್ಲರೂ ಬಂದು ಅತಿಥಿಗಳಿಗೆಂದು ಮೀಸಲಾಗಿದ್ದ ಹೊರಕೋಣೆಯಲ್ಲಿ ಕುಳಿತರು.

ಅವರುಗಳೇ ಮಾತನ್ನು ಪ್ರಾರಂಭ ಮಾಡಲಿ ಎನ್ನುತ್ತ ಮಧು ಟೀಪಾಯಿ ಮೇಲಿದ್ದ ಪತ್ರಿಕೆಯನ್ನು ತೆಗೆದುಕೊಂಡು ತಿರುವಿಹಾಕತೊಡಗಿದ.

ಶೋಭಳ ತಂದೆ ನಾರಾಯಣರಾಯರಿಗೆ ಕಸಿವಿಸಿಯಾಯಿತು. ಹೇಗೆ ಮಾತನ್ನು ಪ್ರಾರಂಭ ಮಾಡುವುದು ಎಂದು ಯೋಚಿಸತೊಡಗಿದರು. ನೇರವಾಗಿ ವಿಷಯಕ್ಕೆ ಬರುವ ಬದಲು ಶೋಭ ಬರೆದಿದ್ದ ವಿಷಯ ಪ್ರಸ್ತಾಪಿಸುವುದು ಎಂಬ ತೀರ್ಮಾನಕ್ಕೆ ಬಂದರು.

"ಮಧು, ಶೋಭ ಪತ್ರ ಬರೆದಿದ್ದಳು."

"ಓಹ್.. ಹೌದಾ!" ಎಂದವನೇ ಪತ್ರಿಕೆಯನ್ನು ಓದುವುದರಲ್ಲಿ ಮಗ್ನನಾಗಿಬಿಟ್ಟ.

ವಾಮನಮೂರ್ತಿಗಳಿಗೆ ಮಧು ಬಗ್ಗೆ ಬೇಸರವೇ ಆಯಿತು. ಆದರೆ ಅದನ್ನು ವ್ಯಕ್ತಪಡಿಸಲು ಅವರು ಸಿದ್ಧರಿರಲಿಲ್ಲ.

"ಅವಳು ಬರೆದಿದ್ದ ವಿಷಯವೆಲ್ಲ ನಿಜವಾ?" ಅವರ ಮಾತಿನಲ್ಲಿ ಅಸಮಾಧಾನ ಇಣುಕುತ್ತಿತ್ತು.

ಪತ್ರಿಕೆಯಿಂದ ತಲೆ ಎತ್ತಿದವನೇ ಯಾವ ವಿಷಯ ಎನ್ನುವಂತೆ ನೋಡಿದ.

ವಾಮನಮೂರ್ತಿಗಳ ಸಹನೆ ಪೂರ್ಣವಾಗಿ ತಪ್ಪಿಹೋಗುವಂತಿತ್ತು. ಹಿರಿಯರಾದ ತಾವು ದುಡುಕಬಾರದೆಂದು ನಿಶ್ಚಯಿಸಿಕೊಂಡರು.

"ಅದೇ ಶಾಂತ ವಿಷಯ..."

ಮಲ್ಲಿಗೆ ಅರಳುವಂತ ನಕ್ಕ. ಅವನ ಉಲ್ಲಸಿತ ಮುಖದ ಭಾವ ನೂರೆಂಟು ಕನಸುಗಳನ್ನು ಹೆಣೆಯುವಂತೆ ಕಾಣಿಸಿತು.

"ಆ ವಿಷಯವೇನು ಇವತ್ತಿನದಲ್ಲ. ಆದರೆ ಎಲ್ಲರಿಗೂ ತಿಳಿಯೋ ಸಂದರ್ಭ ಬಂದಿದ್ದು ಮಾತ್ರ ಈಗ" ಎಂದು ಅವರುಗಳ ಮುಖವನ್ನು ನಿರೀಕ್ಷಿಸುತ್ತಲೆ. ಅವನ ಮಾತಿನಲ್ಲಾಗಲಿ, ಮುಖದಲ್ಲಾಗಲಿ ಸಂಕೋಚ, ಆತಂಕಗಳಿದ್ದ ಹಾಗೆ ಕಾಣಲಿಲ್ಲ.

"ಜೀವನದಲ್ಲಿ, ಯೌವನದ ಕಾಲದಲ್ಲಿ ಇಂಥ ಘಟನೆಗಳು ನಡೆದು ಹೋಗೋದು ಸಹಜ. ಆದರೆ ಅದನ್ನು ಪುನಃ ಸರಿ ಮಾಡೋಕೆ ಹೋಗೋದು ಮಾತ್ರ ತಪ್ಪು" ಎಂದರು ನಗುತ್ತ ನೀನಾಳ ತಂದೆ.

ಅವರ ನಗುವಿಗೆ ಒಮ್ಮೆ ತನ್ನ ನಗುವನ್ನು ಬೆರೆಸಿದ ಮಧು ಒಮ್ಮೆಲೇ ಗಂಭೀರನಾದ. ಅವನ ಜೀವನದಲ್ಲಿ ಬಹಳಷ್ಟು ಹೆಣ್ಣುಗಳು ಹಾದು ಹೋಗಿದ್ದರು. ಅಂದು ಶಾಂತಳಿಂದ ಪಡೆದ ಆ ಬಲವಂತದ ಸುಖವಾದರೂ ಬೇರೆ ಯಾವ ಒಲಿದುಬಂದ ಹೆಣ್ಣಿನಿಂದಲೂ ಪಡೆದಿರಲಿಲ್ಲ. ಆ ಘಟನೆಯೇ ಅವನ ಮೈ ಮನಗಳನ್ನು ಸಂವೇದಿಸುತ್ತಿತ್ತು.

"ಮಧು, ತಾವು ಅದರ ಬಗ್ಗೆಯೇನೂ ಯೋಚಿಸಬೇಕಾಗಿಲ್ಲ. ನೀವು ಆದಷ್ಟು ಬೇಗ ಮದುವೆಯಾಗಿಬಿಟ್ಟರೆ ಅವೆಲ್ಲ ಮರೆತುಹೋಗುತ್ತೆ. ನೀನಾಗೆ ಈ ಸುದ್ದಿ ತಿಳಿಯದೇ ಹಾಗೆ ಜೋಪಾನವಹಿಸಿದರೆ ಅದರ ಸುದ್ದಿ ಮುಗಿಯಿತು" ಇಲ್ಲಿಗೆ ಮುಗಿಯಿತು ಆ ವಿಷಯ ಎನ್ನುವಂತೆ ನುಡಿದರು ನೀನಾಳ ತಂದೆ.

ಗಂಭೀರವಾಗಿದ್ದ ಮಧುವಿನ ಮೋರೆ ಕೆಂಪಗಾಯಿತು. ಉಸಿರಾಟದ ಗತಿ ತೀವ್ರವಾಯಿತು. ಆದರೆ ಮಾತಾಡಲಿಲ್ಲ.

ಅವನ ಸ್ವಭಾವ ಅರಿತಿದ್ದ ವಾಮನಮೂರ್ತಿಗಳು ಎಚ್ಚರಗೊಂಡರು. ಅವರೀಗ ಮಾತಾಡಿ ವಿಷಯವನ್ನು ಸುಗಮ ಸ್ಥಿತಿಗೆ ಒಯ್ಯಲೇಬೇಕಾಗಿತ್ತು.

"ಮಧು, ಆತುರದಿಂದ ನಷ್ಟವೇ ವಿನಃ ಲಾಭವಿಲ್ಲ. ಶಾಂತಳ ಬಗ್ಗೆ ಅವರಿಗೂ ನನಗೂ ಸಹಾನುಭೂತಿ ಇದೆ. ಅವಳ ಜೀವನಕ್ಕೆ ಸ್ವಲ್ಪ ಹಣಕಾಸಿನ ವ್ಯವಸ್ಥೆ ಮಾಡೋಣ. ಈ ವಿಷಯ ಕಿವಿಯಿಂದ ಕಿವಿಗೆ ಹರಡುವುದಕ್ಕೆ ಮೊದಲೆ ನಿನ್ನ, ನೀನಾಳ ಮದುವೆ ನಡೆದುಬಿಟ್ಟರೇ ವಿಷಯ ಸದ್ದುಗದ್ದಲವಿಲ್ಲದೇ ಮುಚ್ಚಿಹೋಗುತ್ತೆ."

ದೊಡ್ಡಪ್ಪನ ಮಾತು ಕೇಳಿದ ಕೂಡಲೇ ದಢಾರನೇ ಎದ್ದು ನಿಂತ, ಕೋಪದಿಂದ ಹಲ್ಲುಮಡಿ

ಕಚ್ಚಿದವನೇ ಹೊರಗೆ ನಡೆದುಬಿಟ್ಟ. ಅವನ ಬಾಯಿ ತೆರೆದಿದ್ದರೆ ದೊಡ್ಡ ಅನಾಹುತವನ್ನೇ ಎಬ್ಬಿಸಿಬಿಡುತ್ತಿದ್ದ.

ತೊಟ್ಟ ಬಟ್ಟೆಯಲ್ಲೇ ಜೀಪಿನಲ್ಲಿ ಕುಳಿತು ಹೊರಟುಬಿಟ್ಟ. ಅವನಿಗೆ ಅವರುಗಳ ಬಗ್ಗೆ ಅಸಹ್ಯವೇ ಆಗಿಬಿಟ್ಟಿತು. ಎಸ್ಟೇಟ್‌ನಲ್ಲೆಲ್ಲ ಅಡ್ಡಾಡಿ ಎಲ್ಲ ಕೆಲಸಗಳನ್ನು ಗಮನಿಸಿ ಅವನು ಹಿಂದಿರುಗುವ ವೇಳೆಗೆ ಸಂಜೆಯಾಗಿ ಹೋಗಿತ್ತು.

ಜೀಪು ನಿಲ್ಲಿಸಿದವನೇ ಕೋಣೆಗೆ ಹೋಗಿ ಬಟ್ಟೆ ಬದಲಾಯಿಸಿ ಬಾತ್‌ರೂಮಿಗೆ ನುಗ್ಗಿದ. ಷವರ್ ಕೆಳಗೆ ನಿಂತು ಸ್ನಾನಮಾಡಿ ಹೊರಗೆ ಬಂದ. ತಲೆ, ಮೈ ಒರೆಸಿ ಬಟ್ಟೆ ಹಾಕಿಕೊಳ್ಳುವ ವೇಳೆಗೆ ಅಡಿಗೆಯವನು ಕಾಫೀ ಹಿಡಿದು ಬಂದ.

"ಈಗ ಕಾಫೀ ಬೇಡ, ಹೊಟ್ಟೆ ಹಸಿವಾಗ್ತ ಇದೆ; ಊಟ ಮಾಡ್ತೀನಿ" ಎಂದವನೇ ಕಾಫಿ ಹಿಂದಿರುಗಿಸಿ ಕೆಳಗಿಳಿದು ಬಂದು ಊಟದ ಟೇಬಲಿನ ಮುಂದೆ ಕುಳಿತ. ಗಂಟೆ ಏಳಾಗಿತ್ತು. ಹೊಟ್ಟೆ ಚುರುಗುಟ್ಟತೊಡಗಿದ್ದರಿಂದ ಏನು, ಎತ್ತ ಎಂದು ಯೋಚಿಸದೇ ಊಟ ಮಾಡಿದ. ಈ ಮನೆಯಲ್ಲಿ ಮಿಕ್ಕ ಜನಗಳು ಇದ್ದಾರೆಯೇ ಎಂಬುದನ್ನು ಮರೆತಂತೆ ಇತ್ತು.

ಶೋಭಳ ತಾಯಿ ಬಂದವರೇ ಮಧ್ಯಾಹ್ನ ಊಟಕ್ಕೆ ಬರದಿದ್ದ ಬಗ್ಗೆ ಬೇಸರ ವ್ಯಕ್ತಪಡಿಸಿದಾಗ ಮಧು ಹಗುರವಾಗಿ ನಕ್ಕ.

ಕಾರಿಡಾರ್‌ನಲ್ಲಿದ್ದ ಬೆತ್ತದ ಛೇರಿನ ಮೇಲೆ ಕುಳಿತು ಕಣ್ಣು ಮುಚ್ಚಿದ. ದೀಪಕ್ ಬಂದು ಎದುರು ನಿಂತಂತೆ ಆಯಿತು. ಅವರ ಮನ ಉಲ್ಲಾಸಮಯವಾಯಿತು. ಈಗ ದೀಪಕ್ ಏನು ಮಾಡ್ತಾ ಇರಬಹುದು? ಶಾಂತಳ ಪೀಡಿಸ್ತ ಇರಬೇಕು; 'ಡ್ಯಾಡಿ' ಹತ್ರ ಹೋಗಬೇಕು ಅಂತ. 'ಸಂಸಾರ ಚಕ್ರದ ಸುಗಮ ವ್ಯವಸ್ಥೆಗಾಗಿ ಪ್ರಕೃತಿ ಎಂಥ ಬಲೆಯೊಡ್ಡಿದೆ. ಮಗುವಿನ ಜನನಕ್ಕೆ ಕಾರಣನಾದವನಿಗೆ ಆ ಮಗುವಿನ ಮೇಲೆ ಬತ್ತದ ಪ್ರೇಮ. ಅವನು ಕಾಯಿಲೆಯಿಂದ ಚೇತರಿಸಿಕೊಂಡ ಮೇಲೆ ಅವನಿಗೆ ನಾನೇ ಡ್ಯಾಡಿ ಎಂದು ನಂಬಿಕೆ ಹುಟ್ಟಿಸಬೇಕಾದರೆ ಎಷ್ಟು ಪ್ರಯಾಸಪಡಬೇಕಾಯಿತು. ಅಬ್ಬ ಎಂಥ ಘಾಟಿ! ಇನ್ನೊಂದೆರಡು ವರ್ಷ ಅವನು ದೊಡ್ಡವನಾಗಿದ್ದರೆ ಇನ್ನೂ ಹೆಚ್ಚಿನ ಪ್ರಯಾಸ ಪಡಬೇಕಾಗಿತ್ತೇನೋ.'

ನೀನಾ ತಂದೆ, ವಾಮನಮೂರ್ತಿಗಳು ಬಂದು ಮಧುವಿನ ಎದುರು ಕುಳಿತರು. ಅವರಿಗೆ ಆತುರಪಟ್ಟು ಕೆಲಸ ಕೆಡಿಸಿಕೊಳ್ಳುವ ಇಷ್ಟವಿಲ್ಲ.

"ಮಧು, ನಿನ್ನ ಬಗ್ಗೆ ನೀನು ಯೋಚಿಸಿದೆಯೇ ವಿನಃ ನೀನಾ ಬಗ್ಗೆ ಯೋಚಿಸಲಿಲ್ಲ. ಆ ಹುಡುಗಿ ನಿನ್ನ ಮದುವೆಯಾಗಲು ಎಷ್ಟು ವರ್ಷದಿಂದ ಕಾದು ನಿಂತಿದೆ. ಅಂಥದ್ದರಲ್ಲಿ ಈಗ ಬೇರೆ ನಿರ್ಧಾರಕ್ಕೆ ಬಂದು ಆ ಮಗುವಿಗೆ ಅನ್ಯಾಯ ಮಾಡೋದರಲ್ಲಿ ಅರ್ಥವಿದೆಯೇ?"

ವಾಮನಮೂರ್ತಿಗಳ ಮಾತು ಸ್ವಲ್ಪ ಚುರುಕಾಗೇ ಮಧುವನ್ನು ಮುಟ್ಟಿತು. ಅವರ ಮಾತಿನಲ್ಲಿ ಯಥಾರ್ಥ ಇದ್ದುದ್ದರಿಂದ ಯೋಚಿಸುವಂತಾದ. ಇದು ಪರಿಹಾರ ಕಾಣದ ಸಮಸ್ಯೆ ಎನಿಸಿತು. ಈಗ ಶಾಂತಳನ್ನು ಮಡದಿಯ ಸ್ಥಾನದಲ್ಲಿರಿಸಿಕೊಂಡಿದ್ದ. ಹತ್ತಾರು ಜನರ ಮುಂದೆ

ಮಂಗಳಸೂತ್ರ ಅವಳ ಕೊರಳಿಗೆ ಕಟ್ಟದಿದ್ದರೂ, ಮನಃಪೂರ್ವಕವಾಗಿ ತಾಳಿ ಕಟ್ಟಿದ. ಆಗ ಯೋಚಿಸಬೇಕಾಗೇ ಇರಲಿಲ್ಲ. ಇವನ ಮಗುವಿನ ತಾಯಿ ಅವಳು.

"ನಿನ್ನ ಪರಿಸ್ಥಿತಿ ನಮಗೆ ಅರ್ಥವಾಗುತ್ತೆ. ಆದರೇನು ಮಾಡೋದು, ಸಮಾಜಕ್ಕೆ ನಾವು ಹೆದರಬೇಕಾಗುತ್ತೆ."

ನೀನಾಳ ತಂದೆಯ ಮಾತನ್ನು ಕೇಳಿ ಮಧು ಕೆರಳಿದ.

"ನ್ಯಾಯ ಧರ್ಮವನ್ನು ಪುರಸ್ಕರಿಸದ ಸಮಾಜವನ್ನು ನಾನು ದ್ವೇಷಿಸುತ್ತೀನಿ. ಬಗ್ಗಿದವರನ್ನು ಸಮಾಜ ಬಡಿಯುತ್ತೆ. ಧೈರ್ಯದಿಂದ ಮೇಲೆದ್ದು ನಿಂತವನಿಗೆ ಸಲಾಮು ಹಾಕುತ್ತೆ."

ಅವನ ಕಿಡಿಕಾರುವ ಮಾತು ಕೇಳಿದ ಇವರಿಬ್ಬರು ಸುಮ್ಮನೆ ಕುಳಿತರು. ಆಸಾಮಿ ಸಾಧಾರಣಕ್ಕೆ ಬಗ್ಗುವ ಹಾಗೆ ಕಾಣಲಿಲ್ಲ. ಅವರಿಗೆ ಮಧು ಏನಾದರೂ ನೀನಾಳನ್ನು ಮದುವೆಯಾಗದಿದ್ದರೆ ನೀನಾಳ ತಂದೆ ತಲೆ ಎತ್ತಿ ಓಡಾಡುವುದೇ ಕಷ್ಟವಾಗುತ್ತಿತ್ತು. ನೀನಾ, ಮಧು ಮದುವೆಯ ಬಗ್ಗೆ ಸುತ್ತಮುತ್ತಲಿನವರಿಗೆಲ್ಲ ಗೊತ್ತಿತ್ತು. ಈಗ ಮೊದಲೇ ಪೇಷೆಂಟಿನಂತಿರುವ ತಮ್ಮ ಮಗಳ ಮೇಲೆ ಜನತೆ ನೂರಾರು ಊಹಾಪೋಹಗಳನ್ನು ಹರಡಬಹುದು. ಆಗ ಹೇಗೆ ಮುಖವೆತ್ತಿ ಓಡಾಡುವುದು? ಇನ್ನು ಆ ಹುಡುಗಿ ಮಧು ಎಂದರೆ ಪ್ರಾಣ ಬಿಡ್ತಾಳೆ. ಅವಳ ಶರೀರದಷ್ಟೇ ಅವಳ ಮನಸ್ಸು ಸಹ ದುರ್ಬಲ. ಇಂಥದ್ದರಲ್ಲಿ ಅವಳು ಹೇಗೆ ಈ ಆಘಾತವನ್ನು ತಡೆದುಕೊಂಡಾಳು; ಅವರಿಗೆ ತಲೆ ಭಾರವಾಯಿತು.

ಭಾವಿ ಅಳಿಯನಾಗಬೇಕಾಗಿದ್ದ ಮಧುವನ್ನು ಎರಡು ಕೈಗಳನ್ನೂ ಹಿಡಿದುಕೊಂಡು ನೀನಾ ತಂದೆ "ಮಧು, ಖಂಡಿತ ನೀನು ಈ ನಿರ್ಧಾರಕ್ಕೆ ಬರಬೇಡಪ್ಪ. ನಿನ್ನಲ್ಲಿ ನೀನಾ ಪ್ರಾಣ ಇಟ್ಟುಕೊಂಡಿದ್ದಾಳೆ. ಈಗ ವಿಷಯ ತಿಳಿದರೆ ಖಂಡಿತ ಬದುಕೋಲ್ಲ."

ಈಗ ಈ ವಿಷಯಗಳಿಗೆಲ್ಲ ಮಧು ಕಲ್ಲಾಗಿ ಕುಳಿತ. ಯಾವ ಕಾರಣಕ್ಕೂ ಶಾಂತ, ದೀಪಕರನ್ನು ಬಿಡಲು ಸಿದ್ಧವಿಲ್ಲವೆಂದು ಖಡಾಖಂಡಿತವಾಗಿ ಹೇಳಿದ.

ಕಡೆಗೆ ನೀನಾ ತಂದೆ ಯಾರಿಗೂ ಅನ್ಯಾಯವಾಗದಂಥ ಉಪಾಯವನ್ನು ಅವನ ಮುಂದಿಟ್ಟರು.

"ನೀನು ನೀನಾನ ಮದುವೆ ಮಾಡಿಕೊಂಡು ಶಾಂತಳೊಡನೇ ಸಂಬಂಧ ಇಟ್ಟುಕೊಳ್ಳುವುದಕ್ಕೆ ನಮ್ಮದೇನು ಅಭ್ಯಂತರವಿಲ್ಲ."

ಮೇಲಕ್ಕೆದ್ದವನೇ ಮಧು ಮುಂದಿದ್ದ ಟೀಪಾಯಿಯನ್ನು ಝಾಡಿಸಿ ಒದ್ದ. ಕೋಪದಿಂದ ಅವನ ಮುಖ ಕೆಂಪಾಗಿಹೋಗಿತ್ತು. ಎದೆ ವೇಗವಾಗಿ ಏರಿಳಿಯುತ್ತಿತ್ತು.

"ನೀವು ಹಿರಿಯರು ಅಂತ ನಾನು ಸುಮ್ಮನೆ ಬಿಡ್ತಾ ಇದ್ದೇನೆ. ಬೇರೆ ಯಾರಾದರೂ ಅಂದಿದ್ದರೇ" ಹಲ್ಲುಗಳನ್ನು ಕಟಕಟನೇ ಕಡಿದು "ಖಂಡಿತ ಭೂಮಿ ಮೇಲೆ ಇರಿಸ್ತ ಇರಲಿಲ್ಲ. ನಿಮಗೇನು ಗೊತ್ತು ಶಾಂತಳ ತುಂಬು ವ್ಯಕ್ತಿತ್ವ. ಬಲವಂತದ ನನ್ನ ಪಾಶವೀ ಕೃತ್ಯಕ್ಕೆ ಬಲಿಯಾದ ಅವಳು ಆ ಗರ್ಭವನ್ನು ಹೊತ್ತು ಕಷ್ಟ, ನಿಷ್ಠೂರ ಅನುಭವಿಸಿ, ಸಮಾಜಕ್ಕೆ ಸುಳ್ಳು ಹೇಳಿ ನನ್ನ ಮಗನ ತಾಯಿಯಾಗಿ ಮಾತ್ರ ಅವಳು ಬದುಕಿದ್ದಾಳೆ. ಬೇರೆ ಹೆಣ್ಣುಗಳಂತೆ ಅವಳಲ್ಲ. ಅವಳು

ದೇವತೆ. ಇಷ್ಟು ದಿನದವರೆಗೂ ನಾನು ಅವಳ ಜೀವನದ ದುರಂತಕ್ಕೆ ಕಾರಣ ಅನ್ನೋ ವಿಷಯ ಯಾರಿಗೂ ತಿಳಿಸದೇ ಬಚ್ಚಿಟ್ಟು ಬದುಕಿದಳು. ಈಗಲೂ ಅವಳಿಗೆ ಬೇರೆ ಯಾವ ಸುಖ ಸಂತೋಷದ ಬಗ್ಗೆಯೂ ಆಸೆ ಇಲ್ಲ. ಅಂದು ಅವಳ ಜೀವನದ ದುರಂತಕ್ಕೆ ಕಾರಣವಾದ ವಿಧಿಯೇ ಅವಳಿಗಿಂದು ನನ್ನ ಪೂರ್ಣ ಪ್ರತಿರೂಪದ ಮಗುವನ್ನಿತ್ತು ಅವಳ ಬಾಳನ್ನು ಸುಗಮಗೊಳಿಸಿತು. ಅಂಥ ಹೆಣ್ಣಿನ ಬಗ್ಗೆ ಏನೋ ಹೇಳೋಕೆ ಹೊರಟಿದ್ದೀರಲ್ಲ. ನೀನಾ, ನನ್ನ ಮಧ್ಯೆ ಏನೇನು ಇಲ್ಲ. ಅಮ್ಮನ ಬಲವಂತದ ಬೇಡಿಕೆಗೆ ತಲೆಬಾಗಿ ಒಪ್ಪಿಗೆ ಸೂಚಿಸಿದ್ದೆ. ಅಂದು ನನಗೆ ಅವಳ ಮೇಲೆ ಪ್ರೀತಿ ಇರಲಿಲ್ಲ, ಇಂದೂ ಇಲ್ಲ."

ಇಷ್ಟಕ್ಕೆ ಎಲ್ಲ ಮುಗಿಯಿತು ಎನ್ನುವಂತೆ ಮಧು ಕೋಣೆಗೆ ಹೋಗಿ ಮಲಗಿಬಿಟ್ಟ. ಅವನಿಗೆ ಈಗ ವಿಶ್ರಾಂತಿ ಅವಶ್ಯಕತೆ ಇತ್ತು. ಎಲ್ಲಕ್ಕಿಂತ ಹೆಚ್ಚಾಗಿ ಏಕಾಂತ ಪ್ರಿಯವಾಗಿತ್ತು. ಮೊದಲು ಪ್ರಭಾಕರನಿಗೆ ಕಾಲ್ ಕಳಿಸಿ ಶಾಂತ, ದೀಪಕರನ್ನು ಕೂಡಲೇ ಕರೆತರಬೇಕೆಂದು ಹೇಳಲು ನಿರ್ಧರಿಸಿದ.

ನಿದ್ದೆಯ ಗುಂಗಿನಲ್ಲಿ ಎಲ್ಲ ಮರೆತ, ಬೆಳಿಗ್ಗೆ ಮಗ ಮತ್ತು ಮಡದಿಯ ಆಗಮನಕ್ಕಾಗಿ ಕೋಣೆಯನ್ನು ಸಜ್ಜುಗೊಳಿಸಿದ. ಎಸ್ಟೇಟಿನ ಕೆಲಸಗಾರರಿಗೆಲ್ಲ ಔತಣವೇರ್ಪಡಿಸಿ ಒಡತಿಯನ್ನು ಪರಿಚಯ ಮಾಡಬಯಸಿದ.

ಹೊರಗೆ ಹೊರಟ ಅವನಿಗೆ ನೀನಾಳ ಧ್ವನಿ ಕೇಳಿ ಆಶ್ಚರ್ಯವಾಯಿತು. ಅವನ ಮುಖದ ಮೇಲೆ ತೆಳುವಾದ ನಗೆ ಹರಡಿತು. ಶಾಂತಳ ಬಗ್ಗೆ ಅವನಿಗೆ ಹೆಮ್ಮೆ ಎನ್ನಿಸಿತು. ಒನಪು, ವಯ್ಯಾರಗಳಿಂದ ಗಂಡನ್ನು ಹೆಣ್ಣು ಸೆಳೆದರೂ ಅದು ತಾತ್ಕಾಲಿಕ ಮಾತ್ರ ಎಂದುಕೊಂಡ.

"ಮಧು..." ನೀನಾಳ ಕೊರಳು ಉಲಿಯಿತು.

"ಯಾವಾಗ ಬಂದೆ? ಆರೋಗ್ಯನಾ!" ಎಂದಳು ಸಹಜವಾಗಿ.

ವಿಷಯ ಅವಳವರೆಗೂ ತಲುಪಿತ್ತು ಎಂದೂ ಕಾಣುತ್ತದೆ. ಎಂದಿನ ನಗೆಯನ್ನು ಬೀರಲಿಲ್ಲ. ಅದನ್ನು ಅವನು ನಿರೀಕ್ಷಿಸಿರಲೂ ಇಲ್ಲ.

"ಏನು ವಿಶೇಷ?" ಕುಳಿತುಕೊಳ್ಳುತ್ತ ಪುನಃ ಮಧುವೇ ಕೇಳಿದ.

"ನಿನ್ನ ಹತ್ರ ಸ್ವಲ್ಪ ಮಾತಾಡಬೇಕಾಗಿತ್ತು. ಹೋಗೋಣವೇನು?" ನೀನಾ ಅಂದಾಗ, "ರೈಟೋ ನಡೀ," ಎನ್ನುತ್ತ ಹೊರಗೆ ನಡೆದ.

ನೀಲಗಿರಿ ಮರಗಳ ಸಾಲಿಗೆ ಬರುವ ವೇಳೆಗೆ ನೀನಾ ಸುಸ್ತಾದವಳಂತೆ ಕಂಡಳು. ದುರ್ಬಲ ಶರೀರದ ಹುಡುಗಿ ಹೆಚ್ಚು ನಡೆಯಲಾರಳು.

ನೆರಳಿನಲ್ಲಿದ್ದ ಕಲ್ಲು ಬೆಂಚಿನ ಮೇಲೆ ಕುಳಿತು ಏದುಸಿರು ಬಿಟ್ಟಳು. ಮಾನಸಿಕವಾಗಿ, ದೈಹಿಕವಾಗಿ ಪೂರ್ಣವಾಗಿ ಬಳಲಿಹೋಗಿದ್ದಳು.

ಮಧು ಗಿಡದ ಕೊಂಬೆಯನ್ನು ಹಿಡಿದು ನಿಂತು ನೀನಾಳ ಕಡೆ ನೋಡಿದ. ಬತ್ತಿಹೋದ ಕೆನ್ನೆಗಳು, ಮೊದಲೇ ಅತಿಯಾದ ಬಿಳುಪು, ಅಂಥದ್ದರಲ್ಲಿ ಇನ್ನೂ ಬಿಳಿಚಿಕೊಂಡು ನಿಸ್ತೇಜವಾದ ಮುಖ, ಬಡಕಲಾದ ಶರೀರ, ತಲೆಯ ಕೂದಲಿಗೆ ಯಾವ ಹಿಡಿತವೂ ಇಲ್ಲದಿದ್ದುದರಿಂದ

ಸ್ವೇಚ್ಛೆಯಾಗಿ ಹಾರಾಡುತ್ತಿದ್ದವು. ತುಟಿಗೆ ಹಚ್ಚಿದ್ದ ಲಿಪ್‌ಸ್ಟಿಕ್, ಕೆನ್ನೆಗೆ ಬಳಿದ ರೋಜು ಅವಳ ಮುಖಕ್ಕೆ ಅಂದವನ್ನು ಕೊಡುವುದಕ್ಕೆ ಬದಲಾಗಿ ಇದ್ದ ನ್ಯೂನತೆಗಳನ್ನು ಎತ್ತಿ ತೋರಿಸುತ್ತಿತ್ತು.

"ಮಧು, ನೀವು ನನಗೆ ಅನ್ಯಾಯ ಮಾಡ್ತೀರಿ ಎಂದು ತಿಳಿದಿರಲಿಲ್ಲ" ಎಂದ ಅವಳ ಕಣ್ಣುಗಳಲ್ಲಿ ಕಂಬನಿಯ ಸೆಲೆಯೊಡೆಯಿತು. ಕಂಬನಿ ಕೆನ್ನೆಯ ಮೇಲೆ ಜಾರಿತು.

ಅವಳ ಕಣ್ಣೀರನ್ನು ಕಂಡ ಕೂಡಲೇ ಅವನಿಗೆ ಕೆಡುಕೆನ್ನಿಸಿತು. ಆದರೆ ಅವಳ ಸಮಸ್ಯೆಯನ್ನು ಅವನು ಪರಿಹಾರ ಮಾಡಲಾರ. ಇನ್ನು ಹೇಗೆ ಅವಳ ಕಣ್ಣೀರನ್ನು ತೊಡೆದಾನು?

ಮುಖವನ್ನು ಪಕ್ಕಕ್ಕೆ ತಿರುಗಿಸಿ ಹೇಳಿದ.

"ನೀನಾ, ನನ್ನಿಂದ ತಪ್ಪಾಗಿದೆ. ದಯವಿಟ್ಟು ಕ್ಷಮಿಸಿಬಿಡು. ನಿನ್ನ ಕಣ್ಣೀರನ್ನು ತೊಡೆದು ನಿನ್ನನ್ನು ಸಮಾಧಾನ ಮಾಡಲಾರದ ಸ್ಥಿತಿಯಲ್ಲಿದ್ದೀನಿ. ನಮ್ಮಿಬ್ಬರ ನಡುವೆ ಏನೂ ನಡೆದಿಲ್ಲ. ಇದೊಂದು ಕೆಟ್ಟ ಕನಸೆಂದು ತಿಳಿದು ಬೇರೆ ಗಂಡಿನ ಜೊತೆ ಮದುವೆಯಾಗು. ಅದೇನು ಮಹತ್ವದ ಸಂಗತಿಯೂ ಅಲ್ಲ. ನನ್ನ ಮರೆಯೋದು ನಿನಗೆ ಕಷ್ಟವಾಗಲಾರದು."

ನೀನಾ ಬಿಕ್ಕಳಿಸಿದಳು. ಮಧು ಬಗ್ಗೆ ನೂರಾರು ಕನಸುಗಳನ್ನು ಹೆಣ್ಣೆದಿದ್ದಳು. ತಾನು ಮಧುವನ್ನು ಮದುವೆಯಾದರೂ ತಮ್ಮಿಬ್ಬರ ದಾಂಪತ್ಯ ಜೀವನ ಸುಗಮವಲ್ಲವೆಂಬ ವಿಷಯ ವೈದ್ಯರಿಂದ ತಿಳಿದಿದ್ದಳು. ಅವಳು ಎಂದೂ ತಾಯಿಯಾಗಲೇಬಾರದು. ಆದ್ದರಿಂದ ಅವಳ ಜೀವನಕ್ಕೆ ಅಪಾಯವುಂಟಾಗುತ್ತಿತ್ತು. ಅವನ ತುಂಬು ರಸಿಕತೆಯನ್ನು ತಣಿಸಬಲ್ಲ ದೇಹದಾರ್ಢ್ಯವು ತನಗಿಲ್ಲವೆಂದು ಅವಳಿಗೆ ಗೊತ್ತು. ಆದರೂ ಅವಳು ಬೇರೆಯವರಿಗೆ ಮಧುವನ್ನು ಬಿಟ್ಟುಕೊಡಲಾರಳು. ಆ ಎತ್ತರದ ನಿಲುವು, ಸುಂದರ ಮೈಕಟ್ಟು ಯುವತಿಯರನ್ನು ಅಯಸ್ಕಾಂತದಂತೆ ಸೆಳೆಯುವ ಆ ತುಂಟ ನಗು, ಎಂದಿಗೂ ಬೇರೊಬ್ಬರ ಸ್ವತ್ತಾಗಲು ಅವಳು ಸಿದ್ಧಳಿಲ್ಲ. ಇಡೀ ಎಸ್ಟೇಟನ್ನು ಶಾಂತಳಿಗೆ ಒಪ್ಪಿಸಿ ಮಧು ಒಂಟಿಯಾಗಿ ಬಂದರೂ ಅವನನ್ನು ಸ್ವೀಕರಿಸಲು ಅವಳು ಸಿದ್ಧ. ಆದರೆ ಅದನ್ನು ಅವಳ ಮುಂದೆ ಆಡಲಾರಳು. ತಂದೆ ಮೊದಲೇ ಎಚ್ಚರಿಸಿದ್ದರು.

"ಮಧು, ಶಾಂತನ ನೀನು ತುಂಬ ಪ್ರೀತಿಸ್ತೀಯಾ?" ತಡೆ ತಡೆದು ಹರಿದು ಬಂತು ಅವಳ ಬಾಯಿಂದ ಆ ಮಾತುಗಳು.

"ಹೌದು, ಆದರೆ ಆಗ ಅವಳಲ್ಲಿ ಕಂಡಿದ್ದ ಯೌವನದಿಂದ ಮತ್ತವಾದ ಸುಂದರ ಶರೀರ. ಬಯಕೆ ಬೆಳೆದು ಅದನ್ನು ಸೂರೆಗೊಂಡಿತ್ತು. ಆದರೆ ಈಗ ಅವಳನ್ನು ನನ್ನ ಪ್ರಾಣಕ್ಕಿಂತ ಹೆಚ್ಚಾಗಿ ಪ್ರೀತಿಸುತ್ತೀನಿ. ನನ್ನ ಮಗುವಿನ ತಾಯಿಯಾದ ಅವಳನ್ನು ಗೌರವಿಸುತ್ತೀನಿ. ಅಂದು ಸುಂದರ ಹೂವಿನಂತೆ ಅರಳಿ ನಿಂತ ಅವಳನ್ನು ಹೊಸಕಿಬಿಟ್ಟಿದ್ದೆ. ಇಂದು ಅವಳ ಅನುಮತಿ ಇಲ್ಲದೆ ಅವಳಿಂದ ಏನನ್ನೂ ಪಡೆಯಲಾರೆ" ಎಂದು ಕಣ್ಣು ಮುಚ್ಚಿ ದೀರ್ಘ ನಿಟ್ಟುಸಿರುಬಿಟ್ಟ.

"ಇನ್ನು ಆ ವಿಷಯಗಳನ್ನೆಲ್ಲ ಮರೆತುಬಿಡೋಣ, ಹೊಸ ಜೀವನಕ್ಕೆ ಸಿದ್ಧರಾಗೋಣ. ನನ್ನ ತಪ್ಪನ್ನು ದೊಡ್ಡ ಮನಸ್ಸಿನಿಂದ ಕ್ಷಮಿಸಿಬಿಡು. ನಾವಿಬ್ಬರು ಒಳ್ಳೆಯ ಗೆಳೆಯರಾಗಿ ಮುಂದುವರೆಯೋಣ."

ತುಂಟ, ಜವಾಬ್ದಾರಿರಹಿತ ಮಧುವಿನಿಂದ ಈ ಮಾತುಗಳನ್ನು ಕೇಳಿದ ನೀನಾ ದಿಙ್ಮೂಢಳಾಗಿ ಕುಳಿತಳು. ಹುಟ್ಟಿದಾಗಿನಿಂದ ಒಂದಲ್ಲ ಒಂದು ಮಾರಕಕ್ಕೆ ಗುರಿಯಾದ ತನ್ನ ಜೀವನದಲ್ಲಿ ಹೊಸತನವೇನೂ ಇಲ್ಲವೆಂದುಕೊಂಡಳು.

"ಏಳು ನೀನಾ, ಹೋಗೋಣ" ಎಂದು ಮುಂದೆ ಸಾಗಿದ.

ನೀನಾ ಮೆಲ್ಲನೆ ಎದ್ದು ಕಾಲೆಳೆದುಕೊಂಡು ಅವನನ್ನು ಹಿಂಬಾಲಿಸಿದಳು. ಅವನ ವೇಗದ ಓಟಕ್ಕೆ ತಾನು ಜೊತೆಯಾಗಲಾರೆನೆಂದುಕೊಂಡಳು.

* * *

ಟ್ರಂಕಾಲ್ ಮಾಡಿ ನೀನಾಳನ್ನು ಅವಳ ತಾಯಿ, ತಂದೆ ಕರೆಸಿಕೊಂಡಿದ್ದರು. ತಮ್ಮ ಏಟಿಗೆ ಬಗ್ಗದ ಹೋರಿ ಅವಳ ಆಕರ್ಷಣೆಗಾಗಿಯಾದರು ಬಗ್ಗಲಿ ಎಂದುಕೊಂಡಿದ್ದರು. ಅಷ್ಟೇ ಅಲ್ಲದೆ ನೀನಾ ದೀಪಕ್‌ನನ್ನು ತನ್ನ ಮಗುವಿನಂತೆ ಬೆಳೆಸುವುದಾಗಿ ಹೇಳುವಂತೆ ಒತ್ತಾಯಪಡಿಸಿದ್ದಲ್ಲದೇ, ಶಾಂತ ಕೇಳಿದಷ್ಟು ದುಡ್ಡು ತಾನು ಕೊಡುವುದಾಗಿ ಹೇಳಿ ಅವನನ್ನು ಒಪ್ಪಿಸಬೇಕೆಂದು ಬಲವಂತ ಮಾಡಿದ್ದರು. ಈಗ ಅದೆಲ್ಲ ನಿಷ್ಫಲವಾಯಿತು. ಅವನ ಮಾತುಗಳಲ್ಲೇ ಅವನಲ್ಲಿದ್ದ ದೃಢ ನಿರ್ಧಾರವನ್ನು ಕಂಡುಕೊಂಡಿದ್ದಳು. ಆದ್ದರಿಂದಲೇ ಯಾವ ಆಮಿಷಗಳನ್ನೂ ಅವನ ಮುಂದೆ ಒಡ್ಡಲು ಪ್ರಯತ್ನಿಸಲಿಲ್ಲ.

ಸಮಾಧಾನವಾಗಿದ್ದ ನೀನಾ ತಾಯಿ, ತಂದೆ ಕಡೆಗೆ ರೇಗಾಡಿ, ಬೆದರಿಕೆ ಹಾಕೇ ಹೋದರು.

ಮಧು ಅವರ ಬೆದರಿಕೆಗಳಿಗೆ ಸೊಪ್ಪು ಹಾಕದಿದ್ದರೂ ಶಾಂತಳ ಬಗ್ಗೆ ಯೋಚನೆಯಾಯಿತು. ಆ ಹುಡುಗಿ ಬಳಿ ಹೋಗಿ ಏನೆಲ್ಲ ಹೇಳಿ ಅವಳ ತಲೆಕೆಡಿಸಿ.. ಅವನ ಮೈಯಿನ ಕೂದಲುಗಳೆಲ್ಲ ನಿಮಿರಿ ನಿಂತವು. ಹಲ್ಲು ಕಡಿದು ತಲೆಯ ಕೂದಲಲ್ಲಿ ಬೆರಳು ಸೇರಿಸಿ ಕಿತ್ತ.

ತಕ್ಷಣ ತಾನೇ ಹೊರಡಲು ನಿರ್ಧರಿಸಿದ. ದಢದಢನೆ ಉಡುಪು ಬದಲಾಯಿಸಿ ಷೆಡ್‌ನಲ್ಲಿದ್ದ ಕಾರನ್ನು ಹೊರಗೆ ತಂದ. ಆಗ ಬಂದ ಟ್ರಂಕಾಲ್ ಅವನನ್ನು ಹಿಡಿದು ನಿಲ್ಲಿಸಿತು. ನಾಳೆ ಬೆಳಗಿನ ಜಾವ ಅಲ್ಲಿಂದ ಹೊರಟು ಬರುವುದಾಗಿ ಪ್ರಭಾಕರ ತಿಳಿಸಿದ್ದ. ಸಮಾಧಾನ ಗೊಂಡವನಂತೆ ಕುಳಿತ. ಆದರೆ ಅವನ ಹೃದಯ ಮೂಲೆಯಲ್ಲಿ ಎದ್ದ ಭಯದ ಸೆಲೆ ಇನ್ನೂ ಬತ್ತಿ ಹೋಗಿರಲಿಲ್ಲ. ಇನ್ನು ದೀಪಕ್, ಶಾಂತಳ ಮುಖ ನೋಡುವವರೆಗೂ ಸಮಾಧಾನವಾಗಿರುವುದು ಅವನಿಂದ ಸಾಧ್ಯವಾಗದ ವಿಷಯವಾಯಿತು. ಎಸ್ಟೇಟೆಲ್ಲ ಸುತ್ತಿ ಬಂದ. ಮನೆಯಲ್ಲಿ ದಿನಪತ್ರಿಕೆ, ವಾರಪತ್ರಿಕೆ, ಮಾಸಪತ್ರಿಕೆಗಳನ್ನು ತಿರುವಿಹಾಕಿದ. ಸ್ಟೀರಿಯೋ ಹಚ್ಚಿದ. ಮನೆಯ ಆಳುಗಳನ್ನೆಲ್ಲ ಕರೆಸಿ ಹೇಳಿದ. ತಾನು ಫಾರಿನ್‌ಗೆ ಹೋಗುವ ಮೊದಲೇ ಮದುವೆಯಾಗಿದ್ದುದಾಗಿ, ಅಮ್ಮನ ಭಯಕ್ಕೆ ಪ್ರಕಟಪಡಿಸದ ಬಗ್ಗೆ ಮತ್ತು ಮರುದಿನ ಬರುವ ಮಗ, ಮಡದಿಯ ಬಗ್ಗೆ. ಇಷ್ಟೆಲ್ಲ ಏಕೆಂದರೆ ಎಸ್ಟೇಟಿನ ಜನ ಶಾಂತಳ ಬಗ್ಗೆ ಸಂಶಯ ತಾಳಬಾರದು. ಅವಳ ಕಿವಿಗೆ ಯಾವ ಒಡಕು ಶಬ್ದವೂ ಬೀಳಬಾರದೆಂಬುದು ಅವನ ಉದ್ದೇಶ.

ವಾಮನಮೂರ್ತಿಗಳು ತಮ್ಮ ಹೆಂಡತಿಯೊಂದಿಗೆ ಮೌನವಾಗಿದ್ದರೇ ವಿನಃ ಯಾವ ವಿಷಯಕ್ಕೂ ಕೈ ಹಾಕಲಿಲ್ಲ. ಪುನಃ ಮಧು ಬಳಿ ಮಾತನಾಡಲು ಹೋಗಲಿಲ್ಲ. ಅಪಾರ ಐಶ್ವರ್ಯಕ್ಕೆ ಒಡತಿಯಾದ ನೀನಾಳನ್ನು ತಿರಸ್ಕರಿಸಿದ್ದು ಅವಿವೇಕದ ಪರಮಾವಧಿ ಎಂದೇ ಅವರ ಭಾವನೆ. ಅದನ್ನು ಬಾಯಿಬಿಟ್ಟು ಹೇಳಿದರೂ ಅವನು ಗಣನೆಗೆ ತಂದುಕೊಳ್ಳ ಲಾರನೆಂದುಕೊಂಡಿದ್ದರು. ಸಾಲಾಗಿ ಮೂರು ಜನ ಹೆಣ್ಣುಮಕ್ಕಳನ್ನು ಹೆತ್ತು ಕಷ್ಟ ಸುಖಗಳನ್ನು ಅನುಭವಿಸಿದ ಆ ತಾಯಿ ತಂದೆಯರ ಹೃದಯಗಳಲ್ಲೂ ಶಾಂತಳಂಥ ಹೆಣ್ಣಿನ ಬಗ್ಗೆ ಅನುಕಂಪವಿಲ್ಲ. ಮಧು ತನ್ನ ತಪ್ಪನ್ನು ಅರ್ಥಮಾಡಿಕೊಂಡು ಸರಿಯಾದ ಹೆಜ್ಜೆ ಇಡಲು ಹೊರಟಾಗಲೂ ಇವರಿಂದ ಸಹಕಾರವಿರಲಿ, ಮೆಚ್ಚಿಗೆಯೂ ಇಲ್ಲ. ಇಂತಹ ಮಾರಕ ಜನರ ಕುತ್ತಿಗೆಗೆ ಎಷ್ಟು ಜೋಡಿಗಳು ಬಲಿಯೋ! ಆ ಹೆಣ್ಣಿನ ಜೀವನದ ದುರಂತದಲ್ಲಿ ಮಗಳ ಪಾತ್ರವಿರುವುದನ್ನು ಅವರು ಮನಗಾಣಲಿಲ್ಲ. ಶ್ರೀಮಂತ ಜನರ ಸಂಪರ್ಕ ಬೆಳಸುವ ಬಯಕೆ, ಆಡಂಬರದ ವಿವಾಹ, ಕಣ್ಣಿಲ್ಲದ ಸಮಾಜದಿಂದ ಹೊಗಳಿಸಿಕೊಳ್ಳುವ ಇಚ್ಛೆ. ದೃಢ ನಿರ್ಧಾರದ ಗಂಡಾದ ಮಧುವಲ್ಲದಿದ್ದರೆ ಬೇರೆ ಗಂಡು ಇವರ ಆಮಿಷಕ್ಕೆ ಬಲಿಯಾಗಿ ಒಂದು ಹೆಣ್ಣಿನ ಜೀವಂತ ಸಮಾಧಿಯಾಗುತ್ತಿತ್ತೇನೋ!

ಅವರುಗಳ ವಿಮುಖತೆ, ನಿರುತ್ಸಾಹ ಕಂಡು ಮಧುವಿಗೆ ರೇಗಿ ಹೋಯಿತು. ಆದರೆ ಅದನ್ನು ಮಾತಿನಲ್ಲಾಗಲಿ, ಕೃತಿಯಲ್ಲಾಗಲಿ ಮಾಡಿ ತೋರಿಸಲು ಹೋಗಲಿಲ್ಲ. ಅಲ್ಲದೇ ಅವನು ಉತ್ಸಾಹವನ್ನು ಕಳೆದುಕೊಳ್ಳಲಿಲ್ಲ.

ಮಧುವಿನ ಒಳ್ಳೆಯತನ ಪರಿಚಯವಿದ್ದರೂ ಸುಮಿತ್ರಮ್ಮನ ತಮ್ಮನ ಜೊತೆ ಸೇರಿ ಅವನು ನಡೆಸಿದ ಹಲ ಕೆಲವು ಕಾರುಬಾರುಗಳನ್ನು ಅಲ್ಲಿನ ಕೆಲಸಗಾರರು ಬಲ್ಲವರೇ. ಅದು ಹಿಂದಿನ ವಿಷಯವಾಗಿತ್ತು. ಈಗಿನ ಒಡೆಯನ ನಡತೆಯ ಬಗ್ಗೆ ಅವರು ಚಕಾರವೆತ್ತುವಂತಿರಲಿಲ್ಲ. ಬರುವ ಹೆಂಡತಿ, ಮಗುವಿನ ಬಗ್ಗೆ ಎಲ್ಲರಿಗೂ ತಿಳಿದು ಹೋಗಿತ್ತು. ಒಬ್ಬೊಬ್ಬರು ಒಂದೊಂದು ತರಹ ಮಾತನಾಡಿಕೊಂಡರು. ಆದರೂ ತಮ್ಮ ಒಡೆಯನ ಸಂಸಾರ ನೋಡಲು ಎಲ್ಲರಿಗೂ ಕುತೂಹಲ.

ಒಂಟಿಯಾಗಿ ಹಾಸಿಗೆಯ ಮೇಲೆ ಮಲಗಿ ಹೊರಳಾಡುತ್ತಿದ್ದ ಮಧುವಿಗೆ ಇನ್ನು ಮುಂದೆ ತಾನು ಒಂಟಿಯಲ್ಲವೆನಿಸಿತು. ನಾಳೆ ಶಾಂತ, ದೀಪಕ್... ಸುಖದ ಮತ್ತಿನಲ್ಲಿ ತೇಲಿಹೋದ.

ಕೃಷ್ಣಸ್ವಾಮಿಗಳನ್ನು ಜೊತೆಯಲ್ಲಿಯೇ ಕರೆದುಕೊಂಡು ಬರುವಂತೆ ಹೇಳಿದ್ದರಿಂದ ಅವರ ಬರವನ್ನೂ ಸಹ ನಿರೀಕ್ಷಿಸುತ್ತಿದ್ದ. ಅವನಿಗೆ ಅವರ ಮೇಲೆ ಅಪಾರ ಅಭಿಮಾನ. ತಂದೆಯಾದ ಅವರು ಎಲ್ಲರಿಗಿಂತ ಭಿನ್ನವಾಗಿ ವರ್ತಿಸಿ ಶಾಂತಳನ್ನು ಮಾತ್ರವಲ್ಲದೇ ಅವನ ಮಗುವನ್ನೂ ಭೂಮಿಗೆ ಬರಗೊಟ್ಟಿದ್ದರು. ಅವರ ಅಪರೂಪ ವ್ಯಕ್ತಿತ್ವ ಅವನಿಗೆ ಆಪ್ಯಾಯಮಾನ.

ನಿರೀಕ್ಷೆ, ಕನಸುಗಳ ಮಧ್ಯೆ ಬೆಳಕು ಹರಿದುಹೋಯಿತು. ಸೂರ್ಯ ಇಂದು ನೂತನ ಛಾಯೆ ಹೊತ್ತು ಬಂದಂತೆ ಅವನಿಗೆ ಕಾಣಿಸಿತು.

ಎಲ್ಲ ಕೆಲಸಗಳನ್ನೂ ಉತ್ಸಾಹದಿಂದಲೇ ಮಾಡುತ್ತಿದ್ದ. ಆದರೆ ಆಗೊಮ್ಮೆ ಈಗೊಮ್ಮೆ ಆತಂಕವುಂಟಾಗದೇ ಇರುತ್ತಿರಲಿಲ್ಲ. ಅದೆಲ್ಲ ಭ್ರಮೆಯೆಂದುಕೊಳ್ಳುತ್ತ ತಲೆ ಕೊಡವಿ

ಸುಮ್ಮನಾಗುತ್ತಿದ್ದ. ಏನೇ ಆಗಲಿ ಶಾಂತ, ದೀಪಕ್ ಬರುವವರೆಗೂ ಭಯ ಅವನಿಂದ ಹಿಮ್ಮೆಟ್ಟುವಂತಿರಲಿಲ್ಲ.

ಸುಮ್ಮನೇ ಜೀಪಿನಲ್ಲಿ ಮೂರು ನಾಲ್ಕು ಮೈಲುಗಳವರೆಗೆ ಹಾದು ಹೋಗಿ ಹಿಂತಿರುಗಿ ಬಂದ. ತಾನೇ ಹೊರಟುಬಿಡೋದು ಅಂದುಕೊಂಡ. ಅಬ್ಬ ತನ್ನ ಆತುರಕ್ಕೆ ಶೋಭ, ಪ್ರಭಾಕರ್ ಏನು ಹೇಳಬಹುದು ಎಂದು ಸುಮ್ಮನಾದ.

ಕಡೆಗೆ ಕಾರು ಬಂದೇ ಬಂತು. ತನ್ನ ಧಾವಂತ ಮೆಟ್ಟಿ ನಿಲ್ಲುವುದಕ್ಕೆ ಆಗದೇ ಮಧು ಕಾರಿನ ಬಳಿ ಧಾವಿಸಿದ. ಮುಂದಿನ ಸೀಟಿನಲ್ಲಿ ಕೂತಿದ್ದ ಪ್ರಭಾಕರ ಕಣ್ಣು ಕುಣಿಸಿ ನಕ್ಕ. ಶೋಭಳ ಮುಖದಲ್ಲೂ ತುಂಟತನದ ಛಾಯೆ ಇದ್ದುದನ್ನು ಕಂಡು ಮಧು ಸಮಾಧಾನಗೊಂಡ. ಹಿಂದಿನ ಬಾಗಿಲನ್ನು ತಾನೇ ತೆರೆದ. ಕೃಷ್ಣಸ್ವಾಮಿಗಳು ನಿಧಾನವಾಗಿ ಇಳಿದರು. ಅವನ ನಲ್ಮೆ ಮಮತೆಯ ಕುಡಿ ದೀಪಕ್ ಶಾಂತಳ ತೊಡೆಯ ಮೇಲೆ ಆರಾಮವಾಗಿ ನಿದ್ರಿಸುತ್ತಿದ್ದ. ಶಾಂತ ಎಬ್ಬಿಸುವ ಪ್ರಯತ್ನದಲ್ಲಿದ್ದಳು.

"ಬೇಡ, ಎಬ್ಬಿಸಬೇಡ" ಎಂದು ತಾನೇ ಬಗ್ಗಿ ದೀಪಕನನ್ನು ಮೃದುವಾಗಿ ಎತ್ತಿಕೊಂಡ. ಆ ಮಾತು ಮಧುವನ್ನು ತುಣಕಿಸುತ್ತಿತ್ತು.

ಶಾಂತಳ ಮೈ ಮೆಲ್ಲನೆ ಬೆವರತೊಡಗಿತು. ಅವಳ ಎಲ್ಲ ಅವಯವಗಳೂ ಸತ್ವ ಕಳೆದುಕೊಂಡಂತೆ ಇದ್ದವು.

"ಶಾಂತ, ಇಳಿ" ಎಂದ. ನೋಟದಲ್ಲೇ ಅವಳ ಮೇಲೆ ಪ್ರೀತಿಯ ಮಳೆಯನ್ನೇ ಚಿಮುಕಿಸುತ್ತ.

ಪ್ರಭಾಕರ, ಶೋಭ ಒಬ್ಬರ ಮುಖವನ್ನೊಬ್ಬರು ನೋಡುತ್ತಾ ಮನದಲ್ಲೇ ನಗುತ್ತ ಇಳಿದರು.

ನಳಿನಿಯು ನಿದ್ದೆಯ ಮತ್ತಿನಲ್ಲಿದ್ದುದರಿಂದ ಪ್ರಭಾಕರ ಇಳಿದು ಮಡದಿಯ ತೊಡೆಯ ಮೇಲಿದ್ದ ಮಗಳನ್ನು ಎತ್ತಿಕೊಂಡ.

ಈಗ ಮಧು ದೃಷ್ಟಿ ಶೋಭ, ಪ್ರಭಾಕರನ ಕಡೆ ಹರಿಯಿತು.

"ಸಾರಿ..." ಎಂದ.

"ಪರವಾಗಿಲ್ಲ... ಇದೆಲ್ಲ ಸಹಜ" ಎಂದು ಪ್ರಭಾಕರ ಮಧು ಭುಜ ತಟ್ಟಿದ.

"ನೀವು ಬನ್ನಿ" ಎಂದು ಹೇಳಿದ ಶೋಭ ತಾನು ಮೊದಲು ಓಡುತ್ತ ನಡೆದಳು. ಈ ಮನೆಗೆ ಒಡತಿಯಾಗಿ ಬಂದಿರುವ ಶಾಂತಳನ್ನು ಮದುಮಗಳಂತೆ ಸ್ವಾಗತಿಸಿದಳು.

ಕಾರಿನಿಂದ ಇಳಿದ ಶಾಂತಳಿಗೆ ತಲೆ ತಿರುಗಿ ಬಂತು. ಮುಂದಿನ ದಾರಿಯೇ ಕಾಣಲಿಲ್ಲ. ಕಾರಿಗೆ ಒರಗಿ ಕಣ್ಣು ಮುಚ್ಚಿದಳು. ಘಟನೆ ನಡೆದು ವರ್ಷಗಳು ಉರುಳಿದರೂ ಅವಳ ಹೃದಯದಲ್ಲಿ ಚಿರ ಹಸಿರು.

ಮಧು ಶಾಂತಳನ್ನು ದಿಟ್ಟಿಸಿದ. ಇಂದಿಗೂ ಈ ಹುಡುಗಿ ಚೇತರಿಸಿಕೊಂಡೇ ಇಲ್ಲ ಎಂದುಕೊಂಡು ಕರುಣೆಯಿಂದ ನೋಡಿದ.

ಪ್ರಭಾಕರ ಶಾಂತಳನ್ನು ಎಚ್ಚರಿಸಿ ಕರೆದೊಯ್ದ.

ಶೋಭ ಪ್ರೀತಿಯ ಅಣ್ಣನ ಜೊತೆ ಅತ್ತಿಗೆಯನ್ನು ನಿಲ್ಲಿಸಿ ಆರತಿ ಎತ್ತಿದಳು. ಅವರ ದಾಂಪತ್ಯ ಜೀವನ ಹರ್ಷದಾಯಕವಾಗಿರಲೆಂದು ಶುಭವನ್ನು ಕೋರಿದಳು.

ಶೋಭಳ ತಾಯಿ-ತಂದೆ ಬಹಳ ಬಿಗುಮಾನದಿಂದಲೇ ಇದ್ದರು. ಆಡಲೋ ಬೇಡವೋ ಎನ್ನುವಂತೆ ನಾಲ್ಕಾರು ಮಾತುಗಳನ್ನು ಆಡಿ ತಮ್ಮ ಕರ್ತವ್ಯವನ್ನು ಪೂರೈಸಿದರು.

ಶೋಭ ಬಹಳ ಉತ್ಸಾಹದಿಂದ ಓಡಾಡಿದಳು. ಅತಿಥಿಗಳಿಗೆಂದು ಮೀಸಲಾಗಿದ್ದ ಕೋಣೆಯಲ್ಲಿ ಕುಳಿತ ಶಾಂತ ಅಲ್ಲಾಡಲಿಲ್ಲ. ಶೋಭ ಬಲವಂತದಿಂದ ಅವಳನ್ನು ಗಮನಿಸಬೇಕಾಯಿತು.

ರಾತ್ರಿಯ ಊಟ ಭರ್ಜರಿಯಾಗೇ ಇತ್ತು. ಯಾವ ಮದುವೆಯ ಊಟವೂ ಅದನ್ನು ಸರಿಗಟ್ಟುವಂತಿರಲಿಲ್ಲ. ಮಧುವಿನ ಒಂದಿಬ್ಬರು ಗೆಳೆಯರು, ಅಕ್ಕಪಕ್ಕ ಎಸ್ಟೇಟಿನ ಕೆಲವು ಆತ್ಮೀಯರು ಬಂದಿದ್ದರು. ಅವರುಗಳೆಲ್ಲ ಉಂಡು ಸಂತೋಷದಿಂದ ಶುಭ ಹಾರೈಸಿದರೂ ಮಧುವನ್ನು ಛೇಡಿಸದಿರಲಿಲ್ಲ. ಅದನ್ನೆಲ್ಲ ಲೆಕ್ಕದಲ್ಲಿಡುವಂಥ ಭೂಪನಲ್ಲ ಮಧು.

ಪ್ರಯಾಣದಿಂದ ಸೋತಿದ್ದರಿಂದ ಎಲ್ಲರ ದೇಹಗಳೂ ವಿಶ್ರಾಂತಿಯನ್ನು ಬಯಸುತ್ತಿದ್ದವು.

ಕೃಷ್ಣಸ್ವಾಮಿಗಳ ಬಗ್ಗೆ ವಿಶೇಷ ಅಭಿಮಾನಗೊಂಡಿದ್ದ ಮಧು ತಾನೇ ಅವರನ್ನು ಉಪಚರಿಸಿದ.

ದುಃಖವನ್ನುಂಡ ಆ ವಯಸ್ಸಾದ ಜೀವ ಪವಾಡವೇ ಜರುಗಿದಂತೆ ನಿಬ್ಬೆರಗಾಗಿ ನೋಡಿತು. ದೈವದ ವಿಚಿತ್ರ ಆಟದ ಬಗ್ಗೆ ಮನದಲ್ಲೇ ನಕ್ಕರು. ಅವರು ನಿರೀಕ್ಷಿಸದ ಯಾವುದೋ ಒಂದು ಕಾರ್ಯ ಅವರ ಎದುರಿನಲ್ಲೇ ಸುಗಮವಾಗಿ ಜರುಗಿಹೋಗುತ್ತಿತ್ತು. ಮನುಷ್ಯರ ಪಾಡೇ ಇಷ್ಟೇನೇನೋ!

ದೀಪಕ್ ಹೋಗಿ ತಂದೆಯ ಮಂಚದ ಮೇಲೆ ತಳವೂರಿಬಿಟ್ಟಿದ್ದ. ಅವನಿಗೆ ಪ್ರತಿಯೊಂದು ಕುತೂಹಲವೇ. ತಾನು ಎಂದೂ ನೋಡಿರದ ಇಷ್ಟು ದೊಡ್ಡ ಮನೆ ತಮ್ಮದ? ಮಿಸ್ ಹೇಳಿದ ಅಲ್ಲಾವುದ್ದೀನ್ ಕತೆಯ ಹಾಗೆ ಮಾಯಾ ಅರಮನೆಯೋ! ಅದನ್ನೆಲ್ಲ ಬಗೆಹರಿಸಿಕೊಳ್ಳುವ ಆತುರ. ಅದಕ್ಕೆ ಸರಿಯಾಗಿ ವ್ಯಕ್ತಿ ಡ್ಯಾಡೀನೇ ಎಂದು ಅವನ ನಿರ್ಧಾರ.

ಶಾಂತ ತಂದೆಯ ಬದಿಯಲ್ಲಿ ಕೂತೇ ಇದ್ದಳು. ಶೋಭ ಬಂದು ಎಳೆದೊಯ್ದಾಗಲೇ ಅವಳಿಗೆ ಪರಿಸ್ಥಿತಿಯ ಅರಿವಾದದ್ದು. ಈಗ ಆ ಜೀವನಕ್ಕೂ ಅವಳ ಮನಸ್ಸಿನ ಸ್ಥಿತಿ ಸಿದ್ಧವಿಲ್ಲ. ಅದನ್ನು ಬಾಯಿಬಿಟ್ಟು ಹೇಗೆ ಆಡಿಯಾಳು?

ಅವಳ ಮುಖಭಾವದಿಂದಲೇ ಶೋಭ ಅವಳ ಮನಸ್ಥಿತಿಯನ್ನು ಅರಿತಳು. ಇದನ್ನು ಅವರವರು ಸರಿಪಡಿಸಿಕೊಳ್ಳಬೇಕಾದ್ದೆ. ಕಾಲ ಎಲ್ಲವನ್ನು ತಾನೇ ಮಾಡುತ್ತೆ ಎಂದುಕೊಂಡಳು.

ಶಾಂತಳನ್ನು ಕೋಣೆಗೆ ಕರೆದುಕೊಂಡು ಬಂದ ಶೋಭ "ಶಾಂತ, ನೀನು ಮಲ್ಕೋ, ನಾನು ಅವರಿಗೆ ಹೇಳಿ ಬರ್ತೀನಿ" ಎಂದವಳೇ ಮೆಟ್ಟಿಲನ್ನು ಏರಿ ಹೊರಟಳು.

ಮಧು ಜೋಡಿ ಮಂಚದ ಮೇಲೆ ಮಲಗಿ ಎರಡು ಕೈಗಳನ್ನು ಸೇರಿಸಿ ತಲೆ

ಕೆಳಗಿಟ್ಟುಕೊಂಡಿದ್ದ ಪ್ರಭಾಕರ ಕೂತು ಅವನೊಂದಿಗೆ ಮಾತನಾಡುತ್ತಿದ್ದ. ಅವರು ಏನೋ ಗಹನವಾದ ವಿಚಾರದಲ್ಲಿ ಮುಳುಗಿದ್ದ ಹಾಗೆ ಕಾಣಿಸಿತು.

"ರಾಯರೇ, ತಾವು ಇಲ್ಲೇ ಪವಡಿಸಿ. ನಾನು, ಶಾಂತ ಕೆಳಗಡೆ ಮಲಗುತ್ತೀವಿ" ಎಂದಳು ಶೋಭ ಗಂಡನ ಮುಂದೆ ನಿಂತು.

ಪ್ರಭಾಕರ ತಿಳಿದವನಂತೆ ತಲೆಯಾಡಿಸಿ ನಕ್ಕ. ಅವನಿಗೆ ಹೀಗೆ ಆಗುತ್ತೆ ಅಂತ ಗೊತ್ತಿತ್ತು.

"ಮಧು, ನಾಳೆ ಊರಿಗೆ ಹೊರಟುಬಿಡ್ತೀನಿ," ಎಂದಳು ಶೋಭ.

ಮಧು, ದಢಾರನೇ ಎದ್ದು ಕುಳಿತ. ಅವರುಗಳು ಇಷ್ಟು ಬೇಗ ಹೋಗಿ ಬಿಡುವರೆಂಬ ಕಲ್ಪನೆಯೂ ಇರಲಿಲ್ಲ. ಅದು ಅವನಿಗೆ ಬೇಕಾಗೂ ಇರಲಿಲ್ಲ.

"ಹೌದು ಮಧು, ಶಾಂತ ಚೇತರಿಸಿಕೊಳ್ಳಬೇಕಾದರೆ ಕೆಲವು ದಿನಗಳೇ ಹಿಡಿಯಬಹುದು. ಇಲ್ಲಿ ಜನಗಳು ಇದ್ದಷ್ಟೂ ಸಂಕೋಚದಿಂದ ಅವಳು ನಿನ್ನಿಂದ ದೂರ ಉಳೀತಾಳೆ. ಅಮ್ಮ ಅಪ್ಪ ಕೂಡ ಈ ವಿಷಯದಲ್ಲಿ ಸುಮುಖರಾಗಿಲ್ಲ. ಅವರುಗಳನ್ನು ಸಹ ಹೊರಡಿಸಿಕೊಂಡು ಹೋಗ್ತೀನಿ. ನಿಮ್ಮಿಬ್ಬರಿಗೆ ಮಮತೆಯ ಸಂಕೋಲೆ ತೊಡಿಸಿದ ದೀಪಕನೇ ಅದನ್ನು ಬಿಗಿ ಮಾಡಬೇಕು. ಖಂಡಿತ ನಾನು ಇನ್ನೊಮ್ಮೆ ಆದಷ್ಟು ಬೇಗ ಬರ್ತೀನಿ. ನಿನ್ನ ಸುಂದರ ಸಂಸಾರ ನೋಡೊ ಆಸೆ ನನಗಿಲ್ಲವೇ? ನಮ್ಮನ್ನು ಈಗ ಖಂಡಿತ ತಡೆಯಬೇಡ."

ಶೋಭಳ ಮಾತುಗಳಿಗೆ ಏನೂ ಹೇಳದೇ ಮಧು ಗಂಭೀರನಾಗಿ ಕುಳಿತ. ಶೋಭ ಅವನ ಬಳಿ ಹೋಗಿ ಕುಳಿತು ಅವನ ಕೂದಲಲ್ಲಿ ಕೈಯಾಡಿಸಿ ಮೂಗು ಎಳೆದು ತಾನೂ ನಕ್ಕು ಅವನನ್ನೂ ನಗಿಸಿ ಸುಮುಖಗೊಳಿಸಿದಳು.

ಕೃಷ್ಣಸ್ವಾಮಿಗಳು ಅವರ ಜೊತೆ ಹೊರಟು ನಿಂತರು. ಮಧು ಎಷ್ಟು ಹೇಳಿದರೂ ಅವರು ನಿಲ್ಲಲ್ಲು ಒಪ್ಪಲಿಲ್ಲ. ತಂಗಿಯ ಮನೆಗೆ ಹೋಗಿ ಒಂದು ತಿಂಗಳಿದ್ದು ಪುನಃ ಬರುವುದಾಗಿ ತಿಳಿಸಿ ಹೊರಟುಬಿಟ್ಟರು.

ಶೋಭ ಹೋಗುವವರೆಗೂ ಶಾಂತಳಿಗೆ ಏನೋ ಹೇಳುತ್ತಲೇ ಇದ್ದಳು. ಅವರುಗಳು ಹೋದ ಮೇಲೆ ಆಳುಗಳನ್ನು ಬಿಟ್ಟರೇ ಉಳಿದಿದ್ದು ಮೂರೇ ಜನ. ಎಂದೂ ತಂದೆಯನ್ನು ಬಿಟ್ಟಿರದ ಶಾಂತ ಬಿಕ್ಕಿ ಬಿಕ್ಕಿ ಅತ್ತಳು. ವೃದ್ಧಾಪ್ಯದಲ್ಲಿ ಈಗ ಅವರು ತಂಗಿಯ ಮನೆ ಸೇರಬೇಕಲ್ಲ ಎಂದು ವ್ಯಥೆಪಟ್ಟಳು.

"ಶಾಂತ, ಒಳಗೆ ಬಾ" ಎಂದ ಮಧು.

ಅವಳನ್ನು ಕರೆದೊಯ್ದು ಒಂಟಿಯಾಗಿ ಕಾಡಿನಲ್ಲಿ ಬಿಟ್ಟು ಬಂದಂತೆ ಆಗಿತ್ತು. ಏನು ಮಾತಾಡಬೇಕೋ, ಏನು ಮಾಡಬೇಕೋ ಅವಳಿಗೊಂದೂ ತೋಚದಂತೆ ಆಗಿತ್ತು. ಅತ್ತು ಅತ್ತು ಸಾಕಾಗಿದ್ದುದರಿಂದ ಪುನಃ ಅಳೋದು ಬೇಸರವಾಯಿತು.

"ಮಮ್ಮಿ, ಬಾ" ಎಂದು ದೀಪಕ್ ಅವಳ ಕೈ ಹಿಡಿದು ಎಳೆದಾಗ ಶಾಂತಳಿಗೆ ಮರುಳುಗಾಡಿನಲ್ಲಿ ಓಯಸಿಸ್ ಕಂಡಂತೆ ಆಯಿತು. ಅವನು ಬಂದಾಗಿನಿಂದ ಮಧುವಿನ ಬಳಿ ಸೇರಿಬಿಟ್ಟಿದ್ದ. ಅಪ್ಪಿತಪ್ಪಿ ಕೂಡ ಇವಳ ಬಳಿ ಬಂದಿರಲಿಲ್ಲ.

ಮೆಟ್ಟಿಲವರೆಗೂ ಎಳೆದೊಯ್ದು ದೀಪಕ್ ಮೇಲಕ್ಕೆ ಬರುವಂತೆ ಒತ್ತಾಯ ಪಡಿಸಲಾರಂಭಿಸಿದ. ಶಾಂತ ಎಷ್ಟು ಹೇಳಿದರೂ ಅವನು ಕೇಳೋಕೆ ಸಿದ್ಧನಾಗಿರಲಿಲ್ಲ. ಕಡೆಗೆ ಮಧು ಅವನ ಸಹಾಯಕ್ಕೆ ಬರಬೇಕಾಯಿತು.

"ಬಾ ಶಾಂತ" ಎಂದ ಮೇಲೆ ನಿಂತು.

ಶಾಂತ ಮೌನವಾಗಿ ಮಗನ ಜೊತೆ ಮೆಟ್ಟಿಲೇರತೊಡಗಿದಳು. ಅಂದು ಸಹ ಇದೇ ಮೆಟ್ಟಿಲನ್ನು ಯಾವ ಅಳುಕೂ ಇಲ್ಲದೇ ಹತ್ತಿ ಹೋಗಿದ್ದಳು. ಹೋಗುವಾಗ ಮುಂದಿನ ಘಟನೆಯ ಪರಿವೇ ಇರಲಿಲ್ಲ. ಘಟಿಸಿದ್ದು ಮಾತ್ರ ಅವಳ ಜೀವನದ ಗತಿಯನ್ನೇ ಏರುಪೇರು ಮಾಡಿಬಿಟ್ಟಿತ್ತು.

ತಟ್ಟನೇ ನಿಂತ ಶಾಂತಳ ಕೈಯನ್ನು ದೀಪಕ್ ಜಗ್ಗಿದ. ಕೈ ಹಿಡಿದು ಜಗ್ಗುತ್ತಿದ್ದ ಮಗ, ನೆಟ್ಟ ನೋಟದಿಂದ ಅವಳನ್ನು ದಿಟ್ಟಿಸುತ್ತಿದ್ದ ಮಧು, ಅವಳನ್ನು ಎತ್ತಲೋ ಎಳೆದೊಯ್ಯುತ್ತಿದ್ದವು.

ಮೆಟ್ಟಿಲು ಹತ್ತಿ ಮುಗಿದ ಮೇಲೆ ದೀಪಕ್ ತಾಯಿಯ ಕೈ ಬಿಟ್ಟು "ಮಮ್ಮಿ ಬಂದುಬಿಡ್ತು" ಎಂದು ಚಪ್ಪಾಳೆ ತಟ್ಟಿದ.

ಮಧು ಯಾವ ಪ್ರತಿಕ್ರಿಯೆಯನ್ನೂ ತೋರದೆ ನಿಂತ.

ಪುನಃ ದೀಪಕ್ ಕೋಣೆಯೊಳಗೆ ಅವಳನ್ನು ಎಳೆದೊಯ್ದ. ಅದೇ ಕೋಣೆ ಅದೇ ಪರಿಸರ... ಅಂದಿನ ಘಟನೆ ಅವಳನ್ನು ಬಡಿದಂತೆ ಆಯಿತು. ಶಾಂತ ಚಿಟ್ಟನೇ ಚೀರಿದಳು.

ಮಧು ತಟ್ಟನೇ ಅವಳಿಗೆ ತನ್ನ ತೋಳ ಆಸರೆ ನೀಡಿ ಬವಳಿ ಬಂದಂತಿದ್ದ ಅವಳನ್ನು ಮಂಚದ ಬಳಿ ಕರೆದೊಯ್ದು ಮಲಗಿಸಿದ. ಹೆದರಿದ ಅವಳ ಮುಖ ನೂರಾರು ಭಾವಗಳನ್ನು ಒಮ್ಮೆಲೇ ಹೊರಹಾಕುತ್ತಿದ್ದವು. ಮುಚ್ಚಿದ ರೆಪ್ಪೆ ಅಲುಗಾಡುತ್ತಿದ್ದವು. ಬೆವರ ಹನಿಗಳು ಹಣೆಯ ಮೇಲೆ ಸಾಲುಗಟ್ಟಿ ನಿಂತಿದ್ದವು.

ಶಾಂತಳ ಒಂದೊಂದು ಭಾವ, ನಡತೆ ಅವಳ ಮೇಲಿನ ಅಭಿಮಾನ, ಪ್ರೀತಿಯನ್ನು ನೂರ್ಮಡಿ ಹೆಚ್ಚಿಸುತ್ತಿದ್ದವು. ಅವಳೊಂದು ಬೆಲೆ ಕಟ್ಟಲಾರದ ಅಪರೂಪ ವಸ್ತುವೆನ್ನಿಸಿದಳು.

ಶಾಂತ ಎಷ್ಟೋ ಹೊತ್ತು ಹಾಗೇ ಮಲಗಿದಳು.

* * *

ತಿಂಗಳು ಉರುಳಿದರೂ ಶಾಂತ ಮಧುವಿಗೆ ಸಮೀಪವಾಗಲಿಲ್ಲ. ಆದರೆ ಅವಳಲ್ಲಿನ ಭಯ, ಆತಂಕಗಳು ಕಡಿಮೆಯಾಗಿದ್ದವು. ಕೆಲವು ಅಪರೂಪ ಸಂದರ್ಭದಲ್ಲಿ ಮಧುವಿನೊಡನೆ ಒಂದೆರಡು ಮಾತುಗಳನ್ನು ಆಡುತ್ತಿದ್ದಳು. ದೀಪಕ್ ಅವರಿಬ್ಬರ ಜೀವನದಲ್ಲಿ ವಿಚಿತ್ರ ಪಾತ್ರ ವಹಿಸಿದಂತೆ ಕಾಣುತ್ತಿತ್ತು.

ಎಲ್ಲೋ ಹೋಗಿದ್ದ ಮಧು ರಾತ್ರಿ ಒಂಬತ್ತರ ವೇಳೆಯಾದರೂ ಮನೆಗೆ ಬಂದಿರಲಿಲ್ಲ. ದೀಪಕನದಂತೂ ಒಂದೇ ಗಲಾಟೆ 'ಡ್ಯಾಡಿ ಬೇಕು, ಡ್ಯಾಡಿ ಬೇಕು'. ಅವನನ್ನು ಸುಧಾರಿಸಿ ಅವಳಿಗೆ ಸಾಕಾಯಿತು. ಆಳುಕಾಳುಗಳೊಡನೆ ಈಗ ಸಂಕೋಚ ಬಿಟ್ಟು ಮಾತನಾಡುತ್ತಿದ್ದುದರಿಂದ ಅವರುಗಳೆಲ್ಲ ಅವನನ್ನು ರಮಿಸಿ ಸಾಕಾದರು.

ಉಪಾಯವಾಗಿ ಹಾಲು ಕುಡಿಸಿದ ಶಾಂತ ಅವನನ್ನು ಎತ್ತಿಕೊಂಡು ಹೋಗಿ ಮಧುವಿನ ವಿಶಾಲ ಮಂಚದ ಮೇಲೆ ಮಲಗಿಸಿ ತಟ್ಟತೊಡಗಿದಳು. ಬಂದಾಗಿನಿಂದ ಮಧು ಅವಳನ್ನು ಹೂವಿನೋಪಾದಿಯಲ್ಲಿ ಕಾಣುತ್ತಿದ್ದವನೇ ವಿನಹ ಎಂದೂ ಅತಿಕ್ರಮಿಸಿರಲಿಲ್ಲ. ಅವನ ಸ್ವಭಾವ ನೋಡಿ ಶಾಂತಳಿಗೆ ಆಶ್ಚರ್ಯವಾಗುತ್ತಿತ್ತು. ಅಂದಿನ ಮಧುವಿಗೂ ಇಂದಿನ ಮಧುವಿಗೂ ಅಜಗಜಾಂತರ ವ್ಯತ್ಯಾಸವಿತ್ತು. ಹಾಗೆಯೇ ಯೋಚಿಸುತ್ತ ಮಗನ ಪಕ್ಕ ಉರುಳಿಕೊಂಡಳು. ಅವಳ ಕೈ ದೀಪಕನ ಬೆನ್ನನ್ನು ಮೃದುವಾಗಿ ತಟ್ಟುತ್ತಿತ್ತು.

ಬಂದವನೇ ಮಧು ಅವಾಕ್ಕಾಗಿ ನಿಂತ. ಬಂದಾಗಿನಿಂದ ಶಾಂತ ಆತನ ಬಳಿಯಲ್ಲಿ ಸುಳಿಯುತ್ತಿರಲಿಲ್ಲ. ಅವನ ಮನಸ್ಸು ಯಾವುದೋ ಸುಖ ಸ್ವಪ್ನ ಕಂಡಂತೆ ಆಯಿತು.

ಶಾಂತ ಕಣ್ಣು ಮುಚ್ಚಿದರೂ ನಿದ್ದೆ ಮಾಡಿರಲಿಲ್ಲ. ಒಂಟಿಯಾಗಿರುವಾಗ ಪ್ರತಿಯೊಬ್ಬರು ತಮ್ಮ ಗತಚರಿತ್ರೆಗಳನ್ನು ತಿರುವಿ ಹಾಕುತ್ತಿರುತ್ತಾರೆ. ಅದಕ್ಕೆ ಶಾಂತ ಹೊರತಲ್ಲ.

ಶಬ್ದಕ್ಕೆ ಎಚ್ಚೆತ್ತ ಶಾಂತ ತಟ್ಟನೆ ಎದ್ದು ಕುಳಿತಳು. ಎದುರಿಗೆ ಮಧು. ತಲೆ ತಗ್ಗಿಸಿಬಿಟ್ಟಳು.

"ಶಾಂತ, ದೀಪಕ್ ತುಂಬ ಗಲಾಟೆ ಮಾಡಿದ್ನ!" ಎಂದ ಮಗನ ಮುಖವನ್ನು ದಿಟ್ಟಿಸುತ್ತ.

"ಹೌದು" ಎಂದುಬಿಟ್ಟವಳು ಮತ್ತೆ "ಇಲ್ಲ" ಎಂದಳು.

ಮಧು ಜೋರಾಗಿ ನಕ್ಕು ಕೇಳಿದ.

"ಇದರಲ್ಲಿ ಯಾವುದು ನಿಜ?"

ಶಾಂತಳೇ ಗಲಿಬಿಲಿಗೊಂಡಳು. ಬಹಳ ದಿನಗಳ ಮೇಲೆ ಅವಳ ಮುಖದ ಮೇಲೆ ನಗುವೊಂದು ಹಾದುಹೋಯಿತು.

"ಹೋಗಲಿ ಬಾ, ಊಟ ಮಾಡೋಣ" ಎಂದು ಕೆಳಗೆ ನಡೆದ ಶಾಂತ ಅವನನ್ನು ಹಿಂಬಾಲಿಸಿದಳು. ಅವಳ ಊಟ, ತಿಂಡಿಯ ಬಗ್ಗೆ ವಿಶೇಷ ಅಕ್ಕರೆ ವಹಿಸಿದ್ದ ಅವನು ಬೇಡ ಎಂದರೆ ಸುಮ್ಮನಾಗುತ್ತಿರಲಿಲ್ಲ.

ಶಾಂತ ಹೋಗಿ ಮಧುವಿಗೆ ಎದುರಾಗಿ ಕುಳಿತಳು, ಊಟ ಮೇಜಿನ ಮುಂದೆ.

ಊಟ ಮಾಡುತ್ತಲೇ ಮಧು ಶಾಂತಳನ್ನು ಊಟವನ್ನು ಗಮನಿಸುತ್ತಿದ್ದ. ಮಧ್ಯೆ ಮಧ್ಯೆ ಹಾಸ್ಯದ ಚಟಾಕಿಗಳನ್ನು ಹಾರಿಸಿ ಅಡಿಗೆಯವನಿಂದ ಮತ್ತಷ್ಟು ಶಾಂತಳಿಗೆ ಬಡಿಸುತ್ತಿದ್ದ.

'ಶಾಂತ, ಯಾಕೋ ಶೋಭ, ಪ್ರಭಾಕರನ್ನ ನೋಡಬೇಕು ಅನ್ನಿಸಿಬಿಟ್ಟಿದೆ. ನಾಳೆ ಮೈಸೂರಿಗೆ ಹೋಗೋಣವೇನು! ಅಲ್ಲಿಂದ ಹಾಗೆ ಹೋಗಿ ಮಾವನವರನ್ನು ನೋಡ್ಕೊಂಡು ಬರಬಹುದು.'

ಆ ಮಾತು ಅವಳಿಗೆ ಆಪ್ಯಾಯಮಾನವಾಗಿತ್ತು. ಸಂತೋಷ ಅವಳ ಬಾಯನ್ನು ಕಟ್ಟಿಬಿಟ್ಟಿತ್ತು. ಏನು ಮಾತಾಡಬೇಕೋ ಒಂದೂ ತೋಚದಾಯಿತು.

"ನೀನು ಹೋಗೋಣ ಅಂದರೆ ಹೋಗೋಣ ಅಷ್ಟೆ" ಎಂದು ತಟ್ಟೆಯಲ್ಲಿ ಕೈ ತೊಳೆದ.

ಮಧು ಊಟದ ಬಗ್ಗೆ ತಿಳಿಯದ ಅವಳು ಒಂದೊಂದು ದಿನ ಅವನು ಊಟ

ಮಾಡುತ್ತಿದ್ದದ್ದು ಬಹಳ ಕಡಿಮೆ. ಅವಳ ಹೃದಯ, ಮನಸ್ಸು, ಅವಯವಗಳ ಕಡಿವಾಣಗಳೆಲ್ಲ ಬಿಗಿಯಾಗೇ ಇದ್ದುದರಿಂದ ಸಡಿಲ ಬಿಟ್ಟು ವರ್ತಿಸಲಾರಳು.

"ಹೋಗೋಣ..." ಎಂದಳು.

"ಸರಿ..." ಎಂದ ಮಧು ಮೆಟ್ಟಿಲೇರಿ ಮೇಲೆ ಹೋಗಿಬಿಟ್ಟ.

ಅಡಿಗೆಯವನು ಹಾಲಿನ ಲೋಟ ತಂದು ಅವಳ ಮುಂದಿಟ್ಟ. ಪ್ರತಿ ದಿನ ಮಧು ಊಟ ಆದ ಮೇಲೆ ಮಗನಿಗೆ ಹಾಲು ಕುಡಿಸಿ ತಾನೂ ಕುಡಿದು ಮೇಲೆ ಹೋಗುತ್ತಿದ್ದ. ಇಂದು ದೀಪಕ್ ಮಲಗಿದ್ದರಿಂದ ಯಾವುದೋ ಜ್ಞಾನದಲ್ಲಿ ಎದ್ದು ಹೋಗಿದ್ದ.

ಹಾಲಿನ ಲೋಟ ಹಿಡಿದು ಮೇಲೆ ಹೋದ ಶಾಂತ ಮಧು ಕಿಟಕಿಯ ಬಳಿ ನಿಂತ ಹೊರಗೆ ನಿಟ್ಟಿಸುತ್ತಿದ್ದುದನ್ನು ನೋಡಿದಳು. ಬೆಳದಿಂಗಳ ರಾತ್ರಿ ಚಂದ್ರನ ಶೀತಲ ಕಿರಣಗಳು ಮಧುವಿನ ಮುಖದ ಮೇಲೆ ಬಿದ್ದಿದ್ದವು. ಆ ಮುಖ ಬಹಳ ಸುಂದರವಾಗಿ ಕಾಣುತ್ತಿತ್ತು. ಅವಳು ಆ ಮುಖವನ್ನು ಚೆನ್ನಾಗಿ ನೋಡಿರದಿದ್ದರೂ ಅವನ ರೂಪ ಅವಳ ಕಣ್ಣುಗಳಲ್ಲಿ ಶಾಶ್ವತ. ಎಲ್ಲ ದೀಪಕನ, ಛಾಯೆಯೇ, ಸ್ವಲ್ಪ ಕೂಡ ವ್ಯತ್ಯಾಸವಿಲ್ಲ.

"ಡ್ಯಾಡಿ, ಡ್ಯಾಡಿ" ಎಂದು ದೀಪಕ್ ಕನವರಿಸಿದಾಗ ಮಧು ಮಗನ ಬಳಿ ಓಡಿದ. ಅವನ ಬನೀನು ಹಾಕಿದ ಎದೆಯ ಮೇಲೆ ಕಾಸಗಲ ಕರಿಯ ಮಚ್ಚೆ. ಹೆಮ್ಮೆಯಿಂದ ಕೈಯಾಡಿಸಿ ಅವನ ಭುಜದ ಮೇಲೆ ತಟ್ಟುತ್ತ ಕೂತ.

ಶಾಂತ ಹಾಲಿನ ಲೋಟವನ್ನು ಟೀಪಾಯಿ ಮೇಲಿಟ್ಟಳು.

"ಓಹ್...!" ಅವನಿಗೆ ಆಶ್ಚರ್ಯದ ಜೊತೆ ಆನಂದವೂ ಆಯಿತು. ಅದೇ ಕೈ ಆ ಹಾಲನ್ನು ತನ್ನ ತುಟಿಯ ಬಳಿಗೆ ತಂದಿದ್ದರೆ... ಅವನ ಮುಖದಲ್ಲಿ ನಗುವಿನ ಮುಗುಳು ಅರಳಿತು.

ಹಿಂದಿರುಗಲು ಹೊರಟಿದ್ದ ಶಾಂತಳಿಗೆ "ಮಮ್ಮಿ" ಎಂಬ ಶಬ್ದ ತಡೆದು ನಿಲ್ಲಿಸಿತು.

ದೀಪಕ್ ಎದ್ದು ಕೂತಿದ್ದ.

ತಾಯಿಗೆ ಮಗುವಿನ ಮೇಲಿನ ಅಕ್ಕರೆಯ ಮುಂದೆ ಮಿಕ್ಕ ಎಲ್ಲವೂ ಸೊನ್ನೆ.

"ಯಾಕೆ ಮರಿ! ಯಾಕೆ ಮರಿ!" ಎನ್ನುತ್ತಲೇ ಇದ್ದ ಮಧು.

ದೀಪಕ್ ಸಣ್ಣಗೆ ರಾಗ ಎಳೆಯಲು ಷುರು ಮಾಡಿಬಿಟ್ಟ. ಅವನು ಮಲಗಿದ ಮೇಲೆ ಏಳುತ್ತಿದ್ದುದೇ ಅಪರೂಪ. ಹಾಗೇನಾದರೂ ಎದ್ದರೆ ರಂಪ, ರಾಮಾಯಣ ಮಾಡಿಬಿಡುತ್ತಿದ್ದ.

ಶಾಂತ "ಬಾಮ್ಮ ದೀಪು" ಎಂದು ಮಗನನ್ನು ಎತ್ತಿಕೊಳ್ಳಲು ಬಗ್ಗಿದಳು. ಮಧುವಿನ ಮುಖ ಅವಳ ಮುಖದ ಸನಿಹದಲ್ಲಿತ್ತು. ಅವನ ಬಿಸಿಯುಸಿರು ಅವಳ ಕೆನ್ನೆಗೆ ತಗುಲುತ್ತಿತ್ತು.

ದೀಪಕ್ ತಾಯಿಯ ಬಳಿಗೆ ಹೋಗದೇ ಕೊಸರಿಕೊಂಡು ರಾಗವನ್ನು ಎತ್ತರಕ್ಕೆ ಏರಿಸಿದ. ಅಂತಹ ದಿನಗಳಲ್ಲಿ ಶಾಂತ ಅವನ ಮಗ್ಗುಲಲ್ಲಿ ಮಲಗಿ ಅವನ ಕೈಯಿಂದ ತನ್ನ ಕತ್ತನ್ನು ಬಳಸಿಕೊಂಡು ತಟ್ಟಿ ಪ್ರಯಾಸದಿಂದ ನಿದ್ದೆ ಮಾಡಿಸಬೇಕಾಗಿತ್ತು.

"ಅವನಿಗೇನಾದರೂ ಹೊಟ್ಟೆ ಹಸಿವಾ?" ಎಂದ ಮಧು ಗಾಬರಿಯಿಂದ.

"ಏನು ಇಲ್ಲ; ನಿದ್ದೆಯ ಮಧ್ಯದಲ್ಲಿ ಎಚ್ಚರಗೊಂಡರೇ ಇದೇ ರಾಮಾಯಣ" ಎಂದ ಶಾಂತ ಅವನನ್ನು ಸಮಾಧಾನಗೊಳಿಸಲು ತೊಡಗಿದಳು.

ಅವಳು ಎತ್ತಿಕೊಳ್ಳಲು ಹೋದರೆ ಕೊಸರಿಕೊಳ್ಳುತ್ತಿದ್ದ. ಮಲಗಿಸಲು ಹೋದರೆ ನೀನು ಮಲಗು ಎಂದು ಅಳುತ್ತಿದ್ದ. ಅವಳಿಗೆ ಏನು ಮಾಡಬೇಕೋ ಒಂದೂ ತೋರಲಿಲ್ಲ.

"ಶಾಂತ, ಮಗೂನ ಯಾಕೆ ಅಳಿಸ್ತೀ, ನೀನು ಮಲಗಿ ಅವನನ್ನು ಮಲಗಿಸು" ಎಂದ ಮಧು ಕಡೆಗೆ.

ಶಾಂತ ಮಲಗಿ ಮಗನನ್ನು ತಟ್ಟತೊಡಗಿದಳು. ಬಿಕ್ಕಳಿಸುತ್ತಿದ್ದ ದೀಪಕ್ ಕೈ ಶಾಂತಳ ಕೊರಳನ್ನು ಬಳಸಿತ್ತು. ಮಧು ದೀಪ ಆರಿಸಿ ಉರುಳಿಕೊಂಡ, ಶಾಂತಳ ತೀರಾ ಸನಿಹದಲ್ಲಿ. ದೀಪಕ್ ತಮ್ಮಿಬ್ಬರ ನಡುವೆ. ತಮ್ಮನ್ನು ಬೆಸೆದ ಮಗನ ಕೆನ್ನೆಗೆ ಮುತ್ತಿಡಬೇಕೆನ್ನಿಸಿತು. ಆದರೆ ದುಡುಕಬಾರದೆಂದು ಸುಮ್ಮನೆ ಮಲಗಿದ.

ಶಾಂತ ಎರಡು, ಮೂರು ಸಲ ತನ್ನನ್ನು ಬಳಸಿದ್ದ ಮಗನ ಕೈಯನ್ನು ತೆಗೆಯಲು ಪ್ರಯತ್ನಿಸಿದಳು. ಭೂಪ ಇನ್ನೂ ಪೂರ್ತಿ ನಿದ್ರಿಸಿರಲಿಲ್ಲವೇನೋ, ತಾಯಿಯ ಪ್ರಯತ್ನವನ್ನು ನಿರರ್ಥಕಗೊಳಿಸಿದ.

ಯಾವಾಗ ನಿದ್ದೆಯಲ್ಲಿ ಜಾರಿಹೋದಳೋ, ಬೆಳಗಾದ ಮೇಲೆಯೇ ಅವಳಿಗೆ ಎಚ್ಚರವಾದದ್ದು. ಅವಳು ಎದ್ದಾಗ ಮಧು ಇನ್ನೂ ಮಲಗೇ ಇದ್ದರೆ ಆ ಮುಖವನ್ನು ಇನ್ನೆರಡು ಗಳಿಗೆ ನೋಡಬೇಕೆನ್ನಿಸಿತು.

ರಾತ್ರಿಯ ಅಳುವಿನಿಂದಲೋ ಏನೋ, ದೀಪಕ್ ಮೈ ಬೆಚ್ಚಗಾದುದ್ದರಿಂದ ಮೈಸೂರಿಗೆ ಹೋಗುವ ತೀರ್ಮಾನ ಮುರಿದುಬಿತ್ತು. ಯಾಕೆಂದರೆ ದೀಪಕನ ಬಗ್ಗೆ ಅತಿಯಾದ ಕಾಳಜಿ ಇತ್ತು ಇಬ್ಬರಿಗೂ. ಆದರೆ ಶಾಂತಳ ಮನ ತಂದೆಯನ್ನು ನೋಡಲು ಬಯಸುತ್ತಿತ್ತು. ಸದಾ ಅವರ ಬಗ್ಗೆಯೇ ಅವಳಿಗೆ ಯೋಚನೆ.

ಮಧ್ಯಾಹ್ನ ಸೂಟ್‌ಕೇಸ್ ತೆಗೆದ ಮಧು ತಾಯಿ ಮಗನ ಮದುವೆಗಾಗಿ ಮಾಡಿಸಿಟ್ಟ ಒಡವೆಗಳು ಮತ್ತು ಸೀರೆ ಅವನ್ನೆಲ್ಲ ಹೊರಗೆ ತೆಗೆದ. ಅವೆಲ್ಲ ಮಡದಿಯ ಮೈ ಮೇಲೆ ಮೆರೆದಾಡಬೇಕೆಂಬ ಆಸೆ. ಆ ಅಭಿಲಾಷೆಯನ್ನು ಬಹಳ ದಿನಗಳಿಂದ ತಡೆದಿಟ್ಟಿದ್ದ. ಇನ್ನು ಮುಂದೆ ತಡೆಯುವುದು ಅಸಾಧ್ಯವಾಗಿ ಕಂಡಿತು.

"ಶಾಂತ, ಇಲ್ಲಿ ಬಾ" ಎಂದು ಕೂಗಿದ. ಅವನ ಕೂಗಿಗೆ ಮಾರ್ದನಿ ಕೊಡುವಷ್ಟು ಚೇತರಿಸಿಕೊಂಡಿದ್ದಳು.

ಬಂದ ಅವಳ ಮುಂದೆ ಅದೆಲ್ಲ ಹರಡಿದ. ಅವನ ಕಣ್ಣುಗಳು ನೂರೆಂಟು ಆಸೆಯನ್ನು ವ್ಯಕ್ತಪಡಿಸಿದವು. ಬಾಯಿ ಹೇಳಲು ಸಂಕೋಚಿಸಿದ್ದನ್ನು ಕಣ್ಣುಗಳು ಹೇಳಲು ಮುಂದಾದವು.

ನೀನಾಳ ನೆನಪು ಶಾಂತಳನ್ನು ಕಾಡಿತು. ನೂರೆಂಟು ಆಸೆ ಹೊತ್ತು ಇಷ್ಟು ದಿನ ಕಾದ ಹೆಣ್ಣು ಎಷ್ಟೊಂದು ಚಡಪಡಿಸಿರಬಹುದು. ಈ ಆತುರದ ನಿರ್ಧಾರದಿಂದ ಎಷ್ಟು ಜನ ನೋವುಂಡರೋ? ನೀನಾಳ ತಾಯಿ, ತಂದೆ. ನೀನಾ, ಶೋಭಳ ತಾಯಿ ತಂದೆ ಅವಳ ಮುಂದೆ ಬಂದು ನಿಂತಂತೆ

ಕಂಡರು. ಅವಳ ಒಳ್ಳೆಯ ಹೃದಯ ಮರುಗಿತು. ನೀನಾಳ ಬಗ್ಗೆ ಮಧುವನ್ನು ಪ್ರಶ್ನಿಸಬೇಕೆಂದು ಎಷ್ಟೋ ಬಾರಿ ಪ್ರಯತ್ನಿಸಿದ್ದಳು. ಮಧು ನಿರ್ಧಾರದ ಮುಂದೆ ಅವು ಯಾವುವೂ ಸಾಗದೆಂದು ಶೋಭ ಹೇಳಿದ್ದಳು.

ಆಸೆಯಿಂದ ಮಿಂಚಿದ ಮಧುವಿನ ಕಣ್ಣುಗಳು ಶಾಂತಳ ಮಂಕಾದ ಮುಖ ನೋಡಿ ನಿರಾಶೆಗೊಂಡವು. ಅವೆಲ್ಲವನ್ನು ಯಥಾಸ್ಥಾನದಲ್ಲಿಟ್ಟು ಮಧು ಬೀಗ ಹಾಕಿ ಬೀಗದ ಕೈಗೊಂಚಲನ್ನು ಶಾಂತಳ ಕೈಯಲಿಟ್ಟು "ಇದೆಲ್ಲ ನಿನಗೆ ಸೇರಿದ್ದು, ನಿನಗೆ ಯಾವಾಗ ಮನಸ್ಸು ಬಂದರೆ ಆಗ ಉಪಯೋಗಿಸಬಹುದು" ಎಂದವನೇ ಹೊರಗೆ ನಡೆದುಬಿಟ್ಟ.

ಮಧುವಿನ ಅಸಮಾಧಾನವನ್ನು ಶಾಂತ ಗುರ್ತಿಸದೆ ಹೋಗಲಿಲ್ಲ. ಭಾರವಾದ ನಿಟ್ಟುಸಿರೊಂದನ್ನು ಬಿಟ್ಟು ಬೀಗದ ಕೈಗೊಂಚಲನ್ನು ಡ್ರಾಯರಿನಲ್ಲಿಟ್ಟು ಹೊರಗೆ ನಡೆದಳು.

ಒಂದು ನಿಮಿಷ ಕೂಡ ದೀಪಕ್ ಮನೆಯಲ್ಲಿರಲೂ ಬಯಸುತ್ತಿರಲಿಲ್ಲ, ಸದಾ ಎಸ್ಟೇಟಿನಲ್ಲೆಲ್ಲ ಚಿಗರೆಯ ಮರಿಯಂತೆ ಓಡಾಡುತ್ತಿದ್ದ. ಎಸ್ಟೇಟಿನ ಕೆಲಸಗಾರರಿಗೆಲ್ಲ ಅವನೊಂದು ಅಪರೂಪದ ವಸ್ತು. ಅವನನ್ನು ನೋಡುವುದು, ಮಾತನಾಡಿಸುವುದು, ಆಟವಾಡಿಸುವುದರಲ್ಲಿ ಅವರಿಗೆ ವಿಶಷ ಆಸಕ್ತಿ. ಅದಕ್ಕೆ ಸರಿಯಾಗಿ ತುಂಬು ಚಟುವಟಿಕೆಯ ಪೋರ ದೀಪಕ್. ಅಲ್ಲಾದರೆ ನರ್ಸರಿ ಶಾಲೆಗೆ ಹೋಗುತ್ತಿದ್ದ. ಇಲ್ಲಿ ಸದಾ ಆಟ, ನಿದ್ದೆಯಲ್ಲಿ ಅವನ ವೇಳೆಯೆಲ್ಲ ಕಳೆದುಹೋಗುತ್ತಿತ್ತು.

ಈಗೀಗ ಅವನ ಬಗ್ಗೆ ಶಾಂತಳಿಗೆ ಯೋಚನೆ ಹತ್ತಿಕೊಂಡಿತು. ಇಲ್ಲಿನ ಪರಿಸ್ಥಿತಿಯನ್ನೇ ಅರಿಯದ ಅವಳು ಏನೆಂದು ಯೋಚಿಸಿಯಾಳು? ಆದಷ್ಟು ಬೇಗ ಅವನನ್ನು ನರ್ಸರಿ ಶಾಲೆಗೆ ಕಳುಹಿಸಬೇಕೆಂಬುದು ಅವಳ ಅಭಿಮತ.

ರಾತ್ರಿ ಏಳರ ಸಮಯ. ಮಧು ಯಾರೋ ಬಂದಿದ್ದರಿಂದ ಅತಿಥಿಗಳ ಕೋಣೆಯಲ್ಲಿ ಕುಳಿತು ಅವರೊಂದಿಗೆ ಸಂಭಾಷಿಸುತ್ತಿದ್ದ. ಮೇಲಿನ ಕೋಣೆಯಲ್ಲಿ ಶಾಂತ ಮಗನಿಗೆ ಪಾಠ ಹೇಳುವ ಸಿದ್ಧತೆಯಲ್ಲಿದ್ದಳು. ಹೊಸದಾಗಿ ತಂದಿದ್ದ ಬೊಂಬೆಗಳನ್ನು ಹಾಳುಮಾಡುವುದರಲ್ಲಿ ಅವನ ಆಸಕ್ತಿ. ಸಹನೆಗೆಟ್ಟ ಶಾಂತ ಬೊಂಬೆಗಳನ್ನೆಲ್ಲ ಎತ್ತಿಟ್ಟು ಹಟಮಾಡಿದ ಮಗನಿಗೆ ಒಂದು ಬಾರಿಸೇಬಿಟ್ಟಳು.

ಮೊದಲು ಸಣ್ಣ ಧ್ವನಿಯಲ್ಲಿ ರಾಗ ಎತ್ತಿದ ದೀಪಕ್ ಹಂತ ಹಂತವಾಗಿ ಧ್ವನಿ ಏರಿಸಲು ಷುರು ಮಾಡಿದ. ಶಾಂತಳಿಗಂತೂ ರೇಗಿಹೋಯಿತು. ಪುನಃ ಸಹನೆಗೆಡದೆ ರಮಿಸಿ ನೋಡಿದಳು. ಆದರೂ ಅವನ ಅಳುವೇನೂ ಕಮ್ಮಿಯಾಗಲಿಲ್ಲ. ಒಂದೆರಡು ಬಾರಿಸಿ ಕೋಣೆಯಿಂದ ಹೊರಗೆ ಬಂದುಬಿಟ್ಟಳು.

ಮಧು ಆತುರಾತುರವಾಗಿ ಮೇಲಕ್ಕೆ ಬಂದ. ದೀಪಕನ ಅಳುವಿನ ಸದ್ದು ಅವಳಿಗೆ ಮುಟ್ಟಿರಬೇಕು. ಸುಮ್ಮನೆ ನಿಂತ ಶಾಂತಳನ್ನು ನೋಡಿ ಕೋಣೆಯ ಒಳಗೆ ಹೋದ ಮತ್ತು ದೀಪಕನ ಮುಖ ಕೆಂಪಗಾಗಿಹೋಗಿತ್ತು.

ಅವನ ಕಣ್ಣು, ಮೂಗು ಒರೆಸಿದ ಮಧು ಸಮಾಧಾನ ಮಾಡಿ "ನಾನು ಮಮ್ಮಿಗೆ ಹೊಡೆಯಲಾ?" ಎಂದ.

"ಬೇಡ, ಬೇಡ...." ಎಂದ ದೀಪಕ್ ಬಿಕ್ಕುತ್ತಲೇ.

ಹೊರಗೆ ನಿಂತ ಶಾಂತಳ ಮನ ಅರಳಿಹೋಯಿತು. ಸಹನೆಗೊಟ್ಟು ಹೊಡೆದ ಬಗ್ಗೆ ಅವಳಿಗೆ ಪಶ್ಚಾತ್ತಾಪವೂ ಆಯಿತು ನಿಂತಲ್ಲಿಂದಲೇ "ದೀಪು..." ಎಂದಳು.

ಮಧುವಿನ ಕೈಯಿಂದ ಜಾರಿದ ದೀಪಕ್ ತಾಯಿಯ ಬಳಿಗೆ ಓಡಿದ. ಶಾಂತ ಮಗನನ್ನು ಬರಸೆಳೆದು ಅಪ್ಪಿ ಕೆಂಪಾದ ಕೆನ್ನೆಗಳಿಗೆ ಲೊಚಲೊಚನೆ ಮುತ್ತಿಟ್ಟಳು.

ಆ ನೋಟ ಮಧುವಿನ ಕಣ್ಣಿಗೆ ಆಪ್ಯಾಯಮಾನವಾಗಿತ್ತು. ತದೇಕಚಿತ್ತನಾಗಿ ನಿಂತು ನೋಡಿದ. ಶಾಂತಳ ಅರಳಿದ ಮುಖ ಮತ್ತೂ ಮತ್ತೂ ನೋಡಬೇಕೆನಿಸಿತು.

ಶಾಂತ ಸುಮುಖಳಾಗಿದ್ದಳೆಂದು ಭಾವಿಸಿದ ಮಧು "ಶಾಂತ, ಹೊರಗೆ ಅಡ್ಡಾಡಿ ಬರೋಣವೇನು?" ಅಂದ.

"ಓಹ್..." ಎಂದೇಬಿಟ್ಟಳು.

ಶಾಂತ ಆ ಹೊಸಲು ದಾಟಿ ಬಂದವಳು ಹೊರಗೆ ಹೋಗಿರಲಿಲ್ಲ. ಕೆಲವೊಮ್ಮೆ ಮಧು ಕರೆದಾಗಲೂ ಮೌನವಾಗಿದ್ದುಬಿಡುತ್ತಿದ್ದಳು. ಜನರ ಕ್ರೂರ ನೋಟ ಎದುರಿಸಲು ಅವಳು ಭಯಪಡುತ್ತಿದ್ದಳು.

ಮಧು, ಶಾಂತ, ದೀಪಕನೊಂದಿಗೆ ತಣ್ಣನೆಯ ಗಾಳಿ ಸೇವಿಸುತ್ತ ಹೆಜ್ಜೆ ಹಾಕತೊಡಗಿದರು. ದೀಪಕ್ ಮುಂದೆ ಮುಂದೆ ಓಡಿ ಒಮ್ಮೊಮ್ಮೆ ಹಿಂದಕ್ಕೆ ಬರುತ್ತಿದ್ದ. ಮತ್ತೊಮ್ಮೆ ನಿಂತ ತನ್ನ ಮಾತುಗಳಿಂದ ಅವರನ್ನು ನಗಿಸುತ್ತಿದ್ದ.

ಬೆಳದಿಂಗಳು ಅರಳು ಚೆಲ್ಲಿದಂತೆ ಪ್ರಸರಿಸಿತ್ತು. ಅಲ್ಲಿಂದ ಕಲ್ಲಿನ ಬೆಂಚಿನ ಮೇಲೆ ಕುಳಿತು ಶಾಂತಳನ್ನು ಕೂಡಲು ಹೇಳಿದ. ದೀಪಕ್ ಮಾತ್ರ ಕೂಡದೇ ಓಡಾಡುತ್ತಲೇ ಇದ್ದ.

"ದೀಪಕ್ ಇನ್ನು ಮಗು ಏನೂ ಅಲ್ಲ. ಅವನ್ನು ಯಾವುದಾದರೂ ನರ್ಸರಿ ಶಾಲೆಗೆ ಸೇರಿಸಬೇಕು." ಪ್ರಥಮವಾಗಿ ತನ್ನ ಬೇಡಿಕೆಯನ್ನು ಮಧುವಿನ ಮುಂದಿಟ್ಟಳು.

ಧನ್ಯತೆಯನ್ನು ಪಡೆದಂತೆ ಬೀಗಿದ ಮಧು, ತನ್ನ ಮನದ ಆಕಾಂಕ್ಷೆ ಯಾವುದೋ ರೀತಿಯಲ್ಲಿ ತಿಳಿಸಲು ಇದು ಸುಸಮಯವೆಂದುಕೊಂಡ.

"ದೀಪಕ್ ನರ್ಸರಿ ಶಾಲೆ ಹೋಗೋವಷ್ಟು ದೊಡ್ಡವನಾಗಿದ್ದಾನೆ! ಅವನಿನ್ನೂ ತೀರಾ ಮಗು" ಎಂದ.

ಶಾಂತಳಿಗೆ ಆಶ್ಚರ್ಯವಾಯಿತು. ದೀಪಕ್ ಹಿಂದೆ ಶಾಲೆಗೆ ಹೋಗುತ್ತಿದ್ದ ವಿಷಯ ಮಧುಗೆ ಗೊತ್ತಿತ್ತು. ತಲೆ ಎತ್ತಿ ಮಧು ಕಡೆ ನೋಡಿದಳು. ನಾಲ್ಕು ಕಣ್ಣು ಒಂದು ಕ್ಷಣ ಸೇರಿದವು. ತಟ್ಟನೆ ಶಾಂತ ತಲೆ ತಗ್ಗಿಸಿಬಿಟ್ಟಳು.

"ದೀಪಕ್‌ಗೆ ತಂಗೀನೋ ತಮ್ಮನೋ ಬರೋವರೆಗೂ ಅವನು ಮಗುವೇ" ಸಂಕೋಚವಿಲ್ಲದೇ ಆಡಿಬಿಟ್ಟಿದ್ದ.

ಅವಳು ಮುಖವನ್ನು ಬೇರೆಡೆ ತಿರುಗಿಸಿಕೊಂಡಿದ್ದರಿಂದ ಅವಳ ಮುಖದ ಭಾವ ಅರಿಯಲು ಅವನಿಂದ ಸಾಧ್ಯವಾಗದೇ ಹೋಯಿತು.

ಪುನಃ ಮನೆ ತಲುಪುವವರೆಗೂ ಮಾತಾಡಲಿಲ್ಲ.

* * *

ಕೃಷ್ಣಸ್ವಾಮಿಗಳಿಗೆ ಹುಷಾರಿಲ್ಲದ ವಿಷಯ ತಿಳಿಸಿ ಲಲಿತಮ್ಮ ಕಾಗದ ಬರೆದಾಗ ಶಾಂತಳಿಂದ ಸುಮ್ಮನಿರಲು ಆಗಲಿಲ್ಲ. ಸಂಕೋಚ, ಮತ್ತೆಲ್ಲವನ್ನು ಬದಿಗೊತ್ತಿ ಹೋಗಲೇಬೇಕೆಂದು ಮಧುವಿನ ಮುಂದೆ ತೋಡಿಕೊಂಡಳು.

"ಸರಿ, ನೀನು ರೆಡಿಯಾಗು. ನಾನು ಮೇನೇಜರನ್ನು ಕರೆಸಿ ವಿಷಯ ತಿಳಿಸ್ತೀನಿ" ಎಂದವನೆ ಸರಸರನೆ ಇಳಿದು ಹೋದ.

ಶಾಂತಳ ಮನಸ್ಸಿನ ಧಾವಂತವೊಂದು ಬಿಟ್ಟರೆ ಕಾರಿನ ಪ್ರಯಾಣದಲ್ಲಿ ಮತ್ಯಾವ ತೊಂದರೆಯೂ ಇಲ್ಲದೇ ಊರನ್ನು ತಲುಪಿದರು.

ಮಂಚ ಹಿಡಿದು ಕೃಷ್ಣಸ್ವಾಮಿಗಳು ಮಲಗಿಲ್ಲದಿದ್ದರೂ ಸ್ವಲ್ಪ ಸುಸ್ತಾಗಿದ್ದರು. ಅಲ್ಲಲ್ಲಿ ಕಾಣಿಸಿಕೊಂಡ ಫ್ಲೂ ಅವರ ಮೇಲೂ ವಿಜೃಂಭಿಸಿತ್ತಷ್ಟೆ. ಮಗಳನ್ನು ನೋಡಿ ಅವರಿಗೆ ಅಪಾರ ಸಂತೋಷವಾಯಿತು. ಮೊಮ್ಮಗನನ್ನು ಎಷ್ಟು ಮುದ್ದಾಡಿದರೂ ತೀರದು. ತನ್ನ ಮಗಳ ಬಾಳಿಗೆ ಅನಿಷ್ಟವಾಗಿ ಬಂದ ಅವನು ತಾಯಿಯ ಬಾಳನ್ನು ಸುಗಮಗೊಳಿಸಿದ್ದ. ಅವನ ಮೇಲೆ ಅಪರಿಮಿತವಾದ ಪ್ರೇಮ.

ಲಲಿತಮ್ಮನವರು ಮಧುವನ್ನು ಸ್ವಂತ ಅಳಿಯನೆನ್ನುವ ಮಟ್ಟಿಗೆ ಆದರಿಸಿದರು. ಅವರಂತೂ ಅಣ್ಣನನ್ನು ಎಲ್ಲಿಗೂ ಕಳುಹಿಸಿಕೊಡಲು ಸಿದ್ಧರಿಲ್ಲ. ಸ್ವಲ್ಪ ದಿನ ಶಾಂತಳನ್ನು ಇಲ್ಲಿರಿಸಿಕೊಳ್ಳುವ ಬಯಕೆ. ಅದನ್ನು ಮಧುವಿನ ಮುಂದೆ ತೋಡಿಕೊಂಡುಬಿಟ್ಟರು.

ಮಧು ಶಾಂತಳ ಮುಖ ನೋಡಿ ಸುಮ್ಮನಾದ. ಇತ್ತೀಚೆಗೆ ಅವನ ಸ್ವಭಾವವೇ ಬದಲಾದಂತೆ ಅವನಿಗೆ ತೋರಿತು. ಅದರಲ್ಲೂ ಸುಖವಿತ್ತು.

ಕಾಯಿಲೆ ಮಲಗಿ ಎದ್ದ ತಂದೆಯ ಜೊತೆ ಸ್ವಲ್ಪ ದಿನ ಇರಲು ಶಾಂತಳ ಆಸೆ. ಅದನ್ನೇ ಕೃಷ್ಣಸ್ವಾಮಿಗಳು ವ್ಯಕ್ತಪಡಿಸಿದಾಗ ಮಧು ಅವರನ್ನು ಬಿಟ್ಟು ತಾನು ಹೊರಡಲು ಸಿದ್ಧನಾದ. ಆದರೆ ದೀಪಕ್.. ತಾನು ಬರುವುದಾಗಿ ಹಠ ಹಿಡಿದ. ಅವನನ್ನು ಪುಸಲಾಯಿಸಿ ಬಿಟ್ಟು ಹೋದ. ಅವನ ಹೃದಯವನ್ನೇ ಅಲ್ಲಿ ಬಿಟ್ಟು ಹೋದ ಅನುಭವವಾಯಿತು ಮಧುಗೆ.

ಲಲಿತಮ್ಮನ ನೂರೆಂಟು ಪ್ರಶ್ನೆಗಳಿಗೆ ಉತ್ತರಿಸುವ ವೇಳೆಗೆ ಶಾಂತಳಿಗೆ ಸಾಕುಸಾಕಾಯಿತು. ಆದರೂ ಲಲಿತತ್ತೆಯ ಪ್ರೀತಿಯ ಆಳವನ್ನು ಬಲ್ಲಳು. ತಾಯಿ ಇಲ್ಲದ ಅವಳಿಗೆ ತಾಯ ಮಮತೆಯನ್ನು ನೀಡಿ ಸಲುಹಿದರು.

ಸರಿಯಾಗಿ ವಿಷಯ ತಿಳಿಯದೇ ತಂದೆ ಮಗಳು ನಾಪತ್ತೆಯಾದಾಗ ಹಗಲಿರುಳೂ ಕೊರಗಿ ಕಡ್ಡಿಯಾಗಿದ್ದರು. ಆಮೇಲೆ ಅವರ ಸುಳಿವು ಸಿಕ್ಕ ಮೇಲೂ ಮತ್ತೊಂದು ಆಘಾತ. ಅದಕ್ಕಾಗಿ ಪುಟ್ಟ ಮಗು ದೀಪಕನನ್ನು ದ್ವೇಷಿಸಿದ್ದೂ ಉಂಟು.

ಮಮತೆಯಿಂದ ತೌರಿನ ಪ್ರೀತಿಯನ್ನು ಉಣಬಡಿಸಿದರು ಲಲಿತಮ್ಮ. ಆದರೆ ಹಿಂದಿನ ಗೆಲುವು ಇಂದಿಗೂ ಇವಳಲ್ಲಿ ತುಂಬಿ ಬಂದಿಲ್ಲವೆಂದುಕೊಂಡರು. ಅದಕ್ಕೆ ಕಾರಣವನ್ನೂ ಕೇಳಿದ್ದುಂಟು. ಅಷ್ಟು ಸುಲಭವಾಗಿ ಅವಳ ಮನದ ತುಮುಲವನ್ನು ಹೊರ ಹಾಕಲು ಅವರಿಂದ ಸಾಧ್ಯವಾಗದೇ ಹೋಯಿತು.

ಹೆಚ್ಚು ದಿನ ಮಗಳನ್ನು ನಿಲ್ಲಿಸಿಕೊಳ್ಳಲು ಕೃಷ್ಣಸ್ವಾಮಿಗಳಿಗೆ ಇಷ್ಟವಾಗಲಿಲ್ಲ. ಅನಿರೀಕ್ಷಿತವಾಗಿ ಅವಳ ಪಾಲಿಗೆ ಸುಖಸಂಸಾರದ ಬಾಗಿಲು ತೆರೆದಿತ್ತು. ಬೇರೆ ಯಾವ ಕಾರಣದಿಂದಲೂ ಅದಕ್ಕೆ ವಿಘ್ನ ಒದಗುವುದು ಅವರಿಗೆ ಬೇಕಾಗಿರಲಿಲ್ಲ. ಶಾಂತಳ ಕರೆಯನ್ನು ಮನ್ನಿಸಿ ಅವಳ ಜೊತೆ ಅವರು ಹೋಗಲು ಸಿದ್ಧರಿಲ್ಲ. ಕಾರಣ ಶೋಭ ಮೊದಲೇ ಎಚ್ಚರಿಸಿದ್ದಳು; ಶಾಂತ ಪೂರ್ಣವಾಗಿ ಪರಿಸ್ಥಿತಿಗೆ ಹೊಂದಿಕೊಳ್ಳಬೇಕಾದರೆ ಅಲ್ಲಿ ಬೇರೆಯವರು ಇರಲೇಕೂಡದೆಂದು.

ಇಲ್ಲಿಂದ ಮಧು ನೇರವಾಗಿ ಮೈಸೂರಿಗೆ ಹೋದ. ಶೋಭ ರೇಗಿಸಿ, ಅಣಕಿಸಿ, ಹಾಸ್ಯ ಮಾಡೇ ಸ್ವಾಗತಿಸಿದಳು. ಪ್ರಭಾಕರ ನಕ್ಕು ಸುಮ್ಮನಾದ.

ಮಧು ಶಾಂತ ತಂದೆಗೆ ಹುಷಾರಿಲ್ಲದ ಸಂಗತಿಯನ್ನು ಶೋಭಳಿಗೆ ತಿಳಿಸಿ ಈಗ ಶಾಂತ ಅಲ್ಲೇ ಇರುವ ಸಂಗತಿ ತಿಳಿಸಿದ.

"ಹಾಗಾದರೆ ನಾನು ಹೋಗಿ ಅಂಕಲ್‌ನ ನೋಡಿ ಬರಬೇಕು" ಎಂದಳು ಶೋಭ.

"ಏನೂ ಪರವಾಗಿಲ್ಲ. ಸ್ವಲ್ಪ ಸುಸ್ತಾಗಿದ್ದಾರೆ ಅಷ್ಟೆ" ಎನ್ನುತ್ತ ಮಧು ಬಾತ್‌ರೂಂಗೆ ನಡೆದ.

ಪ್ರಭಾಕರನಿಗೆ ಮಧುವಿನ ಮುಖ ಪೂರ್ಣವಾಗಿ ಗೆಲುವಾಗಿದ್ದ ಹಾಗೆ ಕಾಣಲಿಲ್ಲ. ಇದಕ್ಕೆ ಶಾಂತಳ ನಡತೆಯೇ ಕಾರಣವಿರಬೇಕೆಂದುಕೊಂಡ. ಅದಕ್ಕಾಗಿ ಒಂದು ಕ್ಷಣ ಶಾಂತಳ ಮೇಲೂ ಕೋಪಗೊಂಡ. ಮರುಕ್ಷಣವೇ ತನ್ನ ಕೋಪಕ್ಕೆ ಅರ್ಥವಿಲ್ಲವೆಂದುಕೊಂಡ.

ಮಧು ಎಂದಿನಂತೆ ನಳಿನಿಯನ್ನು ಕರೆದೊಯ್ದು ವಿವಿಧ ಬಗೆಯ ಫ್ರಾಕ್‌ಗಳನ್ನು ಕೊಂಡು ತಂದ. ಅವಳನ್ನು ಆಡಿಸಿ ರಮಿಸಿದ. ಆದರೆ ಮರುದಿನವೇ ಎಸ್ಟೇಟಿಗೆ ಹೊರಟುಬಿಟ್ಟ.

* * *

ಶಾಂತ ಹಪ್ಪಳ ಒತ್ತುತ್ತಿದ್ದ ಅತ್ತೆಗೆ ಸಹಾಯ ಮಾಡುತ್ತ ಕುಳಿತಿದ್ದಳು. ಇಲ್ಲಿ ಯಾರಿಗೂ ಹೆಚ್ಚಿನ ವಿಷಯ ತಿಳಿದಿರದಿದ್ದರಿಂದ ಗುಸುಗುಸು ಮಾತಿಗೆ ಅವಕಾಶವಿರಲಿಲ್ಲ.

ಪೋಸ್ಟ್‌ಮನ್ ಪತ್ರ ಕೊಟ್ಟು ಹೋದ. ಆ ಮನೆಗೆ ಪತ್ರಗಳು ಬರುತ್ತಿದ್ದುದೇ ಅಪರೂಪ. ಲಲಿತಮ್ಮನ ನಾದಿನಿ ಮಕ್ಕಳು ಅಪರೂಪಕ್ಕೆ ಎಂದಾದರೊಮ್ಮೆ ಪತ್ರ ಬರೆಯುತ್ತಿದ್ದರು. ತಂದೆ ಬಂದು ಇಲ್ಲಿ ನಿಂತ ಮೇಲೆ ಶಾಂತ ಬರೆಯುತ್ತಿದ್ದಳು. ಈಗ ಯಾರ ಪತ್ರ ಎಂದು ಕುತೂಹಲಗೊಂಡರು.

ವಿಳಾಸ ನೋಡಿದ ಕೂಡಲೇ ಶಾಂತ ಊಹಿಸಿದಳು. ಮಧುಕರನ ಪತ್ರವೆಂದು 'ಶ್ರೀಮತಿ ಶಾಂತ ಮಧುಕರ್' ಎಂದೇ ವಿಳಾಸದಲ್ಲಿ ನಮೂದಿಸಿದ್ದ.

"ಅವರು ಬರೆದಿದ್ದಾರೆ" ಎಂದಳು ಸಮಾಧಾನವಾಗಿ.

ಲಲಿತಮ್ಮನ ಮುಖ ಅರಳಿಹೋಯಿತು. ಸದ್ಯ ಶಾಂತ ಸಂತೋಷವಾಗಿದ್ದರೆ ಸಾಕು ಎಂದುಕೊಂಡರು.

ಕವರನ್ನು ಬಿಡಿಸಿದ ಶಾಂತ ಕೋಣೆಗೆ ಬಂದು ಪತ್ರವನ್ನು ಬಿಡಿಸಿದಳು.

"ಮುದ್ದಿನ ಮಡದಿ ಶಾಂತ" ಎಂದು ಪ್ರಾರಂಭಿಸಿದ ಮಧು ಪತ್ರದ ವಿಷಯವನ್ನು ಹೆಣೆದಿದ್ದ. ಆದಷ್ಟು ಬೇಗ ಬಂದುಬಿಡುವಂತೆ ಒತ್ತಾಯಿಸಿದ್ದ.

ಶಾಂತಳ ಮುಖ ಕೆಂಗುಲಾಬಿಯಂತೆ ಅರಳಿತು.

ಹೊರಗೆ ಹುಡುಗರೊಂದಿಗೆ ಆಡುತ್ತಿದ್ದ ದೀಪಕನ ಅಳು ಕೇಳಿ ಶಾಂತ ಕೋಣೆಯಿಂದ ಹೊರಗೆ ಬಂದಳು. ದೀಪಕ್ ಅಳುತ್ತಾ ಮನೆಯ ಕಡೆ ಬರುತ್ತಿದ್ದ. ಬಿದ್ದು ಕಾಲು, ಕೈ, ಮಂಡಿಯೆಲ್ಲ ತರಚಿಹೋಗಿತ್ತು. ಅವನು ಹೇಳೋಕೆ ಮೊದಲೇ ಎಲ್ಲೋ ಬಿದ್ದು ಬಂದಿದ್ದಾನೆಂದು ಶಾಂತ ಊಹಿಸಿದಳು.

ಅವನ ಕೈ ಕಾಲುಗಳಿಗೆ ಮೆತ್ತಿದ್ದ ಮಣ್ಣನ್ನೆಲ್ಲ ಒರೆಸಿ ತರಚಿದ ಗಾಯಕ್ಕೆ ವ್ಯಾಸಲೀನ್ ಏನೋ ಬಳಿದಳು. ಆದರೆ ಅವನ ಅಳು ನಿಲ್ಲಿಸುವುದು ಅಸಾಧ್ಯವಾಯಿತು. ಡ್ಯಾಡಿ ಹತ್ರ ಹೋಗಬೇಕು, ಡ್ಯಾಡಿ ಹತ್ರ ಹೋಗಬೇಕು ಎಂದು ಒಂದೇ ಹಠ.

ಲಲಿತಮ್ಮ, ಕೃಷ್ಣಸ್ವಾಮಿ ರಮಿಸಿ ನೋಡಿದರು. ಬೊಂಬೆ ಆಸೆ, ತಿಂಡಿ ಆಸೆ ತೋರಿಸಿದರು. ಅದಕ್ಕೆಲ್ಲ ಬಗ್ಗುವ ಮಗುವಲ್ಲ ಈ ಮಧುಕುಮಾರ ಎಂದು ಸಾಬೀತುಪಡಿಸಿದ.

ಅವನ ಅಸಾಧ್ಯ ಗಲಾಟೆ ನೋಡಿ ತಂಗಿಯ ಗಂಡನಿಗೆ ಹೇಳಿದರು, ನಾಳೆ ಬೆಳಗಿನ ಬಸ್ಸಿಗೇನೆ ಕರೆದೊಯ್ದು ಬಿಟ್ಟು ಬರುವಂತೆ ಕೃಷ್ಣಸ್ವಾಮಿ, ಈಗ ಮಾತಿಲ್ಲದೆ ಶಾಂತ ಹೊರಡಲೇಬೇಕಾಯಿತು.

ದೂರದ ಬಸ್ಸಿನ ಪ್ರಯಾಣ, ಎಸ್ಟೇಟಿನ ಬಳಿ ಇಳಿದರು. ಒಂದು ಫರ್ಲಾಂಗ್ ದಾರಿಯನ್ನು ಕ್ರಮಿಸಬೇಕು ಮನೆಯನ್ನು ಸೇರಲು, ಈ ಪೋರನನ್ನು ಕಟ್ಟಿಕೊಂಡು ಸಾಕು ಸಾಕಾಯಿತು ಶಾಂತಳಿಗೆ.

ಮನೆ ತಲುಪಿದಾಗ ಸೂರ್ಯ ಇರುಳಿಗೆ ಆಹ್ವಾನವಿತ್ತು ಸ್ವಲ್ಪ ಸ್ವಲ್ಪ ಸರಿಯುತ್ತಿದ್ದ.

ಮಧು ದೊಡ್ಡ ಹಜಾರದಲ್ಲೇ ಕುಳಿತು ಯಾವುದೋ ಕಾಗದ ಪತ್ರಗಳನ್ನು ನೋಡುತ್ತಿದ್ದ.

"ಡ್ಯಾಡಿ" ಎಂಬ ಶಬ್ದ ಕೇಳಿದ ಕೂಡಲೇ ಮಧು ಸರಕ್ಕನೇ ತಿರುಗಿದ. ದೀಪಕ್ ಓಡಿ ಬಂದು ತಂದೆಯ ಮಡಿಲಿನಲ್ಲಿ ಆಶ್ರಯ ಪಡೆದ. ಶಾಂತಳ ಮುಖ ನೋಡಿದೊಡನೆ ಊಹಿಸಿದ–ತೀರಾ ಬಳಲಿದ್ದಾಳೆಂದು.

"ಛೆ ಛೆ, ಎಂಥ ಕೆಲಸವಾಗಿಬಿಡ್ತು! ಮೊದಲೇ ಬರೋದು ತಿಳಿಸಿದ್ದರೆ ಕಾರಾದರೂ ಕಳುಹಿಸಿಕೊಡುತ್ತಿದ್ದೆ" ಎಂದು ಮಧು ಪೇಚಾಡಿಕೊಂಡು ಮಗನ ಕೂದಲಲ್ಲಿ ಕೈಯಾಡಿಸಿದ.

ಶಾಂತಳ ಮಾವ ದೀಪಕ್‌ನ ಹಠವನ್ನೆಲ್ಲ ತಿಳಿಸಿದರು.

ಮಧು ಹೆಮ್ಮೆಯಿಂದ ಮಗನ ಕೆನ್ನೆಗೆ ಮುತ್ತಿಟ್ಟ. ನಮ್ಮಿಬ್ಬರ ಬೆಸುಗೆಯಲ್ಲಿ ದೀಪಕನ ಪಾತ್ರ ಮಹತ್ತರವಾದದ್ದು ಎನ್ನಿಸಿತು ಅವನಿಗೆ.

ಅವರನ್ನು ಅತಿಶಯವಾಗಿಯೇ ಉಪಚರಿಸಿದ. ಮಗನನ್ನು ಆಳಿನ ವಶಕ್ಕೆ ಒಪ್ಪಿಸಿ ಸ್ನಾನ ಮಾಡಿಸಿ ಬಟ್ಟೆ ಬದಲಾಯಿಸುವಂತೆ ಹೇಳಿದ.

ಮೇಲಕ್ಕೆ ಬಂದಾಗ ಶಾಂತ ಸೋಫಾ ಮೇಲೆ ಒರಗಿ ಕಣ್ಣು ಮುಚ್ಚಿದ್ದಳು. ತೀರಾ ಆಯಾಸಗೊಂಡಂತೆ ಕಂಡಳು. ಅವಳನ್ನು ಸಮೀಪಿಸಿ ಅವಳ ಬಳಲಿಕೆಯನ್ನು ದೂರ ಮಾಡುವಾಸೆ. ಆದರೆ ಪ್ರಭಾಕರ ಬಹಳಷ್ಟು ಎಚ್ಚರಿಸಿ ಆತುರದಿಂದ ಜೀವನದ ಪೂರ್ಣಸುಖ ಕೆಡುತ್ತೆ ಎಂದು ಹೇಳಿದ್ದ. ಇಲ್ಲಿ ಹಠಮಾರಿತನ, ದುಡುಕು ಪ್ರಯೋಜನವಿಲ್ಲವೆನಿಸಿತು.

"ಶಾಂತ" ಎಂದ.

"ಓಹ್..." ಎಂದು ಕಣ್ಣು ತೆರೆದು ಮೇಲಕ್ಕೆದ್ದಳು.

ಅಷ್ಟರಲ್ಲಿ ಕಾಫಿ ಬಂದಿದ್ದರಿಂದ "ಸ್ವಲ್ಪ ಕಾಫಿ ಕುಡಿದು ವಿಶ್ರಾಂತಿ ತಗೊ" ಎಂದು ಹೊರ ನಡೆದುಬಿಟ್ಟ.

ಊರಿಂದ ಬಂದ ಮೇಲೆ ಶಾಂತಳಲ್ಲಿ ಅಪಾರ ಬದಲಾವಣೆಯಾಗಿತ್ತು. ಮಂಕಾದ ಮುಖ ಗೆಲುವಾಗಿತ್ತು. ಆ ಮುಖದಲ್ಲಿ ಸದಾ ಕಂಡೂ ಕಾಣದಂಥ ಮುಗುಳುನಗೆ ಪ್ರಸರಿಸಿತ್ತು. ಈಗೀಗ ಮನೆಯ ಎಲ್ಲ ಕೆಲಸಗಳ ಕಡೆಯೂ ಗಮನವಿರಿಸಿದ್ದಳು. ಊಟ ತಿಂಡಿಯ ಮೇಲ್ವಿಚಾರಣೆಯನ್ನು ನೋಡಿಕೊಳ್ಳತೊಡಗಿದಳು. ಸದಾ ಒಂದಲ್ಲ ಒಂದು ಕೆಲಸದ ಕಡೆ ಗಮನವಿರಿಸುತ್ತಿದ್ದಳು. ಆ ಲೈಬ್ರರಿಗೆ ಈಗ ಹೊಸದೊಂದು ಕಳೆ ಬಂದಿತ್ತು. ಮೊದಲೇ ಅಚ್ಚುಕಟ್ಟಾಗಿದ್ದ ಅದನ್ನು ನವೀಕರಿಸಿ ನೋಡಲು ಸುಂದರವಾಗಿ ಕಾಣುವಂತೆ ಮಾಡಿದ್ದಳು. ಎಲ್ಲಾ ಕೆಲಸದಲ್ಲೂ ಅವಳ ಕೈವಾಡ ಇತ್ತು. ಒಂದೊಂದು ದಿನ ಕಾಫಿಯನ್ನು ತಾನೇ ಹೊತ್ತುಕೊಂಡು ಬಂದು ಮಧುವಿಗೆ ನೀಡುತ್ತಿದ್ದಳು. ಇಷ್ಟೆಲ್ಲ ಆದರೂ ಮಧುವಿನಿಂದ ದೂರವೇ ಉಳಿದಿದ್ದಳು.

ನೀನಾಳ ತಂದೆ ಇಲ್ಲಿಂದ ಹೋದವರೇ ಸುಮ್ಮನೆ ಕೂಡಲಿಲ್ಲ. ಆದರೆ ಯಾವುದೇ ಅಪಪ್ರಚಾರ ಹರಡಬೇಕೆಂದೂ ಭಯಪಡಬೇಕಾಗಿತ್ತು. ಅದೆಲ್ಲ ಎಲ್ಲಿ ತಮ್ಮ ಮಗಳ ತಲೆಯ ಮೇಲೆ ಗೂಬೆ ಕೂರಿಸುತ್ತದೆಯೋ ಎಂದು. ಅಂತೂ ಇಂತೂ ಅದನ್ನು ಬಿಟ್ಟು ಗಂಡಿನ ಅನ್ವೇಷಣೆಯಲ್ಲಿ ತೊಡಗಿದರು.

* * *

ಹಚ್ಚನೆಯ ಹುಲ್ಲು, ಸೊಂಪಾದ ಮರ ಗಿಡಗಳು. ಸಂಜೆಯ ಸೊಂಪು ಆಹ್ಲಾದಕರವಾಗಿತ್ತು. ಶಾಂತ ಒಂದೆಡೆ ಗಿಡಕ್ಕೆ ಒರಗಿ ನಿಂತಿದ್ದಳು. ದೀಪಕ್ ಚೆಂಡು ಎಸೆದು ತಾನೇ ಓಡಿಹೋಗಿ ತರುತ್ತಿದ್ದ. ಒಮ್ಮೊಮ್ಮೆ ತಂದೆಗೆ ದುಂಬಾಲು ಬಿದ್ದು ತರಿಸುತ್ತಿದ್ದ.

ಮೇಸ್ತ್ರಿ ಬಂದಿದ್ದರಿಂದ ಸಂಭಾಷಿಸುತ್ತಿದ್ದ ಮಧು ಗಿಡಗಳ ಕಡೆ ಹಾದುಹೋದ.

ಆ ಸುಂದರ ಸಂಜೆ ಮಗನೊಡನೆ ಆಡಲು ಶಾಂತಳನ್ನು ಪ್ರೇರೇಪಿಸಬೇಕು. ಸೆರಗನ್ನು ಸೊಂಟಕ್ಕೆ ಬಿಗಿದು ಅವನ ಜೊತೆ ಆಟದಲ್ಲಿ ತಾನೂ ಪಾಲ್ಗೊಂಡಳು. ತುಂಟ ದೀಪಕ್ ಬೇರೆ

ಬೇರೆ ಕಡೆ ಚೆಂಡನ್ನು ಎಸೆದು ತಾಯಿಯನ್ನು ಓಡಿಸುತ್ತಿದ್ದ. ಆ ಓಡುವಿಕೆಯಲ್ಲಿ ಅವಳಿಗೂ ಉತ್ಸಾಹವಿತ್ತು.

ಹಿಂದಕ್ಕೆ ಬಂದ ಮಧು ಮೌನವಾಗಿ ನಿಂತ. ಶಾಂತಳನ್ನು ಅವನು ತಿಳಿದಿರುವುದು ಸ್ವಲ್ಪ. ಆದರ್ಶ, ಸದ್ಗುಣಗಳ ಗಣಿಯೆಂದು ಬಲ್ಲ. ಆದರೆ ಈ ತೆರನಾದ ಉತ್ಸಾಹ... ಅವನನ್ನು ಮೈ ಮರೆಯುವಂತೆ ಮಾಡಿತು. ಅವನ ಪಾಲಿಗೆ ಅದೊಂದು ಅದ್ಭುತ ನೋಟ. ಆ ಮುಗ್ಧ ಚೆಲುವೆಯ ಚೆಲುವು ಈ ತಾಣದಲ್ಲಿ ದ್ವಿಗುಣಿಸಿದಂತೆ ಕಂಡಿತು.

"ಅಬ್ಬ, ಸುಸ್ತಾಯಿತು ಹೋಗೋ" ಎಂದು ಕುಸಿದು ಕುಳಿತಳು. ಎದೆ ಉದ್ವೇಗದಿಂದ ಏರಿಳಿಯುತ್ತಿತ್ತು.

ದೀಪಕ್ ಓಡಿ ಬಂದು ತಾಯಿಯ ಕತ್ತಿಗೆ ಜೋತುಬಿದ್ದ. ಅವನನ್ನು ಎಳೆದುಕೊಂಡು ಮುತ್ತಿಟ್ಟಳು.

ಆ ತುಂಟ ಪೋರನ ಪುಟ್ಟ ಕಣ್ಣುಗಳ ದೃಷ್ಟಿ ಒಂದೆಡೆ ನಿಂತೀತೆ! ಸುತ್ತಲೂ ಹರಿದಾಡಿತು. ಮಧು ಅವನ ಕಣ್ಣಿಗೆ ಬಿದ್ದೇ ಬಿದ್ದ. 'ಡ್ಯಾಡಿ' ಎಂದು ಒಂದೇ ಉಸುರಿಗೆ ಓಟ ಕಿತ್ತ.

ಆ ಸಂಜೆ ಎಂದಿಗಿಂತಲೂ ಬಹಳ ಸುಂದರವಾಗಿ ಕಂಡಿತು ಮಧುಗೆ.

"ಮಮ್ಮಿಗೆ ಸುಸ್ತು ಮಾಡಿಬಿಟ್ಟೆಯಾ!" ಎನ್ನುತ್ತಲೇ ಮಗನನ್ನು ಕರೆದುಕೊಂಡು ಬಂದು ಶಾಂತಳ ಬಳಿ ಕುಳಿತ. ಎದ್ದ ಶಾಂತಳನ್ನು ಕೈ ಹಿಡಿದು ಕೂಡಿಸಿದ.

ಮರುದಿನ ಚಿಕ್ಕಮಗಳೂರಿಗೆ ಹೋಗಿದ್ದ ಮಧು ಹತ್ತಾರು ಪ್ಯಾಕೆಟ್ ಹೊತ್ತು ತಂದ. ಮಗನಿಗೆ ವಿವಿಧ ನಮೂನೆಯ ಬಟ್ಟೆಯಾದರೇ, ಮಡದಿಗೆ ತರತರಹದ ಸೀರೆಗಳು. ಕೈಗೆ ಕೊಟ್ಟನೇ ವಿನಃ ಅವಳ ಪ್ರತಿಕ್ರಿಯೆಯನ್ನು ಗಮನಿಸಲಿಲ್ಲ.

ರಸಿಕ ಮಧುವಿಗೆ ಸಂಯಮದಿಂದಿರುವುದು ಬಹಳ ಕಷ್ಟವಾಗಿತ್ತು. ಮುಗ್ಧ ರೂಪದ ಸುಂದರ ಹೆಣ್ಣು ಶಾಂತ ಎದುರಿಗಿರುವಾಗ ಅವನ ಮನದ ಬಯಕೆ ಹುಚ್ಚೆದ್ದು ಕುಣಿಯಿತು. ಆ ಸಮಯದಲ್ಲಿ ಶೋಭಳಿಗೆ ಕೊಟ್ಟ ಮಾತು, ಪ್ರಭಾಕರನ ಎಚ್ಚರದ ನುಡಿಗಳನ್ನು ಮರೆತುಬಿಡುವ ಮನಸ್ಸಾಗುತ್ತಿತ್ತು. ಆದರೇನು...?

ಈಗ ದೀಪಕ್ ಎಸ್ಟೇಟಿಗೆ ಹತ್ತಿರವಿರುವ ನರ್ಸರಿ ಶಾಲೆಗೆ ಹೋಗತೊಡಗಿದ. ಅವನಿಲ್ಲದ ವೇಳೆಯಲ್ಲಂತೂ ಶಾಂತಳಿಗೆ ವೇಳೆ ದೂಡುವುದೇ ಕಷ್ಟವೆನಿಸಿತು. ಮಧುವಂತೂ ತೀರಾ ಮೌನವಾಗಿಬಿಟ್ಟಿದ್ದ. ದೀಪಕ್ ಇಲ್ಲದ ವೇಳೆಯಲ್ಲಿ ಮನೆಯಲ್ಲೇ ಇರುತ್ತಿರಲಿಲ್ಲ. ಸದಾ ಎಸ್ಟೇಟಿನ ಕೆಲಸ ಕಾರ್ಯಗಳಲ್ಲಿ ಮಗ್ನನಾಗಿಬಿಡುತ್ತಿದ್ದ. ಕೆಲವೊಮ್ಮೆ ಮದಿರದಾಸನಾಗಿಬಿಡುತ್ತಿದ್ದ.

ಈಗೀಗ ಶಾಂತಳಿಗೆ ತನ್ನ ತಪ್ಪಿನ ಅರಿವಾಗತೊಡಗಿತು. ಅವಳ ಶೂನ್ಯ ಹೃದಯದಲ್ಲೂ ಆಸೆ, ಆಕಾಂಕ್ಷೆಗಳು ಮೊಳಕೆಯೊಡೆಯಲಾರಂಭಿಸಿದವು. ಭಾವನೆಗಳನ್ನು, ಬಯಕೆಗಳನ್ನು ಹತ್ತಿಕ್ಕುವುದು ಅವಳಿಗೆ ಕಷ್ಟವಾಯಿತು. ದೀಪಕ್‌ನ ತಂದೆ ಅವಳ ಹೃದಯವನ್ನು ಆವರಿಸತೊಡಗಿದ. ಇನ್ನು ಹೆಚ್ಚು ದಿನ ಮಧುವನ್ನು ನಿರಾಸೆಗೊಳಿಸುವಲ್ಲಿ ಅರ್ಥ ಕಾಣಲಿಲ್ಲ.

ಆ ದಿನ ದೀಪಕ್ ಬೇಗ ನಿದ್ರಿಸಿಬಿಟ್ಟಿದ್ದ. ಗಂಡ ಆಯ್ದು ತಂದ ಸೀರೆಯನ್ನು ಉಟ್ಟಿದ್ದ ಶಾಂತ ನಿರಾಭರಣ ಸುಂದರಿಯಾದರೂ ಚೆಲುವಿನ ಗಣಿಯಾಗಿ ಕಾಣುತ್ತಿದ್ದಳು.

ಅಚ್ಚ ಹಸುರಿನ ಫಾರಿನ್ ನೈಲೆಕ್ಸ್ ಸೀರೆ. ಒಡಲು ಅಂಚಿಗೆಲ್ಲ ಚಿಮಿಕಿಯ ಕೆಲಸ, ಅದೇ ಬಣ್ಣದ ಬ್ಲೌಸ್, ಕತ್ತಲ್ಲಿ ಎರಡೆಳೆ ಕರಿಮಣಿ ಸರ, ಕಿವಿಯಲ್ಲಿ ಮುತ್ತಿನೋಲೆ, ಗಂಭೀರವಾದ ಮುಖ, ಮಧುವನ್ನು ಮೊದಲ ನೋಟಕ್ಕೇ ಆಕರ್ಷಿಸಿದ ತುಂಬು ಯೌವನಭರಿತ ಅಂಗಾಂಗಗಳು. ಹಣೆಯಲ್ಲಿ ಕೆಂಪು ಕುಂಕುಮದ ಬೊಟ್ಟು. ಸಡಿಲವಾಗಿ ಹೆಣೆದ ಜಡೆ. ಅದರಲ್ಲಿ ಸೂಜಿಮಲ್ಲಿಗೆಯ ದಂಡೆ ನೋಡುವವರ ಕಣ್ಣಿಗೆ ಅಪರೂಪವಾಗಿ ಕೆತ್ತಿರುವ ದಂತದ ಬಣ್ಣದ ಶಿಲಾಮೂರ್ತಿ, ಕವಿಗಳು ವರ್ಣಿಸುವ ಕನ್ನಿಕೆಯಂತಿದ್ದಳು.

ಕೆಳಗಿಳಿದು ಬಂದ ಶಾಂತ ಪೋರ್ಟಿಕೋನಲ್ಲಿ ಬಂದು ನಿಂತಳು. ಸುತ್ತಲೂ ವನಶ್ರೀಯ ಬೆಡಗು. ಮರಗಳ ಮರೆಯಿಂದ ಚಂದ್ರ ತನ್ನ ಕಿರಣಗಳನ್ನು ಪ್ರಸರಿಸುತ್ತಿದ್ದ. ತಂಪಾದ ಗಾಳಿ, ಮುದಗೊಂಡ ಮನ ಹಾಯೆನಿಸಿತು.

"ಏನು ರಾಣಿಯವರು ಬಹಳ ಸಂತೋಷವಾಗಿದ್ದ ಹಾಗೆ ಕಾಣಿಸುತ್ತೆ!" ತೀರಾ ಹತ್ತಿರದಿಂದ ಆ ನುಡಿಗಳನ್ನು ಕೇಳಿದಾಗ ಶಾಂತ ಬೆಚ್ಚಿಬಿದ್ದಳು. ಮಧುವಿನ ಬಿಸಿಯುಸಿರು ಅವಳ ಕೆನ್ನೆಗೆ ತಾಕುತ್ತಿತ್ತು. ಲಜ್ಜೆ ಆ ಚೆಲುವಿನ ಮುಖಕ್ಕೆ ಒಂದು ಆಭರಣವಾಯಿತು.

ಮಧು ಮಡದಿಯ ಮುಖವನ್ನು ಧೈರ್ಯದಿಂದ ತನ್ನೆಡೆಗೆ ತಿರುಗಿಸಿಕೊಂಡ. ಕೈಗಳು ಅವಳ ದೇಹವನ್ನು ಬಳಸಿದವು. ಸಮರ್ಪಣಾಭಾವದಿಂದ ಶಾಂತ ಅವನಲ್ಲಿ ಸೇರಿಹೋದಳು.

●